முழுமையைத் தேடும் முழுமையற்ற புள்ளிகள்

மலையாள முன்னணி எழுத்தாளர்கள்
இருபத்து மூவரின் உள்ளும் புறமுமான
வாழ்க்கை அனுபவங்கள்...

மலையாள மூலம்:
வி.பி.சி.நாயர்

தமிழில்:
குறிஞ்சிவேலன்

அகநி
வெளியீடு

வெளியீடு : 136
ISBN : 978-93-82810-09-4

முழுமையைத் தேடும் முழுமையற்ற புள்ளிகள்

மலையாள மூலம் : **வி. பி. சி. நாயர்**

தமிழில் : **குறிஞ்சிவேலன்**

அகநியின் முதல் பதிப்பு : **செப்டம்பர், 2022**

பக்கம் : **336**

நூல் வடிவமைப்பு : எஸ். மாரீஸ்

அட்டை வடிவமைப்பு : கே. சி. செந்தில்குமார்

அச்சாக்கம் : எம். வி. ஆப்செட் பிரிண்டர்ஸ், சென்னை - 600014

அகநி வெளியீடு

3, பாடசாலை தெரு, அம்மையப்பட்டு

வந்தவாசி - 604408

செல் : 9444360421 / 9842637637

மின்னஞ்சல் : *akaniveliyeedu@gmail.com*

விலை : ரூ.375

வி.பி.சி.நாயர்

வி.பி.சி. நாயர் என்னும் புனைபெயரில் எழுதிய வி.பாலச் சந்திரன் நாயர் கேரள மாநிலம் கொல்லத்தைச் சேர்ந்தவர். இவர் மலையாள நவீன இலக்கியத்தைப் பற்றியும் அம்மொழியின் படைப்பாளிகளைப் பற்றியும் நுணுகி ஆராய்ந்து கட்டுரைகள் எழுதுவதில் மிகச் சிறந்த ஆளுமையாக வலம் வந்தவர். 'மலையாள நாடு' என்ற இதழின் ஆசிரியராக அதன் தொடக்கக் காலத்திலிருந்து பணியாற்றிய இவர் கேரளத்திலுள்ள ஒவ்வொரு படைப்பாளிகளையும் சந்தித்து அவர்களோடு நீண்ட நாட்கள் பழகி, அந்த அனுபவங்களையும் குடும்ப உறவுகளையும் மனத்தில் பதிய வைத்து நேர்காணலாக இல்லாமல் ஆய்வு முறையில் கட்டுரைகள் எழுதுவதில் மிகச் சிறந்து விளங்கினார். ஒவ்வொரு ஓணப் பதிப்புகளிலும் அவர் எழுதிய 'பூர்ணத தேடுன்ன அபூர்ண பிந்துக்கள்' என்ற தலைப்பிலான இந்தக் கட்டுரைகள் வெளிவந்த பின்புதான் வி.பி.சி. நாயர் மிகப்பெரிய இலக்கிய ஆளுமை என்று மலையாள இலக்கிய உலகில் அறியப்பட்டார். இப்போது அவர் தம் முதிய வயதில் கொல்லத்தில் மகனுடன் வாழ்ந்து வருகிறார்.

குறிஞ்சிவேலன்

கடலூர் மாவட்டம் குறிஞ்சிப்பாடியைச் சேர்ந்த மீனாட்சிப் பேட்டை எனும் குக்கிராமத்தில் 1942 ஜூன் 30ஆம் தேதி பிறந்தவர். ஆரம்பப் பள்ளி ஆசிரியராகவும், பின்பு, கால்நடை ஆய்வாளராகவும் 40 ஆண்டுகள் தமிழ்நாடு அரசில் பணிபுரிந்தவர். தமிழ் இலக்கியத் துறையில் 60 ஆண்டுகளுக்குமேல் தொடர்ந்து இயங்குபவர். 40-க்கும் மேற்பட்ட நூல்களை மொழிபெயர்த்துள்ளார். தன்னுடைய மொழியாக்கங்களுக்காக சாகித்திய அக்காதெமி விருது, தமிழக அரசு மொழிபெயர்ப்பாளர் விருது, திருவனந்தபுரம் தமிழ்ச் சங்க விருது உள்பட பல்வேறு விருதுகளைப் பெற்றுள்ளார். இந்திய அளவில் மொழியாக்கத்துக்கென்று 'திசை எட்டும்' காலாண்டிதழை பதினெட்டு ஆண்டுகளாக நடத்தி வருபவர். திசையெட்டும் - தமிழின் முதல் மொழியாக்க இதழாகும்.

முழுமையைத் தேடும் கலாரசிகர்களே! வாசகர்களே!!

குழந்தை பருவத்திலிருந்தே எனக்குச் சுய வரலாறுகளிடமும் வாழ்க்கை வரலாறுகளிடமும் என்னவென்று அறியாத ஓர் ஆர்வத் துடிப்பிருந்தது. இளம்வயதில் நாவல்களையும் கதைகளையும் கவிதைகளையும் எல்லாம் நான் வாசித்துக்கொண்டிருந்தபோது, அந்தப் படைப்பாளர்களைப் பற்றி என் மனத்தில் தனிப்பட்ட சில கற்பனைகள் ஏற்பட்டிருந்தன.

வெகுகாலத்திற்குப் பின் என்னைக் கவர்ந்த அதே படைப்பாளர் களுடன் நெருங்கிப் பழகும் சந்தர்ப்பம் கிடைத்தபோது, என் கற்பனைகள் முழுவதும் புரிந்துகொள்ள முடியாதது என்றே தோன்றியது. அதனால் எழுத்தாளர்களுக்குள்ளே உள்ள தனிமனி தனை வாசகர்கள் நெருங்கி அறிந்து கொள்வது, அவர்களின் படைப்புகளுடன் நெருங்கி ஒன்றிணைய உறுதுணை புரியும் என்றும் எனக்குத் தோன்றியது.

இதன் காரணமாகத்தான் 'முழுமையைத் தேடும் முழுமையற்ற புள்ளிகள்' பிறந்தது.

எழுத்தாளர்களிடமுள்ள பச்சை மனிதனை எவ்விதத் திரையு மிடாமல் வெளிப்படுத்துவதுதான் என் உத்தேசம். ஆனால், சிலர், 'எழுத்தாளர்களை அறிந்து கொள்ளாதீர்கள். அப்படி அறிந்து கொண்டால் அவர்களின் படைப்புகளின்மேல் உங்களுக்குள் இருக்கும் மரியாதை முழுவதையும் இழக்க வேண்டியதாகிவிடும்' என்று கூறினார்கள். அந்தக் கூற்றை வாசகர்களிடத்தில் வெளிப் படுத்தியுமுள்ளார்கள்.

ஆனால், இது முற்றிலும் தவறான நம்பிக்கை என்றுதான் என்னால் என் அனுபவத்திலிருந்து கூற முடியும். எழுத்தாளனை நெருங்கி அறிந்துகொண்டால் மட்டுமே, அவர்களின் படைப்பு களுக்குள் நம்மால் ஆழ்ந்து மூழ்கிச் செல்ல முடியும்.

மலையாள இலக்கியவுலகின் பலரைப் பற்றி நான் எழுதிய பின்பு, என்னைச் சிலர் கேட்கிறார்கள்; 'இன்னும் ஏன் அவரைப் பற்றி எழுதவில்லை. இவரைப் பற்றி எழுதவில்லை' என்று. அந்தப் பிரபலமான அவர்களிலும் இவர்களிலும் உள்ள ஒரு பெரிய எழுத்தாளர், 'என் குடிப்பழக்கத்தைப் பற்றியும், கூத்தி வீட்டைப் பற்றியும் கட்டுரையில் சேர்க்காமல் எழுதுவதாக இருந்தால்...' என்று கூறினார். அதற்கு அவரிடம், 'அப்படி மறைத்து எழுத வேண்டிய அவசியம் எனக்கில்லை' என்று கூறிவிட்டேன். அதனால் தான் ஒருசில பெரும் எழுத்தாளர்களைப் பற்றி இங்கு நான் எழுதவில்லை.

வாழ்க்கையிலுள்ள நீண்ட அனுபவங்களின் தீப்படர்ப்பி லிருந்து மட்டுமே உத்தம கலைப்படைப்புகள் பிறக்கும் என்னும் உண்மையானது, கண்டும் கேட்டும் படித்தும் உருவம் கொள்ளும் அறிவிலிருந்தும் உத்தம கலைப் படைப்புகள் பிறக்கும் என்னும் உண்மையோடு மோதிக்கொள்ளும் காட்சிகள் இக்கட்டுரைகளைப் படித்து முடிக்கும்போது உங்களுக்கே புரியும். எது எப்படியோ, அனுபவமில்லாமல் எழுத முடியாது. அந்த அனுபவம் சொந்தமானதா, கேட்டு அறிந்ததா என்று பார்க்க வேண்டிய விஷயம் நமக்கு வேண்டாம். வாசகர்களாகிய நாம் ஒரு விஷயத்தை மட்டும் புரிந்துகொண்டால் போதும், அனுபவங்களை மனத்தில் போட்டுப் பழுக்க வைக்காத எந்த ஒருவராலும் உன்னதமான இலக்கியத்தைப் படைக்க முடியாது.

இனி, நீங்கள் முழுமையைத் தேடும் கலைஞர்களின் சொந்த வாழ்க்கையில் புகுந்து பாருங்கள். அவர்களைத் துல்லியமாக அறிந்துகொள்ளலாம். இவற்றில் ஏதேனும் குற்றம் குறைகள் இருந்து சுட்டிக் காண்பித்தால் நான் உங்களுக்கு நன்றியுள்ளவனாக இருப்பேன்.

அன்பன்,

வி.பி.சி.நாயர்

தமிழ் எழுத்தாளர்களும் வாசகர்களும் அறிய...

மலையாள இலக்கியவுலகின் இருபத்து மூன்று படைப்பாளிகளின் சொந்த வாழ்க்கையை வெளிச்சம் போட்டுக் காட்டக்கூடிய நேர்காணல் தன்மையுள்ள கட்டுரைத் தொகுப்பே இந்நூல்.

எழுத்தாளனிடம் உள்ள இயல்பான மனிதனை, எல்லா பலங்களோடும், பலவீனங்களோடும் உள்நுழைந்து பார்த்தால்தான் அவனுடைய கலைப் படைப்புகளை முற்றிலும் மனப்பூர்வமாக மதிப்பிடுவதற்கு நம்மால் முடியும்.

படைப்பாளிகளை ஆராதனை மனத்தோடுதான் வாசகர்கள் மதிப்பிடுகிறார்கள். அப்படிப்பட்ட அந்த எழுத்தாளர்கள் உள்ளுக்குள் எந்தளவிற்கு வேதனையும் மகிழ்ச்சியுமடைகிறார்கள், பலத்தோடும் பலவீனத்தோடுமுள்ளார்கள், குடும்பப் பாசத்தோடும் பாசமற்றுமிருக்கிறார்கள் என்பனவற்றையெல்லாம் இத்தொகுப்பு விரிவாக எடுத்துச் சொல்கிறது.

இந்தத் தொகுப்பில் வரும் பல மலையாள மொழி படைப்பாளிகள் இன்று உயிருடன் இல்லை. ஆனாலும் அவர்களின் வாழ்நாளில் எடுத்த இந்தப் பேட்டியை நீங்கள் படிக்கும்போதுதான் இந்நூலின் தலைப்பிலுள்ள பொருளை முழுமையாக உங்களால் புரிந்துகொள்ள முடியும். மேலும், இந்தப் பேட்டிக்குப்பின் பல மலையாள எழுத்தாளர்களின் வாழ்விலும் சரி, திருமண உறவிலும் சரி, பல மாற்றங்கள் நடந்துள்ளன. உதாரணமாக, எம்.டி.வாசுதேவன் நாயரின் முதல் துணைவியாரும் (இந்தப்

பேட்டியின்போது உடனிருந்தவர்) மகளும் அவரைவிட்டுப் பிரிந்து அமெரிக்காவில் குடியேறிவிட்டார்கள். தற்போது அவருடன் அவருக்குப் பக்கபலமாக இருப்பவர் இரண்டாவது துணைவியார் கலாமண்டலம் சரஸ்வதியம்மாள் தான். இவர்கள் இருவருக்கும் பிறந்த பெண் அஸ்வதியும் எம்.டி.க்கு உறுதுணையாக இருக்கிறார். இவ்வாறு பல மாற்றங்கள் அந்தந்தப் படைப்பாளிகளின் மத்தியில் நிகழ்ந்திருந்தாலும், இப்போதும் இந்தக் கட்டுரைத் தொகுப்பைப் படிக்கும்போது எவ்வளவு சுவையாக உள்ளது என்பதையும் நீங்கள் புரிந்துகொள்ளலாம்.

'தீபம்' இலக்கிய மாத இதழில் இக்கட்டுரைகள் நான்காண்டுகளுக்கு மேல் (1976 முதல் 1980 வரையில்) தொடராகவும், சிறப்பிதழ்களிலுமாக வந்தபோது தமிழிலக்கியப் பிதாமகர் வல்லிக்கண்ணன், தி.க.சி., முதல் அன்றைய இளம் தலைமுறை தமிழ்ப் படைப்பாளிகள் வரையில் படித்துவிட்டு எனக்கு எழுதிய ஊக்கமளிக்கும் கடிதங்கள்தான் என்னை நிரந்தர மொழிபெயர்ப்பாளனாக்கியது எனலாம்.

கட்டுரைகளைத் 'தீபம்' இதழில் தொடர்ந்து வெளியிட்டு ஊக்குவித்த அமரர் தீபம் நா.பார்த்தசாரதி அவர்களுக்கும் தீபம் திருமலை அவர்களுக்கும் என் மனம் நெகிழ்ந்த நன்றி.

அன்பன்,
குறிஞ்சிவேலன்

6, பிள்ளையார் கோயில் தெரு,
மீனாட்சிப் பேட்டை,
குறிஞ்சிப்பாடி - 607 302.
அ.பே. எண்: 94430 43583 / 87541 23583

பொருளடக்கம்

அப்துல் ரஹ்மான் (வைக்கம்) முகம்மது பஷீர்

புனைபெயர்: வைக்கம் முகம்மது பஷீர்

இலக்கியச் செய்தி: சிறுகதைகள், நாவல்கள், கட்டுரைகள் எனச் சுமார் அறுபது ஆண்டுகளாக எழுதி வந்தவர். இவருடைய சிறுகதைகள், நாவல்கள் மலையாள இலக்கிய உலகில் மிகச் சிறந்த படைப்புகளாகக் கருதப்படுகின்றன. 'பிரேமலே கனம்', 'பால்யகால சகி', 'என் தாத்தாவிற்கு ஓர் ஆனை இருந்தது', 'பாத்தும்மாவின் ஆடு' போன்ற நாவல்களும் 'எட்டுக்காலி மம்மூஞ்ஞு', 'ஆனைவாரி ராமன் நாயர்', 'பூவம்பழம்' போன்ற சிறுகதைகளும் குறிப்பிடத்தக்கவை. 'மதிலுகள்' என்ற நாவல் திரைப்படமாக வந்து ஜனாதிபதி பரிசையும் பெற்றுள்ளது, மற்றும் மாநில சாகித்திய அகாதமி பரிசும் 'ஞானபீட விருது'ம் பெற்றவர்.

நல்ல மழை பெய்து முடிந்த ஒருநாள். அன்று மதியம்தான் நாங்கள் பேப்பூர் சுல்தானின் அரண்மனையை அடைந்தோம். உள்ளேயுள்ள ஓர் அறையிலிருந்து ஒரு புயலைப்போல் வெளியே வந்த சுல்தான், குளுமை நிறைந்த நிலவைப்போல் எங்களை வரவேற்றார். ஓர் உண்மைத் துறவியைப் போன்று அமைதியுடன் இருந்தது அவருடைய முகம். ஆச்சரியத்தையோ, மகிழ்ச்சியையோ, கோபத்தையோ அந்த முகத்தில் காண முடியவில்லை. ஆனால், சில நிமிடங்களிலேயே அந்த மந்திரவாதி எங்களை ஆச்சரியத்தில் ஆழ்த்தினார். அவருடைய வழுக்கைத் தலையில் ஒளிர்ந்த ஒளியையும், வீணைக்கம்பியின் ஸ்வரத்தைப் போன்று மிருதுவான மனத்திலுள்ள நீல வெளிச்சத்தையும் மாறிமாறிப் பார்த்துக்கொண்டிருந்தபோது அந்த ஆச்சரியம் இரட்டிப்பாயிற்று. திடீரென, அந்த ‘பாத்தும்மாவின் ஆட்டுக்காரர்’ தனது வாழ்க்கை நிழல்களைப் பாதுகாத்து வைத்திருந்த நினைவென்னும் அறையின் வாசற்கதவை முழுமையாகத் திறந்துவிட்டார். ஆவலைத் தூண்டும் அசாதாரணமான அந்தப் பார்கவி நிலையத்திற்கு, அன்பார்ந்த வாசகர்களே! உங்களை அன்புடன் உள்ளே வருமாறு அழைக்கிறேன்.

1910-இல் தலையோலைப் பறம்பிலுள்ள புகழ்பெற்ற ஒரு முஸ்லீம் குடும்பத்தில், காயி அப்துல் ரஹ்மானுக்கும் குஞ் ஞாச்சும்மாவுக்கும் மூத்த மகனாகப் பிறந்தார் பஷீர். அப்துல் காதர், பாத்திமா, முகம்மது ஹனீபா, குஞ்ஞானும்மா, அபுபக்கர் ஆகியோர் அத்தம்பதியினரின் மற்ற குழந்தைகளாவர். பஷீரின் தாய் தந்தையர் தொழுகையும், நோன்பும் சக்காத்துமெல்லாம் தவறாமல் கடைப்பிடித்த உண்மையான முஸ்லீம்களாக இருந்தார்கள். அதனால், பஷீர் தனது எட்டாம் வயதிலேயே குர்ஆனைப் படித்து முடித்து விட்டார் என்றாலும், தன் இறுதிக் காலம் வரையில் ‘சுலைமான்’ குடிக்கும்போது மட்டுமே நபியை நினைத்தார். மலையாளத்தை நான்காம் வகுப்புவரை படித்த பஷீர், அதன்பின் வைக்கம் ஆங்கில மீடியம் உயர்நிலைப் பள்ளியில் சேர்ந்து விட்டார். ஒரு வியாபாரியாக இருந்த தனது தந்தை அக்காலத்திலேயே தன்னை ஓர் ஆங்கில மீடியம் பள்ளிக்கு அனுப்பியது ஒரு புரட்சிகரமான செயல்தான் என்று பஷீர் கருதினார்.

வைக்கம் ஆங்கிலப் பள்ளியில் பத்தாம் வகுப்பில் படிக்கும் போதுதான் சுதந்திரப் போராட்டம் பஷீரிடம் ஓர் ஆவேசத்தை

ஏற்படுத்தியது. காந்திஜி வைக்கத்திற்கு வருகை தந்தபோது, அவரைத் தான் தொட்டுப் பார்த்த அந்த ஒரு நிமிடத்தை உடல் சிலிர்க்க என்றும் நினைத்துப் பார்த்தார் பஷீர். ஒரு ரம்ஸான் தினத்தில் அந்தி வேளையில் ஏதோ ஒரு குற்றத்திற்காகப் பஷீரின், 'பாவா' இரண்டு மூன்று அடிகள் அவரை அடித்துவிட்டார். அதனால், அந்த அடியின் வேதனை மறையும் முன்பே தன் தாயிடம் ஒரு தம்பளர் தண்ணீரை மட்டும் வாங்கிப் பருகிவிட்டு யாரிடமும் ஒன்றும் பேசாமல் வீட்டைவிட்டு வெளியேறி விட்டார் பஷீர்.

தலையோலைப் பறம்பிலிருந்து புறப்பட்ட பயணம் கோழிக்கோட்டில் முடிந்தது. இந்திய தேசியக் காங்கிரஸில் சேர்ந்து சுதந்திரப் போராட்டத்தில் தீவிரமாகப் பங்கெடுத்தார். உப்புச் சத்தியாகிரகத்தில் கலந்துகொண்டு சிறைக்கும் போனார். கோழிக்கோட்டிலும் கண்ணனூரிலுமுள்ள சிறையில் அடைக்கும் முன்பு அடியுதை வாங்கியதுடன் துப்பாக்கி முனையாலும் ஏராளமான குத்துப்பட்டார். கண்ணனூர் சிறையில் இருக்கும்போதுதான் புரட்சியாளர்களுடன் அவர் தொடர்பு கொண்டார். சிறையில் தண்டனை முடிந்து வெளியே வந்தபோது பஷீரின் மனத்திலிருந்த காந்திஜியின் அஹிம்சா கொள்கை புகைந்து ஆவியாகிப் போய்விட்டது. தொடர்ந்து, இந்தத் தைரியசாலி என்ன செய்தார் என்பதை அவருடைய வார்த்தை களாலேயே புரிந்துகொள்ளுங்கள்.

"சிறையிலிருந்து விடுதலையாகி வீட்டிற்குத் திரும்பிய போது என் முன்னே ஓர் இரத்தக் கடலே தெரிந்தது. அப்போது நான் ஒரு பகத்சிங்காக மாறியிருந்தேன். அதே மீசை. அதே துடிப்பு. நான் இன்றும்கூட அதை நினைத்துக் கொள்கிறேன். வீட்டிலிருந்து மீண்டும் புறப்பட்டேன். எனது லட்சியம் தீவிரவாதத்தில் ஈடுபட்டது. அடிமை பாரதத்தில் சுதந்திரத்திற்கு எதிராக நிற்பவர்களைக் கொலை செய்யும் ஒரு தீவிரவாதக் கூட்டத் திற்கு நான் உருவம் கொடுத்தேன். ஒரு பத்திரிகையையும் ஆரம்பித்தேன். அதில் தீப்பொறிப் பறக்கும் கட்டுரைகள்! சிவப்பு எழுத்துகளால் ஆன சுவரொட்டிகள்! கொலை செய்யப் படுபவர்களின் பட்டியலை நாங்கள் தயாராக்கினோம். ஆனால், நாங்கள் யாரையும் கொலை மட்டும் செய்யவில்லை.

போலீசார் எங்கள் பத்திரிகையைக் கண்டுபிடித்து விட்டனர். கைது வாரண்டுகள் புறப்பட்டன. நான் இரவோடு இரவாக

ஏழெட்டு மைல்கள் நடந்து சென்று ஒரு ரயில்வே ஸ்டேஷனிலிருந்து ரயிலேறினேன் - சுதந்திரமற்ற இந்தியாவைச் சுற்றிப் பார்க்க.... ”

ஏழெட்டு ஆண்டுகள் அந்தப் பயணம் நீண்டு கொண்டிருந்தது. அந்தக் காலகட்டங்களில் பஷீர் செய்யாத வேலைகள் மிகச் சொற்பம் என்றே கூறலாம். அந்தப் பயணம்தான் மனக்கிளர்ச்சிகள் என்னும் பூக்களால் மாலை தொடுக்கும் பஷீர் என்னும் இலக்கியவாதியை உருவாக்கியது; மனித நேயரும் நகைச்சுவையாளருமான பஷீரை வார்த்தது.

“திருமணம் மிகத் தாமதமாகத்தான் நடந்தது. அதனால்தான் இப்போதும் கூட நல்ல ஆரோக்கியத்துடனும் உற்சாகத்துடனும் வாழ்கிறேன். என் வயது எத்தனை என்று எனக்கே தெரியாது. என் ஜாதகத்தை என் சகோதரன் எரித்து விட்டான்” என்று பஷீர் சொன்னார்.

மனைவியின் பெயர் ஃபாபி. ஒரு மகனும் ஒரு மகளும் உள்ளார்கள். மகள் ஷாஃபினா, மகன் பெயர் குட்டான். குட்டாயி என்று அழைக்கிறார்கள். பல ஆண்டுகளாகப் பேப்பூரில்தான் வசிக்கிறார்கள். தீவிர முயற்சியால்தான் வைலாலியில் உள்ள அந்த வீடும் இடமும் கிடைத்தது என்று பஷீர் சொன்னார்.

இப்போதெல்லாம் பயணம் அதிகம் செய்வதில்லை. மாலை நேரங்களில் மட்டும் சிறிதுநேரம் வெளியே செல்வார். சிறிதுநேரம் சீட்டாடுவார். பள்ளிக்கூட ஆசிரியர்கள்தான் அவரது கூட்டாளிகள். அவர்களின் கையிலும் காசு இல்லாமையால் பொழுதுபோக்காகத்தான் ஆடுவார்கள்.

பஷீர் கூறியதை மேலும் கவனியுங்கள்:

“மனம் தடுமாறும் ஒரு தராசு போன்றது. அதன் தட்டுகளைச் சமமாக நிலைநிறுத்த சிறிது சிரமப்படவும் வேண்டியுள்ளது. சாமியாராகி விடுவதுதான் அதற்கான வழி என்றாலும் கூட நானும் வாழ்கிறேன். ”

“எதற்காக வாழ்கிறீர்கள்? ” என்று கேட்டதற்கு, இவ்வாறு கூறிய பஷீர் மேலும் சிலவற்றையும் கூறினார்.

“பசிக்கும்போது சாப்பிடுவதில் ஒரு சுகம். சாப்பிட்டபின் உறங்குவதில் ஒரு சுகம். மது அருந்துவதில் ஒரு சுகம். சொரி கின்றதில் ஒரு சுகம். ஏன், சிரங்கில் சொரிவது அதைவிடவும் சுகம்.

இப்படி ஒவ்வொன்றையும் பார்த்தால் வாழ்க்கை முழுவதும் சுகம் உண்டு. அதனால், எப்படி வாழாமல் இருக்க முடியும்?"

'குழந்தை பிறப்பது என்பது எப்படி நடக்கிறது? பெண்கள் மட்டும்தான் குழந்தை பெறுகிறார்கள். ஆண்களால் ஏன் குழந்தை பெற்றெடுக்க முடியவில்லை?' என்பது போன்ற சந்தேகங்கள் பனிரெண்டு வயது சிறுவனான பஷீருக்கு வளர்ந்து மலர்ந்தன. அதனால், எப்படியாவது ஒரு குழந்தை பிறப்பதை நேரில் பார்த்துவிட வேண்டும் என்னும் தீர்மானம் அவர் மனத்தில் உருவாயிற்று. கொச்சேளம்மாள் என்னும் பெண்ணின் பிரசவ நேரம். 'பப்பன்' என்னும் தன் கூட்டாளியையும் சேர்த்துக்கொண்டு பிரசவம் நடக்கும் அந்த வீட்டின் மேல்தட்டில் ஏறினார் பஷீர். ஒரு பலகையை எடுத்துவிட்டுப் பொறுமையாக உள்ளே பார்த்தார். இருளில் மண்ணெண்ணெய் விளக்கு மட்டும் அங்கு எரிந்து கொண்டிருந்தது. அதை மட்டும்தான் அவர்களால் பார்க்க முடிந்தது. அதற்குள், அவர்கள் ஏறியிருந்த இடத்திலிருந்த தூசுகள் மேலிருந்து கீழே கொட்டியதால், வீட்டின் தட்டின் மேல் யாரோ ஏறியிருக்கிறார்கள் என்பதைப் புரிந்துகொண்ட பெண்கள் கூச்சலிட்டார்கள். அப்புறமென்ன? தொடர்ந்து அடியுதைகள் விழுந்தன. கண்களில் மஞ்சள் நிறமும் பூச்சிகளும் பறந்தன.

இளம்வயதில் பெரும் போக்கிரியாகவும், முரடனாகவும்தான் பஷீர் விளங்கினார். இளமைப் பருவத்தில் நடந்த ஒரு சுவாரசியமான நிகழ்ச்சியை அவர் விவரித்தார்.

இரண்டாம் படிவத்தில் படித்துக் கொண்டிருந்த காலம். ஒருநாள் குளிப்பதற்காகக் கிணற்றிலிருந்து தண்ணீர் இறைத்துக் கொண்டிருந்தபோது கயிறு அறுத்து வாளி கிணற்றுக்குள் விழுந்து விட்டது. குறும்புத்தனத்தில் மிதமிஞ்சிய பஷீர் கிணற்றுக்குள் இறங்கினார். அங்கேயே குளித்து முடித்துவிட்டு, வேட்டி துண்டையும் துவைத்து அலசிப் பிழிந்துகொண்டு வாளியுடன் மேலேறி வந்தார். அன்று தான் வாங்கிய அடியின் சூடு இறுதிநாள் வரையில் தன் உடலில் உள்ளதை அவர் மறக்கவில்லை.

பாம்புகளும், வறட்டுச் சொறி நாய்களும் போன்று கிணறும் பஷீரின் வாழ்க்கையில் நல்லதொரு பங்கு வகித்துள்ளது எனப் புதியதொரு நிகழ்ச்சியை அவர் விவரித்தபோது எனக்கும் தோன்றியது. பஷீரின் வாய்மூலமாகவே அந்நிகழ்ச்சியையும் இங்கே நான் எழுதுகிறேன்.

"ஒரு முறை என் மனைவியின் மோதிரம் ஒன்று கிணற்றில் விழுந்து விட்டது. அதை எடுக்க ஆளைத் தேடியபோது அசுத்தமான ஒருத்தன் வந்தான். அவன் கிணற்றில் இறங்கி மோதிரம் எடுப்பதற்குள் அங்கேயே சிறுநீர் கழித்துவிட்டால் என்ன செய்வது என நினைத்த நான், அவனை இறங்க வேண்டாம் என்று கூறிவிட்டேன். அவன் போனபின், தென்னை மரத்தில் கயிற்றைக் கட்டி கிணற்றினுள் விட்டு, அக்கயிற்றின் வழியாக நானே இறங்கினேன். தண்ணீர் இரண்டாள் மட்டம். அதனுள் மூழ்கி மோதிரத்தை எடுப்பதற்குள் நான் மிகவும் சோர்ந்து விட்டேன். சிறிது தூரம் மேலே ஏறுவதற்குள் வியர்க்க ஆரம்பித்து விட்டது. மூச்சு நின்றுவிடும்போல் தோன்றியது. என் நிலையைக் கண்ட மனைவி ஒரு ஏணியைக் கிணற்றுக்குள் விட்டாள். அதன் வழியாகவும் ஏற முடியாது என்னும் நிலைமையைக் கண்ட வுடன் அவள் பதட்டமடைந்து, "ஐயோ, எப்படியாவது ஏறி வந்துடுங்களேன்" என்று கூச்சலிட்டாள். அது எனக்கு ஒரு தனிப்பட்ட சக்தியுடைய சப்தமாக இருந்தது. அந்தச் சப்தத்தின் உறுதியினாலேயே நான் ஏறிவிட்டேன். கிணற்றில் இருந்து தப்பித்து வெளியே வந்ததும் கிணற்றின் கரையிலேயே பல நிமிடங்கள் மேல்மூச்சு வாங்கிக்கொண்டு அப்படியே படுத்துவிட்டேன். ஒருபோதும் என்னால் மறக்க முடியாத நிகழ்ச்சியாகும் அது."

வாழ்வின் பெரும்பங்கை தேச சஞ்சாரத்திலேயே அலைந்து திரிந்து கழித்துவிட்ட பஷீரின் அனுபவங்கள் அதிசயப்படத் தக்கவையாகும். அவர் தன் பயண காலங்களில் ஆங்கிலத் தையும் இந்தியையும்தான் பயன்படுத்தினார். கைரேகை சாஸ்திரம், முகலட்சண சாஸ்திரம், காலிக்ராஃபி, பிரணாயாமம், ஹிப்னாட்டிஸம், சமையல், தோட்ட வேலை போன்றவற்றை யெல்லாம் கூட அவர் தம் பயணத்தில் கற்றுக்கொள்ள வேண்டிய கட்டாயம் ஏற்பட்டது. கராச்சியில் இருந்தபோது ஒரு ஒட்டலைக்கூட பஷீர் நடத்தியதுண்டு. லாகூரிலுள்ள 'சிவில் அண்ட் மிலிட்டரி கஸ்ட்' என்ற பத்திரிகையில் காப்பி ஃபோல்டராகவும் வேலை பார்த்ததுண்டு. "ருட்யார்டு கிப்ளிங் இங்கே வேலை செய்து கொண்டிருந்தார்" என்று அந்தப் பத்திரிகை அலுவலகத்தின் பித்தளைப் போர்டில் செதுக்கி வைத்துள்ளதை பஷீர் எப்போதும் நினைவு கூர்ந்து கொண்டிருந்தார். தட்சசீலா விலும் பஷீர் தங்கியிருந்துள்ளாராம். ஆனால், அங்கேயுள்ள ரகசியங்கள் மட்டும் அவருக்கும் அந்நியமானது என்றார்.

ஷோலாப்பூரில் இருந்தபோது வாழ்வதற்கு வேறு எந்த வழியும் புலப்படாமையால், இன்டர்மீடியட் மாணவர்களுக்கு ட்யூஷன் சொல்லிக் கொடுக்க முற்பட்டார். வைக்கம் முகமது பஷீர் என்னும் பத்தாம் வகுப்பு படித்த மாணவர், இரவில் இன்டர்மீடியட்டின் பாடங்களை அகராதியின் உதவியுடன் மிகக் கவனத்துடன் படித்துப் புரிந்துகொண்டு பகலில் பிள்ளைகளுக்கு டியூஷன் எடுப்பாராம். ஆனால், அவருடைய கஷ்டகாலமோ என்னவோ, தன் மருமகளுக்குக் கணக்கும் சொல்லி கொடுக்க வேண்டுமென்று அந்த மலையாளி மல்யுத்த வீரர் கூறிவிட்டார். 'ஒன்றும் ஒன்றும் இன்னும் கொஞ்சம் பெரிய ஒன்றுதான்' என்று உறுதியாக நம்பும் பஷீரால் கணக்காவது, சொல்லிக் கொடுக்கவாவது! நல்ல காரியம்தான் போ! அவ்வளவுதான், டியூஷன் போச்சு.

"தாங்கள் நடிப்பதற்காக சாந்தாராமிடம் வாய்ப்புக் கேட்டுச் சென்றீர்கள் என்பதாக ஒருகதை இருக்கே. அது என்ன? தங்களுக்கு நடிப்பதற்கான ஆசை எப்படி உண்டாயிற்று?" என்ற கேள்விக்கு,

வழுக்கைத் தலையிலுள்ள முடிகளைத் தடவிக்கொண்டே ஒரு புன்னகையைப் பூத்த பஷீர் அதுபற்றி விளக்கமாவே கூறினார்:

"எனக்கு, ஒரு இளவரசனைப் போன்ற தோற்றம் அன்று இருந்தது. அதனால், நடித்தால் என்ன என்று தோன்றியது. ஷோலாப்பூரில் வைத்து சாந்தாராமைக் கண்டு பேசினேன். அவருக்கு எனது உருவம் பிடித்துவிட்டது. ஒரு சான்ஸ் தருவதாகவும் மூன்று மாதங்கள் கழித்துப் பூனாவுக்கு வருமாறும் கூறினார். அப்போது பூனாவுக்கு ஸ்டுடியோவை மாற்றிக் கொண்டிருந் தார்கள். ஆனால், அதற்கிடையே அப்துல் ரஹ்மான் வீதியிலிருந்த ஓர் ஆயுர்வேத வைத்திய சாலையில் வேலை கிடைத்ததால் நடிப்பதை மறந்துவிட்டேன்."

பஷீர் தனது பதினாறாவது வயதிலேயே காதலித்தார். அந்தக் குணவதியின் பெயரையும் அந்த நாட்களையும் இந்த மனிதர் தன் நினைவென்னும் முத்துச் சிப்பியில் பாதுகாக்கவில்லை. அந்த வயதில் எங்கேயாவது எப்படியாவது எதிலாவது படர வேண்டுமென்னும் ஆசை யாருக்கும் தோன்றுமென்றும், அதற்குக் குறிப்பிட்ட ஓர் அர்த்தம் இல்லையென்றும், காதல் என்பதே இளம்பருவத்தின் ஒரு தான்தோன்றித்தனமென்றும் பஷீர் நம்பினார். வாழ்க்கையை நன்றாக அனுபவிக்கத் தொடங்கும்போது

காதலில் ஒன்றுமே இல்லையென்னும் தத்துவ சாஸ்திரத்தைத் தன் முதலீடாகப் பாதுகாக்கும் இந்த 'மந்திரப் பூனை'க்காரர் காதலுக்காக என்றும் தன் விரல் நுனியை நீட்டி நிலைநிறுத்தியவராயிற்றே? பஷீரின் இலக்கியப் படைப்புகளின் வழியே ஒரு தீர்த்த யாத்திரை நடத்துங்கள். எங்கும் பரந்து விரிந்துள்ள காதலுக்காக ஏங்கிக் கொண்டிருக்கும் பெரியதொரு இதயத்தின் துடிப்புகளை எங்கிருந்தும் நாம் கேட்கலாம்.

பஷீரின் வாழ்க்கையில் மிகப்பெரும் கோபம் எப்பொழுது எப்படி ஏற்பட்டது என்று நான் துருவினேன். அவர் தன் நினைவோடையின் நீர்ப்பெருக்கில் மூழ்கி, 'பஷீர்ஸ் புக் ஸ்டால்' என்றொரு நிறுவனத்தை எர்ணாகுளத்தில் நடத்திக் கொண்டிருந்த காலத்தில் நடந்த நிகழ்வு ஒன்றை பொறுக்கி எடுத்து வந்தார்.

ஒரு நாள் ஒரு பேராசிரியர் பஷீரின் புக் ஸ்டாலுக்கு வந்து சில புத்தகங்களை வாங்கினார். வாங்கிய புத்தகங்களுக்குப் பணம் அப்போதைக்கு இல்லையென்று பேராசிரியர் கூறியதும், பஷீர் தனது வாடிக்கையாளர்களின் நோட்டுப் புத்தகத்தில் பெயரையும் தொகையையும் குறித்து வைத்தார். அந்தப் பேராசிரியர் தவணைச் சொல்லிய நேரங்கள் பல கடந்தன. இறுதியில் அந்தத் தொகை உடனே தனக்குத் தேவைப்படுகிறதெனக் கூறி பஷீர் பேராசிரியரை நெருக்கினார். நெருக்குதலைத் தாங்க முடியாத பேராசிரியர், 'நான் டயரியைப் பாக்கறேன்' என்று விட்டேற்றலான பதிலைக் கூறினார். அப்போதுதான், பஷீர் ஒரு புயலாகவே மாறினார். வாழ்க்கையிலேயே அப்படிப்பட்ட கோபம் தனக்கு வந்ததில்லை என்று சொல்லும்படியாக இருந்தது பஷீர் அன்று பேசிய பேச்சுகள்:

"டேய்... ஈனப் பய மவனே... அப்பனில்லாத நாயே..." பின்பு நான் பேசிய கெட்ட வார்த்தைகளுக்குக் கணக்கே இல்லை. சில நாட்கள் கழிந்தன. அந்தத் தொகையை அவன் திருப்பிக் கொடுத்துவிட்டான். "இனிமையான சில கெட்ட வார்த்தைகளின் விலையாக.."

கடனைப் பற்றி ஏராளமான கதைகளை அவர் சொன்னார். பஷீர் ஆண்களுக்குக் கடன் கொடுக்க மாட்டாராம். அழகிய பெண்கள் கேட்டால் மட்டும் ஐந்தோ பத்தோ கொடுப்பாராம்.

"நான் யாருக்கும் அதிகமொன்னும் கொடுப்பதில்லை. ஆனால் பல பேர் எனக்குத் தருவதுண்டு."

அதைச் சொல்லும்போது தன் வாழ்வில் ஏராளமான துக்கத்தையும் சிரமத்தையும் அனுபவித்த அந்த வைலாலி ராஜாவின் முகத்தில் ஒரு மதுரமான சிரிப்பு மலர்ந்து மணம் பரப்பியது.

உலக மக்கள் தொகை 100 என்று வைத்துக் கொண்டால், அவர்களில் முழு முட்டாள்கள் 55 பேர், பயங்கரக் கொடூர குணமுள்ளவர்கள் 20 பேர், வஞ்சகச் சூழ்ச்சியாளர்கள் 15 பேர், சோம்பேறிகள் 9 பேர், நற்குணம் உடையோர் ஒரே ஒருவராகத்தான் இருப்பார் என்பது பஷீரின் கணக்கு. இந்தக் கணக்கில் பஷீர், தன்னைச் சோம்பேறிகளின் பட்டியலில் சேர்த்துக் கொண்டார். ஆணுக்கும் பெண்ணுக்குமுள்ள ஒரு பெரிய வித்தியாசம் வழுக்கைத் தலைதான் என்பது இந்த அழகிய வழுக்கைத் தலையரின் எண்ணம்.

ஏதோ ஒரு சூழ்ச்சியில் எல்லா முஸ்லீம்களும் பாகிஸ்தானுக்குச் செல்ல வேண்டிய நிர்ப்பந்தம் ஏற்படுமானால், வைக்கம் மம்மட பட்டாச்சாரியாகவோ வைக்கம் எம்.பி.நம்பூதிரியாகவோ, வைக்கம் மு.ப.பணிக்கராகவோ தன் பெயரை மாற்றிக்கொண்டு இங்கேயே தங்கிவிடுவாராம் பஷீர்!

“தங்களை ஒரு தாழ்த்தப்பட்ட இளம்பெண் காதலிக்கிறாள் என்று வைத்துக்கொண்டால், தாங்கள் அந்தச் சமூகத்தில் சேர்ந்து அவளை மணம் செய்து கொள்வீர்களா?”

“தாழ்த்தப்பட்ட சமுதாயத்தில் மகான்கள் குறைவு. அதனால், மு.ப.புலயன் என்னும் பேர்ல அவளைத் திருமணம் செய்து கொள்ளத் தயார்...” பட்டென வந்தது பஷீரின் பதில்.

தன்னால் மறக்கவே முடியாத ஒரு வேசியின் கதையை மெய்சிலிர்க்கும்படி அவர் விவரித்தார்.

எர்ணாகுளத்தில் புக் ஸ்டால் வைத்து நடத்தும்போதுதான் அதுவும் நிகழ்ந்ததாம்.

“தடித்த இடையும் உப்பிய கன்னங்களும், கனவு மலரும் கண்களையுமுடைய புகழ்பெற்ற ஒரு வேசி அவள். புக் ஸ்டாலுக்கு எதிரே பூமி குலுங்க நடந்துசெல்பவளை நான் ஆவலுடன் பார்த்துக் கொண்டிருப்பேன். அவளுக்கான தொகை மிகவும் கூடுதலான படியால் எனக்கு அவளுடைய ‘இலவச சேவை’ அவசியப்பட்டது. ஒருநாள் அதற்காகக் காத்துக்கொண்டு நின்றேன். அவள் என்னை நெருங்கியதும் மிகப் பணிவுடன் என் நிலைமையை எடுத்துக்

கூறினேன். என்னுடைய நிலைமையைப் புரிந்து கொண்டவள், ஓரிரவு தன்னுடன் கழிப்பதற்கு அழைப்பு விடுத்தாள். நானும் சென்று அவளுடன் ஓரிரவைக் கழித்துவிட்டு வந்தேன். ஒரு பைசாவைக் கூட அவள் என்னிடம் கேட்கவில்லை. என்னிடம் காசு இல்லாமையால் நானும் அவளுக்குக் கொடுக்கவில்லை. இருபதாண்டுகளுக்குப்பின் நான் அவளுடைய வீட்டைத் தேடிப் பிடித்து அவளைப் பார்த்து ஐம்பது ரூபாயை அவள் கையில் கொடுத்தேன். வயதாகி, வசீகரமும் குறைந்திருந்த அவளால் என்னை அடையாளம் தெரிந்துகொள்ள முடியவில்லை. நான் யாரென்ற உண்மையை நானும் தெரிவிக்கவில்லை." இவ்வாறான எத்தனையெத்தனையோ மாறுதலான நினைவுக் குறிப்புகள் இவரிடம் ஏராளமாகவே இருந்தன.

குட்டாயிக்கு ஒரு வயதானபோது சளியினால் இருமலும் காய்ச்சலும் இருந்தன. இரவில் அவை திடீரென அதிகரித்து சுவாசம் நின்றுவிட்டதுபோல் தோன்றியது. பாம்புகள் நிறைந்த வெளிச்சமில்லாத இடுக்கான வழிகளின் ஊடே குழந்தையை எடுத்துக்கொண்டு பஷீர் ஓடினார். வழியிலேயே குழந்தைக்குச் சுவாசம் வந்துவிட்டது. அப்பொழுது ஏற்பட்ட மகிழ்ச்சி பஷீரின் வாழ்க்கையில் மிகப் பெரிதாக இறுதிவரை நிலைகொண்டிருந்தது.

"குட்டாயியின் தாயைத் (தங்கள் மனைவியைத்) தாங்கள் அடிப்பதுண்டோ?" என்ற கேள்விக்கு,

பஷீர் தன் வீட்டு உள்ளறையை எட்டிப் பார்த்துக்கொண்டே நிதானமாகச் சொன்னார்.

"எனக்கு என்னோட பலம் என்ன என்பது எனக்கே புரியும் ஆகையால் நான் அவளை அடிப்பதில்லை. எனக்குப் பெரும் வலிமையுள்ளதால், நான் அடித்தால் அவள் இறந்து விடுவாள். ஒரு சமயம் உதட்டில் நிமிண்டியதாலேயே சேலைக்கும் மற்றவைக்கு மாக முன்னூறு ரூபாய் வரையில் செலவாயிற்று. அதனால், இப்போதெல்லாம் அதைக் கூடச் செய்வதில்லை" என்று மெல்லிய குரலில் பஷீர் கூறியதைக் கதவின் பின்னால் மறைந்து நின்று கேட்டுக்கொண்டிருந்த குட்டாயியின் தாய், நாணத்தினால் தலை குனிந்து உள்ளே சென்று மறைந்தார்.

ஹஜ்ஜிற்குப் போகத் தனக்கு ஆசையில்லை என்று பஷீர் கூறினார். அலைந்து திரிந்து கொண்டிருந்த காலங்களில் கடற்பயணம்

செய்ய மிகுந்த ஆசை இருந்ததாம். அதனால், அப்போது ஒரு ஹஜ் பயணக் கப்பலில் பயணமும் மேற்கொண்டாராம். கப்பலின் பெயர் எஸ்.எஸ்.ரிஸ்வானி. அந்தக் கப்பலில் ஸ்டோர் கீப்பர் என்னும் பதவியைப் பெற்று 'ஜித்' வரைக்கும்கூட சென்றதும் உண்டாம். அப்படியே அரேபியாவிற்குச் செல்ல வேண்டுமென்னும் ஆசையும் உண்டாகியிருந்ததாம். ஆனால், என்ன காரணத்தினாலோ அது முடியாமல் போய்விட்டதாம்.

மனைவிக்குத் தெரிந்த ஏராளமான பெண்களில், பெண் போலீஸ்காரியான சுமதியிடம் மட்டுமே பஷீருக்குப் பயமிருந்தது. "என் மனைவி பால் வியாபாரம் நடத்திய வகையில் அவளுக்குத் தெரியாமல் அறுபது ரூபாயை ஒருத்தரிடம் வாங்கிவிட்டேன். உடனே சுமதி போலீஸ் மூலம் அவர் என்னைக் கைது செய்ய முயற்சித்தார். அந்த நாள் முதல் அவளிடம் எனக்குப் பயம் அதிகரித்துவிட்டது என்னவோ உண்மை. மற்ற யாரிடமும் பயமில்லை."

காரணம் ரௌடிகள், பைத்தியக்காரர்கள், திருடர்கள் போன்றவர்கள் இவருக்கு நெருக்கமாகத் தெரிந்தவர்களே. பைத்தியக்காரர்களில் ஏராளமானவர்களும் பேப்பூர் சுல்தான் அரண்மனையின் விருந்தினர்கள். இப்படி இருக்கும்போது ஒரு சமயம் ஒரு பைத்தியக்காரன் பஷீரிடம் வந்து, தான் ஸ்ரீகிருஷ்ணன் என்றும், பலபத்ரனைக் காணவே இங்கு வந்திருப்பதாகவும் கூறினானாம். உடனே, பஷீர் பலபத்ரன் வேடத்தைப் போட்டுக் கொண்டாராம். அப்படிப்பட்ட அந்த நிமிடங்கள் எந்த அளவிற்குச் சுவை மிகுந்தவையாக இருந்திருந்தால், அந்த நிமிடங்களைப் பஷீர் என்றும் பாதுகாத்து வந்திருப்பார்!

பாம்புகளும்கூட பஷீரின் பலவீனமும் சக்தியுமாகும். பாம்புகளைப் பற்றிச் சொல்லும்போது, இலக்கியவாதியான பஷீர் நிறையவே பேசுவார். பாம்புகள் நிறைந்திருந்த வைலாலி வீட்டையும், தோட்டத்தையும் விரும்பி விலைக்கு வாங்கியதற்கான காரணமே அதுதானாம். எத்தனையெத்தனையோ பாம்புகளின் கதைகளை, பல பெண்களின் கதைகளைச் சொல்வதுபோல் மிக சுவையுடன் அவர் கூறியிருக்கிறார். அந்த அளவிற்கு நாமும் அவற்றை ஆவலுடனும் மகிழ்ச்சியுடனும் படித்திருக்கிறோம்!

புதிய இலக்கியத்தில் ஓர் அற்புத படைப்பாளி என்று குறிப்பிட்டுப் பாராட்டப்படும் பஷீருக்கு மலையாள மொழியில்

எத்தனை எழுத்துகள் உள்ளனவென்றே உறுதியாகத் தெரியாதாம். 'க்ரு,ஸ்த,க்ள' போன்ற எழுத்துகளை எழுதவும் தெரியாதாம். பார்கவி நிலையத்தில் 'ஸ்கிரிப்டின் க்ளீம்' என்று பாபியின் மூலம்தான் எழுதப்பட்டுள்ளதாம். எழுத்துகள் எல்லாம் தெரியா தென்றாலும் தினந்தோறும் ஆறு மலையாளப் பத்திரிகைகளையும் ஓர் ஆங்கில பத்திரிகையையும் தவறாமல் படிப்பாராம்.

இளம் எழுத்தாளர்களைப் பஷீருக்குச் சுத்தமாகப் பிடிக்க வில்லையாம். எல்.எஸ்.டி., சரச சல்லாபங்களுக்குப் பின்னே செல்பவர்களால் ஜீவிதத்தின் மதுரமான காட்சிகளைக் காண முடியாதென்றும், தற்கொலை செய்து கொள்ளக்கூடிய *'Impulse'*-ஐக் கொடுக்கும் எந்தவோர் இலக்கியமும் மனிதர்களைக் கவர முடியாதென்றும் அவர் கருதினார். வாழ்க்கை அதன் இறுதியில் தோல்வியைத் தழுவினாலும் இறக்கும்வரை வாழ்வதற்கு நாம் உரிமையுடையவர்களாவோம் என்றும், அதனால் உறுதியுடன் வாழவே நாம் விரும்ப வேண்டும் எனவும் பஷீர் அறிவுரை வழங்கினார்.

முன்பெல்லாம், பஷீர் முன்கோபியாகவும் முரட்டுத் தனமானவராகவும் இருந்தார். இறுதியில் 'கோபம்' என்னும் வார்த்தையின் உருவ பாவங்களையும் கூட நகைச்சுவை மன்னரான பஷீர் மறந்துவிட்டிருந்தார். அவர் எந்தவொரு ரகசியத்தையும் மறைத்து வைத்ததில்லை. மனைவியிடமோ நண்பர்களிடமோ சொல்லாதவை ஏதேனும் உண்டென்றால், அவையும் கதா பாத்திரங்களாகவும் கதைகளாகவும் மாறிவிட்டனவாம்.

'**ஓ**ர்மையுடெ ஓளங்களுக்கு' பேச்சு நீண்டது. நண்பர்களின் வற்புறுத்தலால் எழுதிய அந்தப் புத்தகத்தில் தன் அனுபவங்களில் ஓர் அம்சத்தைக்கூட உட்படுத்த முடியவில்லை என்று பஷீர் சொன்னார். ஆனால் எழுதாத அனுபவங்கள் ஓராயிரம் உண்டென்றும் கூறினார்.

மறக்கவே முடியாத பெரியதோர் அனுபவத்தை மனத்தில் பதிய வைத்துக்கொண்டு, ஆறேழு மணிகளை அவருடன் கழித்தபின், வைக்கம் முகம்மது பஷீர் என்னும் மனிதப் பண்பாளரான அந்த நகைச்சுவை மன்னரிடன் விடைபெறும்போது, அப்பெரிய மனிதர் ஒரு விஷயத்தை மட்டும் குறிப்பாக நினைவுபடுத்தினார்.

"நிறையப் பைத்தியங்கள் உள்ள இடம் கொல்லம் என்று கேள்விப்பட்டிருக்கிறேன். அவற்றில் மூன்று நான்கு பைத்தியங்களைப் பிடித்து இங்கே அனுப்பி வையுங்கள். அவைகளுக்குப் பதிலாக மூன்று நான்கு பாம்புகளையும் சில வறட்டுச் சொறி நாய்களையும் நான் இங்கிருந்து அனுப்பி வைக்கிறேன்."

நாங்கள் பேப்பூர் சுல்தானின் அரண்மனையைவிட்டு வெளியே வந்தபோது, 'பாத்தும்மாவின் ஆடும்', 'ஸுஹரயா'வும், 'மந்திரப்பூனை'யும் அழும் சப்தம் கேட்டது. இருள் சூழ்ந்து கிடக்கும் இருண்ட வழிகளின் இடையே சென்றபோது, பஷீர் கதைகளில் வரும் கதாபாத்திரங்கள் (பஷீரின் கதைகளின் வரும் கதாபாத்திரங்களின் பெயர்கள்) 'எட்டுக்காலி மம்மூஞ்ஞி', 'ஆனவாரி ராமன் நாயர்', 'மண்டன் முத்தப்பா', 'பொன்குரிசு தோமா' போன்றோரின் கிசுகிசுக்கும் குரல்களைக் கேட்டவாறே எங்களின் கார் பேப்பூர் இராச்சியத்தைவிட்டுப் பாய்ந்தோடியது. அப்போது கதையில், நிறைய மனித இதயத்தின் மணம் பரப்பி, பெரும் புகழ்பெற்றுத் திகழ்ந்த பஷீர், அற்புத ஒளியாக எங்களின் நினைவுகள் என்னும் மந்திரச் சிமிழ்களில் கனவுகளாகப் புகுந்து வந்துகொண்டிருந்தார். நான் அந்தக் கனவுகளை அதிசயத்துடன் அனுபவிக்க முயற்சித்தேன்.

இதய வேறுபாடுகள் என்னும் ரோஜாப் பூக்களில் ஏளனத்தின் தேன்துளிகளை நிறைக்கும் ஓர் அற்புத மந்திரவாதி அவர். மழைத்துளியின் போதையும் சுவையும் நிறைந்த பஷீரின் உரையாடலைக் கேட்டுக்கொண்டு அமர்ந்திருந்தாலே போதும், நூற்றாண்டுகளைச் சில நிமிடங்களிலேயே வாழ்ந்து முடித்துவிட்டதாக உணர்வோம்.

തകഴി ശിവശങ്കരപ്പിള്ള

கொச்சுக் காங்கோலி கிருஷ்ண பிள்ளை (தகழி)

சிவசங்கர பிள்ளை

புனைபெயர்: தகழி சிவசங்கர பிள்ளை

இலக்கியச் சேவை: சிறுகதை, நாவல், கட்டுரைகள் எழுதுபவர். தகழியின் சிறுகதைகளும், நாவல்களும் கேரள மண்ணின் மணம் கமழும் எல்லா மனிதக் குணங்களைப் பற்றியும் சித்தரிப்பன. சிறுகதைகளில் குறிப்பிடத்தக்கவை; 'வெள்ளப்பொக்கம்', 'சாத்தானின் கதை', 'பாகம்', 'கெட்டுதாலியின் கதை', 'தல்லாள்', 'கிருஷிக்காரன்.' நாவல்களில், 'செம்மீன்', 'கயிறு', 'ஏணிப்படிகள்', 'இரண்டிடங்கழி', 'தோட்டியுடெ மகன்', 'பலூன்கள்' முதலியன குறிப்பிடத்தக்கவையாகும். 'செம்மீன்' முதலான நாவல்கள் திரைப்படமாக வந்து பல பரிசுகளைப் பெற்றுள்ளன. 'கயறு' தொலைக்காட்சித் தொடராகத் தயாரிக்கப்பட்டுள்ளது. மத்திய மாநில சாகித்திய அகாதமி விருதுகளும், 'ஞானபீடம்' பரிசும் பெற்றவர். இவருடைய கதைகளும் நாவல்களும் மற்ற இந்திய மொழிகளிலும் அயல்மொழிகளிலும் மொழிபெயர்க்கப் பட்டுள்ளன.

1968-இல் என்றுதான் எனக்கு நினைவு. மார்ச் மாதத்திய முதல் ஞாயிற்றுக்கிழமை. மதியத்திற்கு முன்பே அந்த வீட்டையடைந்து விட்டேன். மாலை வரை நாங்கள் பேசிக் கொண்டிருந்தோம். மாலை ஆறுமணியான பின்தான் வெளியே வந்தோம். அங்குள்ள பரபரப்பினால் எங்களின் மாலை நேரப் பயணம் அம்பலப்புழையிலேயோ அல்லது தகழியிலேயோ உள்ள கள்ளுக்கடை வாசலுடன் முடிந்து விடும்! அன்றைய பயணம் தகழியிலுள்ள கள்ளுக்கடையுடன் முடிந்துவிட்டது. கள்ளுக் கடையின் பின்புறம் உள்ள ஓர் உடைந்த பெஞ்சில் நாங்கள் வி.ஐ.பி.களாக அமர்ந்தோம். பாட்டில்கள் வருவதும் போவதுமாக இருந்தன. நேரம் இரவு மணி எட்டு இருக்கும். திடீரென ஓர் ஆரவார ஒலி கேட்டது. ஆறரையடி உயரமுள்ள ஒரு வெள்ளைத் துரையும் ஒரு துரைசானியும் முன்னால் நடந்து வர குழந்தைகளும் பெரியவர்களுமாக ஒரு கூட்டமே பின்னால் வந்தது.

“தங்களைக் காணத்தான் அவர்கள் வருகிறார்கள்” என்று நான் சொல்லி முடிப்பதற்குள்ளாகவே அவர்கள் எங்கள் முன்னே வந்து நின்றுவிட்டார்கள்.

ஒரு துண்டை மட்டுமே இடுப்பில் கட்டிக்கொண்டு, ஒருபோதும் சீவாத தலைமுடியை இடது கையால் கோதிக்கொண்டு, வலது கையில் கள் நிரப்பிய தம்பளருமாக நின்றுகொண்டிருந்தார், உலகப் புகழ்ப் பெற்ற நாவலாசிரியரான டி.எஸ்.பிள்ளை என்னும் தகழி சிவசங்கர பிள்ளை. அந்தக் கோலத்தில் பிள்ளையைப் பார்த்ததும் அவர்கள் அப்படியே ஆச்சரியத்துடன் நின்றுவிட்டார்கள். இரவு பத்து மணிக்கு அவர்கள் தகழியிடம் விடைபெற்றுப் பிரியும்போது, நியூயார்க்குக்காரனான ஜார்ஜ் டீவருக்கும் அவன் மனைவி ஆனி டீவருக்கும் ஒரு ‘முத்தச்சி’ கதையை நேரில் கண்ட அனுபவத்துடன் செல்ல முடிந்தது.

தேவையான அளவிற்குக்கூட நாகரிகம் புகாத ‘தகழி’ என்னும் அச்சிறிய கிராமத்திற்கு வெளிநாட்டுப் பயணிகள் வந்து செல்வது ஒரு சாதாரண விஷயமாகவே இருந்தது.

தனக்கு மிகவும் பிடித்த இந்திய இலக்கியவாதியான ‘தகழி’யைக் காண மிக ஆவலோடு வந்து நிராசையோடு திரும்பிய ‘ஆனி ஸூஜங்க்’ என்பவர் ‘இல்லஸ்ட்ரேடட் வீக்லி’யில் எழுதிய கட்டுரையைப் படிக்கும்போது, கேரளத்தின் அபிமானமும் சொத்துமான இந்த இலக்கியவாதி உலகத்தில் எங்கெல்லாம்

எத்துணை அளவிற்கு ஆதரிக்கப்பட்டார் என்பதை நாம் புரிந்து கொள்ள முடிந்தது. அதனால், நான் இங்கே உங்களுக்கு அறிமுகம் செய்யப் போவது, 'ஏணிப்படிகளை'யும் 'இரண்டிடங்கழி'யையும், 'செம்மீனை'யும், 'கயிறை'யும் எழுதிய உலகப் புகழ்ப் பெற்றவரான டி.எஸ்.பிள்ளை என்னும் தகழி சிவசங்கர பிள்ளையை அல்ல; ஒரேயொரு 'துண்டு' மட்டும் அணிந்து தகழி என்னும் தனது சர்வமும் அடங்கிய அக்கிராமத்தில் ஓர் உண்மையான விவசாயி யாகப் பிரகாசித்த கே.கே.பிள்ளை என்னும் 'கொச்சுக்காங்கோலி கிருஷ்ண பிள்ளை சிவசங்கர பிள்ளை'யைத்தான்.

ஆயிரத்து எண்பத்தியேழாம் ஆண்டு (இது கொல்லமாண்டு. இதற்குச் சரியான ஆங்கில ஆண்டு 1914 ஏப்ரல் 17-ம் நாள்) மேட மாதம் 5-ந் தேதி விடியற்காலை ரேவதி நட்சத்திரத்தில் தகழி 'அரிப்புறத்து வீட்டில்' உள்ள 'படகாரம்' அறையில் சிவசங்கர பிள்ளை பிறந்தார். தந்தையின் பெயர் தகழி பொய்ப்பள்ளிக்களத்தில் சங்கர குரூப், தாயின் பெயர் பார்வதியம்மாள். கதகளியில் மிகப் பிரபலமானவரும் நல்ல உடற்கட்டு கொண்டிருந்தவருமான 'குரு குஞ்சு குரூப்' என்பவர்தான் தகழி சிவசங்கர பிள்ளையின் தந்தைக்கு சகோதரனாவார். அவர்களுக்கிடையேயான வயது வித்தியாசம் இருபத்திரண்டு ஆண்டுகளாகும். கமலாட்சியம்மாள் என்னும் ஒரேயொரு சகோதரி மட்டுமே தகழியுடன் பிறந்தவர்.

கொச்சுக் காங்கோலி குடும்பத்தின் ஒவ்வொரு தலைமுறை யினரும் அவரவர்களின் தந்தைவழி பாதுகாப்பில் வளர்ந்தவர்கள் தான். அம்மாவன்மார் (தாய்மாமன்கள்) முறை தகழியின் தலைமுறையில்தான் ஏற்பட்டது. ஆனால், மருமக்கள் தாயத்தில் பிறந்ததால் அவரிடம், அதன் பக்கம் சிறிது சாய்மானம் உண்டு. ஏன், அதனுடைய எல்லா அம்சங்களும் தகழியின் ஒவ்வொரு மயிர்க்காலிலும் இருந்தது உண்டு.

'துள்ளல்'காரர்களும், 'கதகளி'காரர்களும் நிறைந்த ஊர் தகழி. தகழியின் தந்தை சங்கர குரூப் கதகளியை முறையாகப் பயின்றவர். துள்ளலிலும்கூடப் பங்கு பெற்றதுண்டு. சில நாட்கள் வேஷம் அணிந்து நடிகனாகவும் அவர் இருந்ததுண்டு. ஒரு 'கதகளி'காரனாகவே இருந்தால் ஒரு நல்ல நிலைமைக்கு வர முடியாது என்று தோன்றியவுடன் அவர் அதை உதறிவிட்டார். தகழி சிவசங்கர பிள்ளையைத் தூக்கி நிலைநிறுத்தியதும்கூட

அவரின் தந்தைதான். தகழி முதன்முதல் மலையாள மொழிப் பள்ளியிலும், அதன்பின் அம்பலப்புழை ஆங்கில மீடியம் பள்ளியிலும், வைக்கம் உயர்நிலைப் பள்ளியிலும், கருவாட்டா உயர்நிலைப் பள்ளியிலுமாகப் படித்தார். பின்பு, திருவனந்தபுரம் சட்டக் கல்லூரியில் ப்ளீடர்ஷிப் கோர்ஸைப் பூர்த்தி செய்தார். அரசியல் போராட்டத்திலும், மாநில காங்கிரஸ் போராட்டத்திலும் தகழி கவர்ந்திழுக்கப்பட்டார். *1111*-இல் (கொல்லமாண்டு) ஆலப்புழையில் வழக்கறிஞராகத் தொழிலைத் தொடங்கினார். சர் சி.பி.யின் கைது படலத்திலிருந்து தப்பிக்க மறைந்து வாழ வேண்டியதாயிற்று. வழக்கறிஞர் வாழ்க்கையின் இறுதிக் கட்டத்தைப் பற்றி 'என்டெ வக்கீல் ஜீவிதம்' என்னும் புத்தகத்தில் தகழி இதயம் நெகிழும்படியாக இப்படி எழுதியுள்ளார்:

"அம்பலப்புழை கச்சேரி மூலையில் அந்தத் தாடிக்காரரை இனிமேல் காண முடியாது. அரை நூற்றாண்டுக் காலமாக காலை நேரங்களில் கச்சேரி மூலையில் பார்க்கும் வாய்ப்புள்ளவர்களாலும், சரியாக, ஆறு மணிக்கே வந்து பக்திப் பரவசத்துடன் வணங்கும் பக்தனை அம்பலப்புழை கிருஷ்ணனாலும் காண முடியாது. வாசுப்பிள்ளை இறந்த அன்றிரவு என் அலுவலகத்தின் முன்னால் மாட்டப்பட்டிருந்த போர்டும் அறுந்து கீழே விழுந்தது. ஒரு தனிப்பட்ட முறையிலான அந்த வாழ்க்கையும் அத்துடன் முடிந்துவிட்டது. இனிமேலும் நான் வழக்கறிஞர் தொழிலைத் தொடர்ந்தால் வழக்குகளில் என்னால் ஜெயிக்க முடியுமா? அது பற்றி எனக்குச் சந்தேகம்தான். நானும் வாசுப்பிள்ளையும் சேர்ந்ததுதான் என் வழக்கறிஞர் வாழ்க்கை. அதன் முக்கிய உறுப்பு ஒன்று போய்விட்டது. வேறொரு நபரால் அந்தப் பிளவை மூட முடியாது."

வழக்கறிஞர் சிவசங்கர பிள்ளையின் வாழ்விலிருந்த மறக்க முடியாத ஒரு கதாபாத்திரம் வக்கீல் குமாஸ்தா வாசுப்பிள்ளை.

1110-ம் ஆண்டு சிம்ம மாதம் *30*-ந் தேதி 'காத்தே' என்று செல்லமாக அழைக்கப்பட்ட கமலாட்சியம்மாளைத் தகழி திருமணம் செய்து கொண்டார். நெடுமுடிமங்கலத்து கமலாட்சி யம்மாள் ஜாதியைப் பொருத்தமட்டில் உயர்ந்த குடும்பத்தவராக இருந்தார். திருமணத்தின் போதும்கூட அவருடைய குடும்பத்தின ருடனும் உறவினர்களுடனும் சேர்ந்து அமர்ந்து சாப்பிடக்கூடிய தகுதி தகழிக்கு இல்லாமல்தான் இருந்தது.

"காத்தம்மா அக்காவுடன் தாங்கள் காதல் வயப்பட்டிருந்தீர்களோ?" என்று ஒரு சமயம் நான் கேட்டேன்.

"இல்லை, பெரியோர்கள் நடத்திய திருமணம்தான் அது. நான் காத்தேயை குழந்தை பருவத்தில் கண்ட உருவத்தை இன்றும் கூட நினைத்துப் பார்க்கிறேன். வாழை மட்டையை அணிந்து கொண்டு, கருக்காப் பற்களை வெளிக்காட்டித் திரியும் எட்டு வயசுள்ள ஒரு நோஞ்சான் பொண்ணு அவள்."

அற்புதமான ஒரு தாம்பத்யமும், ஓர் ஆத்ம உறவுமாகும், தகழிக்கும் காத்தம்மைக்கும் உள்ள பிணைப்பு. வெளி வாசற்படியிலிருந்து தகழி சிவசங்கர பிள்ளை நேசமும் பாசமும் நிறைந்த குரலில், "காத்தே" என்றழைத்தால், "எந்தா..." என்று மெல்லிய குரலில் பதில் கிடைக்கும்.

சங்கரமங்கலத்து வீட்டின் ஒவ்வொரு அறையிலும் அந்த அழைப்பும் அந்தப் பதிலும் இனிமை நிரம்பி நிற்கும்.

காத்தம்மா சகோதரி கேரளத்தைவிட்டு வெளியே சென்றதே 1974-ல் தான். மத்திய ஃபிலிம் அவார்டு கமிட்டியின் அங்கத்தினராகத் தகழி டெல்லிக்குப் பறந்தபோது காத்தம்மாவையும் அழைத்துச் சென்றார்.

"தகழி என்னும் கிராமத்தைவிட்டு வெளியே சென்று தங்கிய ஒரு மாதத்திய வாழ்க்கை அது. அதுவே எங்களின் தேன் நிலவுமாகும்."

கொச்சி விமானத்தளத்தில் அபூர்வமான அந்த நட்புறவுடன் தோள்மேல் கையைப் போட்டு அணைத்தவாறு, விமானத்திற்கு உள்ளே ஒன்றாக ஒன்றி சென்ற அந்தத் தம்பதியின் அசாதாரணக் காட்சியைப் பற்றி என் நண்பர் இராமச்சந்திரன் எனக்கு எழுதியிருந்தார். தகழி என்னும் கிராமத்திற்கு வெளியே வேறோர் உலகமும் உண்டென்னும் உண்மையை முதல் நாள்வரை புரிந்து கொண்டிராத காத்தம்மா பயந்தவாறே டெல்லியில் இறங்கினார். முண்டும் தாவணியும் பிளவுஸும் அணிந்து டில்லியின் வி.ஐ.பி.யாக இறங்கிய காத்தம்மாவைப் பற்றி எத்தனையோ நண்பர்கள் எனக்குக் கடிதம் எழுதினார்கள்!

டாக்டர் பாலன் (தகழியின் மகன்) கூறினார்:

"அம்மா டெல்லிக்குப் போனதால் இரண்டு மாற்றங்கள் ஏற்பட்டுள்ளன. ஒன்று, விஸ்கி குடிக்கக் கற்றுக் கொண்டிருக்கி

றார்கள். இரண்டு, வீட்டில் கூட அரைகுறை ஆங்கிலத்தில் பேச ஆரம்பித்திருக்கிறார்கள்."

பாசம் நிறைந்த காத்தம்மா சகோதரி, நீங்கள் எந்தவொரு எழுத்தாலும் பேச்சாலும் பிரதிபலிக்க முடியாத அளவிற்குப் பாக்கியவதி ஆகிவிட்டீர்கள். தகழி அண்ணன் தங்களைப் பற்றி என்னிடம் சொல்லியது என்னவென்று உங்களுக்குத் தெரியுமா, சகோதரி?

"குடும்பச் சுமை உணர்வையும், குடும்பத்தின் மேலுள்ள அக்கறையையும் இந்த அளவிற்கு வேறு எந்தப் பெண்களிடமும் காண முடியாது. காத்தம்மாவைத் தவிர வேறு யாராவது என் வாழ்க்கையில் புகுந்திருந்தால் என் வாழ்க்கை ஒரு பரிதாபத்திற்குரிய தோல்வியாகவே இருந்திருக்கும்" என்று மனம் நெகிழ்ந்து கூறினார்.

தகழி காத்தம்மா தம்பதிக்கு ஐந்து பிள்ளைகள் உண்டு. ராதா, பாலன், ஜானம்மா, ஓமனா, கனகம் என்பவர்கள்தான் அவர்கள். எல்லோரும் திருமணமானவர்கள். ஆலப்புழை எஸ்.டி.கல்லூரியிலுள்ள வேதியியல் பேராசிரியர் திரு.பி.சங்கர நாராயண பிள்ளைதான் ராதாவை மணந்தவர். ஜானம்மாவை கோபிநாதன் என்ற டாக்டர் திருமணம் செய்துகொண்டார். ஓமனாவின் கணவர் ஓ.ஜெ.ராஜகோபால். இவர் மத்திய அரசு பி.டபிள்யூ.டி.யில் இருந்தார். மகன் பாலன் ஒரு டாக்டர். மலேசியா இராமகிருஷ்ணனின் மகளை மணந்துள்ளார். பேரப்பிள்ளைகளும் நிறைய பேர் உண்டு.

தகழி தன் பிள்ளைகளுடனும் பேரப்பிள்ளைகளுடனும் அன்போடும் பாசத்தோடும் சேர்ந்திருந்த காட்சி என்னை மெய் சிலிர்க்கச் செய்தது. குடும்பத்துடன் இந்த அளவிற்கு இணைந் திருந்தவரும், மனைவியுடனும் பிள்ளைகளுடனும் இந்த அளவிற்குப் பாசமும் அன்பும் கொண்டிருந்தவருமான ஓர் எழுத்தாளரைக் கேரளாவிலேயே காண முடியாது. அந்த வகை யிலும் தகழி சிவசங்கர பிள்ளைதான் தனித்துவம் பெற்றுத் திகழ்ந்தார்.

தகழி தனது காதல் பால பாடங்களைக் கற்றுக் கொண்டது வைக்கம் உயர்நிலைப் பள்ளியில்தான். காதல் கடிதத்தைத் திருப்பியளித்த அந்தப் பிரபலமான நடைபாதையையும், அந்த நடைபாதையிலேயே உயிரற்று விழுந்த உருவமற்ற மோகத்தையும்

அந்த இளம்பிராய சிவசங்கரனால் மறக்கவே முடியவில்லை. அந்தக் காதலின் நினைவாக 'கமலம்' என்ற பெயரில் தகழி ஒரு கதையை எழுதி, அதைத் தன் காதலியிடம் படிக்கக் கொடுத்தாராம். 'நல்ல கதை. வாழ்த்துகள்' என்னும் குறிப்புடன் அந்த அழகி அக்கதையை அதே நடைபாதையில் திருப்பிக் கொடுத்துவிட்டாளாம். அந்தத் துர்ப்பாக்கியவதியின் பெயரும் 'கமலம்' தானோ என்று என்னால் புரிந்து கொள்ள முடியவில்லை.

இளம் வயதில் இனங்காண முடியாத மாற்றங்களாலும் மோகங்களாலும் முளைவிட்டு நசுங்கிப்போன, தெளிவற்று நிழல்ரேகை விழும் அந்தக் காதல் கதை, தகழியின் நினைவென்னும் அறையில் என்றும் ஒரு சாபச் சிலையாகக் கிடந்ததல்லவா!

காத்தம்மாவை மணந்து கொண்ட பின்தான் தகழியிடம் காதலில் ஒரு போதும் வாடாத, ஒரு போதும் இற்றுவிழாத ஒரு காதல் மலர் மலர்ந்து விரிகிறது. பொழுதுபோக்காக ஆரம்பித்த உறவு தகழியின் ஆன்மாவையே குலுக்கும்படியாக வளர்ந்துவிட்டது. 'கேரள கேஸரி'யின் தொடர்பால் திருவனந்தபுரத்தில் தங்கியிருந்த போதுதான் தகழி, தங்கம்மாவைப் பார்த்தார். ஒரு பெண்கள் ஸ்டோரில்தான் தங்கம்மா வேலை செய்து கொண்டிருந்தாள். அவள் தகழியைப் பார்க்கும் போதெல்லாம் நகைச்சுவையாகப் பேசவும் சிரிக்கவும் செய்து கொண்டிருந்தாள். அந்தச் சிரிப்பை ஒருநாள்கூட காணாமல் தன்னால் இருக்க முடியாது என்னும் உண்மை தகழியிடம் வேரூன்றி அழியாக் காதலாக மாறியது. ஈ.வி.கிருஷ்ண பிள்ளைக்கு இந்தக் காதல் நன்கு தெரியும். சுமதிக் குட்டியை ஈ.வி. பதிவு திருமணம் செய்த நேரம் அது. அம்பலப்புழை பி.என். பரமேஸ்வரன் பிள்ளையுடன்தான் தகழியும் தங்கியிருந்தார். ஒருநாள் ஸ்டோரிலேயே தங்கம்மாவை முத்தமிட்ட நிகழ்ச்சியைத் தகழி மெய்சிலிர்ப்புடன் நினைத்துப் பார்க்காத நாளில்லை. காத்தம்மாவையே மறக்கக்கூடிய அளவிற்கு அந்தக் காதல் உறவு வளர்ந்து விடுமோ என்றுகூட ஈ.வி. பயந்துவிட்டார். திரு ஏ.பாலகிருஷ்ண பிள்ளையைத் தவிர்த்து, தகழியின் எதிர்காலத்தை அறிந்த ஒரே நபரான ஈ.வி., தகழியை அம்பலப்புழைக்கு வண்டியேறும்படி பலவந்தப்படுத்தி இடைவிடாமல் வற்புறுத்த ஆரம்பித்துவிட்டார்.

நட்பின் கவசமான அந்த வற்புறுத்தலை ஏற்க முடியாது என்று சொல்ல தகழியால் முடியவில்லை. தகழி அம்புலப்புழைக்குத்

தனது கீறல்விழுந்த இதயத்துடன் வண்டியேறினார். பல்லாண்டுகள் வரை கடிதம் மூலமாகவே அந்த உறவு தொடர்ந்து கொண்டிருந்தது. இடையில் ஒருமுறை தங்கம்மாவைக் கண்டார் தகழி. ஏக்கப் பெருமூச்சும் கண்ணீரின் சுவையுமுள்ள அந்த நிமிடங்கள் எப்போதும் தகழியை அழ வைத்துக் கொண்டிருந்தன. என்றோ எங்கேயோ அந்த இனிமையான உறுதியான உறவுக்குப் பிளவு ஏற்பட்டுவிட்டது. அதன்பின் இறுதிவரை தங்கம்மாவைத் தகழி பார்க்கவே இல்லையாம். தகழியின் ஆத்மாவில் ஒரு திராட்சைக் கொடியைப்போல் படர்ந்து ஏற முடிந்த பாக்கியவதி தங்கம்மா, மணமாகாமலேயே இருந்துவிட்டாராம்.

“தற்செயலாகவாவது எப்போதாகிலும் அவரைப் பார்த்து விட்டால்... அதைப் பற்றித் தாங்கள் சிந்தித்ததுண்டா?” என்று நான் கேட்டதும் தகழியின் முகத்திலிருந்த சிரிப்பு மறைந்துவிட்டது.

“இனிமேல் அதைப்பற்றி ஒன்றும் என்னிடம் கேட்காதே... நீ என்னை இம்சிக்காதே!” என்று எல்லாவற்றையும் துறந்துவிட்ட ஒரு துறவியைப் போன்று தகழி கூறினார்.

நான் அவருடைய முகத்தை நோக்கினேன். அவருடைய கண்கள் கண்ணீரால் நிறைகிறதோ? ’ஏணிப்படிகளில்’ வரும் தங்கம்மாவின் தழுதழுக்கும் குரல் உங்களுக்குக் கேட்கிறதா?

மதுவையும் கஞ்சத்தனத்தையும் தவிர்த்துவிட்டு தகழியில் உள்ள சிவசங்கர பிள்ளையை அறிமுகப்படுத்த முடியவில்லை. தகழி யுடன் சேர்ந்து எத்தனையோ ஆண்டுகளாக நானும் மது அருந்தி இருக்கிறேன். ஆனால், ஒரு போதும் ஒரு குடிகாரராக அப்பெரிய மனிதரை நான் பார்த்ததில்லை. எவ்வளவு மது அருந்தினாலும் சப்தத்திலோ சலனத்திலோ எந்தவொரு வித்தியாசத்தையும் உண்டாக்காமல் இருக்கக் கூடிய, எனக்கு நெருங்கிய அறிமுகமான எழுத்தாளர்களில் ஒரே எழுத்தாளர் தகழிதான்.

தகழி சிவசங்கர பிள்ளை முதன்முதல் 1104-ம் ஆண்டு கர்க்கடக (ஆடி) மாதத்தில் கருவாட்டாவில் நண்பர்களுடன் படிப்பதற்காகத் தங்கியிருந்த நேரத்தில்தான் மது அருந்த ஆரம்பித்தாராம். ஒரு நாள், மது அருந்த வேண்டும் என்னும் திட்டத்துடன் தாரா இறைச்சியையும் கள்ளையும் தயார் செய்தார்.

மதுவை அருந்த அருந்த சுவையும், ஒருவித இன்ப மயக்கமும் கொடுத்ததால் அளவுக்கு மீறி நிறையக் குடித்து விட்டாராம். முதல் குடியே ஒரு வரலாற்று உண்மையாகப் பரிணமிக்கத்தக்கதாக இருந்துவிட்டது. அன்று வாந்தி எடுக்கவும் ஆரம்பித்துவிட்டாராம். அதைப் பற்றிப் பள்ளிக்கூடத்திற்கும் வீட்டிற்கும் தெரிந்துவிட்டது. அதோடு அந்த அனுபவம், பள்ளி முன்னேற்ற அறிக்கைப் பலகையில் இப்படியொரு குறிப்பையும் உற்பத்தி செய்துவிட்டது.

'இந்தக் குழந்தையின் சுபாவம், நேரந்தவறாமை முதலியவை கெட்டுவிட்டன என்று வருத்தத்துடன் அறிவிக்கின்றோம். முயன்றால் வகுப்பிலேயே முதல்வனாக வர வாய்ப்புண்டு.'

அயல்நாட்டு மதுவை முதன்முதலில் திருவனந்தபுரத்திலுள்ள ஸேவியர்ஸில்தான் அருந்தினார். அந்த அயல்நாட்டு மதுவின் பெயர் கொக்கோ பிராந்தியாகும்.

சமகால எல்லா எழுத்தாளர்களிடமிருந்தும் தனித்தன்மை பொருந்தியவர் என்னும் நிலையில் சிவசங்கர பிள்ளைக்கு மிகவும் தனியிடம் உண்டு. ஒருவேளை அதற்கான காரணம், தகழி என்னும் அற்புதமான, மிகத் தனித்துவமுள்ள, நாகரிகம் என்பதே இன்னும் தேவையான அளவிற்குப் புக முடியாத கிராமமாக அது இருப்பதால் இருக்கலாம்.

ஆங்கிலப் பள்ளியில் சேர்ந்த பின்தான் தந்தைக்குப் பிடித்தமில்லாமலேயே தகழி தன் தலையில் கிராப் வெட்டிக் கொண்டார். சிறிய குடுமியுள்ள மொட்டை அடித்த தலையும், ஓலைக்குடையும் பிடித்து, வேட்டி அணிந்து பள்ளிச் செல்லும் அந்தச் சிறிய சிவசங்கரனை ஒருமுறை கற்பனை செய்து பாருங்கள்! முதன்முதலில் நல்ல உடை அணிந்ததே அம்பலப்புழை பள்ளிக் கூடத்தில் படிக்கச் சென்றபோதுதான். திருவனந்தபுரம் சட்டக் கல்லூரியில் படித்தபோதுதான் முதன்முதலாக இஸ்திரி போட்ட சட்டையையும் அவர் அணிந்தார்.

கிறிஸ்துமஸ், ஈஸ்டர் போன்ற பண்டிகைகள் என்னவென்றே அப்போது தகழிக்குத் தெரியாது. அம்பலப்புழை பள்ளியில் சேர்ந்த பின்தான் அவையெல்லாம் என்னவென்று புரிந்தன. பல்வகை மளிகை சாமான்கள் விற்கும் ஒரேயொரு கடை மட்டுமே இருந்த 'தகழி' என்னும் மிக அழகான நாகரிகம் இல்லாத கிராமத்தின்

தனித்துவமே அதுதான். ஆனால் மலேசியா, சிங்கப்பூர், ஜப்பான், பிரான்ஸ், ஜெர்மனி, அமெரிக்கா, கனடா, செக்கோஸ்லோவாக்கியா போன்ற நாடுகளிலெல்லாம் இந்தியாவின் முக்கிய மனிதராகப் பயணம் சென்ற டி.எஸ்.பிள்ளை என்னும் தகழி சிவசங்கர பிள்ளை, எப்போதும் அரைக் கை சட்டையையும், கரைபோட்ட வேட்டியையும் தான் விரும்பினார் என்றால், அதற்கு அவரைக் 'கருமி' என்னும் சொல்லில் மட்டும் பிடித்து நிறுத்திவிட முடியாது. தகழியிலிருந்த சிவசங்கர பிள்ளை என்பவரின் தனிமுத்திரைகளில் ஒன்றாக கருமித்தனமும் சேர்ந்தது என்று வேண்டுமானால் கூறலாம். இந்த அளவிற்கு அயல்நாடுகளில் பயணித்து வந்த வேறோர் இலக்கியவாதி கேரளாவில் இல்லை என்றே கூறலாம். இவ்வாறு வெளிநாடுகளில் பயணித்து வந்தும்கூட 'தகழி'யை மட்டும் விரும்பக் காரணம்? அது, மிகமிகப் பாரம்பரியம் மிக்க நாடாகிய இந்தியாவின் ஓர் அங்கமாக இருப்பதால்தான் என்று கருதினார்.

முதல் வகுப்பில்கூட சேர முடியாமல் இறந்துபோன இரண்டு இளம்பருவ நண்பர்களை - கல்வேலி கேசவனையும், அரிப்புறத்துக்களத்தில் பரமேஸ்வரனையும் - நினைக்கும் போதெல்லாம் கண்ணீர் விடும் தகழியை நான் பல தடவைகளிலும் ஆச்சரியத்துடன் பார்த்துக் கொண்டிருந்ததுண்டு. அம்பலப் புழையிலுள்ள ஆரம்ப வகுப்பில் தகழிக்கு இரண்டு நண்பர்கள் மட்டுமே இருந்தார்கள். ஒருவர் வெளுத்து மெலிந்த ஒரு சிறிய பையன் ஸ்ரீ கண்டன் (என்.ஸ்ரீகண்டன் நாயர் என்னும் முன்னாள் எம்.பி). மற்றொருவர் எல்லாப் பாடங்களிலும் முதல்வராகவும், அதிகம் பேசாதவராகவும் ஆசிரியர்களின் அன்பிற்குகந்த மாணவருமான பொதுவாள் (இந்திய அரசின் நிதி ஆலோசகராக இருந்த நீலகண்ட பொதுவாள்.). உற்ற நண்பர்கள் என்பவர்களில் இவர்களை மட்டும்தான் தகழிக்கு எப்போதும் நினைவில் இருந்தது. அம்பலப்புழையில் படிக்கும்போது சகதோழர்களில் பலரும் கடற்கரையிலுள்ள மீனவக் குழந்தைகளாவர். அவர்களில் பலரும் படிப்பை முழுமைப்படுத்தாதவர்கள். பெரும்பாலும் மதிய நேரங்களில் அவர்களின் வீடுகளுக்குச் செல்வது அவருக்குப் பழக்கமாகிவிட்டிருந்தது. 'செம்மீன்' என்ற உலகப் புகழ்பெற்ற மலையாள நாவலுக்கான வேர்களும் அங்கேதான் ஓடின.

தகழி சிவசங்கர பிள்ளைக்குத் தன் வாழ்க்கையில் ஒரேயொரு முறைதான் ஒருபோதும் மறக்க முடியாத கடுங்கோபம் ஏற்பட்டது. அதுவும் அம்பலப்புழையில் படிக்கும்போது நடந்தது. ஒருநாள் ஒரு

நண்பன் தகழியிடம், "உன்னோட அம்மா அம்பலப்புழைக்குத் தயிர் விற்க வருவாங்களா?" என்று கேட்டுவிட்டான். அவ்வளவுதான், தாயிடம் தெய்வத்துக்குச் சமமான அன்பு கொண்டிருந்த சிறுவன் சிவசங்கரன் ஒரு கொடும்புயலாக மாறி அவனை அடியோ அடியென அடித்துத் தள்ளிவிட்டார்.

தகழி அந்நிகழ்ச்சியைப் பற்றிக் கண்ணீருடன், "எனது நெருங்கிய நண்பனாக இருந்த அந்த நல்ல பையனிடம் நான் பின்பு பேசவே இல்லை. இரண்டு வருடங்களுக்குப்பின் அந்த நண்பனும்கூட இறந்து விட்டான்" என்று கூறினார்.

(தகழியிலும் அம்பலப்புழையிலும் அக்காலத்தில் தயிர் விற்கும் பெண்களில் பெரும்பாலானவர்களும் உடலை விற்கும் பெண்களாகவே இருந்தனர் என்னும் உண்மையை ஒதுக்கிவிட முடியாதுதான்.)

தகழியின் மனத்தில் மற்றொரு நிகழ்ச்சியும் எப்போதும் உறங்காத நினைவாகத் தங்கி நின்றது. மலையாள இலக்கியத்திற்குத் தீராத இழப்பை ஏற்படுத்திய பல்லனவளைவில் நடந்த படகு விபத்துதான் அது. அந்த விபத்தில்தான் குமாரன் ஆசான் என்னும் ஒரு பெரிய மனிதர் இறந்து விட்டார் என்பது மட்டுமே அன்றைய இளம்பிராய சிவசங்கரனுக்குத் தெரிந்திருந்தது. ஆனால், அந்த நஷ்டம் எத்தனை பெரியது எனப் பல ஆண்டுகளுக்குப் பின்புதான் உலகப் புகழ்பெற்றவரான தகழிக்குப் புரிந்தது.

தும்பிக்கை இல்லாத யானையை நீங்கள் கற்பனை செய்ய முடியுமோ? முடியாது. அதேபோல்தான் 'கருமி' என்னும் சுபாவத்தை ஒதுக்கிவிட்டு எழுத்தாளனல்லாத தகழி சிவசங்கர பிள்ளையையும் நாம் காண்பது. எழுத்தாளரான தகழி கருமியல்ல. தகழியின் கருமித்தனத்தைப் பற்றி நேரிட்டறிந்தவர்கள் என்னைப் போல் வேறு யாரும் இன்று உயிருடன் இல்லை. அதனால், தகழியின் கருமித்தனத்தைப் பற்றி ஓர் உதாரணம் கூறி அதை நான் முடித்துக் கொள்கிறேன்.

ஃபோன் இணைப்பு கிடைத்ததும் தகழி தன்னுடைய நண்பர்களுக்கெல்லாம் ஒரு கார்டு அனுப்பினார். அதிலிருந்த வரிகள் இதுதான்!

"எனக்கு ஃபோன் கிடைத்துவிட்டது. நெம்பர் 43 (அம்பலப்புழை) அத்தியாவசியமாயிருந்தால் மட்டுமே என்னை அந்த நெம்பரில் அழைக்க வேண்டும்."

எனக்குக் கிடைத்த கார்டு ஸ்டாம்பு ஒட்டாமையால் ஃபைன் போட்டு வந்தது. மற்றவர்களுக்கும் அதேபோன்ற கார்டுகளைத்தான் அனுப்பினாரா என்பது எனக்குத் தெரியாது.

எழுத்தாளர் இல்லாத தகழி சிவசங்கர பிள்ளையின் வாழ்க்கை, 'நிகழ்வுகள்' நிறைந்ததல்ல. ஒரு சாதாரண வாழ்க்கைதான் அவருடையது. சொந்தத்திலும் குத்தகையிலுமாக ஆயிரம் 'பறை' நிலங்களை விவசாயம் செய்து கொண்டிருந்த பொய்ப்பள்ளிக் களத்தில் சங்கர குரூப், தன் குடும்பத்திலிருந்து வெறும் கையோடுதான் இறங்கிச் சென்றார். தன் அறுபதாம் வயதில் வாழ்க்கையை ஆரம்பிக்க வேண்டிய சூழ்நிலை வந்தபோது நல்ல உழைப்பாளரான அந்தக் குட்டநாடன் விவசாயி தோற்கவில்லை. அந்தக் குட்டநாடன் விவசாயியின் மகனான தகழி சிவசங்கர பிள்ளையும் இன்றும் தோல்வி என்றால் என்னவென்றே அறியாத விவசாயிதான். புராணங்களில் சொல்லப்பட்டுள்ள தர்ம நீதிகளைக் கவனத்துடன் வாழ்க்கையில் கடைபிடிக்கப்பட வேண்டுமென்னும் அந்தத் தந்தையின் நிர்ப்பந்தம், தகழியிடம் என்றும் வேரோடி நின்றது. வாழ்க்கை என்பதற்கு ஓர் அர்த்தமும் லட்சியமும் உண்டென்றும், அதைத் தேடிக் கொள்ள வேண்டியது மிகமிக அவசியம் என்றும் அவருக்கு உண்டாக்கியதே அந்தக் குணம்தான். தகழியிலுள்ள சங்கரமங்கலத்தில் காணும் தன்னம்பிக்கையைத்தான் அது தெளிய வைத்தது.

"வாழ்வில் இன்னும் என்னென்ன ஆசைகள் தங்களிடம் மீதமுள்ளன?" என்று ஹோட்டல் நீலாவில் வைத்து நான் கேட்டேன்.

அதற்கு அவர், 'கயிறு' என்னும் நாவலை எழுதி முடிக்க வேண்டும் என்று கூறிவிட்டு, கடைசியில் கரகரக்கும் குரலில், "என் காத்தம்மா இருக்கும்போதே நான் இறந்துவிட வேண்டும்" என்றார்.

தகழி சிவசங்கர பிள்ளை என்னும் உலகப் புகழ்பெற்ற எழுத்தாளரின் கண்கள் கண்ணீரால் நிறைவதற்குமுன் என் கண்கள் நிறைந்துவிட்டன.

പി.കേശവദേവ്

கே.பி.கேசவ (தேவ்) பிள்ளை

புனைபெயர் : கே.பி.கேசவதேவ்

இலக்கியச் சேவை: சிறுகதை, நாவல், கட்டுரைகள் எழுதிப் புகழ்பெற்றவர். மார்க்சீய சிந்தனையாளர். சிறுகதைகளில் குறிப்பிடத்தகுந்தவை: 'பிரதிக்ஞை', 'நிக்ஷேபம்', 'கொடுங்காற்று.' நாவல்களில் 'ஓடையில் நின்னு', 'ப்ராந்தாலயம்', 'அயல்க்கார்' முதலியவையுமாகும். 'அயல்க்கார்' மருமக்கள் தாயத்தினால் எழுந்த பிரச்சினைகளையெல்லாம் தெளிவாகச் சித்தரித்த நாவல். மத்திய, மாநில சாகித்திய அகாதமி விருதுகள் பெற்றவர். இவருடைய நாவல்களும் திரைப்படமாக வெளிவந்துள்ளன. 'ஓடையில் நின்னு' என்னும் குறுநாவல்தான் 'பாபு' என்னும் பெயரில் தமிழிலும் திரைப்படமாக வெளிவந்தது. இக்கட்டுரை வெளிவந்தபின் அமரர் ஆனவர்களில் தேவும் ஒருவர்.

“நான் களைப்புற்று, முழங்கால் மூட்டு இடிபட்டு வீழ்ந்த இடங்களும் இங்கே உண்டு. என் கண்ணீர்த் துளிகள் சிந்தி உலர்ந்த மண்ணும் இங்கே உண்டு. என் நீண்ட பெருமூச்சுகள் இறந்த காலச் சூழல்களில் தேங்கியிருந்ததும் இங்கே உண்டு. அதனால்தான், என் புன்னகைகள் அந்தச் சூழல்களில் இன்னும் மலர்ந்து நிற்கின்றன. என் உரத்த சிரிப்புகள் இறந்த காலத்தின் அடிவானங்களில் இன்றும் எதிரொலிக்கின்றன.”

இந்தச் சப்தம் யாருடையது என்று உங்களுக்குத் தெரிகிறதா?

மலையாள இலக்கிய உலகிலும், சமகாலச் சமுதாய வாழ்க்கையின் எல்லாத் துறைகளிலும், ஒரு புரட்சிப் புயலாக உருவெடுத்த - மிகவும் திறமைசாலியான - கேசவ தேவின் உடையதுதான் இது.

கேரளத்தில், சுமார் அரை நூற்றாண்டுக் காலத்திற்கிடையே ஏற்பட்ட எல்லாப் புரட்சி மாற்றங்களின் பின்னணியிலும், ஒரு மாபெரும் சக்தியாக இருந்து, கேசவ தேவ் மிதித்துத் தள்ளிய கடந்த காலம் யாரையும் மெய் சிலிர்க்கவும் அதிர்ச்சியளிக்கவும் செய்யக்கூடியவை. கடைகளின் வராண்டாக்களில் பட்டினியிலும் துன்பத்திலும் உழன்று வளர்ந்து, மாபெரும் சக்தியாகவும், அறிவாளியுமாக மாறிய தேவ், என்றென்றும் மனிதத்துக்காகவே போராடியிருக்கிறார்.

தேவிடம் இல்லாதது வினயம்: இருந்தது கர்வம். அந்தக் கர்வத்திற்கு ஒரு தனி அழகும்கூட உண்டு. தன் வாழ்நாள் முழுவதும் எதிர்ப்பின் சக்கரவர்த்தியாகவே ஆட்சிப் புரிந்த தேவின் ரகசியம், ஒரு மறைவு பொருளாக இருக்கவில்லை. மலையாள இலக்கிய உலகில் ஒரு காலகட்டத்தின் மேதையாகத் திகழ்ந்த கேசவ தேவை என்னைவிட உங்களுக்கு நன்றாகவே தெரியும். ஆனால், மழைக்காலக் காட்டாற்றைப் போல் ஓடும் தேவிடமுள்ள பச்சை மனிதனை உங்களில் யாரும் அதிகம் அறிந்திருக்க முடியாது. பத்துப் பதினைந்து ஆண்டுகள் என்னுடன் நெருங்கிப் பழகிய ஒரு புதிய மனிதனை நான் இங்கு அறிமுகப்படுத்தப் போகிறேன்.

கே.பி.கேசவ பிள்ளை என்பதுதான் அந்த மனிதரின் பெயர். தீரத்தையே முதலீடாகக் கொண்டுள்ள அந்தக் கதாபாத்திரத்தின் இமைகளிலிருந்து, அழாமலேயே திரண்டுவிழும் கண்ணீர்த்

துளிகளைக் காணவும், இதுவரை கேட்காத பெருமூச்சுகளை நீங்கள் உணரவும், ஜீவிதத்தின் அடிப்படை அம்சங்களே பசியும் காமமும்தான் என்று 'காதல்' என்னும் வார்த்தையின் முகத்தில் காரி உமிழவும் செய்யும் கேசவ பிள்ளையைத் தரிசிக்க வாருங்கள்... அந்த ஒற்றை யானையின் கோட்டைக்குள்ளே புகுந்து பார்ப்போம் வாருங்கள்...

வடக்கன் பறவூரிலுள்ள கெடாமங்கலத்தில், மிகப்பெரும் பாரம்பரியமும் பரவலான பழக்கமுமுடைய நல்லேடத்து வீட்டில்தான் கேசவன் பிறந்தார். தந்தையின் பெயர் கொச்சு வீட்டில் அப்புபிள்ளை. தாயின் பெயர் கார்த்தியாயினியம்மாள். கே.பி.நாராயண பிள்ளை, கே.பி.ஸ்ரீதரன் பிள்ளை, ஜானகி யம்மாள் இவருடன் பிறந்தவர்கள். 1903 ஜூலை மாதத்தில், காற்றும் மழையும் அடித்து ஓய்ந்துபோன அந்த நடுசாமத்தில் உச்சத்தொனியில், 'ள்ளே, ள்ளே' என்னும் அழுகையைக் கேட்டவர்கள் இன்று யாரும் உயிருடன் இல்லை. இவர் பிறந்து கீழே விழுந்தபோதே எதிர்ப்புகள் ஆரம்பித்துவிட்டன. சில்வண்டுகளும், தவளைகளும் போட்ட மூச்சு முட்டும் சப்தத்தைச் சவாலுக்கு அழைத்துக்கொண்டு அந்தக் குழந்தை உச்சத்தில் கத்தியது. அந்தச் சப்தமே எதிர்ப்பாக உருமாறி அவரின் காலம் முழுவதும் நிலைத்திருந்தது. குழந்தை பருவத்தில் எப்போதும் ஒரேயொரு நினைப்புதான் சிறுவன் கேசவனிடம் இருந்தது. அதுதான் உணவுப் பிரச்சனை. 'இப்படியும் ஒரு வயிறு இருக்குமா?' என்று எல்லோரும் மூக்கில் விரலை வைத்து ஆச்சரியப்படுவார்களாம்.

'ஓடையில் நின்னு'வில் வருகிற - எந்தக் குற்றத்தையும் மன்னித்துக் கொண்டிருக்கிற அந்தத் தாய் கதாபாத்திரம், கேசவதேவின் சொந்தத் தாய்தான். வீட்டிற்கு வெளியேயும் உள்ளேயும் ஏராளமாகப் பட்டினி கிடந்ததால், துக்கத்தின் கரிநீர்த் தடாகமாக மாறி இருந்தது கேசவதேவின் இதயம். அதனால் யாரையும் மதியாமலும், கர்வத்துடனும் இருந்த இளைய மகன், தன் தாயின் அன்பை மட்டும் அசைபோட்டவாறு தெருவில் இறங்கினார். அதன்பின், பூஜை அறையில் நிரந்தரமாக வசிக்கத் தொடங்கியது வரையில் நடந்த (எதிர்ப்பின் கதை - கேசவதேவின் வரலாறு) எதிர்ப்பின் கதைகளை மலையாளத்திலுள்ள ஒவ்வொரு

வாசகரும் கேட்டு இதயத்தில் பதிய வைத்திருப்பது தெரிந்த செய்தியே.

“பெரிய எழுத்தாளர் ஆனது வரையில், தங்களின் வாழ்க்கையில் குறிப்பிட்டுச் சொல்லும்படியான முக்கிய நிகழ்வுகள் ஏதேனும் உண்டுங்களாண்ணே?” என்று கேட்ட நான், அந்தப் புரட்சியாளரின் முகத்தை நோக்கினேன்.

சூனியவெளியில் எங்கேயோ பார்த்துக்கொண்டு, “வாழ்க்கையை ஓர் ஆபத்தான சபதமாகத்தான் நான் என்றென்றும் என் மனத்தில் பதிய வைத்துள்ளேன். அதனால், ஒரு தனிப்பட்ட நிகழ்ச்சியை மட்டும் முக்கியம் கொடுத்துச் சொல்ல என்னால் முடியவில்லை. படிப்பை நிறுத்தியதே ஒரு முக்கிய நிகழ்வுதான். மாணவனாக இருந்தபோது படிக்க வேண்டும் என்ற எண்ணமே எனக்குத் தோன்றியதில்லை. அன்றாட ஆகாரத்திற்கே ஆலாய்ப் பறப்பவனால் எப்படிப் படிக்க முடியும்? படிக்கத்தான் தோன்றுமா? நான் படிக்கத் தொடங்கியதே பள்ளியைவிட்டு நீங்கிய பின்புதான்” என்று தேவ் கூறினார்.

அதேபோல், கேசவதேவ் ஒரு பெண்ணைக்கூட தன் வாழ்நாளில் காதலித்ததில்லையாம். பசிக்கும் காதலுக்கும் பொருத்தமில்லை என்றும், காமம் மட்டுமே பசிக்கு உறவு என்றும், அவர் தன் ஆயுள் முழுவதும் நம்பிக்கொண்டு இருந்தார். ஆனால். பேட்டியின்போது ஓர் அழகான பெண் மட்டும் இடையிடையே நிழலாடுவதுபோல் அவருடைய பேச்சில் தெரிந்தது. சுருள் முடியும் முகப்பருவுமுள்ள பெண் அவள். ஆறுமுழ முண்டும் ஜாக்கெட்டும் அணிந்து, ஜாக்கெட் அளவிற்கு இறக்கமுள்ள தங்க மாலையும், மின்னும் வெள்ளைக்கல் பதித்த கம்மலும் அணிந்து, பல எதிர்ப்புகளுக்கிடைய இந்த உலகமே மயங்குமளவு சிரிக்கும் அப்பெண்ணை, காலப்போக்கில் அண்ணன் ஒருவேளை மறந்து போயிருக்கலாம்.

தான் ஒரு தலைவராக வேண்டுமென்னும் ஆசை கேசவதேவிற்கு இல்லை. அதேபோல், வேறு யாருடைய தலைமையையும் அவர் அங்கீகரிப்பதுமில்லை. அதனால்தான், அதிசயப்படும்படியாகப் பலரின் முகத்திற்கு எதிரிலேயே அவரால் அபிப்பிராயம் சொல்ல முடிந்தது. பல ஆண்டுகளுக்கு முன் எழுத்தச்சன் தேவுவை ஆக்கிரமித்தபோது, மலிவான புகழுக்காகவே அவர் அப்படிச் செய்கிறார் என்று பலரும் குறை கூறினார்கள்.

ஆனால், எழுத்தச்சனையே விமரிசிக்க ஒருவன் உண்டு என்னும் லட்சியமே, அந்த ஆக்கிரமிப்பால் அவரிடம் மேலோங்கி நின்றது என்பது யாருக்குத் தெரியும்?

தலைச்சேரிக்கு அருகேயுள்ள சாலை வழியாக ஊர்வலமாகச் சென்று, இராமாயணத்தை எரித்த இந்த உண்மையான புரட்சியாளர், வால்மீகியை உன்னதமான ஒரு கலைஞன் என்ற நிலையில் பின்னாளில் அங்கீகரிக்கிறார். என்றாலும், கம்யூனிஸ்ட்காரரர்களின் போதகராகவும், ட்ரேட் யூனியன் சங்கத்தை நிறுவியராகவும் இருந்த இந்தப் புரட்சிக்காரர், இறுதியில் கம்யூனிஸ்ட் விரோதியாகவும் மாறினார். அதன்பின் சிலகாலம் தனியாக இருந்து, மீண்டும் கம்யூனிஸ்ட் மார்க்கத்திலேயே சேர்ந்தார். இருந்தும், நாம் அவரைக் குற்றப்படுத்த முடியவில்லை. அதற்கான காரணத்தை, கர்வமிக்கவரான கேசவதேவின் வார்த்தைகளாலேயே நான் உங்களுக்குப் பதிலாக அளிக்கிறேன்:

"என் பார்வை மண்டலம் வளருந்தோறும் எனது உத்தேசங் களுக்கும் லட்சியங்களுக்கும் மாற்றங்கள் ஏற்பட்டுக் கொண்டே தான் இருக்கும்."

1930 முதல் மலையாள இலக்கியத்தில் ஏற்பட்டுள்ள எல்லாப் புரட்சி மாற்றங்களும், தன்னால் உருவாக்கப்பட்டதுதான் என்று தேவ் உரிமை கொண்டாடுகிறார்.

"எல்லாவற்றுக்கும் இறுதியில் என்னிடம் ஏற்பட்ட மாற்றம், நவீன இலக்கியங்களுக்கு எதிரான எதிர்ப்பாகும். சில ஆண்டுகளுக்குமுன் கோட்டயத்தில் நடந்த ஒரு கூட்டத்தில், புதுமை இலக்கியம் என்பதெல்லாம் பழைய சரக்கிலிருந்து எடுத்து முலாம் பூசப்பட்டதுதான் என்று நான் சொன்ன போது, என் எல்லா நண்பர்களும் என்னை ஒதுக்கித் தள்ளினார்கள். ஆனால், இன்று, நான் அன்று சொன்ன வாக்கியத்தைத் தேவவாக்காக மதித்து, அவர்களே செயல்படுகிறார்கள். இந்த அனுபவம் எனக்கு எல்லாக் காலங்களிலும் ஏற்பட்டதுண்டு. ரஷ்யாவில் நடந்ததைப் போன்று இந்தியாவிலும் ஒரு புரட்சி நடக்க வேண்டுமென்று கேரளத்தில் முதன் முதலில் பிரச்சாரம் நடத்தியதே நான்தான். அக்காலத்தில் நான் தனி மனிதனாகத்தான் இருந்தேன். ஆனால், இன்று எல்லா இடங்களிலும் புரட்சி இல்லை என்றாலும் புரட்சிக் கோஷங்கள் இருக்கின்றன."

கம்யூனிஸ்ட் கட்சியிலிருந்து விலகி, கட்சியை எதிர்த்த நேரங்களில் தான் தேவ் மிகவும் கோபம் கொண்டிருந்தார். கம்யூனிஸத்தைத் தான் ஒருபோதும் எதிர்த்ததில்லை என்றும், ஸ்டாலின் ஆட்சியைத்தான் தான் எதிர்த்ததாகவும் தேவ் கூறினார்.

“கம்யூனிஸ்டுகள் என்னைக் கொல்லக்கூட முயற்சித்தார்கள். அதனால், கோபம் மேலிட்டு, கம்யூனிஸ்ட் எதிர்ப்பு பிரச்சாரத்தை நான் பயங்கரமாகவே நடத்தினேன். அந்த நேரத்தில்தான் பொது வாழ்க்கையில் எனக்கு மிகவும் கோபம் ஏற்பட்டிருந்தது. ஸ்டாலின் மரணத்திற்குப்பின் என் எதிர்ப்பும் முடிந்துவிட்டது” என்று கூறிய தேவ் இனிமையாகச் சிரித்துவிட்டு, “நான் இப்போது சிறிது ரஷ்ய சார்புள்ளவனாகியுள்ளேன்” என்று முடித்தார்.

தேவின் சொந்த வாழ்க்கையில் ரகசியம் அதிகம் ஒன்றும் இல்லை. காதல் என்றால் என்னவென்று அனுபவித்திராத தேவ், காதலிக்க நேரம் கிடைக்காமல், எதிர்ப்பிற்கும் போராட்டத்திற்கு மாக வாழ்க்கையின் வசந்த காலம் முழுவதையும் கழித்தார். வாழ்க்கைக்கு ஒரு லட்சியத்தை உண்டாக்கவும், அந்த லட்சியத்தை அடைவதற்காகவே வாழ்க்கையை வெறுக்கவும் செய்த தேவ், ஒரு ரகசியத்தை மட்டும் தன் சொந்த வாழ்க்கையில் ஒரு சவலைக் குழந்தையைப்போல் பாதுகாத்துக் கொண்டு வருகிறார். அது தன்னுடைய முதல் திருமண உறவின் கதையாகும். திருமணமான பதினேழாம் நாள் பட்டினி கிடந்து முதலிரவைக் கொண்டாடியதும், பசியை மறப்பதற்காகச் சிரித்துக்கொண்டும் அன்னியோன்னியம் கிச்சுக்கிச்சு மூட்டிக்கொண்டும் கழித்த இரவுகளும், மண்ணெண்ணெய் விளக்கில் எண்ணெய் தீர்ந்ததால் குளிர் நிலவை அடைக்கலம் தேடிய இரவுகளும்தான் அவை. கோமதி தேவாக இருந்த அந்த முதல் மனைவியின் உறவை தேவ் சிறிது காலத்திற்குள்ளேயே முறித்துக் கொண்டார் என்பதை மட்டும் இங்கே கூறிக்கொண்டு, நான் அந்த அத்தியாயத்திற்கு அடிக்கோடு இடுகிறேன்.

1950ல்தான் தேவ், சீதாலட்சுமியை மணம் புரிந்துகொண்டார். சலசலப்பையுண்டாக்கிய ஒரு காதல் உறவின் மூலமாகத்தான் இந்தக் காதல் உருவம் பெற்றது.

‘நான் ஒருபோதும் காதலித்ததில்லை’ என்ற தேவின் உண்மை முகம் இங்கே மங்குகிறதோ? ஓராண்டு காலம் திருவனந்தபுரம்

வானொலியில் தேவ் வேலை செய்தார். அப்போதுதான் தைக்காட்டைச் சேர்ந்த சீதாலட்சுமியுடன் அவருக்குப் பழக்கம் ஏற்பட்டது. வானொலி நாடகங்களில் நடிப்பதற்காகவும், பாடுவதற் காகவும் அவர் அப்போது அடிக்கடி வந்து கொண்டிருப்பார். அந்த நேரங்களில் சீதாலட்சுமி தேவைப் பார்த்துப் பேசிக்கொண்டு இருப்பார். அந்தச் சந்திப்புகள்தான் இறுதியில் திருமணப் பதிவு அலுவலகத்தில் இரண்டு கையெழுத்துகளுடன் முடிவுக்கு வந்தன. வானொலி நிலையத்தில் தான் தொடர்ந்து இருந்திருந்தால், தன்னால் அதன்பின் ஒன்றும் எழுதியிருக்க முடியாதென்று தேவ் உறுதியாக நம்பினார். தேவினைப் படிக்கும் மாணவர்களுக்கு அது புரிந்திருக்கலாம். அவ்வாண்டில் அவர் ஒன்றும் எழுத வில்லைதான். சீதாலட்சுமி - தேவ் தம்பதியின் குடும்ப வாழ்க்கை திருப்திகரமானதுதான். சீதாலட்சுமிக்குக் கணவரின் விஷயங் களைக் கவனிப்பதைவிட வேறொரு சிரத்தையும் இல்லை. அத்தம்பதியருக்கு ஒரு மகன் உண்டு. பெயர் ஜோதி தேவ் (உன்னி கிருஷ்ணன்). அவர்கள் இருவருக்கும் திருமணமானபோது வயது வித்தியாசம் நாற்பதாண்டுகள் என்றால் நீங்கள் ஆச்சரியப்படத் தேவையில்லை. அதுதான் உண்மை.

“தேவின் பழைய வாழ்க்கையைப் பற்றி முழுவதும் புரிந்து கொண்டுதானே அவரை மணம் செய்துகொள்ளத் தீர்மானித்தீர்கள்?” என்று நான் திருமதி தேவிடம் கேட்டேன்.

கணவரை நோக்கிப் புன்னகைத்தவாறே, “ஆமாம்” என்றார் திருமதி தேவ்.

அறிமுகம் ஆவதற்கு முன்பே, தேவின் எல்லாப் புத்தகங் களையும் திருமதி தேவ் படித்திருந்தாராம். அதனால், தேவை நன்றாகவே அறிந்தும் வைத்திருந்தாராம்.

தேவ் மது அருந்துவதற்கு மட்டும் திருமதி தேவிடமிருந்து பலத்த எதிர்ப்புண்டு.

“ஒரு பெண்ணை அழைத்துக்கொண்டு வந்தால்கூட நான் சகித்துக் கொள்வேன். ஆனால், சிறு அளவு மதுவைக்கூட அருந்தி விட்டு வருவதை என்னால் பொறுத்துக்கொள்ள முடியவில்லை” என்பாராம்.

திடீரென இடையே புகுந்த தேவ், “நான் நன்றாகக் குடித்துக் கொண்டிருந்தவன்தான். இப்போது எவ்வளவோ கட்டுப்பாட்டுடன்

உள்ளேன். உங்களுக்குத் தான் தெரியுமே!" என்று என்னையும் சாட்சிக்கு இழுத்தார்.

"தெரியும், தெரியும். இருவரும் 'பெரிய புள்ளிகள்'தான்" என்று சிரித்துக் கொண்டே கூறிய சீதாலட்சுமி, காப்பி எடுத்துவர உள்ளே சென்றார்.

காப்பிக் குடித்துக் கொண்டிருக்கும்போதே, ஜோதி தேவின் தற்போதைய மிகப்பெரிய பிரச்சினையைப் பற்றி சீதாலட்சுமி கூறினார். அது தந்தைக்கும் தாய்க்கும் உள்ள வயது வித்தியாசத்தைப் பற்றிய விசித்திர பிரச்சினைதான்.

தேவின் வழுக்கைத் தலையைத் தான் ஜோதி அந்த வித்தியாசத் துக்கு துணையாகக் கொண்டுள்ளான்.

திடீரென, நான் குட்டன் என்னும் குட்டாயியை (வைக்கம் முகமது பஷீரின் மகனை) நினைத்துக்கொண்டேன். எழுபத்தெட்டு வயதான சுல்தானையும் நாற்பத்தாறு வயதான பாபியையும் பற்றிக் குட்டாயிக்கும் இந்தப் பிரச்சினை உதித்திருக்குமோ?

தனது எல்லாக் குற்றங்களுக்கும் குறும்புகளுக்கும் மன்னிப் பளித்த தன்னுடைய தாயைத் தவிர, வேறொரு பெண்ணால் தன்னை மனப்பூர்வமாக ஏற்றுக்கொள்ள முடியாது என்று தேவ் கூறியது சரியாக இருக்கலாம். ஆனால், மறக்க முடியாத எத்தனையோ பெண்கள் மறக்க முடியாத நிகழ்வுகளாக தேவின் வாழ்க்கையினூடே 'மார்ச்' செய்துள்ளார்கள். கெடாமங்கலத்தில் குறுந்தோட்டி பறம்பிற்கு அருகே தங்கியிருந்தவளும், மற்ற யாரையும் தனது துன்பத்தில் பங்குகொள்ள சம்மதிக்காதவளும், எப்பிரச்சினையையும் தன்னுள்ளேயே அடக்கி ஒதுக்கிக் கொண்டவளுமான அந்தத் தடித்த வேசியையும், பறவூரிலுள்ள பொட்டன் தெருவில் இருக்கும் ஸாரஸ்வத பிராமணரின் கோயிலுக்கு வடக்கே ஒற்றையடிப் பாதையின் அருகே தங்கியிருந்த வளும், இனிய குரலில் பாடுபவளும், என்றென்றும் முல்லைப் பூச்சூடி, கண்களில் மையும், நெற்றியில் அகலப் பொட்டுமிட்டு கவர்ந்திழுக்கும் கண்களையும் உடைய அந்த வேசியையும், 'எதிர்ப்பு'களில் வரைந்து காட்டிய தேவினால் மறக்க முடியுமா? முற்றிலும் முடியாத விஷயங்கள்தான் அவை.

"தாங்கள் எப்போதாவது அழுததுண்டுங்களா, அண்ணே?"

"அழுதேனா என்றா கேட்டீர்கள்? இருக்கலாம்" என்று கூறியவர், "இந்த உக்கிரப் போராட்டக்காரன் ஒரு முறையல்ல. அநேக முறைகள் அழுதுள்ளேன். ஏராளமான சக்தியும் உஷ்ணமும் உள்ள கண்ணீரைச் சிந்திய அந்த ஒரு நிமிஷத்தை நான் நினைத்துக்கொள்கிறேன். ஆலவாயில், என் சகோதரியின் வீட்டில் தகழியின் தோளில் முகத்தைப் புதைத்துக்கொண்டு நான் குலுங்கிக் குலுங்கி அழுதேன். ஆம்! என் சகோதரியின் வீட்டில் என்னை யாரும் அறிந்து கொள்ளவில்லை. முற்றிலும் அந்நியனாக நான் ஆனபோது, அழுகை மட்டும்தான் எனக்கு ஆதரவாக இருந்தது" என்று அவர் மேலும் உருக்கமாகக் கூறினார்.

நான் அந்த நிகழ்வைப் பற்றி தகழியிடம் பேசிக்கொண்டிருந்த போது கேட்டேன். அவர் அந்த நிகழ்வின் சுருள்களை நிகழ்த்திக் காட்டினார். அதைக் கேட்டு என் கண்களும் நிறைந்துவிட்டன. அதிக ஆனந்தம் கொண்ட நிமிடங்கள் இந்த நித்தியப் போராட்டக்காரரின் வாழ்க்கையில் ஏற்பட்டதே இல்லை. அப்படிப்பட்ட நிமிடங்கள் உண்டானால் தனது தத்துவத்தினாலேயே தன் மனத்தைப் பிடித்து நிறுத்தி ஒதுக்கி விடுவாராம்.

புதிய தலைமுறையினரில் தனக்குப் பிடித்தமானவர்கள் சிலர் உண்டென்றாலும், அவர்களிடம் எழுதுவதற்கான விஷயம் இல்லை என்பதுதான் தேவின் கொள்கை.

"காரணம், அவர்களுக்கு வாழ்க்கை அனுபவங்கள் இல்லை. சிலர் மேற்கத்திய இலக்கியத்தை அனுசரிப்பதால் வழி தவறிப் போய்விடுகிறார்கள். சிறிதளவு வாழ்க்கை அனுபவங் களைப் பெற்றவர்கள்கூட, தாங்களும் உடனே இலக்கியவாதி யாகிவிட வேண்டும் என்னும் ஆசையால் எழுதும் எண்ணத்தை ஏற்படுத்திக் கொள்கிறார்கள். ஆரம்பத்திலேயே நான் ஒரு இலக்கிய வாதியாகிவிட வேண்டும் என்று ஆசைப்படவில்லை. ஆனால், வாழ்க்கையின் அனுபவங்களை எழுத ஆரம்பித்தபோது தான் இலக்கியவாதியாகி விட்டேன்."

"தங்களின் இறுதி லட்சியம் என்ன?" என்று நான் கேட்டேன். தேவிற்கு அதுபற்றித் தெரியவில்லை. இறுதி லட்சியங்களை அடைந் தவர்களையும் அவரால் கண்டுபிடிக்க முடியவில்லை.

"மரண பயம் உண்டா?" என்னும் என் கேள்விக்கு அவரிடம்

இருந்து திமிரான பதில்கள்தான் கிடைத்தன.

"மரணம், என்னுடன் தொடர்ந்துவரும் தோழன் என்று நான் அறிகிறேன். ஆனால், ஒவ்வொரு நிமிஷமும் நான் மரணத்திலிருந்து விலகிக் கொண்டிருக்கிறேன். உண்மையில், மரணத்தை என்னுடன் போட்டியிடும் ஒரு போட்டியாளனாகவே நான் கருதுகிறேன்."

பி.கிருஷ்ண பிள்ளையையும் இ.எம்.எஸ்ஸையும் ஏ.கே. கோபாலனையும் கம்யூனிஸ்ட்டாக்க முயற்சித்த கேரளத்தின் முதல் கம்யூனிஸ்ட்டான பழைய கேசவதேவையும், போலீஸ்காரர்களின் அடியையும் உதையையும் ஏற்கும்போது, இதயம் உருகிக் கம்பியாக இழுக்கப்படும் தங்கம் போலாகும் என்று கூறிய மனிதநேசியான கேசவதேவையும், 'காதல் - காதல் என்னை அழைக்கிறது இறப்பதற்கு; வாழ்க்கை - வாழ்க்கை என்னை அழைக்கிறது சுகம் அனுபவிப்பதற்கு' என்று சங்ஙம்புழையின் எழுத்தினால் கூறிய நாடகாசிரியரான கேசவதேவையும் போன்று எத்தனையோ கேசவதேவுகளை நான் உங்களுக்கு இங்கே அறிமுகப் படுத்தவில்லை. ஏனென்றால், 'ஓர்மயுடெ லோகம்' மூலமாகவும், 'எதிர்ப்புகள்' மூலமாகவும் (இவை இரண்டும் தேவின் வாழ்க்கை வரலாறு நூல்கள்) அவர் என்னைவிட உங்களுக்கு அதிகமாகவே அறிமுகமாகி விட்டார்.

என்றென்றும் போராட்டப் பூமியில் மட்டுமே பயணம் செய்ய ஆசைப்படும் கேசவதேவ், அடுத்த தலைமுறையினருக்கு முழுமையான ஓர் அற்புத மனிதராக இருப்பார் என்றுதான் நான் கருதுகிறேன். கேசவதேவ், தன் சொந்த விஷயமாகச் சொல்ல ஒன்றுமில்லை என்றார். கேசவதேவின் சொந்த வாழ்க்கை, எழுத்துகள் இல்லாத ஒரு திறந்த புத்தகமாகும்.

'ஸ்வப்னம்' என்ற நாவலின் முன்னுரையில் தேவ் இறுதியாகக் குறிப்பிட்ட வார்த்தைகளின் வரிகளாலேயே முழுமையடையாத இந்த அறிமுகத்தை முடிக்கிறேன். முழுமையாக யாராலும் யாரைப் பற்றியும் எழுதவும் முடியாதல்லவா!

"அதீத ஆழமும் அகலமும் உள்ள ஒரு மகா சமுத்திரத்தின் ஒரு துளிதான் நான். அனந்தமும் அறியாத உலகத்தின் ஒரு பரமாணுதான் நான், அதனால் நான் இன்னமும் முழுமையாகத் தேடிக் கொண்டு தான் இருக்கிறேன்."

എസ്. കെ. പൊറ്റെക്കാട്ട്

(எஸ்) சங்கரன் குட்டி (கே) குஞ்ஞூன் பொற்றெக்காட்

புனைபெயர்: எஸ்.கே. பொற்றெக்காட்

இலக்கியச் சேவை: இவரைத் தேசத்தின் கதாசிரியன் என்று கூறுவார்கள். இவரது இலக்கியச் சேவையில் முதலிடம் வகிப்பது பயணக் கட்டுரைகள். இந்தியா முழுமையும் சுற்றியதோடு, பல அயல் நாடுகளுக்கும் சென்று பயணக் கட்டுரைகள் எழுதியுள்ளார். நாவல்களில் 'விஷகன்யகா', 'மூடுபடம்', 'நாடன் பிரேமம்', 'ஒரு தெருவின்டெ கதா', 'ஒரு தேசத்தின்டெ கதா-2' ஆகியவற்றைக் குறிப்பிட்டுச் சொல்லலாம். 'விஷகன்யகா' நாவலை 'நேஷனல் புக் ட்ரஸ்ட்' தேர்ந்தெடுத்து மற்ற மொழிகளில் மொழிபெயர்த்துள்ளது. தமிழ் மொழிபெயர்ப்புக்கு *(குறிஞ்சிவேலனுக்கு)* 1994இல் சாகித்திய அகாதமி விருது கிடைத்துள்ளது. 'ஒரு தெருவின்டெ கதா', 'ஞானபீடம்' பரிசைப் பெற்றுள்ளது. இப்பேட்டிக்குப்பின் 1982 ஆகஸ்டில் மறைந்துவிட்டார் பொற்றெக்காட்.

குஞ்ஞனின் குழந்தைப் பருவம்: குஞ்ஞனுக்கு அப்போது நான்கைந்து வயதிருக்கும். தாய் தந்தையருடன் கோழிக்கோட்டில் வசிப்பு. இடையில் நான்கைந்து நாட்களுக்கு தாய் மாமனின் வீட்டிற்குச் செல்ல தந்தை அனுமதிப்பதுண்டு. ஆறேழு மைல்களுக்கு அப்பால் ஒதுக்குப்புறமான ஒரு கிராமத்தில் மாமனின் வீடு இருந்தது. அந்தக் காலத்தில் பேருந்துகள் அங்கே கிடையாது. கால்நடையாகவோ, மாட்டு வண்டியிலோதான் பயணம் செய்ய வேண்டும். குஞ்ஞனை அழைத்துச் செல்லவும் திரும்ப அழைத்து வரவும் 'செறியக்கன்' என்பவன்தான் வாகனமாக இருந்தான்.

குஞ்ஞனின் தாய்மாமன் வீட்டில் செறியக்கன் ஒரு நிரந்தர வேலைக்காரனாக இருக்கவில்லை. மாடு கன்று கட்டுதல், தோட்டந்தொரவு கொத்துதல், மதில் மெழுகுதல், காளைகளுக்குத் தீனி போடுதல், அவற்றை ஆற்றுக்குக் கொண்டுபோய் குளிப்பாட்டுதல் போன்ற சில்லரை வேலைகளுக்கு மட்டும் அவன் உதவுபவன். சில நேரங்களில் பல நாட்கள் வரை தொடர்ந்தாற்போல் செறியக்கன் தென்பட மாட்டான். பின்பு திரும்பி வந்ததும், 'மேற்கே போயிருந்தேன்' என்று கூறுவான். குஞ்ஞன் பட்டணத்துக்குத் திரும்ப வேண்டிய நாள் வந்ததும், பாட்டனார் செறியக்கனை வரவழைத்து, "குஞ்ஞனை நாளைக்கு மேற்கே கொண்டுபோய் விடணும்" என்பார்.

மேற்கே செல்வது என்பது செறியக்கனுக்கு உற்சாகமான ஒரு விஷயமாகும். ஆனால், ஒரு நாள் முன்பே அவனுக்குச் செய்தி கொடுத்துவிட வேண்டும். வெயில் தாழ்ந்து, கூடிய மட்டும் குடித்து மயங்கிய பின்பே செறியக்கன் அந்தக் கிராமத்திலிருந்து புறப்படுவான். கழுத்து முதல் கணுக்கால் பகுதிவரை நீண்டிருக்கும் ஒரு பாதிரியின் பவுன் சங்கிலியைக் கழுத்தில் தொங்கப் போட்டுக்கொண்டு, குஞ்ஞன், செறியக்கனின் கையைப் பிடித்துக்கொண்டு சிறிது தூரம் தள்ளாடித் தள்ளாடி நடப்பது வழக்கம். நடந்து கால்கள் தளரும்போது குஞ்ஞனைச் செறியக்கன் தன் தோளில் தூக்கி வைத்துக் கொள்வான். நகரத்துக்குச் செல்லும் பெரும்பாதையில்தான் அவன் செல்வான். வேகமாகவும் நடக்க மாட்டான். காரணம், அவன் குஞ்ஞனை மட்டுமல்லாமல் தன்னுடைய இடுப்பில் இரண்டு பாட்டில் களையும் வைத்திருந்ததால் மிக்க ஜாக்கிரதையுடன் செல்ல வேண்டியிருந்தது. கள்ளையும் நாட்டுச் சாராயத்தையும் நிறைத்து,

மூங்கில் இலையினால் ஜாக்கிரதையாக மூடி வைக்கப்பட்டுள்ள பாட்டில்களில் ஒன்றைத் தொப்புளுக்கு நேரே சொருகியும், மற்றொன்றை இடுப்பிலிருந்து கால்களுக்கிடையே தொங்கவும் வைத்திருப்பான்.

விளைந்து, நாலாபுறமும் சூழ்ந்திருக்கும் நெல் வயல்கள், உச்சியில் நட்சத்திரங்களால் ஜொலித்துக் கொண்டிருக்கும் நீல ஆகாயம். இந்தப் பிரபஞ்சம் முழுவதும் பரந்து ஒளி விசும் நிலா... இந்தச் சூழ்நிலையில்தான் ஒரு குரல் எழும்.

"...ஏழு அடுக்குள்ள தங்க மாளிகையில் ஏழாம் அடுக்கிலுள்ள மாணிக்கக்கல் வாயிற்படியில் ராஜகுமாரி நிற்கிறாள்..." என்று செறியக்கன் கதை சொல்லத் தொடங்கியதும், அவனுடைய கழுத்தின் இருபுறமும் கால்களைத் தொங்கவிட்டு, வழுக்கை விழத் தொடங்கியிருக்கும் தலையை இரண்டு கைகளாலும் அழுத்திப் பிடித்துக்கொண்டு தோளில் உட்கார்ந்திருக்கும் குஞ்ஞன்-

"மாளிகையே தங்கம்தானா?" என்று கேட்பார்.

"பின்னெ! சுவர்களும், வாசற்படிகளும், கதவுகளுமெல்லாம் தங்கம்தான். மாடிப்படிகூட கெட்டிப் பவுனால் கட்டினதுதான் கொழந்தே" என்று செறியக்கன் பதில் கூறுவான்.

குஞ்ஞன், 'ஹைய்ஸ்' என்று ஓர் ஆச்சரியக் குரலை எழுப்புவார்.

"ஏழடுக்கு மாளிகைக்கு ஏழாயிரம் ஜன்னல்கள். ஒவ்வொரு ஜன்னலிலும் மின்னி ஜொலிக்கும் ஈட்டிகளை நீட்டிப் பிடித்துக் கொண்டு கரும்பூதங்கள் காவல் நிற்கும். அரசகுமாரியைக் கல்யாணம் செய்ய ஆசை கொள்ளும் ஆண்கள் அரண்மனை முற்றத்திலுள்ள இரத்தினத் தரையில் ஏறி நின்று, ஒரு எலுமிச்சம் பழத்தால் ஏழாம் அடுக்கிலுள்ள மாணிக்கக்கல் வாசற்படியின் முன்னே நிற்கும் ராஜகுமாரியின் மார்பில் குறி வைத்து வீச வேண்டும். குறி தவறினால், உடனே ஏழாயிரம் கரும்பூதங்களும் ஒன்று சேர்ந்து இடி இடிப்பது போல் அலறிக்கொண்டு ஈட்டிகளை அவன்மேல் எறிந்து அவனுடைய கதையை முடித்துவிடும்."

ஏழாயிரம் இடி மின்னல்கள் மின்னி இடிஇடிப்பதுபோல் அந்த ஈட்டிகள் அவன்மேல் வந்து தைப்பதையும், அவன் பின்புறமாகத் துள்ளி விழுந்து மரணிப்பதையும் செறியக்கன் வர்ணிப்பான்.

தங்க மாளிகை கதைக்குப் பின்னே நாகக்கன்னியின் கதை, மந்திரவாதி குரங்கின் கதை என்று ஏராளமான அற்புதக் கதைகள் செறியக்கனின் மூளையில் இருந்தன. மெதுவாக நடந்து கொண்டே கதை சொல்லும்போது, செறியக்கனின் தோளிலிருந்து குஞ்ஞனும், தொப்புளுக்குக் கீழேயுள்ள பட்டைச் சாராய பாட்டில்களும் குலுங்கிச் சிரிக்க ஆரம்பிப்பார்கள். அந்த அற்புதக் கதைகளைச் சொல்லிக் கொண்டே சேவாயூர் தெருக்களையும் தோட்டங்களையும் மைதானத்தையும் ஏறியிறங்கி, மீண்டும் வயல்களிடையேயும் கரும்புத் தோட்டங்களிடையேயும் நடந்து செல்வான். நகரத்திற்குச் சென்று சேரும்போது நேரம் இரவு பத்து மணியாகி இருக்கும். தன்னுடைய கள்ளச்சரக்குகளைத் தேவைப்பட்டவர்களுக்கு அவன் கொண்டு சேர்க்க இரவு வெகு நேரமாகிவிடும்.

“செறியக்கன் இறந்து மண் மூடிப்போய் நாற்பத்து மூன்று ஆண்டுகள் கழிந்து விட்டன. இன்றும் சேவாயூர் தெருக்களின் வழியாக நான் செல்லும் நேரத்தில் செறியக்கனை நினைத்துக் கொள்வேன். அக்காலத்தில் மக்கள் நடமாட்டமின்றி, பேய் பிசாசுகளின் சாம்ராஜ்யமாகக் கிடந்த அந்த மாயத் தோட்டத்தில் இன்று மருத்துவக் கல்லூரியின் கட்டடங்கள் மேலெழும்பி நிற்கின்றன. இந்தக் கட்டடங்களுக்கப்பால், ஒரு மாய மண்டபத்தில் அறுபத்தோர் ஆண்டுகளுக்கு முன்னே செறியக்கன் நிர்மாணித்துக் காண்பித்த அந்தத் தங்க மாளிகையின் பிரகாசம் இப்போதும் குஞ்ஞனின் - சங்கரன் குட்டியின் விழிகளை ஆர்வம் கொள்ளச் செய்வதுண்டு.

செறியக்கனைப்போல் குஞ்ஞனின் வாழ்க்கையில் மறக்க முடியாத ஒரு வயதான தாயும் உண்டு. தன் மகனை ஆரோக்கியமாக வளர்ப்பதற்கும், கல்வி கற்க வைப்பதற்குமாகத் தன்னுடைய எல்லாச் சொத்துகளையும் விற்றாள் அந்தத் தாய். அது தீர்ந்தபோதும் வீடுகளில் வேலைக்காரியாகி உழைத்து மகனை வளர்த்தாள். அந்தத் தாய் ஆசைப்பட்டதுபோல் ‘உத்தியோகஸ்த’னானதும், ஓர் ‘உத்தியோகத்தி’லுள்ளவளைச் சுற்ற ஆரம்பித்து விட்டான். அதனால், அவன் அந்தப் பாவப்பட்ட தாயை மறந்தும் விட்டான். குஞ்ஞன் அப்போது உயர்நிலைப் பள்ளியில் படித்துக் கொண்டிருந்தார். உதவியில்லாமையாலும் பட்டினியாலும் உழன்று கொண்டிருந்த அந்தத் தாய், தன் மகனின் மனத்தை இளக

வைப்பதற்காக நீண்ட கடிதங்களை எழுதுவதற்குக் குஞ்ஞுனிடம் வந்து கொண்டிருந்தாள்.

குஞ்ஞுன் பள்ளியின் வீட்டுப் பாடங்களைச் செய்து கொண்டிருப்பார். அப்போது, பாவப்பட்ட அந்தத் தாய், ஏதோ ஒரு ஸ்டேஷனரி கடையில் மூங்கில் கழியில் தொங்கிக் கொண்டிருந்த - தூசு படிந்து மங்கிய - ஒரு கிழிந்த கடிதத் தாளையும், ஒரு ஸ்டாம்பு கவரையும் வாங்கி ஒரு கையில் பிடித்துக்கொண்டு, மற்றொரு கையினால் மாடிப்படியைத் தட்டித் தடவி ஏறி, மாடியின் வராந்தாவிற்கு வரும் காட்சியைக் குஞ்ஞுன் இப்போதும் தன் கண் முன்னே பார்க்கிறார். அவள் கடிதத் தாளையும் கவரையும் மேஜைமேல் வைத்துவிட்டுத் தரையில் முழங்காலை மடக்கி உட்கார்ந்துகொண்டு, தன்னுடைய கஷ்டங்களையும் மகனுக்காகத் தான் செய்த தியாகங்களையும், ஒவ்வொன்றாக நினைத்து நினைத்துக் குஞ்ஞுனிடம் சொல்லிக் கொண்டிருந்தாள். மார்பின்மேல் கிடந்த கிழிந்த முண்டின் ஓரத்தினால், அவ்வப்போது கண்ணீரைத் துடைத்தும், மூக்கைச் சிந்திக் கொண்டும் அவள் கூறுவாள்:

“அவன் வயிறு ரொம்பச் சாப்பிட நான் எவ்வளவோ நாளு பட்டினிக் கிடந்தேன். அவன் பள்ளிக்கூடம் கொண்டுபோவ ஒரு பேனாவும், புத்தகங்களை எடுத்துச் செல்ல பொட்டியும் வாங்க காசில்லாம நான் என்னோட இடுப்பில கட்டியிருந்த தாயத்துக்குள்ளே கிடந்த ஒரு பவுன் காசைத் தூக்கிக்கினு போய் வித்ததையும் மத்ததையும் அவனுக்கு நெனப்பிருக்கானு எழுதிக் கேளு. இப்ப அவன் என்னைக் காணக் கூடாத சொறிப் பிடிச்ச ஒரு நாயப்போல ஆட்டி வைக்கிறான். அவனோட மனசு இளகும்படியா நீ இதயெல்லாம் காட்டி எழுதணும் மவனே. தெய்வத்த மறந்து போய் வெளயாட வேணாம்னும் சொல்லணும்.”

ஆனால், முற்றிலும் நன்றிகெட்டத்தனமாக நடமாடிய தன்னுடைய மகனிடம், அந்தத் தாய்க்குச் சிறிதுகூட விரோதம் இல்லாமலிருந்தது.

குஞ்ஞுனுக்கு அந்தக் கிழவியின் சூழ்நிலையைப் பார்த்து மிகவும் அனுதாபம் தோன்றியது. அவள் தன் கண்ணீரில் கலந்து சொன்ன கதைகள் குஞ்ஞுனை மாற்றின. அவள் கூறியவற்றை யெல்லாம் பதப்படுத்தி, சொந்தமாகச் சில சரக்குகளையும் சேர்த்து, அந்த மடைய மகனுக்குத் தொடர்ந்து கடிதங்களை எழுதி

அனுப்பினார் குஞ்ஞுன். இரண்டு மூன்று மாதங்கள் கழிந்ததும் அவன் தன் மனைவிக்குத் தெரியாமல் தன் தாய்க்குக் கொஞ்சம் பணம் அனுப்பத் தொடங்கினான். கடைசியில் தனக்குத்தானே மனம் மாறியதினாலோ, அல்லது குஞ்ஞுனின் கடிதங்களிலுள்ள வாக்கு வன்மையினாலோ, அந்த மகன் தன் தாயைக் காண வரத் தொடங்கினான். தன்னுடைய கடிதங்கள்தான் அந்த மகனின் மனமிளக காரணமென்று குழந்தைத்தனமான எண்ணத்துடன் குஞ்ஞுன் அன்று முழுமையாக நம்பினார்.

அந்தக் கடிதங்களை யார் எழுதி அனுப்புவது என்று அந்த மகன் கேட்டதையும், ஒரு பள்ளிக்கூடத்துப் பையன்தான் என்று அந்தத் தாய் பதில் கூறியதையும் கேள்விப்பட்டு குஞ்ஞுனின் ஆர்வம் உச்சிக்குச் சென்றுவிட்டது. மகனின் சம்பாத்தியத்தால் நீண்ட காலம் சுகம் பெறுவதற்கு முன்பே, அந்தத் தாய் நிரந்தர அமைதியைத் தேடி மண்ணுக்குக் கீழே சென்றுவிட்டார். முக்கால் பங்கும் குருடியாக இருந்த அந்த வயதான தாய்தான், சிறு கதையின் ஆர்வத்தைத் தூண்டிய குஞ்ஞுனின் முதல் குரு...

இந்தக் குஞ்ஞுனை உங்களுக்குப் புரியுதா? மலையாளக் கதை இலக்கியத்தின் ராஜசிற்பியும், பயணக் கட்டுரை இலக்கியத்தின் சக்கரவர்த்தியுமான சங்கரன் குட்டி பொற்றெக்காட்தான் இவர். அறுபத்தோர் ஆண்டுகளுக்கு முன் செறியக்கனின் கற்பனையால் வரைந்து காட்டிய ஏழடுக்கும் ஏழாயிரம் ஜன்னல்களுமுள்ள தங்க மாளிகையின் உள்ளேதான் சங்கரன் குட்டியின் உருவம் நிலைகொள்ளத் தொடங்கியது. மக்கள் தங்கள் இதயத்தால் இவரின் கதைகளை அனுபவிக்கவும், அந்தக் கதையின் கற்பனையில் லயிக்கவுமுள்ள உறவு செறியக்கனிடமிருந்துதான் இவருக்குக் கிடைத்ததோ?

பிறப்பிலேயே உள்ளூர கனிந்து கொண்டிருந்த கவி யுள்ளத்துடன் கதை எழுதுவதற்கான தூண்டுதலை முக்கால் பங்கும் குருடியான அந்த வயது முதிர்ந்த தாய்க்காக எழுதிய கடிதங்களிலிருந்தும் அவருக்குக் கிடைத்திருக்கலாமோ? அர்த்தமற்ற இந்தக் கேள்விகள் அர்த்தமுள்ள இந்தப் பூமியில் எதிரொலியை உண்டாக்குமோ என்பது நிச்சயமில்லை. உலகத்திலேயே மிக செல்வாக்குள்ளவர்களாகத் திகழும் இந்த இலக்கியவாதிகளின் வாழ்வில் இப்படிப்பட்ட செறியக்கன்களையும், வயதான தாய்களையும் நான் கண்டிருக்கிறேன். குஞ்ஞுனுடைய - சங்கரன்

குட்டியினுடைய - எஸ்.கே.பொற்றெக்காட்டினுடைய வாழ்வில் மறக்க முடியாத முத்திரைகளைப் பதிப்பித்த இந்தச் செறியக் கனையும், கிழவியையும், நம்முடைய வாழ்விலும் ஒருபோதும் நாம் மறக்க முடியாது என்றே நினைக்கிறேன்.

பொற்றெக்காட் ஒருமுறை எழுதினார்:

"ஒருவராலும் எழுதி முடிக்க முடியாத இலக்கியப் புத்தகம் ஒன்று உண்டு. அது சுயசரிதையாகும். நான் என் சுயசரிதையை எழுத உத்தேசிக்கவில்லை. காரணம், அது முழுமையடையப் போவதில்லை. நான் இப்போதும்கூட அலைகளில் அலைந்து கொண்டுதானே இருக்கிறேன்..."

செறியக்கனுடையதும், கிழத்தாயினுடையதுமான கதை களை நான் அவருடைய நடையிலேயே, மொழியிலேயே இங்கு எழுதினேன். எஸ்.கே.பொற்றெக்காட் சுயசரிதை எழுதியிருந்தால் பயண இலக்கியங்களைப் போல் இந்தப் பகுதியிலும், அவர் சக்கர வர்த்தியாகியிருப்பார். 'இந்திர நீல'த்தையும் 'பத்மராக'த்தையும் சொந்தமாக்கிக் கொண்ட 'சந்திரகாந்த'த்திலிருந்து கந்தர்வ உலகங் களை நிர்மாணிக்கும் எஸ்.கே.பொற்றெக் காட்டின் கலைப் படைப்புகளிலுள்ள கற்பனை அழகின் முகத்தைப் பற்றி எழுதக் கூடிய முயற்சியில் இங்கே நான் இறங்கவில்லை. சந்திர காந்தத்தில் வசித்த சாதாரண சங்கரன் குட்டியை அறிமுகப்படுத்தத்தான் நான் முயற்சிக்கிறேன். என்னுடைய அளவு எனக்கு நன்றாகவே தெரியும். என்றாலும் நான் முயற்சிக்கிறேன்.

1913 மார்ச் 13-ம் தேதி கோழிக்கோட்டிலுள்ள பொற்றெக்காடு என்னும் புகழ்பெற்ற குடும்பத்தில் சங்கரன் குட்டி பிறந்தார். குஞ் ஞிராமன் மாஸ்டரும் குட்டூலியம்மையும் தந்தை தாயாராவர். ஏற்கெனவே திருமணம் ஆகிவிட்ட மாஸ்டருக்கு இரண்டாம் திருமணத்தின் மூலம் குட்டூலியம்மாவுக்குப் பிறந்த ஒரே மகன்தான் சங்கரன் குட்டி. அவர்தான் உலக வடிவை முற்றிலும் கண்ட ஒரே மலையாள எழுத்தாளரான எஸ்.கே.பொற்றெக்காட். குஞ்ஞி ராமன் மாஸ்டர் ஆங்கிலப் பள்ளியில் ஆசிரியராக இருந்தார். வருமானத்தால் உயர்ந்த குடும்பமல்ல மாஸ்டருடையது. என்றாலும், சங்கரன் குட்டியை மிகக் கவனத்துடன் வளர்ப்பதில் அவர் தனிப்பட்ட கவனம் எடுத்துக் கொண்டார். மாஸ்டர்

கொட்டியூர் கோயிலுக்குப் போகும்போதெல்லாம் மகனையும் உடன் அழைத்துச் செல்வார்.

அப்போது கைகூப்பி, “கடவுளே, வள்ளத்தோளைப் போல கவிஞராக வேண்டுமென்னும் என்னுடைய அடங்காத ஆசையைப் பூர்த்திச் செய்து கொடுக்க வேண்டும்” என்று பொற்றெக்காட் பிரார்த்திப்பார்.

அன்று எதுக்காக அப்படி வேண்டிக் கொண்டார் என்பதற்குப் பதில் சொல்ல பொற்றெக்காட்டிற்குத் தெரியவில்லை.

‘பிரேம சில்பி’, ‘சஞ்சாரியுடே கீதங்கள்’ போன்ற புத்தகங்களின் மூலம் சிறு காவியங்களைப் படைத்தவர்தான் பொற்றெக்காட். அவர் படைத்த அந்தச் சௌந்தர்ய உலகில் எல்லாவற்றையும் துறந்து நாம் மெய்மறக்கும்போதுதான், சங்கரன் குட்டியின் - குஞ்ஞனின் - பிரார்த்தனை, ஆத்மாவின் உணர்வற்ற நிலையிலிருந்து வழிந்து வந்திருக்கும் என்று கருத முடிகிறது.

பொற்றெக்காட் குடும்பத்தவர்களும் உறவினர்களும் இலக்கிய வாதிகளாகவோ, கவிஞர்களாகவோ இருந்ததில்லை. பின் எப்படி சங்கரன் குட்டி மலையாள மொழியின் இணையற்ற மிகச் சிறந்த இலக்கியவாதியானார்? அதற்குப் பதில் சொல்ல சங்கரன் குட்டிக்கே - பொற்றெக்காட்டிற்கே - தெரியவில்லை. சாமூதிரி கல்லூரியில் (இன்றைய குருவாயூரப்பன் கல்லூரி) வள்ளத்தோளின் மிகச் சிறப்பானதொரு சொற்பொழிவை அவர் கேட்க முடிந்தது ஒரு எதிர்பாராத சங்கதி. ஒரு கவிஞராவதற்கான மிகப்பெரும் ஆசையின் விதை அந்தச் சொற்பொழிவுதானென்று பொற்றெக்காட் கூறினார். ஒன்றரை மணிநேரம் நீண்டிருந்த அந்தச் சொற்பொழிவின் வரிகள் என்றும் அவரின் நினைவில் சிமிட்டலில்லாமல் நின்றன.

“...ஆகாயத்திலுள்ள வெள்ளி மேகங்கள் காதல் கடிதங்களைக் கிழித்து எறிந்த மாதிரி...”

சங்கரன் குட்டிக்கு அன்று மகாகவியிடம் தோன்றிய மதிப்பும் மரியாதையும் எத்துணை அளவு என்று அவரால் விவரிக்க முடியவில்லை.

அந்தக் காலகட்டத்தில் கோழிக்கோட்டில் இலக்கியவாதிகள் அதிகமாக இருக்கவில்லை. உரூபும், கே.பி.கேசவமேனனும் வெளியே இருந்தார்கள். கவிஞர்களுக்கோ, இலக்கியவாதிகளுக்கோ அன்று யாதொரு மதிப்பும் இல்லாமல் இருந்தன.

“இங்கே ஒரு கவிஞராகப் பிறப்பதைவிட ஒரு மரமாகப் பிறப்பதே நல்லது. காரணம் அதற்குத்தான் அதிக விலை கிடைக்கும்” என்று பொதுவாகவே கூறுவார்கள். குழந்தை பருவம் முதலே எனக்கிருந்த ஆசை எழுத்தாளனாக வேண்டும் என்பதுதான். அதில் நான் உறுதியாகவும் இருந்தேன். உத்தியோகத்திற்குப் போக சிறிதுகூட ஆசைப்படவில்லை. எழுதுவது என்பது எனக்கு ஒரு பைத்தியமாகவே மாறிவிட்டது.”

பொற்றெக்காட்டின் தாய்க்குப் படிப்பறிவில்லை. இலக்கியத்தைப் பற்றியோ, புத்தகங்களைப் பற்றியோ, தனிப்பட்டு ஒன்றும் அறியாத அவர் தன் மகனின் பைத்தியத்தைக் கண்டபின், “உன்னோட வேலை என்னான்னு கேட்டா, நான் என்ன சொல்றது குஞ்ஞா?” என்று கேட்டார்.

“கவிதை எழுதுவது என்றோ, இலக்கியம் படைப்பது என்றோ சொல்” என்று பதில் கூறும் முகத்தை நோக்கி, அந்தத் தாய் திகைத்துப் போய் நின்றாள். அதே தாய் இவர் எழுத்துலகில் புகழ் பெற்று திகழ்ந்தபோது உயிருடன் இல்லை. இருந்திருந்தால், ‘விண்ணிலிருந்து பிரித்தெடுக்கவோ நகல் எடுக்கவோ முடியாத நிலவைப்போல் பிரகாசமுள்ள தன் மகனின் கதைகளில்’ அவர் பிறப்பின் பயனையோ, மோட்சத்தையோ தேடிக் கொண்டிருப்பார். தன் அன்புக்குகந்த மகனின் பயண இலக்கியத்தின் வழியாக எத்தனையோ முறை உலகப் பயணத்தைச் செய்திருப்பார்.

குஞ்ஞிராமன் மாஸ்டர் ஆங்கிலத்திலும், சம்ஸ்கிருதத்திலும் நல்ல புலமையுள்ள ‘புள்ளியாக’ இருந்தார். சத்தியத்தைத் தெய்வமாக ஆராதிக்கும் அந்தப் பெரிய மனிதரிடமிருந்து கிடைத்த பாடங்கள்தான் இன்னும் தன் வாழ்க்கைப் பாதைகளில் வெளிச்சம் கொடுக்கின்றனவென்று பொற்றெக்காட் கூறினார். நான்காம் வகுப்புவரை பொற்றெக்காட்டை, குஞ்ஞிராமன் மாஸ்டர் வீட்டில் வைத்தே படிக்க வைத்தார். நகரம் இந்துப் பள்ளி, உயர்நிலைப் பள்ளி என்னும் இடங்களிலிருந்து ஆரம்பக் கல்வியைப் பெற்றுக் கொண்டார். 1929-ல் ஸாமூதிரி உயர்நிலைப் பள்ளியில் பள்ளியிறுதி வகுப்பை எழுதித் தேர்வு பெற்றார். ஸாமூதிரி கல்லூரியில் இன்டர் மீடியட்டில் சேர்ந்தார். இரண்டு முறை பெயிலானார். 1934-ல்தான் இண்டர்மீடியட் தேர்வில் தேர்வு பெற முடிந்தது. பி.ஏ., தேறச் செய்து மகனை ஒரு ‘முன்சீப்’பாக்க வேண்டும் என்பதுதான் குஞ்ஞிராமன் மாஸ்டரின் ஆசை. ஆனால், மகன் இருமுறைத் தேறாமல்

போனதுடன் அந்த ஆசையும் சிந்திச் சிதறிவிட்டது. 1936-ல் நட்பின் செல்வந்தராக திகழ்ந்த அந்தத் தந்தையும் மறைந்துவிட்டார்.

அயல் நாடுகளைக் காண வேண்டுமென்னும் ஆவல்தான், பனேத்தில் பொற்றெக்காட்டினால் மேற்கொண்டு வேறு எந்த முயற்சியையும் ஆரம்பிக்க முடியாமல் போய்விட்டது. தட்டச்சுத் தேர்வில் தேறிய சான்றிதழ் உள்ளதினால், எந்தவொரு வேலைக்கும் அதிகம் பிரயாசைப்பட வேண்டியதில்லையென்று ஆறுதல் கொள்ளச் செய்தது. திருட்டுத்தனமாக எடுக்கப்பட்ட தாயின் தங்க நகையை விற்றதினால் கிடைத்த அறுபது ரூபாயுடன் பொற்றெக்காட் வீட்டை விட்டு ஓடிவிட்டார். ஆனால், மலையாளத் தின் மிகப்பெரிய பயணவாதியான பொற்றெக்காட்டின் அந்த முதல் பயண அனுபவம் மறக்க முடியாத ஒன்றாகிவிட்டது.

மங்கலாபுரத்திலிருந்து பம்பாய்க்குக் கப்பலில் சென்று சேர்ந்தார். அங்கே, ரஃப்ரியர் சாலையிலுள்ள மலபார் ஓட்டலில் தங்குவதற்கான ஏற்பாடுகள் முடிவானதும்தான் பொற்றெக் காட்டிற்கு அமைதி ஏற்பட்டது. இரண்டு வேளை சாப்பாடும், காலை டிபனும், இரவில் படுத்துத் தூங்க பொது ஹாலில் ஒரு கட்டிலும் கிடைத்தன. இவற்றுக்கு மாதம் இருபத்தைந்து ரூபாய் கொடுக்க வேண்டும். ஓரக்கண் பணிக்கர்தான் மலபார் ஓட்டலில் அன்றைய மானேஜர். பொற்றெக்காட் சுயசரிதை எழுதுவாரானால் தனிப்பட்ட ஓர் இடம் இந்த மனிதருக்குக் கிடைக்கும்.

தினசரி காலையில் சான்றிதழ்களும் விண்ணப்பங்களுமாக நெரிசல் நிறைந்த நகரத்தின் நடுவில் இறங்கி, மாலையில் வியர்த் தொழுகும் உடலுடனும் சோர்வுடனும் திரும்பி வருவார். நான்காவது தினம் ஒரு மராட்டிய நண்பன் அறிமுகமானான். அந்த இளைஞனின் வாய் சாதுர்யத்திலும், நடவடிக்கையிலும் பொற்றெக்காட் ஈர்க்கப்பட்டார். நேரமாக ஆக அவனுடனேயே தங்குவதற்கு அவர் தீர்மானித்தார். மலபார் ஓட்டலிலிருந்து பெட்டி யையும் மற்றவற்றையும் எடுத்துக்கொண்டு நம் கதாநாயகன் மராட்டி நண்பனுடன் பாந்த்ராவுக்குப் பயணமானார். அந்த நாள் மொகரம் பண்டிகையாக இருந்தது. தெருவில் அவர்களின் அணி வகுப்பு. ஏராளமான தெருக்களுக்குப் பின்னே பழக்கமில்லாத ஓர் இடத்துக்குச் சென்றார்கள். பல கிராதிகளுடன் கூடிய குறுகலான வராந்தாக்களில் முகத்தில் சாயம் பூசிய பெண்களைக் கண்டதும், அதுவொரு விலைமாதர்களின் தெருவென்று புரிந்தது. அப்போது தான், அந்த இளைஞனின் முகபாவம் திடீரென கொடூரமாயிற்று.

"அந்தப் பர்ஸை எடு என்று கடுமையான குரலில் கேட்டான். நான் பயத்துடன் பர்ஸைக் கொடுத்தேன். அவ்வளவுதான், அந்த இளைஞன் கண்மூடித் திறப்பதற்குள் எங்கேயோ மறைந்து விட்டான்."

இடி விழுந்ததுபோல் அங்கேயே திகைத்துப்போய் நின்று விட்டாராம் பொற்றெக்காட். அவருக்குத் தன் சுய உணர்வே தவறத் தொடங்கியது.

ஒருசில நிமிடங்கள் கழிந்தன.

அப்போது மலையாளத்தில் எழுந்த ஒரு கேள்வி பொற்றெக் காட்டை உலுக்கி உணர்த்தியது.

"எந்தா, இவிடே நில்க்குன்னது?" - ஒரு தாமஸின் குரல்.

நடந்தவற்றையெல்லாம் விபரமாக விளக்கினார் நம் நாயகர். காலையில் தன் லாட்ஜுக்கு வரும்படியும், அங்கிருந்து போலீஸ் ஸ்டேஷனுக்குச் சென்று புகார் கொடுக்க வசதியாக இருக்கு மென்றும், அவசியமானால் தானும் உடன்வருவதாகவும் கூறிய அவன், அங்கிருந்து வேகமாகச் சென்று விட்டான்.

அந்த இரவு முழுவதையும் அவ்விடத்தில் அலைந்தே திரிந்தார் பொற்றெக்காட். காலையில் ஹாரன்பி சாலையிலுள்ள தாமஸின் லாட்ஜுக்குச் சென்றார். காவல் நிலையம் செல்வதற்குமுன் எல்லா விபரங்களையும் தெரிவித்துத் தன் தந்தைக்குத் தந்தி ஒன்றையும் கொடுத்தார் குஞ்ஞன். பின்பு மலபார் ஓட்டலின் வராந்தாவைக் குறி வைத்து நடந்தார். பணிக்கர் முன்கோபக்காரர்தான் என்றாலும் இளகிய இதயமுள்ளவர். அதனால், எல்லாவற்றையும் இழந்துவிட்ட பொற்றெக்காட்டை தன் ஓட்டலில் தங்குவதற்கு அவர் அனுமதித்தார்.

தன்னுடைய பம்பாய் வாழ்க்கையில் நிகழ்ந்த மறக்க முடியாத ஒரு நிகழ்ச்சியைப் பொற்றெக்காட்டே விளக்கியதைக் கேளுங்கள்:

"காலை பத்துமணி இருக்கும். ஓட்டல் வராந்தாவிலேயே நான் களைப்பு மிகுதியால் தூங்கிவிட்டேன். பணிக்கர் என்னைத் தட்டி எழுப்பி ஏதோ கூறினார். நான் அப்போது பாதி மயக்கத்தில் எமலோகத்தில் சஞ்சரித்துக் கொண்டிருந்தேன். கண்களைத் திறந்திருந்தும்கூட சுற்றுச் சூழலைப் பற்றி ஓர் உணர்வு ஏற்படவே சிறிதுநேரம் ஆயிற்று.

“தந்தி சிப்பாய் வந்து நிக்கறாரு. பணத்த வாங்கிக்க” என்று ஆயிரம் மைல்களுக்கப்பாலுள்ள என் வீட்டிலிருந்து என் தந்தை கூறுவதைப் போலவே பணிக்கருடைய வார்த்தைகள் என் காதில் முழங்கின. அதைக் கேட்ட நான் தேம்பித் தேம்பி அழுதேன். பின், அப்பாவின் முகத்தை நினைத்துப் பார்க்கும் போதேல்லாம் அந்த உருவத்தை மறக்க முடியாமல் வாய்விட்டும் அழுது விடுவேன். ‘தந்தி சிப்பாய் காத்துக்கிட்டு நிக்கறாரு, கையெழுத்துப் போட்டுக் கொடு’ என்று பணிக்கரின் வார்த்தைகள் மீண்டும் என்னை உலுக்கி எழுப்பின. ‘நூறு ரூபாய்’ என்று கூறிய சிப்பாய், மணியார்டர் பாரத்தை என் கையில் கொடுத்தான். மணியார்டர் பாரத்தில் என் கண்ணீர்த் துளிகள் விழுந்தன. நடுங்கும் கையுடன், எப்படியோ அதில் கையெழுத்துப் போட்டேன். சிப்பாய் என் கையில் ஒன்பது பத்து ரூபாய் நோட்டுகளையும் ஒரு ஐந்து ரூபாய் நோட்டையும், ஐந்து ஒரு ரூபாய் நாணயங்களையும் எண்ணிக் கணக்குப் பார்த்துக் கொடுத்தான். அப்போதும், நான் என் இதயம் விம்ம அழுதுக் கொண்டுதான் இருந்தேன்.”

மூன்றாம் நாள் தன் ஊருக்குத் திரும்பும்போது, கேரளாவி லேயே மிகப்பெரும் பயணத்தை மேற்கொண்டவர் என்னும் தகுதியைப் பெறுவதற்கு இந்தப் பயணம்தான் முதல்படி என்பதை பொற்றெக்காட் அப்போது நினைத்திருக்கவில்லை.

1936-ல் குஞ்ஞிராமன் மாஸ்டர் மறைந்தார். தந்தையின் மரணம் பொற்றெக்காட்டை நடுங்க வைத்துவிட்டது. சொந்தமாக இருந்த வீட்டையும் தோட்டத்தையும் கூட இழக்க நேரிட்டு விட்டன. ஒரு ரூபாய்கூட வருமானத்துக்கு வழியில்லை. விம்மி வெடிக்கும் தாயை எப்படி அமைதிப்படுத்துவதென்றும் தெரியவில்லை. ஏதாவது ஒரு வேலையைத் தேடிக் கொள்ளா விட்டால் வீட்டில் அடுப்புகூட புகையாது என்பதை அப்போதுதான் புரிந்துகொண்டார். தந்தை வேலை செய்த பள்ளியிலேயே ஆங்கில மலையாளம் டியூட்டராக இவர் நுழைந்தார்.

காங்கிரஸ் கொள்கைகளில் ஆழப் பதிந்த நம்பிக்கையும், தேசியப் போராட்டங்களில் அனுதாபமும் உள்ள காலம். கதர் வேட்டியும், கதர் ஜிப்பாவும், கதர் துண்டும், ஒரு வங்காளி போர்வையுமுள்ள வேஷம் பி.கிருஷ்ண பிள்ளை, ஈ.எம்.

எஸ்; முகம்மது அப்துல் ரஹ்மான் சாஹேப் போன்ற தேசியத் தொண்டர்களின் வசீகர வளையத்தினால் பொற்றெக்காட்டிற்கும் தேசிய உணர்வு வளர்ந்தது. அரசியல் சித்தாந்தங்களைப் பற்றிய நேரிடையான அறிவை பி.கிருஷ்ண பிள்ளையிடமிருந்துதான் இவர் முதன்முதலில் பெற்றார். தேசிய ஆதரவு தீரத்தையும், சிறப்பான உணர்வு வலிமையையும் சுட்டிக்காட்டும் கிருஷ்ணபிள்ளையின் உரையாடல்கள்தான், தன்னை இந்த முற்போக்குச் சிந்தனைக்கு அழைத்துச் செல்ல மிகவும் உதவியதென்று பொற்றெக்காட் கருதினார்.

1939-ல் திரிபுரா காங்கிரஸ் மாநாட்டில் பங்குகொள்ள முகமது அப்துல் ரஹ்மான் சாஹேப்பின் தலைமையில் ஒரு குழு செல்ல தயாரான நேரம். பொற்றெக்காட்டையும் ஓர் உறுப்பினராக அந்தக் குழுவில் சேர்த்திருந்தார்கள். பள்ளியின் செயலாளருக்கு விடுப்புக் கேட்டு விண்ணப்பித்தார் பொற்றெக்காட். விடுப்பு மறுக்கப்பட்டது. அதற்குமேல் ஆலோசித்துக் கொண்டிராமல், அந்தக் குஜராத்திப் பள்ளியின் ஆங்கிலோ மலையாளம் டியூட்டர் வேலையை ராஜினாமா செய்தார். திரிபுரா காங்கிரஸ் மாநாட்டில்தான் பிரபல இலக்கியவாதியான முல்க்ராஜ் ஆனந்துடன் பொற்றெக்காட் அறிமுகமானார். எல்லைக் காந்தியும், லால்பஹதூர் சாஸ்திரியும் அருகருகே சிரித்துக் கொண்டு நிற்கும் காட்சி, பொற்றெக்காட்டின் மனத்திலிருந்து மறையவில்லை.

அவருக்கேயுரிய வரப்பிரசாதமுள்ள இனிமையான நடையும், சிறப்பான கற்பனையும் சேர்ந்த தனி சக்திதான் மற்ற கதாசிரியர் களிடமிருந்தும், பயணக் கட்டுரையாளர்களிடமிருந்தும் பொற்றெக் காட்டைத் தனிமைப்படுத்துகிறது.

இதயத்தை ஈர்க்கும் படியான தன் மொழியின் திறமையின் மூலம் உலக உருவைக் கண்ட கேரளத்தின் ஒரே நபரான இந்தப் பயணவாதி, இலக்கியவாதிக்கு உடன்பிறப்பாவார். திரிபுராவில் கழித்த நாட்களைப் பற்றி அக்காலத்தில் இவர் எழுதிய குறிப்புகளே அதற்குத் தெளிவு:

“திரிபுராவிலுள்ள மூங்கில் குடிசைக் கூடாரத்தில் தங்கி யிருந்ததும், நர்மதா நதியில் குதித்துக் குளித்ததும், சப்பாத்திப் பருப்பு உணவை உண்டதும் புதிய அனுபவங்களாக இருந்தன. காஷ்மீரத்திலிருந்து கன்னியாகுமரி வரையிலும், கத்தியவாரிலிருந்து காமரூபம் (கிழக்கு வங்கமும் தெற்கு அஸ்ஸாமும் சேர்ந்தவை)

வரையிலும் உள்ள இந்தியரை ஒரே பந்தலின் கீழே தரிசிக்க முடிந்தது. இருநூறு ஆண்டுகளுக்கு முன் 'ஹிருத்திஷா கோண்ட்' என்னும் காட்டு ராஜாவினால் வைத்து உண்டாக்கிய ஒரு லட்சம் மாமரங்களின் தோப்பில் சுற்றிச் சுற்றி நடந்தேன். நர்மதா நதியில் முழுநிலா உறைந்து கிடப்பதுபோல் வெண்ணெய்க் கல்பாறைக் கூட்டங்களின் இடையே அந்த நிலாவொளியில் தோணிப் பயணம் செய்தேன்."

பயணம் செல்லவும், பயணம் செல்லும் வழிகளிலுள்ள ஒவ்வொரு மணலையும் கவனிக்கவும் செய்யும் தனிகுணம் பொற்றெக்காட்டிற்குப் பால பருவம் முதலே உண்டாகி இருந்தது. முழுநிலா நிறைந்த நேரத்தில் நெல் வயல்களின் இடையே செறியக்கனின் தோளில் அமர்ந்து பயணம் செய்யும்போது, அவன் கூறும் கதையைக் கவனிப்பதுடன் இயற்கையின் அழகு முழுவதையும் அப்போதே சங்கரன் குட்டி, ஒத்திப் பிரதி எடுத்திருப்பாரோ?

திரிபுரா காங்கிரஸ் மாநாடு முடிந்ததும் பொற்றெக்காட்டைத் தவிர மற்ற எல்லோரும் ஊருக்குத் திரும்பிவிட்டார்கள். ஊரில் வேறு வேலை கிடைப்பது அத்தனை சுலபமில்லை என்பதால் அவர் மட்டும் ஊருக்குத் திரும்ப உத்தேசம் இல்லாமலிருந்தார். ஜபல்பூரிலிருந்து பம்பாய்க்கு ரயில் ஏறினார்.

பம்பாய் வந்ததும் வாள்க்கேசுவரம் பி.கேசவன் நாயரின் லாட்ஜில் பொற்றெக்காட் தங்கினார். அங்கே இருக்கும்போதுதான் மாத்யூஸ் என்னும் மத்தாயி மாஞ்ஞூரானின் அறிமுகம் கிடைத்தது. அந்த நட்பு அனுதினமும் வளர்ந்து விரிந்தது. பொற்றெக்காட்டின் வாழ்வில் மிக வலுவான முறையில் அதிகாரம் செலுத்திய ஒரே தனி நபராக மாறினார் மத்தாயி மாஞ்ஞூரான். தன் வாழ்க்கையில் பழகிய ஒரே நல்ல மனிதர் என்று பொற்றெக்காட் அவரைத் தனிப்பட்டுக் குறிப்பிட்டுள்ளார். பல ஆண்டுகளுக்கு முன் கேரள மாநிலத்தின் தொழில் துறை அமைச்சராக இருக்கும்போதே மறைந்துவிட்ட மாஞ் ஞூரான். கேரளீயரின் மனத்தில் பதிந்துள்ள சித்திரங்களைப்போல் அல்லாமல் பொற்றெக்காட்டின் மனத்தில் தனிப்பட்டு அவர் பதிந்திருந்தார். மத்தாயி மாஞ்ஞூரானைப் பற்றி பொற்றெக்காட் கூறும்போது:

"மிகத் தீவிரமான பேச்சாளராகவும், அந்தப் பேச்சின் ஒளியுருவில் அமைச்சராகவும் அரசியல் தலைவராகவும் இருந்த

மத்தாயி மாஞ்ஞூரானின் உருவம் என் மனத்தில் இருக்கிறது" என்றார்.

மத்தாயி மாஞ்ஞூரான் அமைச்சரானபோது பொற்றெக்காட் அவரிடமிருந்து மனப்பூர்வமாகவே ஒதுங்கி இருந்தார். மாஞ் ஞூரானின் அரசியல் கொள்கையுடன் ஒருபோதும் ஒத்துப்போக பொற்றெக்காட்டினால் முடியாமல் போனதுதான் அதற்குக் காரணம். அவரைப் பொற்றெக்காட்டிற்கு மட்டுமே தெரியும். அவரால் மட்டுமே அந்தச் சித்திரத்தை வரைந்து காட்டவும் முடியும்.

வாள்க்கேசுவரம் லாட்ஜிலிருந்து ஒவ்வொரு காலை நேரத்திலும் பொற்றெக்காட்டும் மாஞ்ஞூரானும் அதிர்ஷ்டத்தைத் தங்களுக்குள் அடக்கிக்கொண்டு வெளியே இறங்குவார்கள். இருவரின் கைகளிலும் விண்ணப்பமும் சான்றிதழ்களும் இருக்கும். காலையில் அதிர்ஷ்ட நம்பிக்கையுடன் தெருவில் இறங்கும் இந்த அதிர்ஷ்டம் தேடிகள், மாலையில் ஏமாற்றம் என்னும் வர்ணம் பூசிய முகங்களுடன்தான் திரும்பி வருவார்கள்.

வேலைதேடும் அலைச்சலில் நாட்களும் நீண்டு கொண்டிருந்தன. 'டைம்ஸ் ஆப் இந்தியா'வில் வெளியான ஒரு விளம்பரம் மத்தாயி மாஞ்ஞூரானைக் காப்பாற்றியது.

'க்யாம்பெ நவாபுக்கு பர்ஸனஸ் செக்ரட்டரி ஒருவர் தேவை. பட்டதாரிகள் மட்டும் விண்ணப்பிக்கவும்.'

மத்தாயி மாஞ்ஞூரானுக்குப் பட்டம் உண்டு. விளம்பரம் கண்ட அன்றே விண்ணப்பத்தை அனுப்பினார். தாஜ் ஓட்டலில்தான் இன்டர்வ்யூ நடந்தது. ஒரு பார்வையாளனாகப் பொற்றெக்காட்டும் தாஜ் ஓட்டலின் ஒரு பக்கத்தில் ஒதுங்கி நின்றார். ஏராளமான விண்ணப்பதாரர்கள் இருந்தார்கள். ஐரோப்பியன் முறையில் கவர்ச்சிகரமாக ஆடையணிந்து வெள்ளைக் கோமானாகத் தோன்றிய மாத்யூஸ் என்னும் மத்தாயி மாஞ்ஞூரானின் சொகுசான உருவம் நவாபைக் கவர்ந்தது. கேள்விகளுக்குக் கூச்சமில்லாமல் அளித்த பதிலும், தவறில்லாத ஆங்கிலப் பேச்சின் நடையும் நவாபைத் திருப்திப்படுத்தியதால், மத்தாயி மாஞ்ஞூரான் செகரட்டரியாகத் தேர்ந்தெடுக்கப்பட்டார். வாள்க்கேசுவரன் லாட்ஜிலிருந்து மாஞ்ஞூ ரான், க்யாம்பெ அரண்மனைக்குத் தன் இருப்பிடத்தை மாற்றியதும் பொற்றெக்காட் தனிமைப்பட்டார். ஓரிரு வாரங்களுக்குள் பொற்றெக்காட்டின் வேலை தேடும் படலத்துக்கும் ஒரு முற்றுப் புள்ளி விழுந்தது.

ஓர் இத்தாலியன், மானேஜராக இருந்த குஜராத்தி மார்பிள் கம்பெனியில் தட்டச்சர் வேலை கிடைத்தது. மத்தாயியும், நவாபோடும் பரிவாரங்களோடும் சேர்ந்து பம்பாய்க்கு வருவது வழக்கமாயிற்று. அவர்கள் வரும்போதெல்லம் வழக்கமாகத் தங்குவதும் தாஜ் ஓட்டலில்தான். ஆனால், தன்னுடைய வாள்க் கேசுவர லாட்ஜையும், தன் அன்பிற்குகந்த நண்பர் சங்கரன் குட்டி யைக் காணவும் அவர் நேரம் தேடிக்கொள்வதும் உண்டு.

ஓராண்டு மட்டுமே 'ராவல் டைல்'ஸில் பொற்றெக்காட் வேலை செய்தார். வேலையில் சேர்ந்த நாள் முதல் வட இந்தியப் பயணம். இந்தச் சஞ்சாரியின் மனத்தில் நாளொரு வண்ணமும் பொழுதொரு மேனியுமாக வளர்ந்து கொண்டிருந்தது. அந்த எண்ணம் மனத்தில் உருவாகி உறுதியானதும், அதிகப் பணத்தை மீதப்படுத்தவும் பெரியதொரு தொகையைச் சேர்க்கவும் முடிந்தது. வட இந்தியப் பயணத்திற்கு அந்த நேரத்தைத் தேர்ந்தெடுக்க தனிக் காரணமும் உண்டு.

"நான் வடஇந்தியப் பயணத்திற்கு அந்த நேரத்தைத் தேர்ந் தெடுக்க தனிப்பட்ட காரணமும் உண்டு. 'பயணத்தைக் குறை யுங்கள்' என்ற கோஷம் அன்று பிறப்பெடுக்கவில்லை. பயணம் செய்ய மக்களைத் தூண்டக்கூடிய பல வழக்கங்களையும் இரயில் வேக்காரர்கள் அக்காலத்தில் உபயோகித்தார்கள். "ட்ராவல் ஆஸ் யூ ப்ளீஸ்' என்னும் வழி அவற்றில் ஒன்றாக இருந்தது. இரயில்வே மண்டலங்களில் மூன்று வாரங்கள் எங்கே வேண்டு மென்றாலும் எத்தனை முறைகள் என்றாலும் பயணம் செய்ய லாம். அதற்குச் சிறியதொரு தொகைதான் கட்டணமாக வசூலிக்கப் பட்டது. பி.பி. அண்ட் சி.ஐ. இரயில்வேயின் விசாலமான மேற்கு மண்டலத்தில் மூன்று வாரங்கள் சுற்றிவிட்டு, டில்லியில் பயணத்தை முடிப்பது போன்ற ஒரு பெரிய பயணத்தின் கட்டணம் ஒன்பதரை ரூபாய் மட்டுமே."

அந்தச் சலுகைக் கட்டணத்தில் மேற்கிந்தியா முழுவதும் சுற்றிவிட்டு, டில்லியில் இறங்கி அங்கேயே தங்கி விடுவதுதான் பொற்றெக்காட்டின் திட்டமாக இருந்தது.

இந்தப் பயணத் திட்டத்தில் க்யாம்பேயும் அடங்கியிருந்தது. மத்தாயி என்னும் நண்பரின் நினைவு ஞாபகத்திற்கு வந்தது. க்யாம் பேவுக்கு வரும் செய்தியைத் தெரிவித்துக் கடிதம் எழுதினார்.

அதன்படி, க்யாம்பே இரயில்வே ஸ்டேஷனில் இறங்கிய பொற்றெக்காட் ஓர் அதிசய உலகத்தில் அகப்பட்டுக் கொண்டது போல் திக்கு முக்காடி விட்டார். இவரை வரவேற்க மத்தாயி அரசாங்க வாகனத்துடன் வந்திருந்தார். அரண்மனை விடுதியில் முக்கிய விருந்தினராகத் தங்கியிருந்தபோது நம்ப முடியாத ஏதோ ஒன்று நடந்துகொண்டிருக்கிறது என்னும் தோன்றல்தான் ஏற்பட்டிருந்தது. எதிர்காலத்தில் தன்னுடைய 'மணி மாளிகை'யின் வழியாக அரச அரண்மனைகளை இருளடையச் செய்த இந்தக் கதாசிரியரை, கேரளத்தின் மகாகவி என்றுதான் மத்தாயி அரசருக்கு அறிமுகம் செய்தார். இரண்டு நாட்கள் அரசாங்க விருந்தினராகத் தங்கி, ராஜாவின் பெரிய வண்டியில் க்யாம்பே முழுவதையும் சுற்றிப் பார்த்துவிட்டு ஸ்டேஷனில் நீர் நிறைந்த கண்களுடன் விடைபெற்ற மத்தாயி, "எனக்கு இந்த மாபெரும் உலகம் வெறுத்துவிட்டது. எனக்கு என்னுடைய சிறிய உலகமே போதும். நான் சீக்கிரமாகவே இந்த வேலையிலிருந்து பிரியப் போகிறேன்" என்று கூறினார்.

இரயில்வேயின் சலுகையினால் ஏற்பட்ட இந்தப் பயணம்தான் பொற்றெக்காட்டின் உள்ளுணர்வில் ஆழ்ந்து கிடந்த உலகம் சுற்றும் மோகத்திற்குச் சிறகுகளை முளைக்க வைத்தது. அந்த யாத்திரையில் கண்ட முகங்களும் கேட்ட சப்தங்களும் மறையாத ஓவியங்களாக இவரின் மனத்தில் பதிந்துவிட்டன. அப்படிப் பதிந்துபோன முகங்களும் உறைந்துபோன சப்தங்களும் எப்போதும் இவரைக் குழப்பிக் கொண்டுமிருந்தன. கதைகள் உறங்கும் இந்த இதயச் சிலம்பொலி, பொற்றெக்காட்டின் மனத்திலும் சிந்தனையிலும் தோற்றத்திலும் புதிய பிரகாசங்களை வரவழைத்தன. நண்பர்களிடம் அந்தக் கதைகளை விசாலமாகக் கூறி அவர்களைக் கேட்கும்படி செய்தார். எத்தனை முறை கூறினாலும் போதுமானதாக இருக்க வில்லை. அதனால், உலகத்திடம் கூறினால்தான் தன்னிடமுள்ள இந்தக் குழப்பங்கள் தீரும் என்று இவருக்குத் தோன்றியது. ஆகவே, 'மாத்ருபூமி'யில் பயணக்கதை எழுதத் தொடங்கினார்.

'மாத்ருபூமி' அளித்த நிதியுதவியால்தான் பொற்றெக்காட் உலகப் பயணம் செய்தார் என்னும் ஒரு கருத்து வாசகர்களிடத்தில் இன்றும் நிலவுகிறது. பல்லாண்டுகளுக்கு முன்பே நானும் அதுபோல் நம்புவதற்கு எதனாலோ நிர்பந்தத்துக்குள்ளானேன். அதைப் பற்றி குறிப்பிட்டபோது பொற்றெக்காட் பின்வருமாறு கூறினார்.

“பயண இலக்கியம் எழுதி மீண்டும் மீண்டும் சஞ்சரிக்கலாம் என்பது வெறும் ஒரு பிரமையாகும். கதையோ, நாவலோ, கவிதையோ எழுத மூலதனம் ஒன்றும் வேண்டாம். பயணம் செய்ய நிறையப் பணம் வேண்டும். குறிப்பாக, இப்போது மலையாள மொழியில் பயண இலக்கியம் எழுதி, பயணம் செய்ய செலவழித்த பணத்தைத் திரும்பப் பெற முடியாது. ஆப்பிரிக்கா, ஐரோப்பா யாத்திரைக்காகப் பன்னிரண்டாயிரம் ரூபாய் வரை நான் செலவழித்தேன். ஆனால் பயணத்தில் உபயோகித்த சிகரெட்டின் விலையில் பாதியைத்தான் பயண இலக்கியம் எழுதியதற்காக நான் பெற்றேன். ‘மாத்ருபூமி’ என்ன உதவி செய்ததென்று இப்போது தெரிந்து கொண்டீர்களா?”

கிராமத்தில் பேனாவும் பேப்பருமாக நாட்கள் நகர்ந்தன. கற்பனைச் சிறகுகளை விரித்துப் பறக்க ஆரம்பித்த காலம். அநாவசியமாக ஓடிவரும் வார்த்தைகளில் பதியும் வடிவங்களுக்குப் போதையுண்டாகியிருந்தது. அதனால், மிகப்புகழ் வாய்ந்த கவிகளே அதிசயிக்கும்படியான கதைகளை இவர் எழுதினார். அவற்றைப் படித்து ஆவேசம் கொள்ளக்கூடிய நல்ல இதயமுள்ளவர்களும் இருந்தார்கள். ஆனால், அந்த எழுத்தினால் வரும் வருமானம்தான் வாழ்வதற்குப் போதுமானதாக இருக்கவில்லை. அப்படியிருந்தும் பயண இலக்கியத்தையே வாழ்வாக்கிக் கொண்ட பொற்றெக் காட்டை, ஏமாற்றத்தின் மெல்லியதொரு அணு கூடப் பாதிக்கவில்லை.

‘நாடன் பிரேமம்’ என்னும் புகழ்பெற்ற நாவல் ஜென்மம் எடுத்தது இந்தக் காலகட்டத்தில்தான். நாடன் பிரேமத்தின் நவீன அழகை வாசகர்கள் முதன் முதலாக அனுபவிக்க ஆரம்பித்தார்கள். அலங்கார வண்ணங்கள் உள்ள நடையின் இனிமை நிறைந்து நின்ற அந்த நாவலின் விதை, பொற்றெக்காட்டின் மனத்தில் புகுந்ததைப் பற்றி அவரே கூறுகிறார் கேளுங்கள்:

“பேப்பூரில் எங்களுக்கு ஒரு சோலை சூழ்ந்த கோயில் இருந்தது. அங்கே ஓர் உற்சவம் முடிந்து திரும்பிக்கொண்டிருந்தேன். ஒரு தீப்பந்தத்தைச் சுழற்றியவாறு ஆடல் பாடலுடன் சுவாரசியமாக நடந்து சென்ற அந்த மனிதன் என்னை மிகவும் கவர்ந்தான். பல மாதங்கள் வரை அந்தக் குடிகாரன் என் கற்பனையில் ஆடல் பாடலுடன் ரசித்தவாறே நடந்துகொண்டிருந்தான். அந்தக்

குடிகாரனிடமிருந்துதான் 'இக்கோரனின்' (நாடன் பிரேமத்திலுள்ள ஒரு கதாபாத்திரம்) பிறப்பு உண்டாயிற்று. இக்கோரனை அடிப்படையாக வைத்து ஒரு கதையைக் கற்பனைச் செய்ய எனக்குச் சிரமம் ஏற்படவில்லை. 'மூக்கத்தி'ல் எனக்கு வேண்டிய வீடு ஒன்றும் இருந்தது. இடையிடையே நான் அங்கு போவேன். அங்கே இருக்கும்போது இழிவழிஞ்ஞப் புழையின் அழகைப் பார்த்துக் கொண்டிருப்பதுதான் என் முக்கிய வேலை. அந்த ஆற்றில் நீந்தித் துள்ளும்போது நான் என்னையே மறந்திருப்பேன். அந்த ஆற்றின் சூழலைத்தான் 'நாடன் ப்ரேம'த்தில் நான் உபயோகித்துள்ளேன்."

1941-ல் பொற்றெக்காட் மிகத் தீவிரத்துடன் அரசியலில் பங்கு வகித்தார். 'அண்டர் கிரவுண்ட் மூவ்மென்டு'டன் உறவு கொண்டதால் பல ஆபத்துகளையும் வலிய வரவழைக்கக் காரண மாயிற்று. 'சுதந்திர பாரதம்' என்னும் காங்கிரஸ் 'அண்டர் கிரவுண்ட்' பத்திரிகையின் ஆசிரியரானதுதான் இவருக்குப் பல இடைஞ் சல்களை விளைவித்தது. பொற்றெக்காட்டை கைது செய்யுமாறு போலீசுக்கு உத்தரவு வந்து, போலீசிலேயே குற்றப்பிரிவில் இருந்த ஒரு நண்பரின் மூலம் ரகசியமாக இவர் அதை அறிய முடிந்தது. அந்த நேரத்தில்தான் பம்பாயில் நடக்கும் முற்போக்கு இலக்கிய மாநாட்டுக்குக் கேரளப் பிரதிநிதிகளின் குழு ஒன்று புறப்படுவதாக இவருக்குத் தெரிந்தது. அதில் கலந்துகொள்ள பொற்றெக்காட்டிற்கும் அழைப்பு கிடைத்தது. அழைப்பு மிகவும் பயனுள்ளதென்று இவரும் கருதினார். கே.வி.ஜி.நம்பூதிரி, செருக்காடு முதலியவர்களும் குழுவில் இருந்த பிரமுகர்களில் சிலராவர்.

முற்போக்கு இலக்கிய மாநாடு முடிந்ததும் பொற்றெக் காட்டைத் தவிர குழுவில் இருந்தவர்களெல்லாம் ஊருக்குத் திரும்பினார்கள். இவர், பம்பாயிலுள்ள தன் பழைய முகாம்களின் வேர்களைத் தேடி அலைந்தார்.

1943 ஜூன் மாதத்தில் டெக்ஸ்டைல் கமிஷன் அலுவலகத்தில் ஒரு வேலை கிடைத்தது. மாஸ்டர் ஜான் என்னும் பெயருடன் மத்தாயி மாஞ்ஞூரானும் பம்பாய்க்கு வந்து சேர்ந்தார். அவர் பத்துக்கு மேற்பட்ட வழக்குகளில் பிரதிவாதியாக இருந்தார். போலீஸிடம் அகப்படாமல் மறைந்து திரிந்துகொண்டிருந்தார். வாரந்தோறும்

பெயரும் வேஷமும் மாறும். ஆனால், பொற்றெக்காட்டின் எதிரில் மட்டும் பெயரோ உருவமோ பாவனையோ மாறியதில்லை. ஏறக்குறைய எல்லா நாட்களிலும் மாலை நேரங்களில் 'பல்லார்டு எஸ்டேட்'டிலுள்ள பொற்றெக்காட்டின் அலுவலகத்திற்குச் செல்வார். மாலை நேரங்கள் தெருக்களில் கழியும்.

"வா, போவலாம். இங்கிட்டிருந்து வேகமா போவலாம். இது மனுசனோட உலகமில்லை."

'அயமுட்டி'யின் கையைப் பிடித்து வெளியில் இறங்கி பற்களை கடித்துக் கொண்டே 'ஆலிக்குட்டி'க் கூறும் இந்த வார்த்தைகள் வாசகர்களால் மறக்க முடிந்திருக்காது. 'மூடுபட'த்திலுள்ள இந்த மறக்க முடியாத கதாபாத்திரத்தை, மாலை நேரங்களில் ஒன்றில் எங்கேயோ பொற்றெக்காட் கண்டுபிடித்திருக்கலாம். ஓய்வு நாட்களில் உள்நாட்டில் நாடோடிகளைப் போல் அனைத்தையும் மறந்து சஞ்சரிப்பார்கள். தலைமறைவு வாழ்க்கைதான் என்றாலும், ஒருபோதும் அடங்கியிருக்க முடியாத மத்தாயியும், பொற்றெக் காட்டின் கதைகள் உறங்கும் மனத்திலுள்ள நரம்புகளைத் தொட்டு உணர்த்தி இருக்கலாம்.

ஒரு ஞாயிற்றுக்கிழமை, 'ஜோகேஸ்வரி' குகைகளைப் பார்த்த பின் ஒரு பனைமர நிழலில் படுத்துத் தூங்கினார்கள். பொற்றெக்காட்டும் மத்தாயியும், தூங்கி எழுந்தபின் மத்தாயியின் மனத்தில் ஓர் எண்ணம் உதித்தது.

அதை வெளியிடும் முகத்தான், "சங்கரா, பம்பாயில் லட்சக்கணக்கான மலையாளிகள் இருக்கிறார்கள். அவர்களை ஒன்று சேர்த்து நாம ஒரு மாநாடு நடத்தினால் என்ன?" என்று மத்தாயி கேட்டார்.

அந்தப் பணியின் நிழலிலிருந்து அவர்கள், 'அகில பம்பாய் மலையாளிகள் யூனியன்' திட்டக் குறிப்பை ஏற்படுத்தினார்கள். மாநாட்டு மலர் ஒன்று வெளியிடவும் தீர்மானிக்கப்பட்டது. தலைவராகப் பட்டம் தாணு பிள்ளையையும் சிறப்புச் சொற்பொழி வாளராக முண்டச்சேரியையும் அழைக்க நிச்சயிக்கப் பட்டது.

சில தினங்களுக்குள் மாநாட்டிற்கான ஆயத்த வேலைகள் ஆரம்பித்து சேர்மனாக 'நூல்சாயம் மேனன்' என்று அறிமுகமான கே.என்.மேனன் என்பவர் நியமிக்கப்பட்டார். அவர் அப்போது கல்கத்தா கெமிக்கல்ஸின் மேனேஜராக இருந்தார். மாநாட்டின்

செயலாளராக பொற்றெக்காட் செயல்பட்டார். பணப்பிரிவு தன்னிடம்தான் இருக்க வேண்டுமென்றும், தேவையான தொகை முழுவதையும் தானே செலவிடுவதாகவும் மேனன் கூறியது மத்தாயிக்கு அளவு கடந்த கோபத்தை உண்டாக்கியது. சட்டென நாற்காலியிலிருந்து எழுந்து நின்ற மத்தாயி அலற ஆரம்பித்து விட்டார்.

"மேனன் மாநாடு நடத்தவா நாங்க இறங்கியிருக்கறோம்? ஒவ்வொரு மலையாளியிடமிருந்தும் நாலணா வீதம் வசூலித்தே நாங்க பிரமாதமா மாநாடு நடத்திப்போம் - ஒங்களோட கள்ள மார்க்கெட்டு பணம் ஒங்களோடவே இருக்கட்டும்."

"இந்த மாநாடு இங்க நடக்கிறதை நானும் பாக்கறேன்" என்று கோபாவேசமாகக் கூறிய நூல்சாயம் மேனனும் எழுந்து சென்றுவிட்டார்.

மாநாட்டிற்குச் செலவிடத் தீர்மானித்திருந்த பெரியதொரு தொகையை, அந்த மாநாட்டை அழிப்பதற்கு அவர் ஒதுக்கினார். தொடர்ந்து போன தந்திகளிலும் கடிதங்களிலும் உள்ள வாசகங்கள் பலரையும் சந்தேகத்திற்கு உட்படுத்தின. இது சர் சி.பி.க்கு எதிர்ப்பான மாநாடோ என்று முண்டச்சேரியும் நம்பினார். ஆனால், பட்டம் தாணு பிள்ளையைப் பின்வாங்கச் செய்ய நூல்சாயம் மேனனின் தந்திகளாலோ வீண் புரளிகளாலோ முடியவில்லை.

1944 நவம்பர் 19-ந் தேதி ஞாயிற்றுக்கிழமை, பம்பாயிலுள்ள சுந்தர்பாய் ஹாலில் மாநாடு மிகப் பிரமாதமாக நடந்தது. முக்கிய விருந்தினர் வரிசையில் நூல்சாயம் மேனனும் இருந்தார். பட்டம் தாணு பிள்ளை தன்னைத் தனிப்பட்ட முறையில் அழைத்தார் என்று மேனன் பலரிடமும் கூறிக் கொண்டிருந்தார்.

மங்களோதயம் அச்சகத்திலிருந்து மலர் வெளியிட முண்டச்சேரி சம்மதிக்கவில்லை என்பதுதான் பலரையும் வருத்தப்பட வைத்தது. முண்டச்சேரி என்னும் பெரிய மனிதர் இதைச் செய்வாரா? அவர் அதைச் செய்தார் என்றுதான் பொற்றெக்காட் கூறினார்.

அடிக்கடி அடித்த தந்திகளுக்கு ஒரு பதிலாவது அனுப்ப வேண்டுமென்னும் நல்ல மனம் கூட அந்தப் பெரிய மனிதருக்கு இருக்க வில்லை.

பம்பாயிலுள்ள லட்சம் மலையாளிகளைவிட தனக்கு முக்கியமானவர் லட்சாதிபதியும் ஊர்க்காரருமான நூல்சாயம்

மேனன்தான் என்று முண்டச்சேரி நினைத்துவிட்டிருக்கலாம். அது எப்படி இருந்தாலும், 'பம்பாய் மலையாளிகள் நினைவு நூலை' மங்களோதயத்தில் நிறுத்தி வைக்கச் செய்ததுதான் முண்டச்சேரி இலக்கியத்திற்குச் செய்த ஒரு மாபெரும் கொடுமையாகிவிட்டது.

மாநாடு முடிந்தவுடன் பொற்றெக்காட், 'டெக்ஸ்டைல் கமிஷனர்' அலுவலகத்திலிருந்து தனது வேலையை ராஜினாமா செய்துவிட்டு, பம்பாயிடமிருந்தும் விடைபெற்றுக்கொண்டு ஊருக்கு வந்து சேர்ந்தார். வீட்டிலிருந்தபோது பொற்றெக்காட் ஒரேயொரு தீர்மானம் எடுத்துக் கொண்டார்.

'நான் இனிமேல் யாருடைய கீழும் வேலை செய்ய மாட்டேன். அதேபோல், என்னை யாரும் 'சார்' என்று அழைக்கவும் சம்மதிக்க மாட்டேன்' என்ற சபதம் எடுத்துக்கொண்டார்.

தன்னுடைய இந்தச் சபதத்தைக் கடைசிவரையில் நிறைவேற்றவும் அவரால் முடிந்துள்ளது. பெரும் இதயத்தால்தான் அப்படிப்பட்ட காரியத்தைச் செய்ய முடியும். சங்கரன் குட்டி பொற்றெக்காட்டிற்கும் அப்படிப்பட்ட பெரும் இதயம்.

ஆறு மாதங்கள் கழிந்தன. பொற்றெக்காட்டிடமுள்ள ஊர் சுற்றும் குணம் தலைதூக்கிற்று. காஷ்மீரின் அழகில் லயிக்க வேண்டும் என்னும் ஆசை மனத்தில் முளைவிட்டது. வெகுநாட்களாகப் பொருளாதாரம்தான் அதற்குத் தடையாக இருந்தது. ஜூலை முதல் வாரத்தில் அந்தப் பிரச்சினைக்கும் ஒரு பரிகாரம் கிடைத்தது. அப்போதுதான், மங்களோதயத்திலிருந்து 'பம்பாய் மலையாளிகள் மலர்' வெளிவந்தது. அதைப் பம்பாயிலேயே வெளியிடவும் வேண்டியிருந்தது. காஷ்மீர் பயணத்திற்குத் தயாராகிய பொற்றெக்காட் ஜூலை முதலில் பம்பாயை அடைந்தார். பம்பாய்க்குப் புறப்படுவதற்குமுன் மத்தாயி மாஞ்ஞூரானின் கடிதமும் கிடைத்தது. அதில், 'நான் இப்போது லக்னோவில் இருக்கின்றேன். காஷ்மீர் பயணத்திற்கு முன் இவ்வழியாக வரவும்' என்றிருந்தது.

ஆகஸ்ட் முதல்நாள் மாலை பொற்றெக்காட் லக்னோவை அடைந்தார். இரயில்வே ஸ்டேஷனில் ஃபுல் சூட்டில் இருந்த இளைஞர்களின் புன்னகை அவரை வரவேற்றது. அவர்களில் ஒருவர் அம்பாடி தாமோதரன். லக்னோ யூனிவர்சிட்டியில் எல்.எல்.பி படிக்கும் தாமோதரனை ஏற்கனவே பொற்றெக்காட்டிற்குத்

தெரியும். தாமோதரன் தன் நண்பனை பொற்றெக்காட்டிற்கு அறிமுகம் செய்தார்.

“மீட் மை பிரண்ட் மிஸ்டர் மாத்யூஸ், அஸிஸ்டண்ட் மானேஜர் இன் ராயல் ஹோட்டல், லக்னோ.” பொற்றெக்காட்டும் மத்தாயியும் சிரித்துக் கொண்டே கைகுலுக்கிக் கொண்டார்கள். தாமோதரனின் ஒன்றாம் நம்பர் அறையிலேயே பொற்றெக்காட்டும் தங்கினார்.

கேரளத்திலுள்ள - ஏராளமான பழமரங்களை உள்ளடக்கிய தோட்டங்களின் நடுவில் தனிமையிலுள்ள - வீடுகளைப்போல் லக்னோ வீடுகளும் அமைந்திருந்ததால் பொற்றெக்காட்டினை லக்னோ மிகவும் கவர்ந்தது. கோமதி நதிக்கரையிலும், பல்கலைக் கழகப் பூங்காவிலும், மங்கி பாலத்திலும், ‘ரெஸிடன்ஸி அமீது தௌளத்’ பொது நூலகத்திலும் செலவழித்த - மகிழ்ச்சி நிறைந்த அந்த மாலைப் பொழுதுகளை என்றும் பொற்றெக்காட் நினைத்துப் பார்த்திருக்கிறார். அத்துடன், அங்கேயிருந்து அயோத்திக்குச் சென்ற பயணத்தைத்தான் ஆவலுடன் அவர் நினைத்துக் கொண்டிருந்தார்.

அயோத்திக்குச் சென்றபோது மத்தாயியும், அம்பாடி தாமோதரனும் தான் உடன் இருந்தார்கள். ஃபைசாபாத் வரையில்தான் ரயிலில் செல்ல முடியும். லக்னோவிலிருந்து அந்த இடம் எண்பத்தியோரு மைல்கள் தூரம் இருந்தது. இரவு இரண்டு மணியிருக்கும் - பொற்றெக்காட்டும் அவருடைய இரு நண்பர்களும் பைசாபாத்தை அடைந்தபோது. அதன்பின் அதிகாலை ஐந்து மணிக்குத்தான் ஒரு குதிரை வண்டியில் அயோத்திக்குப் புறப்பட்டார்கள். அதற்குமேல் உள்ள பகுதிகளை அந்தப் பயணவாதியின் வார்த்தைகளாலேயே கிரகிப்பதுதான் நல்லது.

“பட்டுப் போன்ற இளங்காற்று எங்களைத் தழுவிச் சென்றது. மேல்பாகம் களைக்கப்பட்ட புற்றுகளைப் போன்ற வடிவத்தில் கூரைக் குடிசைகளுள்ள கிராமங்களும், விசித்திர வடிவத்தில் வெண்மாடங்கள் பிரகாசிக்கும் வீதிகளும் உறக்கத்திலிருந்து எழுந்திருக்கவில்லை. எங்கள் வண்டி ‘கடகட’ வென்னும் சப்தத்துடன் நான்கு மைல்களுக்கப்பால் உள்ள அயோத்தியாபுரியை லட்சியமாக்கி ஓடிக் கொண்டிருக்கும்போது, என்னுடைய சிந்தனைகள் ஐயாயிரம் ஆண்டுகளுக்குப் பின்னோக்கி சிறகை விரித்துப் பறக்க ஆரம்பித்தன. தசரதனின் தலைநகரம்தான் என்முன்னே காட்சியளித்தது. ஆதிகவி மிக அழகாக வர்ணித்துக்

காட்டிய புண்ணிய நகரம். பௌராணிகத்துவத்தின் பூஜைக்குரிய நினைவுகளை வைத்திருந்த ஒரு மாபெரும் சாம்ராஜ்யத்தின் மயான பூமிக்குள் நுழைந்தபோது நான் ஆவேசம் கொண்டவனானேன்.

“சூரிய ஒளி சிறிது பிரகாசிக்க ஆரம்பித்தது. கிராமத்துப் பெண்கள் தண்ணீர்க் குடங்களைத் தலையில் சுமந்து கிணற்றங்கரைக்குச் சென்றார்கள். குரங்குகளின் தாவலினால் சாலை மரங்களின் கிளைகள் குலுங்கின. இறந்தகால ஆகாய வீதியின் சஞ்சாரத்திலிருந்த எங்களையும், கரடுமுரடான பாதையிலிருந்த குதிரையையும் கடிவாளம் மூலம் பிடித்திழுத்து நிறுத்திய ஜட்கா வண்டிக்காரன், ‘பாபுஜி, காட் ஆகயி’ என்று கூறினான்.

“கோக்ரா - பழைய சரயு நதி - எங்கள் முன்னே அமைதியாக, அதே நேரத்தில் கம்பீரத்துடன் ஓடிக் கொண்டிருக்கிறது. பட்டு விரித்த கிழக்குக் கீழ்வானில் சூரியன் மேலெழும்பத் தொடங்குகிறது. ‘ரேஷன் ஷாப் நெ.11’ என்ற போர்டுதான் ராமராஜ்யத்தின் தலைநகரத்தில் இறங்கிய எங்களை வரவேற்கிறது. இது அயோத்திக்கு வந்த மாற்றம். ஆமாம், பண்டைய அயோத்தியாபுரி பல்லாயிரம் ஆண்டுகளால் பழமையை அடைந்துவிட்டது. திரேதாயுக நினைவுகளை அசைபோட்டவாறு புராதன பாரதத்தின் இரத்தத் தமனியைப் போல் இன்றும் அது புலருகிறது.

“நாங்கள் நதிக்கரையின் வழியே நடந்தோம். வழி நெடுகிலும் சாமியார்களும், தீர்த்த யாத்திரிகர்களும் இருந்தார்கள். அன்று மணிபர்வத்தில் திருவிழா. அதனால்தான், இந்த அளவிற்கு மனிதக் கூட்டம் வழிந்தது.

“மக்களின் நெரிசலிலிருந்தும், சுழலிலிருந்தும் விடுபட்டு, நதிக்கரையின் வழியாகவே சிறிது தூரம் நடந்தபோது, சாதுக்களின் பர்ண சாலைகளையும், விவசாய நிலங்களையும் கண்டோம். அதனால், நாங்கள் மக்கள் இல்லாத ஒரு மூலையில் ஆடைகளைக் களைந்து குளிப்பதற்காக நதியில் தாவினோம்.

“இமாலயச் சிகரங்களிலுள்ள தாதுத் திரவங்களும், மூலிகைச் செடிகளின் வீரியமும், வெள்ளைக் களிமண்ணும் சேர்ந்த நதிநீர் கொஞ்சம் நிறம் மங்கியதுதான் என்றாலும், அதிலும் ஒரு தனித்தன்மை உள்ளதுபோல் தோன்றியது. அதனால், நாங்கள்

அந்த நதியில் தலைமாடு கால்மாடாக நீந்திக் குளித்தோம். நதியின் அடியில் படிந்து கிடந்த குழைந்த மண்ணை வாரி உடல் முழுவதும் பூசிக்கொண்டோம். விபூதி பூசிய ஒரு நிர்வாண சாமியாரைப் போல் மத்தாயி காணப்பட்டார். அந்த களிமண் படிமம், உடலுக்கு என்னவென்று கூற இயலாத ஒரு குளிர்ச்சியையும் ஆனந்தத்தையும் கொடுத்தது."

கனவுகளைப் பிழிந்தெடுக்கும் வர்ணக்கலவைகளால்தான் எஸ்.கே.பொற்றெக்காட் கதாபாத்திரங்களையும் கதைச் சூழ்நிலைகளையும் வரைந்து காட்டுகிறார் என்று பலரும் குறிப்பிட்டதுண்டு. ஆனால், பயண இலக்கியத்திலும் இந்தக் கலவைகளைச் சேர்த்துள்ளதால், அவை பாரதத்தின் மிகச்சிறந்த பயண இலக்கியங்களில் ஒன்றாக மாறிவிட்டது. 'இன்ஃபர்மேஷன் எம்பஸ்ஸி கவுண்டர்'களிலிருந்து கிடைக்கும் சிறு பிரசுரங்களாலும், டூரிஸ்ட் கைடுகளாலும், வேறு பலரின் பயண விபரங்களிலுமுள்ள எலும்பும், சதையும், ரத்தமும் சேர்ந்த குறிப்புகளாலும் தாங்கள் பயணித்த நாடுகளின் புவியியல்களை வாசகர்களால் ஓரளவுதான் எட்டிப் பார்க்க முடிந்தது. ஆனால், பொற்றெக்காட் தான் சஞ்சரித்த வழித்தடங்களின் வழியாகவே வாசகர்களையும் கைப்பிடித்து அழைத்துச் சென்றார். தான் பார்க்கும் அழகுகள் அனைத்தையும் வாசகர்களுக்கும் காண்பித்தார்.

எத்தனையோ ஆண்டுகளுக்கு முன் படித்ததுதான் என்றாலும், வசந்த பஞ்சமி நாளில் மஞ்சள் சேலை உடுத்தி, முடியில் பூக்கள் சூடி, காமப் பூஜை செய்து, கூட்டம் கூட்டமாகப் பாட்டுப் பாடி தெருக்களில் திரியும் அந்த அயோத்தி அழகிகள் இன்றும் வாசகர்களான நம் மனச் சுவரில் மறையாமல் இருக்கிறார்கள். மற்ற எந்தச் சஞ்சாரியும் காணாத சாரமற்ற காட்சிகளும்கூட பொற்றெக்காட்டை மிகத் தீவிரமாகவே கவர்ந்தன. 66 ஆண்டு களுக்கு முன் லக்னோவில் ராயல் ஹோட்டலிலுள்ள தன் அன்பிற்கு கந்த அந்த அறையின் ஒவ்வொரு மண்ணும் கூட பொற்றெக்காட்டின் நினைவில் நிலைத்து நிற்கிறது.

அந்த அறையிலுள்ள பெரிய நிலைக்கண்ணாடிப் பற்றியும், தேவதாரு அலமாரியைப் பற்றியும் அவர் ஆவேசத்துடன் விவரிக்கும்போது, நாமும் அவரோடு அந்த அறையிலேயே இருப்பதுபோல் தோன்றும். 'மொய்தீன்' என்ற கதையின் பிறப்பு, அங்கே தங்கியிருந்தபோது ஏற்பட்டதால், அந்த அறையை இந்த

அளவிற்கு அவர் விரும்பி நினைத்திருக்கலாமோ என நான் நம்புகிறேன்.

1945 செப்டம்பர் 14ஆம் தேதி பொற்றெக்காட் லக்னோ விடமிருந்தும் ராயல் ஹோட்டலிடமிருந்தும் விடைபெற்றார். அன்று மாலை முதல் காஷ்மீர் என்னும் கனவு பூமியில் பொற்றெக்காட் ஒரு மாதம் வரையில் தங்கியிருந்தார். சஹாரா பாலைவனத்தில் சஞ்சரித்தாலும் முத்துகளை அள்ளிக்கொள்ளும் இந்தச் சஞ்சாரிக்குக் காஷ்மீர் ஒரு சொர்க்கமாகவே இருந்தது. அங்கிருந்து அவர் திரும்பும்போது ஆத்மார்த்தமாகவே அவரின் கண்கள் ஈரமாகிவிட்டதாம். காஷ்மீரின் அசாதாரணமான அழகை ஒத்தி எடுத்த 'காஷ்மீர்' என்னும் பயணக் கட்டுரைதான், பொற்றெக்காட்டிடமிருந்த திறமையான சஞ்சாரியைக் கண்டுணர மலையாளிகளுக்கு முதன்முதலாக உதவிற்று.

காஷ்மீரைப் பற்றி பலமொழிகளில் நூற்றுக்கணக்கான பயணக் கட்டுரைகள் எழுதப் பெற்றுள்ளன. ஆனால், நம் பொற்றெக்காட் காஷ்மீரைக் கண்டு எழுதியதைப்போல் வேறு யாரும் கண்டு எழுதவில்லை. அவர் பாடியதுபோல் காஷ்மீரைப் பற்றி வேறு யாரும் பாடியதும் இல்லை. காஷ்மீர் என்னும் தேவபூமியின் சிரஞ்சீவித் தன்மையுள்ள அழகை ஒத்தியெடுத்துக் காட்டியது வாசகர்களின் நினைவில் இன்னும் ஓர் அனுபவமாகத்தான் உள்ளது.

உலகத்தின் எந்தவொரு சொர்க்கபூமியில் கனவு கண்டு நின்றாலும், கேரளத்தின் புளகாங்கிதம்தான் பொற்றெக்காட்டை வாழவைத்தது. தண்ணீர் நகரமான வெனீஸைப் பற்றி அவர் கூறுவதைக் கேளுங்கள்.

"திருவிதாங்கூரில் உள்ள சில உப்பங்கழி பிரதேசங்களுக்கு, குறிப்பாக உப்பங்கழிகளிலாலேயே தரை வார்க்கப்பட்டுள்ள சில கிராமங்கள் நிறைந்த அம்பலப்புழை சுற்றுப்புறங்களுக்கு வெனீஸைவிட அழகுண்டு."

இதைச் சொல்ல கேரளாவின் ஒரே சஞ்சாரியால்தான் முடிந்தது. அவர் தான் பொற்றெக்காட்.

உலகம் முழுவதும் பரவியிருக்கும் செஞ்சிலுவைச் சங்கத்தின் தலைமையிடத்தையுடையதும், பனிமலை காட்சிகளையுடை

யதும், பாலாடை கட்டிகளையுடையதும் கூட்டுறவு ஸ்தாபனத்தை யுடையதும், பனிமலை வண்டிகளையுடையதும், எம்ப்ராய்டரி கடிகாரங்களையுடையதும், ஓவல் டின்களையுடையதும், டீசல் என்ஜின்களையுடையதுமான ஸ்விஸ் நாட்டைப் பற்றி ஆவேசத் துடன் கூறும்போதும்கூட கேரளம்தான், அதன் வண்ணப் பொலிவுடன் பொற்றெக்காட்டின் மனத்தில் இடம் பிடித்திருந்தது.

“இயற்கையும் மனிதனும் கூட்டுச் சேர்ந்துகொண்டு இப் பூவுலகில் நிர்மாணித்த ஒரு சௌந்தர்ய சாலை அது. உல்லாசப் பயணிகளின் அசல் சொர்க்கபூமி அது” என்று ஸ்விட்சர்லாந்தைப் பாராட்டும் போதும்கூட பொற்றெக்காட்டின் எழுதுகோல் சிறிது தடுமாறியது.

‘பூமியின் சொர்க்கம் கேரளம்தான்’ என்பது அவருடைய மனத்தில் எப்போதும் இருந்துகொண்டிருந்தது.

‘பூமியிலுள்ள எல்லாச் சௌந்தர்ய ஓடைகளும் என் கிராமத்தின் நரம்புகள் வழியாகத்தான் ஓடுகின்றன’ என்று கூறும் பொற்றெக்காட்டின் தனி மனிதத்துவத்தைப் பற்றி இன்னும் என்ன சொல்ல வேண்டும்.

ஊறூப்

(பி) பருத்துள்ளி (சி) சிலப்புறத்து குட்டிக் கிருஷ்ண மேனன் (உரூபு)

புனைபெயர்: உரூபு

இலக்கியச் சேவை: உரூபுவின் கதைகள் வர்ணனை மிகுந்தவையாகும். சமூக யதார்த்தமோ திறனாய்வு யதார்த்தமோ உரூபைக் கவர்ந்ததில்லை. நிஜ மனிதர்களைச் சித்தரிக்கத்தான் அவர் முயன்றார். அதுவும் நாகரிகம் புகாத கிராமப்புற மக்களையே அவர் சித்தரித்தார். சிறுகதைகளில் 'அச்சன்டெ மகன்,' 'பொன்னம்மா,' 'வேலைக்காரியுடெ செக்கன்,' 'ஆராதனா,' 'பர்தாவின்டெ லோகம்,' 'படச்சோன்டெ சோறு,' 'கோபாலன் நாயருடே தாடி,' 'ராச்சியம்மா' முதலியவை குறிப்பிடத்தக்கவை. நாவல்களில், 'உம்மாச்சு,' 'சுந்தரிகளும் சுந்தரன்மாரும்' ஆகியவை மிகுந்த விமர்சனங்களுக்கும் பாராட்டுதல்களுக்கும் உட்பட்டவை. 'சுந்தரிகளும் சுந்தரன்மாரும்' சாகித்திய அகாதமி பரிசு பெற்று, இந்தியாவின் இதர மொழிகளிலும் - தமிழ் உட்பட - வெளி வந்துள்ளது.

"...ஏராளமாகப் பூத்துக் குலுங்கும் கொன்றைகள்; சந்திரப் பிறைகளை அணிந்து நிற்கும் புன்னைகள்; பச்சை, மஞ்சள், சிவப்பு, வெள்ளையென வண்ணத்தோடு வண்ணம் கலந்த தடித்த முட்களையுடைய ப்ளாஸின்கள்; இவற்றைப் பற்றி யாரோ தூரத்தில் நின்று பாடுகிறார்களே! யாராக இருப்பார்கள்? கூட்டம் கூட்டமாக இவற்றைத் தாண்டிச் செல்லும் மான்கள்தானோ? அவை கொஞ்ச தூரம் சென்றதும் செடிகளில் தலைசாய்த்து நிற்கின்றனவே, ஏன்? ஆனால், அவற்றின் பாடல்களும் நீண்டுக்கொண்டிருக்கின்றனவே! அந்தக் காட்டில் ஏதோ ஒரு துயரம் நிலைத்திருப்பது போலல்லவா தோன்றுகிறது. அந்த மெல்லிய பாடலின் இசை எவ்வளவு நேரம் நீண்டிருந்தது என்பதுதான் தெரியவில்லை. கண்களைத் திறந்தபோது ஜன்னல் வழியாக விடியற்காலை வெளிச்சம் உள்ளே வருகிறது. அப்போதும், அந்த மெல்லிய பாடலிசை கேட்டுக் கொண்டுதான் இருக்கிறது. அவை மான்களுடையனவா? காதுகள் கூர்மையாயின. தூரத்திலிருந்து காற்றின் வழியே அம்மெல்லிசை மட்டும் தவழ்ந்து வந்துகொண்டிருந்தது..."

மான்கள் பாடும் இந்த மாயா உலகைப் படைத்தது - கேரள வாழ்க்கையை அதன் உண்மையான பாரம்பரியத்துடனும், எல்லா விசேஷத்தன்மையுடனும், ஆழ்ந்த சிந்தனையுடனும் வெளிப்படுத்திய சந்துமேனனுக்கும், சி.வி.க்கும் பின்னே வந்த மிகப்பெரிய நாவலாசிரியர் என்னும் தகுதிக்கு ஏற்ற - பி. சி. குட்டிக் கிருஷ்ணமேனன் என்கிற 'உரூபு'தான் என்பதை இங்கே குறிப்பிட்டுச் சொல்லவும் வேண்டுமோ? தன் தலைமுறை கதாசிரியர்களிலேயே மாபெரும் கவிஞரான உரூபின் 'உலகம்', 'நல்லவர்'களுடையது மட்டுமே. தனது கதாபாத்திரங்கள் அனைத்தையும், 'சுந்தரன்மார்களாகவும் சுந்தரிமார்களாகவும்' மட்டுமே காண முடிந்த வேறோர் எழுத்தாளர் இந்தியாவில் இருப்பதாக எனக்குத் தோன்றவில்லை.

"மனிதர்களை நேரிட்டுக் கோபிப்பதில் அர்த்தமே இல்லை. குற்றம் நேர்ந்த வழியை நோக்கினால் குற்றவாளிகளிடம் அனுதாபமே தோன்றும். என்னை அறியாமலேயே என்னிடம் வந்து சேர்ந்த இந்தப் பார்வை, மனிதர்கள் அடிப்படையில் கெட்டவர்களல்ல என்னும் உணர்வை என்னுள் உணரச் செய்தது. குற்றத்தையும் தவறையும் செய்யும்போதும்கூட மனிதர்கள் சுந்தரன்மார்களாகவும் (அழகன்களாகவும்) சுந்தரிமார்களாகவுமே

(அழகிகளாகவும்) எனக்குத் தோன்றுவதற்கு இவையெல்லாம்தான் காரணம். இந்த உணர்வின் மூலம்தான் அடிமைத்தனத்தோடும், வறுமையோடும், இழிசெய்கைகளோடும் எதிர்ப்பட வேண்டிய சந்தர்ப்பங்களிலும்கூட, மனிதர்களிடமும், அவர்களுடைய எதிர்காலத்திடமுமுள்ள நம்பிக்கையை நான் இழக்கவில்லை. விதிக்கும், குன்னம் குளத்திலுள்ள பன்றிகளுக்கும் நன்றி சொல்லக் கடமைப்பட்டுள்ளேன்."

மலையாள மொழியின் மாபெரும் நாவலாசிரியரான உரூபின் வாழ்க்கை பார்வையை உருவகப்படுத்தவும், அவற்றை முழுமையாக உயிர்த்துடிப்புள்ள கதைகளாக - கலைப் படைப்பு களாக - மாற்றவும் குன்னம் குளத்திலுள்ள 'பன்றி'கள் பெரும் பங்கு வகித்துள்ளனவென்று அவரே கூறினார். அந்தச் சத்திய ஆத்மாவிற்குள் அவர் நம்மை அழைக்கிறார். வாருங்கள்:

"இளம் வயதில் குன்னம் குளத்தில்தான் நான் பன்றி என்னும் ஜீவனையே கண்டேன். அது மனிதர்களைக்கூட கடித்துவிடும் என யாரோ கூறி என்னைப் பயப்படுத்தியிருந்தார்கள். அதைப் பார்த்தவுடன் அந்தச் செய்தி முற்றிலும் உண்மைதான் என்று எனக்கும் தோன்றியது. நீர்க்குதிரையாவதற்கு முயன்று நீர்நாயாகவும் முடியாமல் போன முகம். காலும், வயிறும், வாலும் எல்லாம் ஒரே மாதிரியான அழகற்ற உருவம். நான் முகத்தைச் சுளிப்புடன் திருப்பிக் கொண்டேன்.

ஆனால், கண்களில் குத்தும் அந்த அசிங்க உருவத்தை உதாசீனப்படுத்தவும் எனக்குச் சம்மதமில்லை. ஓரக்கண்களால் சாடையாக நோக்கினேன். பின்பு, நேரிட்டே நோக்கினேன். குட்டைக் கால்களும், சிறிய வாலும், சுறுசுறுப்பான நடையும் கொண்டிருந்தது அம்மிருகம். அச்சிறிய ஜீவன் என்னுள் மெல்ல மெல்ல அன்பை வளர்த்தது - அதனுடைய நிலையான அழகற்ற உருவத்தாலோ, சுறுசுறுப்பான நடமாட்டத்தாலோ என்றும் சொல்ல முடியாது. ஏதோ ஒருவகை அழகு அதனிடம் இருந்தது. சாதாரணமான இந்நிகழ்ச்சி என் வாழ்க்கையில் நன்றாகவே ஈடுபாடு செலுத்த வைத்துவிட்டது.

அதன்பின், அப்படிப்பட்ட அழகற்ற உருவம் என்று எதைக் கண்டாலும் பார்த்துக் கொண்டிருப்பது என் பழக்கமாகிவிட்டது. பாம்பு, மரங்கொத்திப் பறவை, வௌவால், கோட்டான், குரங்கு என்பன போன்ற ஜீவன்களைப் பார்த்துக்கொண்டு எவ்வளவோ

நேரம் நின்றிருக்கிறேன். தந்திரசாலியான நரியின் முகத்திலிருக்கும் நிலையான சிருங்கார ரசனையும், மிருகக்காட்சி சாலையிலிருக்கும் இமாலயன் கரடியின் - எந்தவொரு இடத்திலும் நிலைத்து நிற்காத நடமாட்டத்தினால் - பொறுமையில்லாமையும் எப்போதும் என்னை வசீகரிக்கின்றன. இவற்றிடமிருந்தெல்லாம் எனக்கு ஒன்று மட்டும் புரிந்தது - அழகில்லாததையும் அழகுள்ளதையும் வேற்றுமைப்படுத்தும் எல்லைக்கோடு பார்ப்பவனின் கண்களில்தான் உண்டு என்று."

மேலும் தொடர்ந்த அவர், "பின், பரிணாமத்தின் மிக மேலான படியில் நிற்கும் என் சக ஜீவனான மனிதன் எனக்குச் சுந்தரனாகத் தோன்றியதில் ஆச்சரியமுண்டோ?" என்று கேட்டார்.

யாரையும் வசீகரிக்கும் இந்த ஜீவிதப் பார்வைக்கு ஏற்றது உரூபின் அசாதாரண எழுத்தாகும். பிரகாசிக்க இயலாத மனித அறிவையும், அவனின் இயலாமையையும், பலவீனங்களையும் அச்சுப்போல் வரைந்து காட்டும் எண்ணமும், கருத்துள்ள தர்ம சிந்தனையும், கவிநயமும், குறும்பும் சேர்ந்த அழகான உரைநடையும்தான் வாசகர்களின் இதயத்தில் கவிதையைப்போல் எக்காலமும் புகழுடன் இருப்பதற்கான ரகசியங்களாகும்.

உரூபின் கதைகளிலுள்ள முக்கியத்துவத்தை விமர்சனம் செய்த எம். அச்சுதன், "நேசிக்கும்போதும், வெறுக்கும்போதும், வேதனைப்படும்போதும் மனிதர்களிடம் அழகைக் காண்பதும், அந்த மனித வாழ்வைப் புகழவும் கூடிய குட்டிக்கிருஷ்ணனின் கதையுலகில், நட்பும் அனுதாபமும் நகைச்சுவையும் கலந்த உயிர்ப்புள்ள ஓர் அருவியுண்டு" என்று எழுதினார்.

அந்த அருவியில் முத்துச் சிப்பிகளை விளையவைக்கும் உரூபின் - பி.ஸி.குட்டிக்கிருஷ்ணனின் சொந்த வாழ்விலுள்ள உள்ளறைகளுக்குள் நாம் கொஞ்சம் புகுந்து பார்ப்போமா?

உரூபின் முழுப்பெயர், பருத்துள்ளி சிலப்புறத்து குட்டிக் கிருஷ்ண மேனன் என்பதாகும். 1915-ம் ஆண்டு ஆகஸ்டு மாதம் 15-ந் தேதி பொன்னானிக்கு அருகிலுள்ள பள்ளிப்புறம் கிராமத்து பருத்துள்ளி சிலப்புறத்து வீட்டில்தான் உரூபு பிறந்தார். தந்தையின் பெயர் கருணாகர மேனன். தாயின் பெயர் பாருகுட்டியம்மாள்.

பொன்னானி ஏ.வி.உயர்நிலைப் பள்ளியில் பள்ளியிறுதி வகுப்பு வரைதான் அவர் படித்தார். அதன்பின், இந்த விசாலமான உலகின் நெஞ்சை அள்ளிப்பிடித்து ஏறும் முயற்சியில்தான் அவர் ஈடுபட்டார். பள்ளி ஆசிரியர், கயிறு கம்பெனி நிர்வாகி, கம்பௌண்டர், பி.டபிள்யூ.டி. அலுவலக எழுத்தர், பனியன் கம்பெனி ஒர்க் சூப்பர்வைசர், ரீடர், வானொலி நிலையத் தயாரிப்பாளர், பத்திரிகை ஆசிரியர் என்பன போன்ற நிலைகளில் எத்தனையெத்தனையோ வேலைகளைச் செய்துள்ளார் உரூபு. ஆனால், இவற்றில் ஊதியம் திருப்தியில்லாமையால் உதற நேர்ந்துவிட்ட பள்ளிக்கூட ஆசிரியர் பணிதான் மிகவும் பிடித்தமானது என உரூபு கூறினார்.

இளமையில் ஒரு கனவுலகவாதியாக இருந்தார் உரூபு. முதன்முதலில் அவருக்கு ஏற்பட்ட ஆசை, தான் ஒரு 'குறி சொல்பவனாக' ஆகவேண்டுமென்பதுதான். பார்வைப்படும் ஓர் உலகத்திலிருந்து ஏராளமான மாயத்திரைகளை மாற்றி மாற்றித் தனக்குத்தானே அழகாக அலங்கரித்தவாறு வெளிப்படும் ஒரு மந்திரவாதியாக - குறிசொல்பவனாக ஆக வேண்டும் என்பதுதான் அவருடைய குழந்தை மனத்தின் மிகப்பெரிய கற்பனை.

இரண்டாவதாக ஏற்பட்ட ஆசை, தான் ஒரு யானைப் பாகனாக ஆக வேண்டுமென்பதாகும். ஆகாயம் தொடும் அளவிற்கு நிற்கும் ஒரு பெரிய மிருகத்தைத் தன் சொல்படி ஆட்டி வைக்கிற யானைப் பாகன் ஒரு பெரிய மனிதன்தானே? இறுதியாக, தான் ஒரு போஸ்ட்மேனாக ஆக வேண்டும் என்பதும் அவருடைய ஆசைகளில் ஒன்று; பயன்படுத்திய தபால் கார்டுகளையெல்லாம் அடுக்கி வைத்துக்கொண்டு போஸ்ட்மேனாக மாறிய அந்தக் காலத்தை இனிய நினைவாக நினைவு கூறினார் பி.ஸி. ஆனால், குட்டிக்கிருஷ்ணனால் இதில் எந்த வேலையிலும் சேர முடியவில்லை. பி.ஸி. மதுரமாகச் சிரிக்க முயன்றவாறே திரும்பி என்னிடம் கேட்டார்:

"நீங்களோ வேறு யாராவதோ நினைத்த ஆசைகளை அடைய முடிந்ததா?" என்று.

பலிக்காத இப்படிப்பட்ட ஆசைகளும், கவிதை எழுத வேண்டுமென்ற ஆவலும் சேர்ந்து தன் உள்ளுணர்வில் ஏற்படுத்திய ஒருவகை எதிரொலியின் பலனால்தான் தான் கதாசிரியனாக முளைவிட முடிந்ததென்று பி.ஸி. ஓரிடத்தில் கூறியுள்ளார்.

வயதான பாட்டிகளிடமிருந்தும், சாக்கியார்களிடமிருந்தும் புராணக் கதைகளைக் கேட்டுக் கேட்டு வளர்ந்த குட்டிக் கிருஷ்ணனுக்கு, அந்தக் கவிதைகளிலுள்ள அசாதாரணத்துவமுடைய கதாபாத்திரங்களுடன் இதயம் ஒன்றுபட அதிக நாட்கள் தேவைப்படவில்லை. இராமாயணமும், பாகவதமும், மற்ற வற்றையும் படிக்கத் தொடங்கிய போதும், முழுமையாகவுள்ள அந்தப் புராணங்களின் நல்லனவற்றை மனத்தில் புரள விட்டபோதும், உரூபின் இதயம், அவற்றில் ஐக்கியமாகி முழுமையடைந்தது.

“பாஞ்சாலியின் சேலையை அவிழ்த்து அவமானப்படுத்திய நீசன் துச்சாதனனாக நடித்தவர், உண்மை வாழ்க்கையில் ஏராளமான வாழ்க்கைத் துயரங்களைத் தன்னுள் கொண்டிருந்த நாணு நாயர்தான். அதேபோல், துச்சாதனனின் மார்பைப் பிளந்து இரத்தம் குடித்த பீமனாக நடித்தவர். பிறவியிலேயே மிகவும் பரமசாதுவான குரூப் ஆவார்... ”

இவற்றையெல்லாம் உரூபு கூறும்போது, புராணக் கதைகளை அவர் வெறும் பாட்டிக் கதைகளாகக் கேட்கவுமில்லை, மனத்தில் பதிய வைக்கவுமில்லை என்பது இதன் மூலம் தெரிகிறதுதானே?

மூன்றாம் படிவத்தில் படிக்கும்போது சுவாமி விவேகானந்தரின் சில சொற்பொழிவுகளைக் குட்டிக்கிருஷ்ணன் படிக்க நேர்ந்தது. அதனால், ஒரு தனிப்பட்ட மானசீகமான சுகம் அன்று அவருக்கு அனுபவப்பட்டது. அது எப்படி இருந்ததென விவரித்துக் கூற இன்று அவரால் முடியவில்லை. எப்படியிருப்பினும், அந்தத் தனிப்பட்ட மானசீகமான சுகம் அப்படிப்பட்ட மற்ற புத்தகங்களையும் படிக்கத் தூண்டியது. இந்த வேதாந்த படிப்பும் சிந்தனையும் குட்டிக்கிருஷ்ணனின் வளர்ச்சியில் ஒரு முரண்பாட்டை உண்டாக்கியதும் உண்மையே!

“நான் அனுபவித்த அந்த மானசீகமான முரண்பாட்டை ‘ஆசானின்’ கவிதைகளிலும், ‘வள்ளத்தோலின்’ கவிதைகளிலும் கண்டேன். என்றாலும், ஒதுக்கினாலும் ஒதுக்க முடியாத ஓர் உறவு ஆசானிடம்தான் எனக்கு ஏற்பட்டுள்ளது” என்று கூறினார் பி. ஸி.

பி.ஸி.யின் வீட்டிற்குள் சொல்லத்தக்கவிதத்தில் இலக்கிய அடிப்படை இருக்கவில்லை. ஆனால், ‘இடச்சேரி’யின்

தலைமையில் நடந்து கொண்டிருந்த ஒரு வாசகசாலை, உரூபுக்கு ஓர் அபயகேந்திரமாக இருந்தது. பி.ஸி.யைத் தவிர கவிஞர் ஈ.நாராயணன், குட்டிக்கிருஷ்ண மாரார் ஆகியோர் மற்ற முக்கிய அங்கத்தினராவார்கள். அதனால், தினந்தோறும் மாலை நேரங்களில் ஓர் இலக்கியக் கூட்டம் அங்கே சேர்ந்து கொண்டிருந்தது. வாசகசாலையில் எத்தனை புத்தகங்கள் இருந்தனவோ அதைவிட அதிகமான விவாதங்கள் அங்கே நடந்தனவாம். அவைதான் பி.ஸி.க்கு ஓர் இலக்கிய அடிப்படை யாகவும் இருந்தன. பி.ஸி. ஒரு நாள் தயங்கித் தயங்கி, ஒரு ரஜபுத்திரக் கதையைக் கருவாக வைத்து எழுதிய கவிதை ஒன்றை இடச்சேரியிடம் காண்பித்தார்.

“மோசமில்லை” என்று கூறிய இடச்சேரி ஒன்றிரண்டு வார்த்தைகளைத் திருத்தியும் கொடுத்தாராம்.

பி.ஸி.க்கு உடனே எங்கிருந்தோ ஒரு தைரியம் வந்துவிட்டது. கவிதையை ‘மாத்ருபூமி’ வார இதழுக்கு அனுப்பினார். அதிக தாமதமின்றி அக்கவிதை ‘மாத்ருபூமி’யில் பிரசுரிக்கப்பட்டு வந்தது. பதினான்கு வயது ‘உரூபு’க்கு ஏற்பட்ட மகிழ்ச்சி எப்படி இருந்திருக்கும் என்று நாம் யூகிக்கலாம்தானே? அதன்பின் மீண்டும் மீண்டும் எழுதினார். அவற்றைப் பத்திரிகைகளுக்கு அனுப்புவதைவிட அதிக ஆவேசமும் ஆனந்தமும், இடச்சேரியின் தலைமையிலிருந்த இலக்கியச் சபையில் படித்துக் காட்டுவதில்தான் இருந்தது. கிருஷ்ண பணிக்கரின் வாசகசாலையிலோ, இடச்சேரியின் வீட்டிலோ அல்லது பாரதப் புழையின் அருகிலோதான் இந்தச் சபை தினந்தோறும் கூடும்.

மாரார், உரூபின் சில கவிதைகளைச் சில சமயம் கிழித்து எறிந்துவிட்டு, “உனக்கு வேற வேலையொன்றும் இல்லையா?” என்று கேட்பாராம்.

அன்று அச்செயல் பற்றித் துக்கம் தோன்றியிருந்தாலும் பின்னாளில் அது ஓர் அனுகூலமாகவே தனக்குத் தோன்றியதென்று பி.ஸி. கூறினார்.

அவ்வாறிருக்கும்போதுதான் ஒரு நாள், ஒரு முக்கியப் பொருளைக் கருவாக்கிக் கவிதை எழுத முயன்றாராம் உரூபு. ஆனால், கவிதையின் அடக்கத்தில் எவ்வளவு முயன்றும் அந்தப் பொருளை உள்ளடக்க முடியவில்லை. அநேக இரவுகள் முயற்சித்தபின் அது ஒரு சிறுகதையாக உருவம் கொண்டது.

'வேலைக்காரியின் மகன்' என அக்கதைக்குப் பெயரிட்டார் உரூபு.

அக்கதையை மாராரிடம் பயந்துகொண்டே காட்டினார். கதையை மிகக் கவனத்துடன் படித்துவிட்டு, "ஒருவேளை, உன்னோட வழி இதுவாகத்தான் இருக்குமென்று தோன்றுகிறது. உன்னுடையதான ஓர் ஆலயப் பணி இதன் மூலமும் முடியலாம்" என்று மாரார் கூறினார்.

தனக்குப் பிடித்தமானவர்களை ஒருபோதும் நேரிடையாக விமர்சிக்காமல் மற்றவர்களின் விமர்சனத்தை உள்வாங்க உதவும் குட்டிக்கிருஷ்ண மாராரின் இந்த வார்த்தைகள், பி.ஸி. குட்டிக்கிருஷ்ணனுக்குத் தன்னம்பிக்கையை ஏற்படுத்தியது. அந்தத் தன்னம்பிக்கைதான், 'உம்மாச்சு'வில் தொடங்கி 'நிலாவின்டெ ரகசியம்' வரையில் நீண்டு நிற்கும் ஒரு பெரிய சாம்ராச்சிய பிறப்பிற்கும் உதவும்படியாக இருந்தது.

உலக இலக்கியத்திலுள்ள பல திருப்பங்களையும் புரிந்து கொள்ள 'முண்டசேரி'யும், 'எம்.பி.போளும்'தான் குட்டிக் கிருஷ்ணனுக்குத் தூண்டுதலாக இருந்தார்கள். ஆயிரம் புத்தகங்களை எழுத உதவக்கூடிய ஒரு புத்தகம் 'யூலிஸஸ்' என்றும், அப்படிப்பட்ட அநேக புத்தகங்களின் வாசிப்பின் மூலம் தன் மனமென்னும் பெரும் கோயிலில் எழும் மணியோசைதான், தனது எழுதுகோலுக்கான மையென்றும் நம்புகிறார் இலக்கியவாதி உரூபு. மேலும், 'கேஸரி பாலகிருஷ்ண பிள்ளை'யையும் 'குற்றிப்புழை'யையும் கூட அவர் நினைவு கூறினார்.

கேஸரி பாலகிருஷ்ண பிள்ளை ஓர் ஆகாயவெளியாகப் பரந்திருந்தார் என்றும், ஒரு காலகட்டம் முழுவதையும் உட்படுத்திப் பிரதிபலிக்க அவரால் முடிந்தது என்றும் பி.ஸி. கருதினார். "பல பாரம்பரிய நம்பிக்கைகளையும் உடைத்தெறிந்த கேஸரி, நவீன மலையாள இலக்கியத்தின் ஓர் 'ஆகாயவெளி" என்று அவர் தொடர்ந்து கூறினார்.

"எந்தவொரு புத்தகத்தைப் படித்தபோதும் அதைப்போல ஒன்றை நாமும் எழுத வேண்டும் என்கிற எண்ணம் எனக்குத் தோன்றியதில்லை" என்று கூறும் உரூபு, கேரளாவில் அழகற்ற தன்மை என்ற ஒன்றை இல்லாமல் செய்ததுடன் அப்படிப்பட்ட

எண்ணத்தையே அழித்துவிட்டார். தனது பாரம்பரியத்துடனும் தனது மண்ணுடனும் தொடர்பில்லாத எந்தவொரு வரியையும் எழுதியதில்லை.

அதிக அனுபவங்கள் இல்லாத ஓர் எழுத்தாளர் என்று உரூபைப் பற்றிப் பல பேர் சொல்வதை நான் கேள்விப்பட்டதுண்டு. ஆனால், அவரை நான் நேரிட்டு அறிந்துகொண்ட பின், இத்தனைக்கதிகமான பலதரப்பட்ட அனுபவங்களைத் தன்னுள் தேடிக் கொண்டிருக்கும் ஓர் எழுத்தாளன் மலையாள மொழியிலேயே இல்லை என்னும் உண்மையைப் புரிந்துகொள்ள முடிந்தது.

உரூபு, தன் பத்தொன்பதாவது வயதில் கிராமத்தைவிட்டு வெளியேறினார். ஆறு ஆண்டுகள் அந்தப் பயணம் தொடர்ந்தது. தென்னிந்தியாவிலிருக்கும் எல்லாக் கிராமங்களுக்கும் கால்நடையாகவே சென்று அந்த ஆறு ஆண்டுகளையும் கழித்த அவருக்கு, அப்பயணத்தின் அனுபவங்கள் பாட்டிக்கதைகளிலுள்ள அற்புதங்களை இருளடையச் செய்தன. அந்த ஆறாண்டுகள் பயணத்திற்கான பணத்திற்கு ஒருபோதும் வீட்டிற்கு எழுதிக் கேட்டதில்லை. அதுமட்டுமல்ல, யாரிடமும் ஒன்றையும் யாசித்தும் வாங்கியதில்லை. இந்த நீண்ட ஆறாண்டுகளுக்கிடையே மூன்று நாட்கள் மட்டுமே பட்டினி கிடந்துள்ளார். அப்பயணத்தில் கண்ட உடைந்த முகங்களுக்கும், சிதறிய மானசீக கற்பனைகளுக்கும் மறுபிறவி கொடுத்த எத்தனையெத்தனையோ கதாபாத்திரங்கள் உரூபின் கற்பனை உலகில் இன்றில்லை.

சோள வயல்கள், கடுகுத் தோட்டங்கள், மஞ்சள் பயிர்களுக்கிடையே எல்லாம் பயணித்துக் கொண்டிருந்த போதும், 'களகள' என்னும் வெள்ளத்தின் ஓசையைக் கேட்டுக்கொண்டு ஆற்றருகில் நடந்தபோதும், வேற்றுமொழி மக்கள் தங்களின் மொழிகளில் பேசியவாறு செல்வதைக் கேட்டுக் கொண்டே சாலையருகில் படுத்து உறங்கியபோதும், இந்த வாழ்க்கை சுந்தரமானதுதான் என்னும் எண்ணத்திற்கு உறுதிதான் ஏற்பட்டது.

ஒரு பிணத்தைக் கண்டு திடுக்கிட்ட இரவு; ஒரு பிரசவத்திற்குச் சாட்சியாக நின்ற இரவு; அவ்வாறு திடுக்கிடக் கூடிய பிரமிப்பூட்டக்கூடிய, மெய்சிலிர்க்கக்கூடிய, ஆச்சரியப் படுத்தக்கூடிய இரண்டாயிரத்திற்கும் மேற்பட்ட இரவுகள்.

இந்த ஆறாண்டுகால விசித்திர பாதயாத்திரையைப் பற்றி இந்த அனுபவசாலி கீழ்வருமாறு கூறினார்;

“எனக்கு யாசிக்கும்படியான நிலை வந்ததில்லை; நான் முழுப்பட்டினியும் கிடந்ததில்லை. பிச்சை எடுப்பவர்கள் பட்டினி கிடந்து மீண்டும் மீண்டும் பிச்சையெடுக்கிறார்கள். ஆனால், ஒருபோதும் யாசிக்காத எனக்கு எப்படியாவது உணவு கிடைத்துவிடும். மக்கள் பிச்சையெடுப்பதைப் பார்க்கும்போது எனக்கு வெறுப்பு தோன்றியதுண்டு. பிச்சையெடுப்பதால் அவர்கள் மிகவும் தரித்திரர்களாகிவிடுகிறார்கள். ஓட்டைப் பாத்திரத்திலுள்ள பொருள்களைப் பார்க்கும்போது, அவர்களின் வாழ்க்கை வசந்தம் அவர்களிடமிருந்து ஒழுகி நழுவிப் போவதை நான் கண்டேன். அவர்களுக்கான ஒளி, வெயில் வெளிச்சமோ, நிலா வெளிச்சமோ அல்ல; சாதாரண விளக்கு வெளிச்சம்தான். அவ்வெளிச்சமும் மெல்ல மெல்ல மங்கிவிடுகிறது. இது எதனால் என்று நான் நினைத்துப் பார்த்தேன். யாசிக்கும் போது இதயம் பலவீனப்பட்டு விடுகிறது. அதனால், வேறோர் இதயத்திடம் அனுதாபம் பெற முடியாமல் போய் விடுகிறது. இதுதான் அதற்கான காரணமோ?”

அன்பார்ந்த பி.ஸி., எங்களின் பதிலும் அதுவேதான்.

தென்னிந்தியாலுள்ள கிராமங்கள்தோறும் ஆடியும், அலைந்தும், தளர்ந்தும், பசித்தும், தாகித்தும், பயந்தும், சிரித்தும், அழுதும், ஆச்சரியமடைந்து கொண்டுமிருந்த அந்த ஆறு ஆண்டு காலத்தின் பயணத் தொடக்கம் எப்படி என்று தெரிந்துகொள்ள ‘உரூபு’ என்னும் இலக்கியவாதியையும், பருத்துள்ளி சிலப்புறத்து குட்டிக்கிருஷ்ணமேனன் என்னும் சாதாரண மனிதனையும் ஒருசேர இணைத்துப் பார்த்தால்தான் புரியும்.

“வெறும் பதினோறு ரூபாயை மட்டுமே பாக்கெட்டில் போட்டுக் கொண்டு நான் சிலப்புறத்து வீட்டிலிருந்து படி யிறங்கினேன். அப்போது எனக்கு பத்தொன்பது வயது. அக்கம் பக்கத்து வீட்டு மனிதர்களைப் பற்றிக் கூட எனக்கு எந்தவோர் உணர்வுமில்லை. பட்டினியாலோ மனக்கசப்பாலோ நான் வீட்டை விட்டுச் செல்லவில்லை. வீட்டில் சும்மா இருக்க பொறுமை இல்லாமையால்தான் நான் புறப்பட்டேன். எதையோ ஒன்றை என்னால் கண்டுபிடிக்க முடியும் என்ற எண்ணம் என் மனத்தில் பலமாக இடம் பிடித்திருந்தது. இவ்வுலகத்தைப் பற்றி காற்றின்மூலம் தெளிவற்ற தன்மையில் பேசப்படுவதைத்தான் கேட்க வேண்டும் என்ற நிலையில் எனக்கு வயதாகவில்லை. அதனால், காலைநேர ஒளி, பிரகாசமாக ஒரு தங்க விக்கிரகம் போல்

கீழே இறங்கி வந்து, 'எழுந்திருங்கள்' என்று என்னிடம் கூறிவிட்டு, அது அஸ்தமனத்தை எதிர் நோக்கி நிற்கும் நேரத்தில் அழுதது. ஆம், தளிர்களால் அலங்கரிக்கப்பட்டு நிற்கும் ஒரு மாமரக் கன்றில் ஒளிரும் ஓர் இதயத்தைக் காண எனக்குச் சிரமம் உண்டாகவில்லை. வாடும் வள்ளிக்கொடிகளின் அழுகையை என்னால் கேட்க முடிந்தது. மழலை மொழியைச் சிந்திகொண்டே புற்கள் உயர்ந்து வந்தன.

எனக்கும் அவற்றுடன் பேச வேண்டியது நிறையவே இருந்தன. பிரபஞ்சம் என் எதிரில் விசாலமாக இருந்தது. என்றாலும், மனத்தில் ஒரு குழப்பம். எதையோ இழந்துவிட்டதைப் போலவும் அதைக் கண்டுபிடிக்க வேண்டியது முக்கியமென்றும் ஒரு தோன்றல். அதே நேரத்தில் கண்டுபிடிக்க ஒன்றும் இல்லை என்றும் தோன்றியது. எப்படியோ, நான் வெளியே போக உறுதிபூண்டேன். 'பட்டணத்திலிருக்கும் மாமா வீட்டிற்கு' என்று கூறியதும் அம்மாவும் சம்மதித்தாள். அம்மா அப்பாவிடம், 'அவன் இங்கேயிருந்து சும்மா சுற்றுவதைவிட அங்கே போவதுதான் நல்லது. தம்பி ஏதாவதொரு வேலை வாங்கித் தருவான்' என்று கூறுவதை ஒட்டுக் கேட்டேன். அப்பாவும் சமாதானமாகிச் சம்மதித்தார்.

"காலையிலேயே புறப்பட்டேன். ஸ்டேஷனில் ஒரு புகை வண்டி புறப்பட தயாராக நின்றுகொண்டிருந்தது. நான் ஒருவனிடம், 'இந்த வண்டி எங்கே போகிறது?' என்று கேட்டேன். 'கிழக்கே போகிறது' என்னும் பதில் கிடைத்தது. நான் ஒரு டிக்கெட்டை வாங்கிக்கொண்டு அந்த வண்டியில் ஏறிவிட்டேன்.

"மாமா வீட்டிற்குச் செல்ல வேண்டுமானால் வடக்கே போகும் வண்டியில் ஏற வேண்டும்..."

ஆறாண்டுகள்வரை நீண்டு கொண்டிருந்த அந்தச் சாகசப் பயணத்தின் கதை இதுதான்.

எப்போதும் ஓசையெழுப்பிக் கொண்டு நிற்கும் சவுக்கு மரங்களையும், கீழிருந்து உச்சிவரை பூக்கள் அணிந்து நிற்கும் மலைக்காடுகளையும், கன்னம் உப்பிக் கொண்டிருக்கும் தக்காளித் தோட்டங்களையும் பின்னணியாகக் கொண்ட அந்த யாத்திரைதான், எப்போதும் மித சீதோஷ்ண நிலையில் நிற்கும் பருத்துள்ளி சிலப்புறத்து குட்டிக்கிருஷ்ண மேனனையும் 'உரூபு' என்ற இலக்கியவாதியையும் வேறுபடுத்தியது என்று நான் கருதுகிறேன்.

'உம்மாச்சு'னுடையதும், 'மாயனு'டையதுமான இதயங்களின் நிரந்தர சங்கீதத்தின் வழியே, 'ராமன் நாயர்,' 'குஞ்சுக்குட்டி' ஆகியோரின் ஒன்றிணைந்த இதயத்தின் வேகமான துடிப்புகளின் வழியே, அழியாக் காதலின் வசிய சக்தியை மனத்தில் ஊன்றியிருந்த உரூபிடமுள்ள சாதாரண மனிதனால் தீவிரமான ஒரு காதல் கதையைச் சொல்ல முடியவில்லை.

நினைவுகளின் சிப்பியில் விழுந்தவிட்ட அம்முத்துத் துளியை மீண்டும் வெளிக்கொணர சிரமமாக இருக்குமோ?

அந்தக் கதையில்லா கதையின் ரகசியத்தை 'உம்மாச்சு'வையும், 'சுந்தரிகளும் சுந்தரன்மார்களை'யும் மீண்டும் மீண்டும் படிக்கும்போது, அப்பெரும் அரண்மனையிலுள்ள சக்கர நாற்காலில் அமர்ந்திருக்கும் அண்ணனின் இரண்டாவது மகளை நினைத்துக் கொண்டதுண்டு.

உரூபின் திருமணம் எவ்வித ஆடம்பரமும் ஆர்ப்பாட்டமும் இல்லாத ஒரு காதலின் கடைசிக் கட்டமாகத்தான் நடந்தேறியது. அவர் அதைக் காதலென்னும் மூன்று சுவர்களுக்குள் அடைத்து மூச்சுமுட்டிக் கொள்வதற்குத் தயாரில்லை.

உரூபினுடைய மனைவியின் தந்தை ஒரு சப்-ரிஜிஸ்டரார். தேசியப் போராட்டத்தின் அனுதாபி. சமுதாயத்தில் பிரபலமாக அறிமுகமாகியிருந்த அவருடைய மகன் உரூபின் நெருங்கிய நண்பர். உரூபு ஏறத்தாழ எல்லா நாட்களிலும் அங்கே செல்வது பழக்கமாக இருந்தது. தினந்தோறும் அவர் அங்கே காணப்படுவார். வெகுளியாகச் சிரிப்பார். சில சமயங்களில் பொதுவான சில விஷயங்களைப் பற்றியும் பேசிக் கொண்டிருப்பார்.

காசநோயின் பாதிப்பால் மரணப்படுக்கையில் படுத்திருக்கும் போதும் தன் சகோதரியை நினைத்துதான் அந்த நல்ல நண்பர் வேதனைப்பட்டுக் கொண்டிருந்தார்.

"அந்த நல்ல நண்பரின் மரணம் என்னை மிகவும் பிடித்து உலுக்கிவிட்டது. அந்தக் குடும்பத்தைக் காப்பாற்ற என்னால் என்ன செய்ய முடியும்? அநேக இரவுகளின் தொடர்ச்சியான யோசனைகளுக்குப்பின் ஓர் உருவம் தெளிந்து வந்தது. அதை என் அம்மாவிடம் தீர்மானமாகக் கூறினேன். அம்மா ஆரம்பத்தில் தமாஷாகத்தான் அத்தீர்மானத்தை எடுத்துக் கொண்டார்கள்.

பின் அதுவே உண்மையென அறிந்ததும், மேலும் தாமதிக்க வைக்கவில்லை. 1948-ல் தேவகி என் துணைவியாகிவிட்டாள்."

இரண்டு ஆண்களும் ஒரு பெண்ணுமாக மூன்று பிள்ளைகள் 'உரூபு' தம்பதியருக்கு. மூத்த மகன் கருணாகரன் மலையாள மொழியறிந்த யாவருக்கும் தெரிந்த ஒரு கதாசிரியர், மகள் சுதா திருமணமானவர். ஆங்கில இசையில் மிகவும் ஈடுபாடுண்டு. இளைய மகன் ஓவியரும் பட்டதாரியுமாவார்.

உரூபின் குணத்தைப் போன்றும், அவருடைய பிரபலமான புன்னகையைப் போன்றும், ஆனந்தத்தின் அலைகள் நிறைந்து நிற்கும் ஒரு குடும்பம்தான் அவருடையது. உரூபும் அவருடைய மனைவியும் மட்டுமே திருவனந்தபுரத்தில் வசித்தார்கள்.

ஓட்டல் அறைகளில் இருக்கும்போது உரூபால் எழுத முடிவதில்லை. குடும்பத்தின் சங்கீதம் கலந்த அடித்தளத்தில்தான் அந்த எழுதுகோல் நிரந்தரமாக எழுதியது.

கோழிக்கோடு செஷன்ஸ் கோர்ட்டில் கொலை வழக்குகளும் மற்ற வழக்குகளும் விசாரணை நடக்கும்போது, அவற்றைக் கேட்பதற்கென்றே அங்கே செல்வது பி.ஸி.யின் வழக்கமாக இருந்தது. ஒரு சமயம் ஏறநாட்டில் நடந்த ஒரு கொலை வழக்கின் விசாரணையை உரூபு கேட்கும் படியாயிற்று. அந்தப் பயங்கர வழக்கின் விசாரணைக்கிடையே வெளிப்பட்ட நிகழ்ச்சிகளில் தோன்றிய ஒரு 'உம்மா' என்ன காரணத்தினாலோ பி.ஸி.யைக் கவர்ந்தாள். அச்சம்பவம் நடந்த கொஞ்ச நாட்களுக்குள்ளாகவே ஏறநாட்டின் வழியாக பயணிப்பதற்கான நேரமும் வந்தது. அப்போது அந்த 'உம்மாவுக்கு' உயர்ந்த பண்புள்ள ஓர் உருவம் கிடைத்தது. அவ்வாறுதான் 'உம்மாச்சு'வின் பிறப்பு நிகழ்ந்தது.

உரூபின் மிக நல்ல நான்கைந்து கதைகளில் ஒன்றாக விமர்சகர்களால் அங்கீகரிக்கப்பட்டுள்ள 'வெளுத்தகுட்டியின்' பிறப்பும் மற்றொரு கதையாகும். வெள்ளைக் குங்குமப் பூக்கள் பூக்கும் காலம். சுற்றுச்சூழலில் பரந்திருந்த போதையேறிய மணம், முதல் நாள் இரவு முழுவதும் கண்விழித்துப் பயணம் செய்த பி.ஸி.யை உன்மத்தனாக்கியது. நடைபாதை அருகில் ஒரு சின்னப் பெண் வெள்ளைக் குங்குமப் பூக்களைப் பொறுக்கி வந்து மாலை கட்டுகிறாள். தூரத்தில் எங்கேயோ செண்டை மேள சப்தம். இளம் வயதில் குறி சொல்பவனாக ஆக வேண்டும் என்ற எண்ணத்திலிருந்த

குட்டிக்கிருஷ்ணனின் மனத்தில் அந்த மேளச் சப்தம் ஒரு பெரிய உலகத்தைப் படைத்தது. 'வெளுத்தக்குட்டியின்' உற்பத்தியும் அப்படித்தான் நடந்தது.

உரூபு இலக்கியவாதி மட்டுமல்ல; நல்லதொரு நடிகரும் என்ற உண்மை ஏராளமானவர்களுக்கும் தெரியாத செய்தி. 'இடச்சேரி'யின் கூட்டுடன் 'அபுபக்கர்' முதலான கதாபாத்திரங்களாக நடித்துள்ள உரூபு, தன்னுடைய தனி முத்திரையை அங்கேயும் பதித்ததுண்டு.

உரூபு ஒரு 'பேச்சுப் பிரியர்'. தனக்கு விருப்பமான நண்பர்களுடன் சேர்ந்திருக்கும்போது நாட்களெல்லாம் நிமிடங்களாக மாறும். அவர் பேசத் தொடங்கினால், அது 'வெளுத்தக்குட்டி'யைப் போன்றும், 'தாமரைத் தொப்பி'யைப் (உரூபு சிறுகதைகளின் பெயர்கள்) போன்றும் உள்ள மயங்க வைக்கும் உபகதைகளாகத்தான் முடியும். பேச்சு விஷயங்களை உரூபு நாடகத்தன்மையுடன் கோர்த்துக் கோர்த்துத்தான் கொண்டு செல்வார். ஒரு விஷயத்தை எடுத்துக் கொண்டால் அதன் வேர்கள் வரையில் இறங்கிச் செல்லும் அவருடைய தனித்தன்மை யாரையும் ஆச்சரியப்படுத்தும்.

உரூபின் பேச்சுப் பிரியத்தைப் பற்றி ஒரு கதை பொன்னானியிலுள்ள அவரின் நண்பர்களுக்கிடையே இப்பொழுதும் மறையாமல் இருக்கிறது. அச்சம்பவம் பல ஆண்டுகளுக்கு முன் நடந்தது.

ஒரு நாள் இரவு இரயிலில் வரும் 'அத்தை'யை அழைத்து வருவதற்காக உரூபு வீட்டை விட்டு இறங்கினார். நிலையத்திற்குச் செல்லும் வழியில் இரண்டு நண்பர்களிடம் 'குசலம்' விசாரிக்க ஆரம்பித்துவிட்டார். திடீரென 'அத்தை'யின் நினைவு வந்துவிட, இரயில் நிலையத்திற்கு ஓடிச் சென்றபோது, இரயில் வந்து போய் இரண்டு மணி நேரம் ஆகியிருந்தது. எப்படி இருக்கு கதை?

விரிந்த கண்களில், வெற்றிலைப் போட்டுச் சிவந்த உதடுகளில், குடமுல்லைப் போன்று விரியும் புன்னகையைப் பார்க்கிற ஒருவரால் உரூபிற்கு வயதாகிவிட்டது என்று சொன்னால் நம்ப முடியாதுதான். உரூபிடமுள்ள 'இலக்கியவாதி'யும், 'சாதாரண மனிதனு'ம் எப்போதும் நித்திய இளைஞர்கள்தான். 'உரூபு'க்கு - இளமை மாறாதவர் என்று பெயர். அப்பெயர் எவ்வளவு பொருத்தமாக உள்ளது.

'உரூபு' என்ற புனைபெயரின் பிறப்பும்கூட ஒரு எதிர்பாராத நிகழ்ச்சிதான். கோழிக்கோடு வானொலி நிலையத்தில் அவர் வேலை செய்த நேரம். சக தயாரிப்பாளரான கே.ராகவனின் இசையிலுள்ள திறமைகள் பிரதிபலிக்குமாறு ஒரு கட்டுரையை எழுதினார் பி.ஸி. குட்டிக்கிருஷ்ணன். அதைப் பத்திரிகைக்கு அனுப்புவதற்குமுன், தன்னுடன் சேர்ந்து வேலை செய்யும் நண்பரைப் பற்றி இப்படிப்பட்டதொரு கட்டுரை தன் சொந்தப் பெயரில் வருவது சரியில்லை என்னும் முடிவுக்கு வந்தார். ஒரு புனைபெயருக்காக அப்போது ஆலோசித்தார். முதலில் மனத்தில் தோன்றியது ஓர் 'அரபி' வார்த்தைதான். அதுதான் 'உரூபு'. 'மாத்ருபூமி' வார இதழில் முதன்முதலாக அந்தப் பெயர் அச்சில் வந்தது. இவ்வாறுதான் 'உரூபு' என்னும் புனைபெயர் உருவாயிற்று.

உரூபு, கவனிக்கத்தக்க ஒரு திறமையான பேச்சாளருமாவார். என்னைப் பொருத்தமட்டில், அவர் ஓர் உணர்ச்சி வயப்படாத பேச்சாளர்தான் என்பேன். கொல்லம் டி.கே.எம். பொறியியல் கல்லூரியில் அவர் செய்த சொற்பொழிவின் சில வரிகளையே இங்கு உதாரணமாகச் சொல்லலாம்:

"நான் ஏன் எழுதுகிறேன்?" என்னும் தலைப்பில் அமைந்த ஒரு விவாத மேடையாக அது இருந்தது.

கேசவதேவ், எம்.கிருஷ்ணன் நாயர், பத்மராஜன், விதுர பேபியுடன் உரூபும் நானும்கூட அந்தக் கூட்டத்தின் பேச்சாளர்கள். உரூபைத் தவிர மற்ற எல்லோரும் ஆவேசத்துடன் பேசினார்கள்.

ஆனால், உரூபு மட்டும் அமைதியாக, இனிமையாகப் புன்னகைத்தவாறே, "குதிரை வட்டம் (நாம் சென்னை கீழ்ப் பாக்கத்தைச் சொல்வதுபோல்) என்ற இடம் உங்களுக்குத் தெரியும். நான் அங்கிருக்கும் மனநோய் மருத்துவமனைக்குப் பக்கத்தில் தங்கியிருந்தபோது, ஒரு மனநோயாளி தினந்தோறும் இரவில் பாடிக்கொண்டிருந்தது எனக்குக் கேட்கும். இவ்வுலகையே கூட மறக்க வைக்கும்படியான கானத்தின் ஆத்மாவில் ஒன்றிணைந்த ஸ்வரம் அது. அப்பாட்டைக் கேட்டு நான் பரவசமடைந்து கொண்டிருந்தேன். எதுக்காக அவன் பாடுகிறான் என்று அவனிடம் சென்று கேட்டால் என்ன பதிலைச் சொல்வான்? அதைப் போல..." என்று ஆரம்பித்தார்.

உரூபு ஒரு குடிகாரர் இல்லை; ஆனால், எல்லாவித மதுபானங்களையும் அவர் சுவைத்துப் பார்த்ததுண்டு - ஸ்காட்ச்

முதல் பட்டைச் சாராயம் வரை. ஆனால், எதையும் அவர் விரும்பிய தில்லை. அவை தண்டனையாகவே அவருக்குத் தோன்றியிருக்கிறது. வாசனைப் பாக்கும், புகைபிடிப்பதும்தான் அவருக்கு எப்போதும் பிடிக்கும். அவற்றைவிட்டுப் பிரிய அவரால் முடியாது.

ஆங்கிலம், தமிழ், சமஸ்க்ருதம் ஆகிய மொழிகளை மலையாளத்தைப் போல் அவரால் அழகாக உபயோகிக்க முடியும்.

“ஆசைப்பட்டது ஏதாவது நடக்காமல் இருந்ததுண்டா?” என்னும் என் வினாவிற்கு -

“நான் ஆசைப்பட்டது ஒன்றையும் அடைந்ததில்லை. ஒரு துடிப்பு மாறும்போது மற்றொரு துடிப்பு வந்துவிடும். அவ்வாறு தான் என் ஆசைகள் நிரந்தரமாக உருமாறிக்கொண்டு இருந்தன” என்பது உரூபின் பதிலாகும்.

“இதுவரை எழுதிய படைப்புகளால் தாங்கள் திருப்தியடைந்து விட்டீர்களா பி.ஸி.?” என்று கேட்டேன்.

“இல்லை. எந்தவோர் எழுத்தாளனும் திருப்தியடைய முடியாது. நான் இதுவரையிலும் மூக்கினால் மட்டுமே பேசி யிருப்பதாக நினைக்கிறேன். இனிமேல்தான் நான் நாவால் பேச இருக்கிறேன்” என்று கூறினார் உரூபு.

புதிய எழுத்தாளர்களின் மேல் பி.ஸி.க்கு மிக மிக எதிர்பார்ப்பு உண்டு. கவனிக்கத்தக்கவர்கள் சிலர் உண்டென்றும், அவர்கள் சில அற்புதங்களைக் காட்டுவதற்கான திறமையுடன் உள்ளார்கள் என்றும் அவர் கூறினார்.

ஓ.வி.விஜயனைப் பற்றி பி.ஸி.க்கு மிகவும் மதிப்புண்டு. மலபார் கிறிஸ்டியன் கல்லூரியில் படித்த காலம் முதலே தனக்கு அவரைத் தெரியுமென்றும், புதிய தலைமுறையினரில் மிகவும் தனித்துவமுள்ள எழுத்தாளர் விஜயனென்றும் அவர் மேலும் கூறினார். சென்ற தலைமுறையினர் எல்லோரும் விக்கிரகங்களைத் தகர்த்தவர்கள் என்றும், இன்றைய தலைமுறையினர் விக்கிரகங்கள் இருக்கும் பீடங்களைக்கூடத் தகர்ப்பவர்கள் என்றும், ஆகவே, புது விக்கிரங்களைப் படைக்க முடிந்தால், அத்தகர்ப்பைத்தான் கைத்தட்டலோடு வரவேற்க முடியும் என்றும் அவர் கூறினார்.

ஓர் எழுத்தாளனின் தனித்துவத்திற்கு மிக முக்கியம் இருக்கிறது என்றும், அதுதான் அவனுடைய சக்தியென்றும், வார்த்தைகள்

என்றும் உரூபு நம்பினார். அதற்கான விளக்கத்தையும் அவர் விவரித்தார்.

“ஓர் எழுத்தாளனின் மனம், இழுத்துக் கட்டப்பட்ட கம்பிகளை யுடைய வீணையைப் போன்று இருக்க வேண்டும். மெல்லிய காற்று வீசினால் கூட வீணையில் இசை எழுவதுபோல், தனித்துவம் வலுப்பெற்றால் எழுத்துக்கும் சக்தி கூடும்.”

வாசகர்களுக்காகத்தான் இலக்கியப் படைப்புகள் படைக்க வேண்டும் என்னும் வாதத்துடன் உரூபால் ஒருபோதும் ஒத்துப்போக முடியவில்லை. “மனித வாடையோ மனித நடமாட்டமோ இல்லாதிருந்த இடங்களில்கூட, சிற்பங்களை அன்றைய கலைஞர்கள் செதுக்கி வைத்தது ஏன்? அஜந்தாவிலும் எல்லோரா விலும் உள்ள குகைகளில் மனிதன் எதற்காக ஓவியம் வரைந்தான்? கொனார்க்கும்கூட இதற்கு ஓர் உதாரணம்தானே?” - இவ்வாறு எத்தனையோ கேள்விகள் உரூபிடமிருந்து வந்தன.

காவிய அழகில் கதை சொல்லி, தன் தலைமுறையிலுள்ள எழுத்தாளர்களிலேயே பெரும் கவிஞராக மாறிய உரூபின் உலகம் ‘தலைவர்களுடையது மட்டுமே.’ அதேபோன்றுதான் பி.ஸி. குட்டிக் கிருஷ்ணனின் வாழ்க்கையும். மனயியலின் ஆழங்களுக்குள் இறங்கிச் சென்று தேடிப் பார்க்க இந்த இலக்கியவாதி முயன்ற தில்லை. ஆனால், சுற்றுப்புறங்களிலுள்ள தனிமனிதர்களில் ஏற்படும் நுண்ணிய பிரதிபலிப்புகளையும் கவர்வதிலுள்ள உரூபின் திறமைதான் இலக்கியவாதி என்னும் நிலையில் அவரிடமிருக்கும் விலைமதிப்பில்லா சொத்தாகும்.

மனிதர்கள் எல்லோருமே சுந்தரன்மார்களாகவும் சுந்தரிமார் களாகவும்தான் பிறக்கின்றார்கள் என்றும், வாழ்க்கை என்னும் வலைகளில் அவர்கள் விழும்போதுதான் வேறு உருவம் பெறுகின்றார்கள் என்றும் நம்புகின்ற உரூபு, அந்த நம்பிக்கையை மலையாள இலக்கியத்தின் விலையுயர்ந்த முத்துகளாக மாற்றும் போதுதான் அவர் முற்றிலும் ஒரு மனிதநேசியாகிறார். நகைச்சுவை உணர்வில் இணைந்த அந்த மனித நேசிப்புதான் உரூபின் படைப்பு களுக்கு நித்திய இளமையைக் கொடுத்திருக்கிறது. அவருடைய படைப்புகளைப் படிக்கும்போது இமாலயச் சரிவுகளில் நடப்பதைப் போன்றும், மானஸரோவரில் குளிப்பது போன்றும் அனுபவப்படு கிறதென்றால் அதற்கு வேறு எதுவும் ரகசியம் இல்லை.

அன்பிற்கினிய நண்பர் உருபு அவர்களே! ஒரு சமயம் தாங்கள் எழுதியதையே நான் இங்கே எடுத்தெழுதித் தங்களைப் பற்றிய கட்டுரையை முடித்துக் கொள்கிறேன்.

"எந்தச் சமுத்திரத்தில் தேடினாலும், மனித மனத்தைப் போன்று அத்தனை ஆழமான அகழியைக் காண முடியாது. ஆனால் எந்தச் சமுத்திரத்தின் அடியிலும் இவ்வளவு விலையுயர்ந்த ஒரு ரத்தினம் விளையவும் முடியாது."

அதைத்தான் நான் நேசம் என்று அழைக்கிறேன்.

அன்பிற்கினிய பி.ஸி.! என்னால், தங்களிடமுள்ள சாதாரண மனித மனத்தின் ஆழத்திற்கு ஒரு நிமிடமாவது ஓசையுடன் செல்ல முடிந்ததோ?

പാറപ്പുറത്ത്

ஈஸோ மத்தாயி (பாறப்புறத்து)

புனைபெயர்: பாறப்புறத்து

இலக்கியச் சேவை: இவரின் கதைகளும், நாவல்களும் பட்டாள வாழ்வைச் சித்தரிப்பவை. பட்டாள பாளையங்களில் (பாரக்குகளில்) நடக்கும் நிகழ்ச்சிகளும், பேச்சுகளும், தியாகங் களும் இவரின் படைப்புகளில் மிளிர்ந்து நிற்கும். 'நிணமணிஞ்ஞ கால்பாடுகள்'. 'அன்வேஷிச்சு கண்டெத்தியில்ல'. 'ஆத்ய கிரணங் கள்'. 'பணி தீராத்த வீடு'. 'அரை நாழிகை நேரம்' போன்றவை நினைவில் நிற்கும் நாவல்கள். 'அரை நாழிகை நேரம்' தமிழில் வெளிவந்துள்ளது. பல பரிசுகள் பெற்றவர். இக்கட்டுரை வெளிவந்த பின் காலமானவர்களில் இவரும் ஒருவர்.

“மக்கள் கூட்டத்தில் இருக்கும் போதும் ‘ஒண்டி’யாக இருக்கிறான் பார் என்னும் சொல்தான் என் வாழ்க்கையில் எப்போதும் நேர்ந்துள்ளது. கேளிக்கை செய்யவும் என் திறமைகளை வெளிப்படுத்தவும் கூடிய ஒரு மண்டலம் இலக்கியம்தான் என்று நான் உணர்ந்தேன். எப்போதும் மக்கள் கூட்டத்திலேயே வசிக்க வேண்டிய வாழ்நிலையை அடைந்துவிட்ட நான், இதயத்தால் அவர்களிடமிருந்தெல்லாம் விலக வேண்டிய நிர்ப்பந்த முள்ளவனாகவும் ஆகிவிட்டேன். ஏழெட்டுப் பேருடன் ஒரு கூடாரத்தில் வசிக்கும்போதும், பாளையத்தில் (பாரக்கில்) நாற்பது ஐம்பது பேரில் ஒருவனாக இருக்கும்போதும், நான், ‘ஒண்டி’யாகத்தான் இருந்தேன். அவ்வாறு தனிமைப்பட்ட எனக்கு ஓய்வு கொள்வதற்காக நான் கட்டி முடித்த பர்ணசாலைகள்தான் என்னுடைய கதைகள் எல்லாம்.”

“கூட்டாளிகளெல்லாம் அதிகாரப்பூர்வமாக ஓய்வெடுக்கவும், மற்ற விஷயங்களுக்காகவும் சுகத்தைத் தேடிப் போனபோது, எதிர்பாராதவிதமாக என்னுள் விழுந்த கதைக்கருதான் எனது இன்பப் புகலிடமாக இருந்தது. நான் அதனை தாலாட்டிச் சீராட்டி வளர்த்து வெளியுலகிற்கு ஒளிவிடச் செய்வதில் தான் மகிழ்ச்சியடைந்தேன். அந்த மகிழ்ச்சியான நேரங்களெல்லாம் விலைமதிக்க முடியாதவை யாகவே இருந்தன!”

இந்த விலைமதிப்பற்ற மகிழ்ச்சியின் எல்லா நேரங்களையும், மலையாள இலக்கியக் கருவூலத்தின் விலைமதிப்பற்ற ரத்தினங் களாக மாற்றிய பாறப்புறத்தை, வெறும் பட்டாளக்காரராக மட்டும் சித்தரிக்கப்படுவதை பார்க்கும்போது பல சமயங்களிலும் எனக்கு வேதனை தோன்றியதுண்டு.

சூனிய வெளியில் முளைத்தெழுந்து, தானாகவே வளமை சேர்த்து படர்ந்து பந்தலாகிய - மகத்தான மரணத்தின் வரவையும் எதிர்நோக்கிக் காத்திருந்த - குஞ்ஞோனச்சன்; கலாச்சார இருள் பாதித்திருந்த ஒரு கிராம பிரதேசத்தில் ஒளிக்கற்றைகளுடன் புகுந்து சென்ற மேரிக்குட்டி; சூனியமும் அனாதையுமான வீட்டின் இருளடைந்த சிறிய அறையில், ஒளிந்துகொண்டதுபோல் காலந் தள்ளிய ஓமனா; மங்களக்குறியின் அடியில், ‘இதில் என்னொட துடிக்கும் கண்ணீரும் உண்டு’ என்றெழுதிய காதலியை, தடுமாறும் பெருமூச்சுடன் நினைவிலிருத்தி தன் குடும்பச் சுமைகளைச் சுமந்து திரிந்த தாமஸ்; ‘இந்தக் குழந்தையின் சவத்தை இந்த சர்ச்சின்

கல்லறையில்தான் அடக்கம் செய்வேன். அவர்களுடைய சர்ச் கட்டணத்தை என் சம்பளத்திலிருந்தே தருவேன்' என்று ஆலயத்தை வியாபார இடமாக்க முயன்ற பிரமுகர்களின் முகத்தை நோக்கிக் கூறிய கருணையே வடிவான விகாரியச்சன்; தரித்திர அக்னியில் தன்னையே அர்ப்பணித்துக் கொண்ட பத்மினி; மாநகரம் என்னும் சூறாவளியில் வழுக்கி விழுந்துவிட்ட தங்கம் - இவ்வாறு எத்தனை யெத்தனையோ, மனிதர்களின் எல்லாக் குணங்களையும் தொட்டு அனுபவித்தும், மற்றவர்கள் அனுபவிக்கவும் செய்த பாறப்புறத்து, பட்டாள பாளையங்களின் உலகத்திற்குள் செல்லவில்லை என்றாலும்கூட எழுத்தாளனாகத்தான் ஆகியிருப்பார்.

அழகை அனுபவிக்கவும் அதைத் தரம் பிரித்துத் தெரிந்து கொள்ளவும் கூடிய பிறவி வாசனைதான், 'கிழக்கே பைனும் மூட்டில் ஈஸோ மத்தாயி'யைப் பாறப்புறத்தாக மாற்றியது என்றும், ஐந்து வயது முதல் தான் கண்டதும் கேட்டதும் அனுபவித்ததும் போன்ற நிகழ்ச்சிகள்தான் தன்னுடைய வாழ்கையின் எல்லைக் கற்களாகப் பதிந்துள்ளன என்றும், அவசரமற்ற நேரங்களில்கூட அக்கற்களைப் பிடித்துக் கொண்டுதான், மனதாலேயே ஒரு பயணத்தை மேற்கொள்ள பல நேரங்களிலும் தான் முயல்வதாகவும் பாறப்புறத்து கூறினார்.

இருபக்கங்களிலும் பூத்து உதிரும் பூக்கள் நிறைந்த தேனூறும் செடிகளால் அழகுபடுத்தப்பட்ட கோயில் குளக்கரைக்குப் போகும் பாதை; ஊஞ்சல் வள்ளிக் கொடிகள் பாம்புகளைப்போல் பின்னிப் பிணைந்து 'பறம்பு' முழுவதும் படர்ந்திருக்கும் நாக சர்ப்பக்கோயில்: தண்ணீர் அலைமோதும் பொய்கை வாய்க்கால்; ஓலைக் குடையால் முகம் மறைத்து, தீண்டக் கூடியவர்களையும் தீண்டாமல் ஒதுங்கி, தம் பரிவாரத்துடன் நடக்கக்கூடிய அந்தர் ஜனங்கள்; சித்திரைக் காற்றில் பொலபொலவெனக் கொட்டும் பழுத்த பழங்களால் பந்தலாகப் பரந்திருக்கும் நாட்டு மாமரங்கள்; கிராமப் பந்து விளையாட்டு; திருவாதிரை விழா; பெருநாள்; இவற்றையெல்லாம் களங்கமில்லாத் தன் இள மனத்தினால் ஆச்சரியத்துடன் பார்ப்பதும், பங்கு கொள்வதுமான அனுபவங்களை நிரந்தரமாகத்தான் இழந்துவிட்டதை நினைத்து அவர் வேதனைப்படுவதுண்டு. பல்லாண்டு காலமாகச் சுழலும் இந்த வளையத்தினுள் பிறந்து, அதனிடமிருந்து விலக முடியாத ஒரு வேதனைதான், ஈஸோ மத்தாயியைப் 'பாறப்புறத்து' என்னும்

இலக்கியவாதியாக மாற்றியிருக்கும் என நான் கருதுகிறேன். புதிய புதுமை கதாசிரியர்களிடமிருந்து தனிமைப்படுத்தி மிகப்பெரும் மேதாவிகளில் ஒருவராகத்தான் பாறப்புறத்தை வரைய நான் முயன்றேன். ஆனால் என்னிடம் அதற்கான புலமையில்லை. அதனால் வாசகர்கள் என்னை முன்கூட்டியே மன்னிக்க வேண்டுகிறேன்.

வறுமையிலும் வாடாத ஒரு மகிழ்ச்சியைப் பாதுகாக்கும் ஆசாபாசங்களுக்கிடையிலும் வாழ்வில் நேசிக்கக் கூடிய ஏதோ ஒன்று உண்டென்று நம்பும் குன்னத்து பாறப்புறத்து வீட்டில், கிழக்கே பைனும் மூட்டில் ஈஸோ மத்தாயியைத்தான் எனக்குப் பழக்கமுண்டு. அதனால், வெளிப்பகட்டில்லாத என்னுடைய இந்த எளிய தூரிகை முனையிலிருக்கும் மைத்துளியால் அவரை இங்கே ஒதுக்கித் தருகிறேன்.

கொல்லம் ஆண்டு 1110 (1925-கி.பி) துலாம் (ஐப்பசி) மாதம் 29-ந் தேதி மாவேலிக்கரையிலிருந்து மூன்று மைல்கள் தூரத்திலிருக்கும் குன்னம் கிராமத்திலுள்ள பாறப்புறத்து வீட்டில் ஈஸோ மத்தாயி பிறந்தார். தந்தையின் பெயர் குஞ்ஞுநைனா ஈஸோ. தாயின் பெயர் சோசம்மா. இந்தத் தம்பதியருக்கு இரண்டு ஆண்களும் மூன்று பெண்களும் பிறந்தார்கள். அவர்களில் மூன்றாவது குழந்தையாக மத்தாயி பிறந்தார். ஒரு நடுத்தர செல்வந்த குடும்பம்தான் பாறப்புறத்து வீடு. குன்னம் சி.எம்.எஸ்.எல்.பி. பள்ளி, அரசு நடுத்தரப் பள்ளி, செட்டிக்குளக்கரை உயர்நிலைப்பள்ளி ஆகிய இடங்களில்தான் பாறப்புறத்து தன் கல்வியைப் பயின்றார். விவசாயம், வியாபாரம், சிட்பண்ட் போன்றவற்றிலெல்லாம் ஈடுபட்டிருந்த மத்தாயியின் தந்தை ஊரிலேயே ஒரு பெரிய புள்ளியாகத் திகழ்ந்தார்.

ஆனால், இளம் வயதிலேயே புற்றுநோய் தாக்கப்பட்டதால், அப்பெரிய மனிதரின் பலம் படிப்படியாகச் சோர்ந்து போக ஆரம்பித்தது. 1124-ல் (கொல்லம் ஆண்டு) நெய்யூரில் மத்தாயியின் தந்தை காலமானார். பதினான்கு வயதிலிருந்த அப்பையன் வெலவெலத்துப் போய்விட்டான். ஒரு பெரிய குடும்பத்தின் சுமை முழுவதும் தன் தோளில்தான் என்று அவனை அறியாமலேயே ஏற்றிவைக்கப்பட்டது. ஏராளமான பணம் வெளியிலிருந்து வர

வேண்டியதிருந்தது. ஆனால் அவையொன்றும் திரும்ப கிடைக்கவே இல்லை. கொடுக்க வேண்டியவற்றை மட்டும் வட்டி உள்படக் கொடுக்க வேண்டிய நிலைமையாகி விட்டது.

அப்போது, குஞ்ஞும்மாவின் திருமணம் மட்டுமே நடந்திருந்தது. மற்ற சகோதரிகளான அன்னம்மா, ஏலியம்மா ஆகியோரின் திருமணம் நடைபெற வேண்டியிருந்தது. சகோதரன் நைனானையும் படிக்க வைக்க வேண்டும். அதனால், பதினெட்டாவது வயதில் ஒன்பதாம் வகுப்பு தேறியதோடு படிப்புக்கு முழுக்குப் போட வேண்டியாகிவிட்டது. பத்தொன்பதாம் வயதில் 1944-ல் குடும்பத்தின் நிலைமையைப் புரிந்துகொண்டு ஈஸோ மத்தாயி பட்டாளத்தில் சேர்ந்தார். முன்னணிப் படைப் பகுதியில் 65 ரூபாய் ஊதியத்தில் ஹவில்தார் எழுத்தராக ராணுவப் பதவியில் நுழைந்தார். 1965-ல் ஹவில்தார் எழுத்தராகவே விலகியும் விட்டார். இருபத்தோர் ஆண்டுகளுக்குப்பின் 'கிழக்கே பைனும் மூட்டில் ஈஸோ மத்தாயி' பாறப்புறத்து என்னும் பெயரில் மலையாள மொழியில் மிக அதிகமான வாசகர்களால் அறியப்படும் ஓர் இலக்கியவாதியாகக் குன்னத்தை யடைந்தார்.

இந்த இருபத்தியோர் ஆண்டுகளில் கட்டுப்பாடான பட்டாள வாழ்க்கையில் நடந்த நிகழ்ச்சிகள், அளித்த அனுபவங்கள் ஒன்றிரண்டு இல்லை. ஆனால், அந்த அனுபவங்கள் பாறப்புறத்திற்கு நிலையான அனுபவங்களாக இருந்தனவாவென்பதை நிச்சயமாகச் சொல்ல முடியவில்லை. பட்டாள பாளையங்களிலுள்ள வாழ்க்கையைவிட, கிராமப்புற அனுபவங்கள்தான் அவரை அதிகம் மூச்சு மூட்டச் செய்தவையாகும். நடுத்தர வர்க்கத்தினரும், குறைந்த வருமானம் உள்ளவர்களுமான கிறிஸ்துவ குடும்ப வாழ்க்கையின் பிரதிபலிப்பாளர் என்று அவரை விசேஷமாகக் குறிப்பிடுவது கூட நல்லதுதான் என்றாலும், பட்டாள பாளையங்களிலுள்ள வாழ்க்கை நிகழ்வுகள், உரையாடல்களில் எல்லாம் புகுந்து வரும்போது, அவர் உணர்ச்சிக்கு அடிமையாவது என்பது சாதாரண நிகழ்ச்சியாகவே இருந்தது.

மாவேலிக்கரையிலுள்ள ஓட்டல் எம்பஸியில் ஓர் இரவு முழுவதும் பாறப்புறத்துடன் அளவளாவக்கூடிய சந்தர்ப்பம் எனக்குக் கிடைத்தது. தூக்கம் எங்களைத் தன்னாலேயே கைவிட்ட

இரவாகத்தான் அன்று இருந்தது. 'திரி எக்ஸ்' ரம்மின் பாட்டில்கள் உடைந்து கிளாஸ்கள் நிரம்பின. அவை இடையிடையே காலி யாயிற்று. ரம்மின் நிறமும் அதன் நுரையும் சேர்ந்து பாறப்புறத்தை இருபத்தியோர் ஆண்டு பட்டாள வாழ்க்கையினுள் திரும்பவும் புகுந்து செல்ல துணை புரிந்தது. அந்தத் திரும்புப் பயணத்தில் முழங்கிய சப்தமும், நிறங்கொள்ள மறந்துபோன நிகழ்ச்சிகளும் கண்களை நனைப்பதாக இருந்தன. மனத்தில் உள்ள ஜீவிதக் காட்சிகளை விவரித்தபோதும், ஒருபோதும் மறக்க முடியாத விதத்தில் மனத்தில் இறுகிவிட்ட மனிதர்களை அறிமுகப்படுத்திய போதும் நான் ஆச்சரியத்தில் ஆழ்ந்து விட்டேன். அக்காலத்திய ஒவ்வொரு மனத்தின் பெருமூச்சைக்கூட இந்த மேதை தன் மனத்தில், தன் கடைசிக் காலம் வரையில் பாதுகாத்தார். 'நிணமணிஞ்ஞ கால்பாடுகள்' (இரத்தம் தோய்ந்த கால்சுவடுகள்) நாவலின் கையெழுத்துப் பிரதியைப் படிக்கச் சொல்லிக் கேட்ட புண்ணியவதியான பாறப்புறத்தின் தாய், "இவ்வளவு காலமாக இவற்றையெல்லாம் எப்படி நினைவில் வைத்திருந்தாய் மகனே?" என்று கேட்டாராம்.

என்னுள் ஏற்பட்ட ஆச்சரியத்திலும் கூட, அந்தப் பாசமென்னும் புதையலை உள்ளடக்கியிருந்த தாயின் வார்த்தைகள்தான் நிழலாடுகின்றன. அப்படிப்பட்ட அப்பெரும்புள்ளியின் - பெரும் புகழ்பெற்ற இலக்கியவாதியின் விலை மதிப்பற்ற வாழ்க்கை யிலிருந்து நிறம் மங்காத சில ஏடுகளையும், மங்காத நினைவுகளில் எப்போதும் துடித்து நிற்கும் சில நிமிடங்களையும்தான் இங்கே கூறப் போகிறேன்.

ஹைதராபாத் ஜால்னாவிலுள்ள ராணுவ முகாமில் இருக்கும் போதுதான் பாறப்புறத்து இனிமையான ஒரு காதல் உறவில் நுழைந்தார். 'சிக்கன் பாக்ஸ்' போட்டு ராணுவ மருத்துவமனையில் தங்கியிருந்த நேரம். இரண்டு மாதங்களை அவர் அங்கே கழிக்க வேண்டியதாகிவிட்டது. உடல்நலம் சரியான பின்பும் மேலும் இரு வாரங்கள் அவர் அங்கேயே தங்கியிருந்தாராம். தன்னைக் கவனித்துக் கொண்டிருந்த ஒரு நர்ஸைவிட்டுப் பிரிவதற்குத் தன் மனம் இடம் கொடுக்காததால்தான், தான் அப்படி தங்க வேண்டியதாகிவிட்டது என்று கூறினார். கொச்சியைச் சேர்ந்த அப்பெண்ணின் பெயர் 'நெய்த்தி.' அக்காதலின் தொடக்கம் எப்படி நிகழ்ந்தது என்னும்

நினைவு அவருக்குத் தெரியவில்லை. ஒரு சண்டையின் மூலம் தான் அந்த உறவு ஆரம்பித்தது என்று மட்டும் தெரிகிறதாம், அதைத் தொடர்ந்து, இருவருக்குமே ஒருவரையொருவர் ஒரு நிமிடம்கூட பார்க்காமல் இருக்க முடியவில்லையாம். ஜிலேபியையும், லட்டையும் சீருடையிலேயே மறைத்து எடுத்து வருவாளாம். பஷீரின், 'பால்ய கால சகி'யும் (இளம்பருவத்துத் தோழி) சில நண்பர்களும்தான் காதல் கடிதங்களைப் பரிமாறிக்கொள்ள உதவி செய்தார்கள் என்று பாறப்புறத்து கூறினார்.

"அந்தக் காதலி மிகவும் அழகியோ?" என்னும் எனது கேள்விக்கு-

"நல்ல அழகி" என்னும் பதில் கிடைத்தது அவரிடமிருந்து.

பூநிலவைப்போல், மலரும் ரோஜாவைப்போல், இரவுப் பூக்களில் படிந்திருக்கும் பனித் துளிகளைப்போல், குளுமையும் இனிமையுமாக இருந்தது அக்காதல் உறவு. இருவருக்கும் ஒரே வயதுதான் இருக்கும் என்பதை இங்கே குறிப்பிட வேண்டும். எது எப்படியோ, நிரந்தரமாக மருத்துவமனையில் தங்கவா முடியும்! கடைசியில் டிஸ்ஜார்ஜுக்குப் பணிய வேண்டியதாகிவிட்டது. மருத்துவமனை கேட் வரையில் தேம்பித் தேம்பி அழுதுகொண்டே வந்த அந்தக் காதலியை, தன் வாழ்நாள் முழுவதும் பாறப்புறத்து, நிலவின் குளுமையைப் போல் நினைவில் கொண்டிருந்தார். சில நாட்களுக்குப்பின் காதலியைப் பார்க்கச் சென்ற பாறப் புறத்து, அங்கே ஒரு காட்சியைக் கண்டு திடுக்கிட்டு விட்டார். தன் நண்பன் ஒருவனுடன் சேர்ந்து நெய்த்தி காதல் மொழி பேசிக் கொண்டிருந்தாள். விவரமாக ஆராய்ந்தபோது, அவர்களுக்குள் காதல் ஆழமாக மலர்ந்துவிட்டது என்பதுடன் திருமணமும் செய்து கொள்ளப்போகிறார்கள் என்றும் தெரிய வந்தது. அதனால், கண்ணீர்த் துளிகள் பட்ட பாதங்களுடன் அந்த மருத்துவமனை யிலிருந்து வெளியேறிவிட்டார் பாறப்புறத்து.

"அதன்பின், அவர்களைத் தாங்கள் கண்டதுண்டா?" என்று நான் ஆவலுடன் பாறப்புறத்திடம் கேட்டேன்.

அதற்குச் சுருக்கமான பதில்தான் கிடைத்தது.

"அவர்கள் திருமணம் செய்து கொண்டார்கள். ஆனால், மகிழ்ச்சியான ஒரு தாம்பத்ய வாழ்க்கை அவர்களுக்குக் கிடைக்க

வில்லை. அதனால் இருவரின் வாழ்வும் விரைவிலேயே தகர்ந்து விட்டது என்பதை மட்டும் கூறினால் போதுமல்லவா?"

இந்தக் காதல் உறவுதான் பாறப்புறத்தை ஒரு கதை எழுதத் தூண்டியது. கதையின் பெயர், 'பெட்நெம்பர் 60' என்பதாகும்.

இக்கதையைக் கேட்டபோது, 'நிணமணிஞ்ஞ கால்பாடுகள்' நாவலில் வரும் உயர்ரக வண்ணப்பூக்களை மட்டுமே சேகரிக்கும் தங்கம்மாளையும் நினைக்க வேண்டியதாகிவிட்டது. அப்பெண்ணின் பேசும் கண்கள் நனைவதைக் கண்டபோது, 'நிணமணிஞ்ஞ கால்பாடுகள்' நாவலில் வரும் 'மாத்யூ' என்னும் கதாபாத்திரம் நான்தான்" என்று பாறப்புறத்து சொன்னதை நினைத்துக் கொண்டேன். அப்படியானால், தங்கம்மா பாத்திரம் ஒரு கற்பனைப் படைப்பு என்று எவ்வளவு சொன்னாலும், என்னைப்போல் அந்நாவலின் ஆத்மாவிற்குள் இறங்கிச் சென்றவர் களால் ஒருபோதும் நம்ப முடியாது.

என் அன்பிற்கினிய பாறப்புறத்து அவர்களே! தங்களின் ஆத்மாவில் தங்கம்மாவோ அல்லது அவளைப் போன்ற வேறு பெண்ணோ ஏதாவது ஒரு பெயரில், தங்களால் மறக்க முடியாத விதத்தில் முத்திரை பதித்தது உண்மைதானே? அந்த முத்திரையின் மாய வளையத்திலிருந்து ஒரு முறையாவது தங்களால் ஒதுங்கி நிற்க முடிந்ததோ?

கதாசிரியரான கே.ஈ. மத்தாயி ஆரம்பக் காலத்தில் தான் எழுதியது எதையும் யாருக்கும் காண்பித்ததே இல்லை. அதிகக் கூச்சம் கூட அதற்கான காரணமாக இருக்கலாம். அந்தக் கூச்சம் பாறப்புறத்திடம் கடைசிவரை இருந்ததுமுண்டு. எந்த ஒன்றுக் காகவும் அவர் தன்னை முன்னிலைப்படுத்திக் கொண்டதில்லை. தனிமையில் ஒதுங்கி வாழத்தான் பார்ப்பார். தான் எழுதியவற்றை யெல்லாம் பெட்டியில் பத்திரமாகப் பூட்டி வைப்பது தான் அவருடைய வழக்கம்.

ஒரு நேரத்தில் அவருடன் ஒன்றாக ஒரே அறையில் தங்கியிருந்த, 'கொச்சுசார்' என்று எல்லோராலும் அன்பாக அழைக்கப்பட்ட, ஏ.ஜி. மாத்யூவின் நிர்ப்பந்தத்தைப் பொறுக்க முடியாமல் ஆனபோதுதான் ஒரு கதையை எடுத்துக் கொடுத்தார். மாத்யூ அக்கதையை, ஒரு கடிதத்துடன் சேர்த்து லோகவாணிக்கு அனுப்பி வைத்தார். 'லோகவாணி'யின் அப்போதைய ஆசிரியர் டாக்டர் கே.எம்.ஜார்ஜ். கடிதத்திற்குப் பதில் வரவில்லை. ஆனால்

அக்கதை லோகவாணியில் பிரசுரிக்கப்பட்டிருந்தது. ‘ருக்மணி’ என்னும் பெயரில் இருந்த அக்கதையின் பெயர், ‘புத்ரியின் வியாபாரம்’ என்ற பெயரில் மாற்றிப் பிரசுரிக்கப்பட்டிருந்தது. காஷ்மீரில் இருக்கும்போதுதான், ஒரு நண்பரின் கடிதத்திலிருந்து அக்கதை பத்திரிகையில் பிரசுரிக்கப்பட்டிருந்த செய்தி தெரிய வந்தது. எல்லாவற்றையும் அப்படியே உதறிவிட்டு, ‘மீட்டரு’க்கு ஓடிப்போய் ‘லோகவாணி’யைக் காண வேண்டும் என்னும் ஆவல் அதிகமிருந்தது. “வயலார் ராமவர்மா, கே.சரஸ்வதியம்மாள் என்னும் பெயர்களுடன் கே.ஈ.மத்தாயி என்றும் அச்சடிக்கப்பட்டிருக்கிறது” என்பது நண்பரின் கடிதத்திலிருந்த வரிகளாகும். ஒவ்வொரு நாளும் மத்தாயி கனவு காண ஆரம்பித்துவிட்டாராம். ‘எவ்வளவு பெரிய எழுத்தில் என்னுடைய பெயர் அச்சடிக்கப்பட்டிருக்கும்?’ சிகரெட் விற்க வரும் ஒரு விபச்சாரியின் பன்னிரண்டு வயது தங்கையிடம் தோன்றிய நட்புதான் கதைக்கு ஆதாரமாக இருந்தது. அவ்வாறு, அங்கிருந்து ஆரம்பித்த அவரின் இலக்கிய வாழ்வு, ‘மனசுகொண்டு ஒரு மடக்க யாத்திரை- மனத்தால் திரும்பி வருதல்’ வரை நீண்டிருந்தது.

1948 - 49-ல் ‘மாத்ருபூமி’ வார இதழில், கதைகள் எழுதுபவர் களை கே.ஈ. மத்தாயி ஆச்சரியத்துடன் பார்த்துக் கொண்டிருப்பார். டி.பத்மநாபன், கோவிலன் ஆகியோரின் கதைகள் அக்காலத்தில் தொடர்ந்து ‘மாத்ருபூமி’யில் பிரசுரிக்கப்பட்டு வந்தன. அவற்றைப் பற்றிப் பாறப்புறத்து கூறியதைக் கேளுங்கள்:

“கோவிலனிடம் எனக்கு மிகவும் மரியாதை இருந்தது. கோவிலன் யூனிட்டிலிருக்கும் மெஸ்ஸில்தான் நானும் அப்போது சாப்பிட்டுக் கொண்டிருந்தேன். கோவிலனை நான் அறிமுகப் படுத்திக் கொண்டதும், பார்த்துப் பேசியதும் எல்லாம் ஓர் அற்புதம் போல் எப்போதும் என் மனத்தில் நிலைத்திருந்தது.”

‘மீட்டரி’ல் இருந்தபோதுதான் மத்தாயி கோவிலனை முதன் முதலாகக் கண்டு பேசினாராம். மெஸ்ஸுக்கு அருகில் நிற்கும் போது, ஒரு நண்பர் தன் விரலால் கோவிலனைச் சுட்டிக்காட்டி, “அதோ போகிற ஆள்தான் பிரபல கதாசிரியர், கோவிலன்” என்று கூறினார்.

மத்தாயி, கோவிலன் அருகில் சென்று வினயத்துடன், “தாங்கள் தானே கோவிலன்?” என்று கேட்டார்.

"யார் சொன்னது? என்னோட பேரு ஐயப்பன்"- டிஸிப்ளின் கேஸ் விசாரணையோ வேறு என்னவோ என்ற பயத்தில் தன் புனை பெயரை மறைத்துப் பேசினார் கோவிலன். பல நாட்களுக்குப் பின்புதான் இருவரும் உண்மை நிலையை அறிந்து கொண்டார்கள்.

அதன்பின், அவர்கள் இருவரும் நெருங்கிய நண்பர்களாகி விட்டார்கள். கோவிலனுடன் ஏற்பட்ட நட்புதான் பாறப்புறத்திடம் ஒரு தன்னம்பிக்கையை வளர்த்தது. மாத்ருபூமியில் கதை எழுத ஆரம்பித்ததே இந்த அறிமுகத்துக்குப் பின்புதான். கோவிலன் அதற்கொரு பெரும் தூண்டுதல் சக்தியாக இருந்தாராம்.

1955-ல் எர்ணாகுளத்தில் நடந்த 'சாகித்திய பரிஷத் வருடாந்திர சம்மேளன'த்தில் பங்குகொண்ட நிகழ்ச்சியைப் பற்றிப் பாறப்புறத்து, தீவிரமாகவே என்னிடம் விவரித்தார்.

விடுமுறை எடுத்துக் கொண்டுதான் கூட்டத்தில் கலந்துகொள்ள வந்திருந்தாராம் பாறப்புறத்து. 'நிணமணிஞ்ஞ கால்பாடுகள்' பிரசுரமான ஆண்டு. யாரிடமும் அவருக்கு அறிமுகமில்லை. சாதாரண ஒரு பார்வையாளனாக சபையின் கடைசி வரிசையில், கூட்ட நடவடிக்கைகளைப் பார்க்கும் ஆவலுடன் அமர்ந்திருந்தார்.

'கதையும் நாவலும்' என்னும் கட்டுரையைச் சமர்ப்பித்து பி.ஏ.வாரியர் சொற்பொழிவாற்றினார். இடையில் சில வரிகள் மட்டும் பாறப்புறத்தின் காதில் ரீங்காரமிட்டு நிலைத்தன.

"சமீப காலத்தில் வெளிவந்துள்ள நாவல்களில் நான்கு மட்டுமே முன்னிலை வகிக்கின்றன. செம்மீன், உம்மாச்சு, கொந்தையில் நின்னு குரிசிலேக்கு, நிணமணிஞ்ஞ கால்பாடுகள்..."

"அச்சமயத்தில் என்னுள் ஏற்பட்ட மனக்குதியாட்டத்தை இன்றும்கூட என்னால் விவரித்துக் கூற முடியவில்லை" என்று பாறப்புறத்து கூறினார்.

"சபையெங்கும் ஆவல் மிக்க முணுமுணுப்பு. நான் எழுந்தேன். நேரே மேடைக்குச் சென்றேன். மேடையில் அமர்ந்திருந்த எஸ்.குப்தன் நாயரிடம், 'நான்தான் பாறப்புறத்து' என்று கூறியதும் மிகுந்த மகிழ்ச்சியுற்ற குப்தன் நாயர், அருகில் அமர்ந்திருந்த அக்கூட்டத்தின் தலைவர் ஜி.சங்கரகுரூப்பிடம் அறிமுகப் படுத்தினார். அந்நிகழ்ச்சி இன்றும் என் மனத்தில் மறையாத காட்சியாக நிறைந்துள்ளது."

அதன்பின் ஜி.சங்கரகுருப், பாறப்புறத்தை சபையில் அறிமுகப் படுத்தினார். மலையாள மொழியிலுள்ள பிரபலமானவர்களும் பிரபலமாகாதவர்களுமான இலக்கியவாதிகளும், பாறப்புறத்தின் பால் அன்புகொண்டவர்களும் அவரை முதன்முதலாகப் பார்த்து அறிமுகப்படுத்திக் கொண்டார்கள்.

நைனிடாவில் இருக்கும்போது 'ஜயகேரள'த்தின் ஆசிரியர் அப்புக்குட்டி குப்தனின் கடிதம் ஒன்று பாறப்புறத்திற்குக் கிடைத்தது. அப்போது 'ஜயகேரள'த்தில் அப்புக்குட்டி குப்தன் முக்கிய எழுத்தாளர்களில் ஒருவராக விளங்கினார். அவர் எழுதிய அக்கடிதத்தின் வாசகம் ஏறக்குறைய கீழ் வருமாறு இருந்தன...

"வி.டி.நந்தகுமாரின் 'இரத்தமில்லாத மனிதன்' விரைவில் முடியப் போகிறது. தொடர்ந்து பிரசுரிக்க ஒரு நாவல் எழுத முடியுமா?"

"...நிணமணிஞ்ஞ கால்பாடுகள்' எழுதத் தொடங்கியது அப்படித்தான். திருவல்லாக்காரியான மரியாம்மைதான் 'அன்வேஷிச்சு கண்டெத்தியில்ல' என்னும் நாவல் எழுதக் காரணமாக இருந்தாள். ஜால்னாவில் ஒரு மிலிட்டரி நர்சாக அவள் இருந்தாள். அவள் பெண்மையின் முழுபூரிப்புடன் மிக அழகாக இருந்தாள். பெண்மையின் போதையை முழுமையாக முதன்முதலில் அவளிடம்தான் கண்டேன்" என்று கூறினார் பாறப்புறத்து.

அவளிடம் தோன்றிய அன்பை ஒரு கதையாக உருவகப் படுத்தினார் பாறப்புறத்து. அதுவும் பத்திரிகையில் பிரசுரிக்கப் பட்டது.

ஒருநாள் மரியாம்மை என்னைக் கூர்மையாக உற்று நோக்கி, 'என்னைப் போல சில பொண்ணுங்க இங்கே கிடந்து கஷ்டப்படுகிற விஷயம் உங்களுக்குத் தெரியலியோ?' என்று கேட்டாள். அது என் மனசாட்சிக்கு ஒரு பலத்த அடியாக இருந்தது. அதுதான், 'அன்வேஷிச்சு கண்டெத்தியில்ல' கதைக்கு மனத்தூண்டலாக இருந்தது" என்று அந்நாவல் பிறந்த கதையைக் கூறினார் பாறப்புறத்து.

'ஆத்ய கிரணங்கள்' பற்றிக் கேட்டேன்.

"என் பக்கத்து வீட்டுப் பெண் ஒரு கிராம சேவகி. அப்பெண்ணின் சுயநலமற்ற பணி என்னுள் உண்டாக்கிய உணர்வும், நைனிடாலில் பணியிலிருக்கும்போது, சீசனில் வந்து செல்லும் ஏராளமான பல்வேறு வெளிநாட்டு உல்லாசப் பயணிகளை உன்னிப்பாகக் கவனித்ததால் தென்பட்ட சில மனிதர்களின் கதையும் தான் 'பணி தீராத்த வீடு.' அந்த நாவல் கொஞ்சம் முரண்பாடு கொண்டதுதான்."

'பணி தீராத்த வீடு' என்ற நாவலின் பெயர் உற்பத்தியும் ஒரு எதிர்பாராத நிகழ்ச்சிதான். விடுமுறையில் கிராமத்திற்கு வந்து ஓய்வெடுத்திருந்த நேரம். ஏவூர் தேசபந்து வாசக சாலையின் ஆண்டு விழாவிற்கு, பாறப்புறத்தை ஒரு பேச்சாளராக அழைக்க மூன்று நான்கு பேர் குன்னத்திற்கு வந்தார்கள். அப்போது, பாறப்புறத்து வீட்டின் பின்னால் நின்றுகொண்டு, வீட்டின்மேல் போடுவதற்கு ஓடுகள் எடுத்துக் கொடுத்து கொண்டிருந்தாராம். வீட்டின் பின்பக்கத்தில் முடியாமல் இருந்த வேலையைப் பூர்த்தியாக்கத்தான் அப்படிச் செய்துகொண்டிருந்தார்.

விழா நாளன்று விழாவின் வரவேற்பாளர், "நாங்கள் சென்ற போது 'பணி தீராத்த வீட்டின்' பணியிலிருந்தார்..." என்று தன் வரவேற்புரையில் கூறினார்.

பாறப்புறத்தின் மனத்தில் அந்த வார்த்தைகள் தைத்துக் கொண்டன. அந்த வார்த்தைகள்தான் எத்துணை மனோகரமாக உள்ளன! பாறப்புறத்து அம்மேடையிலேயே சிந்திக்கத் தொடங்கி விட்டார். ஒவ்வொரு மனித வாழ்வும் ஒவ்வொரு வீடுதானே? பணி முடிந்துவிட்டது என்று நம்பி ஒருவனாவது வாழ்ந்திருக்கிறானா? பாறப்புறத்தின் கற்பனைச் சிறகடிக்க ஆரம்பித்து, அதன் உற்பத்தித் தான் 'பணி தீராத்த வீடு.'

"இலக்கியத்தில் எனக்கு ஒரு குரு உண்டென்றால் அவர் வைக்கம் முகம்மது பஷீர்தான்" என்று பாறப்புறத்து ஒருமுறை அபிப்ராயப்பட்டார். மேலும் தொடர்ந்த அவர், "என் ஆத்மாவைத் தொட்டு உணரச் செய்த முதல் படைப்பாளன் பஷீர்தான். பஷீரைத் தான் *follow* பண்ண முயன்றேன். சொல்லப்போனால் கண்மூடித்தனமாகவே ஆராதித்தேன். அடிப்படையான சில விஷயங்களைப் புரிந்துகொள்ள முடிந்தபோதுதான் என் சொந்த வழியில் திரும்பி விட்டேன். என்னை இலக்கிய உலகிற்குள் புகுவதற்குத் தூண்டியவரே பஷீர்தான் எனலாம். பழங்கதைகள்

இலக்கியமாகாது என்றும், யதார்த்த இலக்கியம்தான் அவனவன் ஆத்மாக்களின் எதிரொலி என்றும் இந்த இலக்கியவாதி நம்புகிறார். இதை நிராகரிப்பவர்கள் கபட வேடதாரிகள்தான் என்பது இவரின் அபிப்ராயம். "இவ்வுலகம் சம்பந்தமான சில விஷயங்கள் படைப்பாளனுக்கு ஒரு பிரச்சினைதான். ஆனால், அதைக் காரணமாக்கி உயர்ந்த கற்பனையை நசுக்குவதையும் சகிக்க முடியவில்லை. பணத்திற்கும், அதிகாரத்திற்கும் பின்னே செல்வது உன்னதமான எழுத்தாளனின் வாழ்வை நசுக்கத்தான் உதவும் என்றும், உயர்ந்த படைப்பு என்பது இயல்பாக ஆத்மாவிலிருந்து வர வேண்டும் என்றும், அது இறைவனின் பிரத்யேக தானம்தான் என்றும் நான் நம்புகிறேன்" என்று பாறப்புறத்து கூறினார்.

"இதுவரையில் படைத்த தங்கள் படைப்புகளால் தாங்கள் திருப்தியடைந்து விட்டீர்களா?" என்னும் என் கேள்விக்குப் 'பணி தீர்த்த பதில்' தான் எனக்குக் கிடைத்தது.

"என்மேல் எனக்குச் சுயதிருப்தி உண்டுதான். இவ்வுலகம் சம்பந்தமான சில விஷயங்கள் என் மனத்தில் உள்ளன. அதை முடிக்க முடியுமா என்பது பற்றி எனக்கு நிச்சயமில்லை. என்றாலும், அப்புத்தகத்தின் பக்கங்கள் என் மனத்தில் மலர்ந்துள்ளன. அந்த நாவல் முழுமையடைந்தால், இதுவரையுள்ள என் எல்லாப் படைப்புகளையும்விட பிரமிக்க வைக்கும் ஒன்றாக அது இருக்கும்".

"தாங்கள் ஆசைப்பட்டதில் ஏதாவது நடக்காமல் இருந்தது உண்டா?"

புன்னகை பூக்க முயற்சித்த பாறப்புறத்து, "ஆசைப்பட்டவை பலவும் நடக்காமல் இருந்ததுண்டு; அதேபோல் ஆசைப்படாதவை பலவும் நடந்ததும் உண்டு" என்று கூறினார்.

1952-ல்தான் பாறப்புறத்து அம்மிணியைத் திருமணம் செய்து கொண்டார். அம்மிணி, தன் கணவரைவிட பத்து வயது இளமையானவர். அவருக்குப் பள்ளிக்கூடத்தில் சோசம்மா என்னும் பெயர் வைத்திருந்தார்கள். இத்தம்பதிக்கு ஐந்து குழந்தைகள். பெரிய மகன் ஸாம், சரிதா பிரிண்டர்ஸில் வேலை செய்கிறார். மாவேலிக் கரையிலுள்ள சரிதா பிரிண்டர்ஸ், பாறப்புறத்துக்குச் சொந்தமானது. மற்ற பிள்ளைகள் சுனில், சுஜாதா, சங்கீதா, சந்தோஷ் ஆகியோராவர்.

“தங்களின் மனைவியைப் பற்றித் தங்கள் அபிப்பிராயம் என்ன?”

அதற்குப் பாறப்புறத்து மகிழ்ச்சியுடனும் அபிமானத்துடனும், *'She is very practical woman.* அம்மிணி வந்த பின்தான் எனக்கு ஐஸ்வரியமெல்லாம் வந்தது. என்னுடைய முக்கியமான புத்தகங்களையெல்லாம் என் அம்மிணி வந்தபின்தான் நான் எழுதினேன் என்று கூறலாம்” என்று கூறினார்.

‘வீட்டில் சில சமயங்களில் அபிப்பிராயப் பேதங்கள் உண்டாவதுண்டு’ என்று அம்மிணி கூறினார். அது, வீட்டு விஷயங்களைச் சரியாகக் கவனிப்பதில்லை என்பது மட்டும்தான். அந்த அபிப்பிராயப் பேதங்கள் பிணக்குகள்வரை போவதில்லை. அதனால் மகிழ்ச்சியும் ஐஸ்வரியமும் தங்கி நின்ற ஒரு குடும்பம்தான் பாறப்புறத்தினுடையது.

விரும்பிய நண்பர்களுடன் நாட்கணக்கில் பேசிக் கொண்டிருக்க தாத்பரியம் காட்டும் பாறப்புறத்திடம், இளம் வயதில் மொட்டுவிட்ட வெட்கம் இறுதிவரை நிலைகொண்டிருந்தது. அகந்தையின் உருவம் சிறிதும் காணாத இந்த அன்பிற்குகந்த நண்பரிடமிருந்து இளகிய புன்னகை பிரபலமானது. மதுபானம் கூட பாறப்புறத்தை ஒருபோதும் கைபிடித்து அழைத்துப் போனதில்லை.

மலையாள மொழியில் ‘சாகித்திய பிரவர்த்தக சங்க’த்தின் ரூ.10,000 பரிசு, எம்.பி.போள் பரிசு, கேரள சாகித்திய அக்காதெமி பரிசு பெற்ற பாறப்புறத்திற்கு மத்திய சாகித்திய அக்காதெமி பரிசு கிடைக்காமல் போனதற்கு, தன் முன்னோடியான ஒரு பிரபல இலக்கியவாதிதான் காரணம் என்று கூறியபோது, நான் மூக்கில் விரலை வைக்க வேண்டியதாயிற்று. இரு உறுப்பினர்கள் பாறப்புறத் திற்காக மிகப் பலமாக வாதித்தார்களாம். ஆனால் இன்னுமொரு உறுப்பினரான பெரிய இலக்கியவாதி அதைவிடப் பலமாக எதிர்த்தார். அதனால், அவ்வருடம் மத்திய சாகித்திய அக்காதெமி பரிசு மலையாள மொழிக்கு யாருக்கும் கொடுக்க வேண்டாமெனத் தீர்மானிக்கப்பட்டது. நான் அப்பெரிய இலக்கியவாதியின் பெயரைக் கேட்டேன். வெளிப்படுத்த மாட்டேன் என்று நான் உறுதி கொடுத்தபின்தான் அவர் அப்பெயரைக் கூறினார். அதைக் கேட்டதும் நான் திடுக்கிட்டுவிட்டேன்.

“அசாதாரணமான, வேறு ஏதாவது விஷயங்கள் மனத்தில் தோன்றுவதுண்டா?” என்று கேட்டேன். அதற்கு அவர் கூறிய பதில் சிந்திக்கத் தூண்டுவதாக இருந்தது.

“உண்டு. அமெரிக்க விஞ்ஞானிகள் புதியதொரு நட்சத்திரத்தைக் கண்டுபிடித்திருப்பதாகவும், அது பால்வீதி மண்டலத்தில் உள்ள நட்சத்திர சமூகங்களிலிருந்து 800 ஒளி ஆண்டுகள் தூரத்தில் உள்ளதாகவும் பத்திரிகையில் படித்தேன். அது மட்டுமல்ல, இந்தப் பால்வீதி மண்டலத்தைவிட அநேக மடங்குகள் பெரிதாகவுள்ள ஒரு நட்சத்திர சமூகம்தான் அது என்றும் நான் படித்தேன். இது இப்படி இருக்க, நான் பல சமயங்களிலும் ஆலோசிப்பதுண்டு... பால்வீதி மண்டலத்திலேயே மிகச் சிறிய குரூப்பைச் சேர்ந்த, மிகச் சிறியதொரு இந்தப் புவியில், இந்த மனிதன் என்னும் ஜீவியின் - சலோமன் கூறுவதுபோல், அறுபது, அதிகம் போனால் எழுபது ஆண்டு வாழ்க்கையை வாழ்பவனின் - பராக்ரமங்களைத்தானே நாம் பெரிதாக... இந்தப் புண்ணியமற்ற சிந்தனைகள்தான் என்னுடைய அசாதாரண விஷயங்களாகும்.”

இப்படிப்பட்ட சிந்தனைகளைத் தன் முதலீடாகப் பாதுகாத்த ‘கிழக்கே பைனும் மூட்டில் மத்தாயி’ பல சமயங்களில் ஒரு பேச்சாளனைப்போல் பேசும் வார்த்தைகளைக் கேளுங்கள்:

“இந்த ஆகாயத்திற்குக் கீழே நடப்பவையெல்லாம் நான் ஞான மார்க்கத்துடன் ஆராய்ந்து பார்க்க எண்ணினேன்; இது இறைவன் மனிதர்களுக்குக் கஷ்டப்பட அளித்த பெரும் இடைஞ் சல்தான் என்றும் நினைக்கிறேன். சூரியனுக்குக் கீழே நடக்கும் சகல செயல்களையும் நான் பார்த்திருக்கிறேன். அவையெல்லாம் மாயை களும், வீண் முயற்சிகளும்தான் என்றும் எண்ணுகிறேன்.”

அன்னத்தின் சிறகுகளைப்போல் வெண்மையான ஆத்மாவிற்கு மட்டும், அபயஸ்தானம் கொடுக்க ஆசை கொள்ளும் அன்புள்ளம் கொண்ட பாறப்புறத்திடம் வெறும் மனிதனைக் காண முடிந்ததோ?

എം.ടി .വാസുദേവന്നായര്

(எம்) மாடத்து (டி) தெக்கேப்பாட்டு வாசுதேவன் நாயர்

புனைபெயர்: எம்.டி.வாசுதேவன் நாயர்

இலக்கியச் சேவை: இவரின் சிறுகதைகளும், நாவல்களும் தன் குடும்பத்திலிருந்தும் தன் சொந்தச் சமூகத்திலிருந்தும் தேடிக் கொண்டவைதான். சிறுகதைகளில் 'குட்டியேட்டத்தி', 'இருட்டின்டெ ஆத்மாவு', 'ஒப்பேல்', 'பந்தனம்', 'வானப் பிரஸ்தம்' முதலியன குறிப்பிடத்தகுந்தவை. நாவல்களில் 'நாலு கட்டு', 'காலம்', 'ரண்டாமூழம்' ஆகியவை குறிப்பிட்டுப் பாராட்டப்பட வேண்டியவை. இவருடைய கதைகளில் பல திரைப் படங்களாகியுள்ளன. இந்தியாவிலேயே சிறந்த திரைக் கதாசிரியர் என்று புகழுடையவர். மத்திய, மாநில அகாதமி பரிசுகளும் பெற்றுள்ளார். 'மாத்ருபூமி' வார இதழில் ஆசிரியராக இருந்தவர். ஞானபீட விருது பெற்றவர். இவரின் பல கதைகளும் நாவல்களும் பல இந்திய மொழிகளிலும், அயல்நாட்டு மொழிகளிலும் மொழிபெயர்க்கப்பட்டுள்ளன.

"எனது இலக்கிய வாழ்க்கையில் கூடலூரிடம்தான் நான் மற்றெல்லாவற்றையும்விடக் கடமைப்பட்டிருக்கிறேன். வேலாயு தேட்டன், கோவிந்தன் குட்டி, தாயம் விளையாட்டுக்காரன் கோந்துண்ணி மாமா, காதறுந்த மீனாட்சி அக்கா போன்றவர்களின் ஊரான கூடலூரும், அம்மா, அப்பா, சகோதரர்கள், உறவினர்கள், தெரிந்தவர்கள், அடுத்த வீட்டுக்காரர்கள் போன்றவர்களும் எனக்கு மிகவும் பிரியமான கதாபாத்திரங்கள்தான். என் சிறிய அனுபவ மண்டலத்தில் உட்பட்ட ஆண்கள் பெண்களின் கதைகள்தான் என்னுடைய இலக்கியத்தில் முழுமையாக உள்ளன. மேலும் சொல்வதென்றால், அவை எல்லாமும் எனது கதைகளே எனவும் கூறலாம்."

தனிமைத் துன்பங்களை இனிய இசைக் காவியங்களாக மாற்றியவரும். மலையாள இலக்கிய உலகில் புதுமையைப் புகுத்தியவருமான எம்.டி வாசுதேவன் நாயர்தான் ஒரு சமயம் மேற்கண்டவாறு எழுதினார். ஆனால், இந்த அழியா கதாபாத்திரங் களை ஆராதனைச் செய்து கொண்டும், நேசித்துக் கொண்டும் எம்.டி. என்ற எழுத்தாளரிடம் உறவுகொள்ள முயல்பவர்கள் முற்றிலும் தோற்றுத்தான் போவார்கள்.

எம்.டி.யின் கதாபாத்திரங்கள் அவரிடமுள்ள நன்மை தீமை களில் ஒரு பாகத்தை மட்டுமே உள்வாங்கியுள்ளன. ஆயிரம் துதிபாடி களின் தொடர்பைவிட தனது எல்லா நிறைகுறைகளோடும் தன்னை விரும்பும் பத்துப் பேரின் உறவைத்தான் எம்.டி. விரும்புகிறார்.

மலையாள மொழி உள்ள இடங்களிலெல்லாம் மறையாத ஒரு நினைவாக மாறிய பிரபல எழுத்தாளரான எம்.டி.வாசுதேவன் நாயரை உங்களுக்கு என்னைவிட நன்றாகவே தெரிந்திருக்கலாம்.

நான், பரிபூரணமான உணர்ச்சிக் கொந்தளிப்புள்ள, தன்னிடத்திலேயே மிக்க வைராக்கியமுள்ள, நட்பின் சிகரமான மாடத்து தெக்கேப்பாட்டு வாசுதேவன் நாயரைத்தான் இங்கே அறிமுகப்படுத்தப் போகிறேன். இரத்தம் சிந்தி வெளிறிப்போன இரவுகளையும், வெயிலால் வெந்துபோன பகல்களையும் உருவகப் படுத்துகின்ற, இன்றும் தனிமையில் பறக்க ஆசைப்படுகின்ற அசாதாரணரான ஒரு சாதாரண மனிதரைத்தான் அறிமுகப்படுத்தப் போகிறேன்.

பொன்னானி தாலுகாவிலுள்ள கூடலூர் என்ற கிராமத்தில் நல்ல பழக்கமும் பாரம்பரியமுமுள்ள ஒரு குடும்பத்தில், 1933 -ஆம் ஆண்டு ஜூலை மாதம் 17-ம் தேதி எம்.டி. வாசுதேவன் நாயர் பிறந்தார். தந்தையின் பெயர் புன்னையூர்குளம் டி.நாராயணன் நாயர்; தாயின் பெயர் மாடத்து தெக்கெப்பாட்டு அம்மாளு அம்மாள். தந்தை சிலோனில் வியாபாரம் செய்து கொண்டிருந்தார். நான்கு சகோதரர்களில் இளையவர்தான் வாசு. மலைக்காவு ஆரம்பப் பள்ளி, குமார நல்லூர் பள்ளி, பாலக்காடு விக்டோரியா கல்லூரி ஆகிய இடங்களில் அவர் தன் படிப்பைப் பெற்றுக்கொண்டார். பட்டாம்பி உயர்நிலைப் பள்ளியில் நான்கு மாதமும், சாவக்காடு உயர்நிலைப் பள்ளியில் இரண்டு நாட்களும் தற்காலிக ஆசிரியராகப் பணிபுரிந்தார். மூஸ்ஸது சகோதரர்களின் எம்.பி.டியூடோரியல் கல்லூரியில் ஆசிரியராக இருக்கும்போதே கிராம சேவகராகத் தேர்ந் தெடுக்கப்பட்டார். தளிப்பறம்பு பயிற்சி நிலையத்திலும் சிலகாலம் கழித்தார். அது பிடிக்காமையால் மீண்டும் எம்.பி.டியூடோரியல் கல்லூரியிலேயே சேர்ந்துவிட்டார். பின், 1968-ல் ‘மாத்ருபூமி’ வார இதழின் ஆசிரியர் ஆனார். 1968-ல் என்.வி. கிருஷ்ணவாரியர் ராஜினாமா செய்ததும் ‘சீப் எடிட்டர்’ ஆனார்.

பி.எஸ்ஸி., தேறியும் வேலைக்கு விண்ணப்பங்களை அனுப்பி விட்டு நிராசையுடன் வீட்டில் பொழுதைக் கழித்துக் கொண்டிருந்த காலம்தான் அது. அப்போது, அவர் தன் தந்தையின் வீட்டில்தான் தங்கியிருந்தார். மூன்று சகோதரர்களும் அங்கேயே இருந்தார்கள். வாழ்க்கைத் திருப்பத்திற்கு வழிகோலிய அந்த இரவைப் பற்றிய நினைவை ஒரு புதையலாகவே இன்றும் எம்.டி. பாதுகாத்துக் கொண்டிருக்கிறார். அந்த நிகழ்ச்சிதான் என்ன?

அன்றிரவு வீட்டின் நடுத்தளத்தில் எல்லோரோடும் சேர்ந்து சாப்பிட அமர்ந்தார் வாசு.

அப்போது, “பெரிய பிள்ளைகளைப் பற்றி எனக்கொன்னும் கவலையில்லை. அவர்கள் என்னுடைய அந்தஸ்தையும் அனுமானத்தையும் கெடுத்துவிட மாட்டார்கள். ஆனால் வேண்டா ததையெல்லாம் எழுதிக் குவித்துக்கொண்டு பத்தாயத்தின் மேலே வசிக்கும் நீதான் எனக்கேற்பட்ட ஒரு சாபம். உனக்காக நான் செய்யும் செலவையெல்லாம்- ஒவ்வொரு பைசாவையும்கூட - கடலில் எறிவதைப்போல்தான் நான் நினைக்கிறேன். இந்த வீட்டிற்கும் நாட்டிற்கும் ஓர் அவமானச் சின்னம்தான் நீ”

என்று கூறிய தந்தையின் வார்த்தைகள் சிறிது அதிகப்படியான கொடூரம் நிறைந்ததாகவே இருந்தன. கையிலிருந்த முதல் கவளத்திலேயே கண்ணீரின் சுவை நிரம்பியது. அந்த உருண்டையை பாத்திரத்திலேயே போட்டுவிட்டு பத்தாயத்தின் மேலே சென்று படுத்துவிட்டார்.

எம்.டி.யின் மூத்த சகோதரரின் மனைவியும், எம்.டி.யின் அன்பிற்குகந்த மூத்த சகோதரரும் கீழே இறங்கி வரும்படி மிகவும் வலியுறுத்தினார்கள். ஆனால், அவர் கீழே இறங்கி வரவேயில்லை. துக்கத்தைவிட ரோஷம்தான் அப்போது அவர் மனத்தில் நிரம்பி யிருந்தது.

அடுத்தநாள் சூரியோதயத்திற்கு முன்பே இரும்புப் பெட்டியை எடுத்துக்கொண்டு வீட்டைவிட்டு வெளியேறினார். அப்போது அவருக்கு ஆறு மைல்களுக்காகப்பாலுள்ள பஸ் ஸ்டாண்டுதான் லட்சியமாக இருந்தது. அந்தப் பயணத்துக்கு இரண்டு ரூபாய் கடன் கொடுத்த ஒரு 'மாராரை' இந்தப் பெரிய மனிதர் இன்றும் நினைத்துப் பார்க்கின்றார். அடக்க முடியாத அந்தக் கோபம் தூண்டிய நீண்டதொரு பயணத்தை முடித்துவிட்டு மீண்டும் திரும்பி வந்தபோது மாடத்து தெக்கேப்பாட்டு வாசுதேவன் நாயர் ஊருக்கும் வீட்டிற்கும் அன்பிற்குரியவராகியிருந்தார்.

"தங்கள் வாழ்க்கையில் அதிக ஆனந்தத்தை அனுபவித்த நிமிடம் எது?" என்றதற்கு, தகர்ந்த 'நாலுகட்டு'களை தாஜ்மகா லாக மாற்றிய எம்.டி., "ஒன்றில்லை பல உண்டு. ஒரு புத்தகம் எழுதி முடித்து இறுதியில் ஒரு முடிவு கோடிட்டு, வெறுமனே ஒரு கையெழுத்திட்டு மடித்து வைக்கும்போது ஏற்படும் மகிழ்ச்சியின் விலைமதிப்பற்ற நிமிடங்களில் மூழ்கி விடுவேன் நான். முதன்முதலாக ஒரு பத்திரிகையில் என் பெயர் அச்சடித்து வந்தபோது அடைந்த மகிழ்ச்சியைப் பற்றி இன்றும் எனக்கு நினைவுண்டு. வாழ்க்கையில் எப்போதாவது கிடைக்கும் மகிழ்ச்சியினுடையதும் சுய திருப்தியினுடையது மான அந்தச் சில நிமிடங்களை அனுபவிக்காத எழுத்தாளர்கள் யாரும் இருக்க முடியாது. அது வெகுதூரத்திலில்லாமல் மிக அருகில்தான் உண்டு என்னும் நம்பிக்கையாலல்லவோ நம்மைக் கசப்புகளின் நடுவே நடத்திச் செல்கிறது!" என்று சொன்னார்.

எம்.டி., தன் வாழ்க்கையில் தனிமையில் அமர்ந்து அழுத நிமிடங்கள் நிறைய உண்டு. வாய்விட்டுச் சிரிக்கும் சிரிப்புக்

கிடையே அழுகின்ற இந்த இருளின் இதயத்தை (இருட்டின்டெ ஆத்மாவை) நாம் அவ்வளவு சுலபத்தில் அறிய முடியாது. தனிமையில் தனது எல்லாத் துன்பங்களையும் உள்ளுக்குள் ஒதுக்கி விடும் எம்.டி.க்கு வாய்விட்டு உரத்து அழவும் தெரியவில்லை.

“போலிச் சிரிப்பால் முகத்தை அலங்கரிக்க என்னால் முடியவில்லை. அதனால் என்னிடம் அதிக நெருக்கம் காட்டுபவர்கள்கூட மிகவும் குறைவு. ஏராளமானவர்கள் என்னை ஓர் அகந்தையாளனாகவே கருதுகின்றனர்” என்று ஒரு சமயம் எம்.டி. எழுதினார்.

இந்த அகந்தைக்காரரின் மனத்தின் உள்ளறைகளிலுள்ள சலனங்களைப் புரிந்து கொண்டவர்கள் வெகு சிலரேயாவர்.

தனிமையும் மகிழ்ச்சியின்மையும் உருவகப்படுத்தியதுதான், எம்.டி.யிடமுள்ள தனித்தன்மை. காரணம் ஒன்றுமில்லாமலேயே தன் வீட்டிலேயே அந்நியனாகவும், வயிறு நிறைந்த உணவென்பது ஒரு பெரிய கனவாகவும் இருந்த வாசுவின் இளம் வயது நினைவுகள், யாரையும் கண்ணீர் விடச் செய்யும். கர்க்கடக (ஆடி) மாதத்தில் பிறந்த வாசுவிற்குப் பிறந்தநாள் விருந்து உண்ணுவதற்கான பாக்கியமே ஏற்படவில்லை.

ஒருமுறை தைரியத்தை வரவழைத்துக்கொண்டு, “என் பிறந்த நாளுக்கு எனக்குக் கஞ்சி வேண்டாம். சோறுதான் வேண்டும்” என்று அவர் தம் தாயிடம் கேட்டாராம்.

அப்போது, வீட்டில் ஒரு மணி நெல்கூட இல்லாத நேரம். இருந்தும், அந்தத் தாய் மூன்று ரூபாய் கடன் வாங்கி ஓர் ஆளை நெல் வாங்க அனுப்பினார். மதியம் இரண்டு மணிக்குப் பிறகுதான் நெல் வந்தது. அது அரிசியாகி சோறாகவும் கறிகளாகவும் மாறிய போது மணி நான்காகிவிட்டது. அதற்குள் வாசுவின் பசியெல்லாம் மரத்துவிட்டது. விருந்தைப் பற்றிய அவருடைய கனவும் அவருடைய மனத்திலேயே இறந்துவிட்டது. அவர் சாப்பிடவில்லை. அந்த மகிழ்ச்சியற்ற சிறு பையன் இன்றும் எம்.டி.யிடம் வாழ்ந்து கொண்டிருக்கிறான்.

திருமணத்தைப் பற்றி நான் கேட்டேன். அதிகம் பேருக்குத் தெரியாத அசாதாரணமான அந்தத் திருமணத்தைப் பற்றிய கதையை எம்.டி. சொன்ன வார்த்தைகளாலேயே கீழே எழுதுகிறேன்.

"எனது திருமணத்துக்கு அழைப்பிதழ் அடிக்கவில்லை. சடங்குகளும் இல்லை. என்னோடு எம்.டி. டியூட்டோரியல் கல்லூரியில் வேலை செய்து கொண்டிருந்த ஒரு பெண்ணுடன் எனக்கு நட்பு ஏற்பட்டது. புத்தகத்தின் மூலம் ஏற்பட்ட அந்த நட்பு மிக நெருக்கமாயிற்று. ஆபீஸில் வேலை செய்து கொண்டிருக்கும்போதே அவர் எனக்கு ஒரு குறிப்பு அனுப்பினார். தன் தாயுடன் தகராறு என்றும், ஓய், டபிள்யூ, ஸி.ஏ.விலோ வேறெங்காவதோ ஓர் அறை ஏற்பாடு செய்ய வேண்டுமென்றும் அந்தக் குறிப்பில் கண்டிருந்தது. அந்தப் பேப்பரைக் கிழித்தெறிந்துவிட்டு, 'என் பிளாட்டிற்கு வந்து தாங்கள் தங்கலாம்' என்று அப்போதே பதில் எழுதினேன். அவர் வந்தார். என் வீட்டுச் சொந்தக்காரனிடம் பிரமீளாவை, 'இது என்னுடைய மனைவி' என்றுதான் நான் அறிமுகப்படுத்தினேன். மறுநாள் முதற்கொண்டு வதந்திகள் கிளம்பின. யாரெல்லாமோ, 'ரிஜிஸ்டர் செய்ய வேண்டாமா?' என்று உபதேசம் செய்தார்கள். கோயிலுக்குக் கொடுக்காத மரியாதையைப் பதிவாளருக்கு மட்டும் கொடுக்க என் மனம் ஒப்பவில்லை. அதனால் ரிஜிஸ்டரார் ஆபீஸுக்கும் போகவில்லை."

எம்.டி.யைவிட பிரமீளாவுக்கு நான்கு வயது அதிகம். (இவர் இப்போது எம்.டி.யிடமிருந்து பிரிந்து, இவர்களுக்குப் பிறந்த மகளுடன் அமெரிக்காவில் வசிப்பதாகத் தெரிகிறது. இந்த நேர்காணலுக்குப் பின் இரண்டாம் திருமணம் புரிந்துகொண்டார். அவரின் பெயர் கலாமண்டலம் சரஸ்வதியம்மாள். இவர்களுக்கு ஒரு மகள். பெயர் அஸ்வினி. இவர்கள் இருவரும் எம்.டி.க்கு மிகவும் பக்கத் துணையாக இருக்கிறார்கள்.) "திருமணத்திற்கு முன்பே எம்.டி.யிடம் நெருங்கிப் பழகி அவரைப் பற்றித் தெரிந்து கொண்டிருப்பீர்களே. அன்றைக்கும் இன்றைக்கும் என்ன வித்தியாசத்தை எம்.டி.யிடம் கண்டீர்கள் - காண்கிறீர்கள்?" என்று நான் மிஸஸ் பிரமீளாவிடம் கேட்டேன்.

"காதலர்கள் திடீரென்று கணவன் மனைவியராகி விட்டால் உண்டாகக் கூடிய மாற்றங்கள் மட்டுமே எங்கள் சூழ்நிலையிலும் நேரிட்டுள்ளது. எங்களுக்கு மட்டுமேயுள்ள ஓய்வு நேரங்களில் இப்போதும்கூட, நாங்கள் பழைய காதலன் காதலியாகவே மாறுவோம்" என்பது பிரமீளா அவர்களின் பதில்.

இலக்கியவாதியான எம்.டி.வாசுதேவன் நாயரைத்தான் தான் அறிந்தவளென்றும், எழுத்தாளர்களிடம் தனக்கு அக்காலத்தில்

பெரும் நடுக்கமே இருந்ததென்றும் அவர் கூறினார். ஓர் எழுத்தாளருக்கு ஏற்படக்கூடிய எல்லாப் பலவீனங்களையும் நன்றாகவே அறிந்துள்ள அவர், தனது மகள் ஓர் எழுத்தாளனை மணக்க ஒப்புக்கொள்ள முடியாது என்னும் பிடிவாதம் தன்னிடம் உள்ளது என்றும் கூறினார்.

"*Married life*-ஐவிட *Married loneliness* தான் எனக்கு அதிகம் அனுபவப்படுகின்றது. அதனால், எனது மகளுக்கு நூறு பங்கும் *Married life*-தான் உண்டாக வேண்டும் என்று நான் ஆசைப்படுகிறேன்".

கணவரை ஒருபோதும் தான் கட்டுப்படுத்த முயலவில்லை என்கிறார். அட்ஜெஸ்ட் செய்ய முயலும் மனைவியின் கட்டுப்பாட்டில் வாழ்ந்து, வாழ்க்கையில் மகிழ வேண்டிய நேரங்களையெல்லாம் இழந்துவிட்டு, ஐந்து மணியானதும் மனைவியினுடைய சிறையில் வாழும் கணவர்களைத் தான் விரும்பவில்லையென்றும், தனக்கு அவர்களிடம் பரிதாபமே உள்ளதென்னும் அபிப்ராயம் உள்ளவர்தான் மிஸஸ் எம்.டி.வாசுதேவன் நாயர். "வீட்டிற்கு வெளியேயுள்ள எம்.டி.யின் வாழ்க்கையைப் பற்றிக் கவலைப்படுவதுண்டா?" என்று நான் மிஸஸ் எம்.டி.யிடம் கேட்டேன்.

"அவரோட *out-door life* பற்றி எனக்குக் கவலையில்லை. பிரிவினால் ஏற்படக்கூடிய விரக துன்பம் மட்டும்தான் உள்ளது. அதாவது தனிமைத் துன்பம், அன்னியோன்னியமுள்ள நம்பிக்கைதான் எங்களின் திருமண வாழ்க்கையின் வெற்றி" என்று அவர் பதில் கூறினார்.

எம்.டி.யைத் தவிர எஸ்.கே.பொற்றெகாட்டும் தனக்குப் பிடித்தமான எழுத்தாளர் என்கிறார் அவர். மிஸஸ் எம்.டியும் ஆங்கிலத்தில் கதைகள் எழுதுவதுண்டு. வைக்கம் முகம்மது பஷீரின் மூன்று, நான்கு கதைகளை ஆங்கிலத்தில் மொழிபெயர்த்திருக்கிறார். அவர் எம்.டி.யின் நாவல்களையும், சிறுகதைகளையும் இப்போது ஆங்கிலத்தில் மொழிபெயர்த்துக் கொண்டிருக்கிறார். 'மஞ்சு', 'இருட்டின்டெ ஆத்மாவு' ஆகியவைகளின் ஆங்கில மொழிபெயர்ப்பும் வந்துள்ளன.

எம்.டி.யின் இதயத்தில் குடியேறிய நண்பர்களைப் பற்றி நான் ஆராய்ந்தேன்.

“பெயரைக் குறிப்பிட நான் விரும்பவில்லை. ஒருவர் இன்றில்லை. மற்றொருவர் ஓர் எழுத்தாளர். மற்ற இருவர் கோழிக் கோட்டிலுள்ள என் இரு நண்பர்கள். அவர்கள் வியாபாரிகள்தான் என்றாலும் எனக்கு உற்ற நண்பர்களாவர். ஆயுள் முழுக்க அவர் களுக்கு நான் கடமைப்பட்டிருக்கக் கூடிய நிலையில் அவர்கள் என்னை நேசிக்கின்றனர்; உதவி செய்கின்றனர்.

எம்.டி. தன் மனைவியுடன் தாராளமாகவே பிணங்குவதுண்டு. ஆனால், அந்தப் பிணக்குகள் அதிக நேரம் நீடிப்பதில்லை. ஒரு சண்டையும் நடக்காத குடும்பங்கள் ‘ஸ்னோபு’களின் குடும்பங்களில் வேண்டுமானால் காணலாம் என்று எம்.டி. கருதுகிறார். தன்னைச் சுற்றிக் காணுகின்ற பல விஷயங்களிடமும் இந்த மனிதருக்கு வெறுப்புண்டு.

“வாழ்க்கை எனக்குப் பிடித்துவிட்டபடியால் தற்கொலைச் செய்துகொள்வதை நான் விரும்பவில்லை. அதனால், எல்லா வெறுப்புகளையும் உள்ளுக்குள்ளேயே ஒதுக்கி வைத்துள்ளதால், ‘அல்ஸரை’ வரவழைத்துக்கொண்டு நான் வாழ்கிறேன்.”

“மனத்தில் ஏதாவது அசாதாரணம் எனத் தோன்றுவதுண்டா?” என்று நான் கேட்டேன்.

மீசையை விரல்களால் தடவியவாறு, சூனியத்தில் எதையோ நோக்கி, “இங்கே ஒரு பெரிய யுத்தம் நடக்க வேண்டும். பாம்பர் விமானங்கள் இங்குள்ள பெரிய நகரங்களையெல்லாம் சுட்டுச் சாம்பலாக்க வேண்டும். அதில் நான் உட்பட அனைவரும் சாம்பலாக வேண்டும். இப்பூமி ஒரு பெரிய சுடுகாடாக மாற வேண்டும். அதன்பின் புதிய மக்களும் அரசும் உண்டாக வேண்டும். அவர்களுக்குத்தான் மனித வாழ்க்கையின் விலை என்னவென்பது தெரியும். இப்போது போலியாக உபயோகிக்கக்கூடிய அரசின் புனர்நிர்மாணம் தொடங்கிய வார்த்தைகளின் பொருளும் அப்போதுதான் புரியும். வருங்காலத்தில் ஏதாவதொரு தலைமுறைக் காவது தன் சொந்த நாட்டை நேசத்துடன் நினைக்கவும் முடியும். இதுதான் என்னுடைய கனவாகும்” என்று எம்.டி. கூறுகிறார்.

வெளியிலிருந்து தன்னைக் காணவரும் நண்பர்கள் யாரும் இல்லையென்றால், ஆபீஸ் முடிந்ததும் வீட்டிற்கு வந்துவிடுகிறார். எம்.டி. இரண்டு மூன்று கிளப்புகளில் அங்கத்தினர் என்றாலும் வருடத்தில் ஒருமுறைகூட அங்கே செல்வது அபூர்வம்.

நகரத்திலுள்ள இரண்டு மூன்று நண்பர்கள் எப்போதாவது அழைத்துச் செல்லும்போதுதான் மாலை நேரங்களை அவர் வெளியே கழிக்கிறார். அவர்கள் யாரும் இலக்கியவாதிகளல்ல. அவர்களுடன் சேர்ந்துள்ள நிமிடங்களையெல்லாம் மறக்கக் கூடியதாகத்தான் எம்.டி. கருதுகிறார். அவர்களுடைய பேச்சில் இலக்கியம் சற்றும் இருக்காது.

“பகல் முழுவதும்தான் ஆபீஸில் இலக்கியத்தோடு கட்டிப் புரண்டு கொண்டிருக்கிறேன். மாலையிலும் அது வேண்டுமா?”

எம்.டி. தினந்தோறும் மது அருந்துவதில்லை; எப்போதாவது அருந்துவதுண்டு. சில சமயம் மாதக்கணக்கில்கூட மதுவைத் தொடுவதில்லை என்று சொல்லும்படி இருக்கும். சில சூழ்நிலை களில் இரண்டு மூன்று நாட்கள் அடுத்தடுத்து அது நடந்து கொண்டு மிருக்கும். வேலை செய்யும்போது ஒருபோதும் குடிப்பதில்லை. ஒரு கடுமையான வேலையைச் செய்து முடித்ததும் சில சமயம் குடிக்கத் தோன்றுமாம்.

“சகோதரி, உங்களை எப்படியழைத்துப் பேச்சுக் கொடுப்பார்கள்?”

“அப்படியொன்றும் பிரத்யேகமாக அழைத்ததில்லை. நானும் அவரை பிரத்தியேகமாக அழைப்பதில்லை”

சிதாராவை (முதல் மனைவியின் மகள்) வீட்டில் அழைப்பது, ‘பாப்பா’ என்றுதான். எம்.டி. ‘எடி’ என்று பாச உணர்வுகளுடன் அழைக்கிறார். படிப்பில் சிதாரா முதலிடம் பெறுவதைப் பெரிய பிரத்யேகமாக எம்.டி. கருதுவதில்லை. அதற்குத் தன் சொந்த அனுபவமே காரணம். சிறிய வகுப்புகளில் எப்போதும் முதலிடம் பெறுபவர்கள், கல்லூரியையடைந்ததும் முட்டாளாகி விடுகின்றார்கள் என்பதையும் தான் கண்டதுண்டு என்று எம்.டி. கூறுகின்றார்.

வாழ்க்கை ஓர் அர்த்த சூனியமானது என்று எம்.டி. கருதவில்லை. ‘வாழ விதிக்கப்பட்ட நிலைக்கு - அதற்கான ஓர் அர்த்தத்தைக் கண்டுபிடிப்பதற்கான முயற்சியைத்தான் ஒவ்வொரு மனிதனும் நடத்துகிறான். அடுத்தவர்கள், தங்களுக்கு வேண்டியதை யெல்லாம் சேர்த்துக் கொடுப்பதை வைத்தே அல்லல் இல்லாமல்

வாழலாமென்று கருதுவது முட்டாள்த்தனமென்றுகூட அவர்கள் நினைக்கிறார்கள்' என்று அல்கட் ராசியிலுள்ள கைதியின் கதையை அவர் விவரித்து விளக்கினார்.

"வருமானங்களிலும், இடம் பொருள்களிலும் வந்த மாற்றம் தங்களின் சுதந்திரத்தையோ, குணத்தையோ, நடவடிக்கைகளையோ கட்டுபடுத்தியதுண்டோ?

தனிமைத் துன்பங்களைக் கலையின் அழியா முத்திரைகளாக மாற்றிய எம்.டி., என்னை நோக்கிவிட்டு, "இல்லையென்று முடிவாகக் கூறினால் அது ஹிப்போக்ரஸியாகும். என் உள்மனத்திற்குள் நான் பழைய ஆள்தான். ஆனால் பல சமயங்களிலும் பல இடங்களிலும் நடிக்க வேண்டியுள்ளது. பழைய சுதந்திரம் எனக்குக் கிடைக்கவில்லை என்பதும் உண்மைதான். பல ஆண்டுகளுக்குப் பின் என்னைக் கண்டதும் உங்களுக்கு என்ன தோன்றுகிறது வி.பி.சி? நான் என் குணத்தில் மாறியிருக்கின்றேனா? ஆனால், வாழ்க்கைச் சுகங்களில் மட்டும் சில சில்லரை மாற்றங்கள் வந்துள்ளன. அதனால் முடிந்த மட்டில் பழைய வாசுவை நிலைநிறுத்தவே நான் முயற்சிக்கிறேன்" என்று கூறினார்.

எம்.டி. வாசுதேவன் நாயருக்கு ஒருபோதும் மாற்றம் வராது. தனிமைத் துன்பங்களில் தவமிருந்து வாழக்கூடிய - திமிர்பிடித்தவரென்று தவறாகக் கருதக்கூடிய - எம்.டி.யிடம் ஓர் அசாதாரண தனிமனிதத்துவம்தான் உள்ளது. நட்பு என்ற வார்த்தைக்கு மேலும் ஓர் அர்த்தம்கூட உண்டென்பதை எம்.டி.யிடம் உள்ள உறவுதான் எனக்குக் கற்றுக் கொடுத்தது.

இங்கே, எழுத்தாளனின் சொந்த - அந்தரங்க வாழ்க்கை விஷயங்களையல்லவா நான் எழுதி வருகிறேன்! அதன்படி, மற்றெல்லோருடைய காதலுறவுகளையும் வெளியே கொண்டு வந்துள்ளேன். ஆனால், அதைப் பற்றி எம்.டி.யிடம் மட்டும் என்னால் கேட்க முடியவில்லை. இதுபற்றி உங்களுடைய கேள்வியை நான் எதிர்பார்த்துக் கொண்டுதான் இருக்கிறேன். அதனால், சில வார்த்தைகளின் மூலம் நான் தெரிந்து கொண்டதைத் தெளிவில்லாமலேயே ஒதுக்குகிறேன்... பதினான்காவது வயதில், எம்.டி. காதலின் உருவத்தைக் காண்கிறார். இன்னும் கொஞ்சம் வயதானபோது - காதலின் போதை படர்ந்தபோது - தான் அதன் உண்மை நிலை புரிந்தது. உடல் துண்டு துண்டுகளாக

நறுக்கப்பட்டாலும், கடைசித் துளி இரத்தமும் உடம்பிலிருந்து ஒழுகிவிட்டாலும் மிஞ்சியிருப்பதுதான் காதல் என்று அன்றுதான் அவர் புரிந்துகொண்டார். அந்தப் பெண் யார்? அதுவொரு பெரிய மெய்சிலிர்க்க வைக்கும் கதையாகும். தாமதம் செய்யாமல் அந்தக் கதையை எழுதுவதாகவும் எம்.டி. சம்மதித்துள்ளார்.

“அறியாத அற்புதங்களையெல்லாம் கர்ப்பத்தில் வைத்துள்ள மகா சமுத்திரங்களைவிட, அறிகின்ற நீலா நதிதான் எனக்குப் பிடித்தமானது”, என்று கூறும் மாடத்து தெக்கேப்பாட்டு வாசுதேவன் நாயர் ஓர் அற்புத மனிதர்.

வார்த்தைகளுக்கு அழ வைக்கக்கூடிய சக்திகூட உண்டென்று எனக்கு முதன்முதலில் புரிய வைத்த பிரபல எழுத்தாளரே - அன்பு நண்பரே - உங்களிடமுள்ள ஒரு பெரிய மனிதரை அறிமுகப்படுத்துவதில் நான் தோற்றுவிட்டேன் என்பதுதான் உண்மை.

മലയാറ്റൂര്‍ രാമകൃഷ്ണന്‍

புதியிடத்து மடத்தில் (மலையாற்றூர்) கே.வி.இராமகிருஷ்ணன்

புனைபெயர்: மலையாற்றூர் இராமகிஷ்ணன்

இலக்கியச் சேவை: இவரின் சிறுகதைகளும், நாவல்களும் பாமர வாசகர்கள் முதல் இலக்கிய விமர்சகர்கள் வரை பலராலும் பாராட்டப்பட்டவை. நாவல் சில நனவோடை முறையில் எழுதப் பட்டவை. இவருடைய சிறுகதைகள் பலவும் நகைச்சுவை மிளிர்ந்த தாகும். நாவல்களில், 'வேர்கள்', 'ஐந்து சென்ட்', 'யந்திரம்', 'நெட்டூர் மடம்' முதலியன குறிப்பிட்டுச் சொல்லக்கூடியதும், நினைவில் நிற்கக் கூடியதுமாகும். 'வேர்கள்', 'ஐந்துசென்ட்', 'நெட்டூர் மடம்' முதலிய பல நாவல்கள் 'குறிஞ்சி வேலனி'ன் மொழிபெயர்ப்பால் தமிழ் வாசகர்கள் நன்கு அறிந்துள்ளனர். இவருடைய நாவல்களும் சிறு கதைகளும் திரைப்படங்களாகவும் வெளிவந்துள்ளன. திரைப்பட இயக்குநர், திரைக்கதாசிரியர், சிறந்த கார்ட்டூனிஸ்ட் எனப் பன்முகம் கொண்டவர். பல விருதுகள் பெற்ற எழுத்தாளர்களில் இவரும் ஒருவர்.

'மலையாளம் ராஜ்யம்' வார இதழில் 'பிசாசின்டெ பிடியில்' (பிசாசின் பிடியில்) என்னும் திடுக்கிட வைக்கும் ஒரு மர்ம நாவல் தொடர்கதையாக வந்து கொண்டிருந்த காலம். மூவாட்டுப்புழாவில் இரண்டாம் படிவத்தில் படித்துக் கொண்டிருந்த ஒரு பையன் அந்த நாவலைத் தொடர்ந்து ஆவலுடன் படித்துக் கொண்டிருந்தான். அப்பொழுதெல்லாம் அந்தப் பையன், பிசாசு ஓர் உண்மை ஜீவனென்றே நம்பியிருந்தான். அந்த நாவலில் பிசாசு கூத்தாட்டுக் குளத்தை அடைந்த அத்தியாயத்தைப் படித்துக் கொண்டிருந்தபோது, பையன் பயந்து கைகால் உடம்பெல்லாம் விறைத்துப்போய் உரக்கக் கத்திவிட்டான். என்னவோ ஏதோவென திகிலுடன் ஓடி வந்த பெற்றோர்கள் அலறலின் காரணத்தையறிந்து சிரித்துவிட்டார்கள். மூவாட்டுப்புழாவிலிருந்து கூத்தாட்டுக்குளம் எட்டு மைல் தூரத்தி லல்லவோ இருக்கிறது!

'பிசாசின்டெ பிடியில்' என்ற நாவலைப் படித்து அலறிய அந்தப் பையன் திருவனந்தபுரத்தில் படித்துக் கொண்டிருந்த காலம். சிகரெட் கடையிலும் மற்ற இடங்களிலுமாக எழுபத்தைந்து ரூபாய் கடன்காரனாக இருந்த நேரம். அறிமுகமான ஒரு புத்தகப் பதிப்பாளரிடம் சென்று புத்தகம் ஏதாவது பிரசுரிக்க எடுத்துக் கொள்கிறீர்களா என்று கேட்டான். 'டிடெக்டிவ்' கதையென்றால் ஏற்றுக்கொள்ளலாம் என்ற பதில் கிடைத்தது. நமது கதாநாயகன் அதற்கு நூற்றைம்பது ரூபாய் கேட்டான். பதிப்பாளர் எழுபத்தைந்து ரூபாய் பேரம் பேசித் தீர்த்தார். பதினாறு நாட்களில் அந்த 'டிடெக்டிவ்' நாவலை எழுதி முடித்தான். திடுக்கிட வைக்கும் ஓர் இரவின் கதை அது. அந்த ரூபாயைப் பெற்று சிகரெட் கடையிலும், மற்ற இடங்களிலுமிருந்த கடனைத் தீர்த்துவிட்டுத் தலைநிமிர்ந்து நடக்க ஆரம்பித்தான். இந்த நிகழ்ச்சிப் பல ஆண்டுகளுக்கு முன்பு நடந்தது.

இந்த இரு நிகழ்ச்சிகளிலிருந்தும் உங்களின் மனத்தில் உயர்ந்து வருகின்றவன் - வருகின்றவர் யாரென்று உங்களால் சொல்ல முடியுமா?

'ஹிப்போபொட்டாமஸி' முதல் 'யந்திரம்' வரை நீண்டு கிடக்கும் ஒரு பெரிய சாம்ராஜ்யத்தின் அதிபதிதான் அந்தப் பிரமுகர், வார்த்தைகளால் மட்டுமல்ல, கோடுகளாலும் வர்ணங் களாலும்கூட குண இயல்புகளை வெளிப்படுத்துவதில் நிகரற்ற திறமைசாலியான அந்தக் கதாநாயகனின் பெயரை இனியும்

மறைத்து வைக்க விரும்பவில்லை. அவர் பெயர்தான் புதியிடத்து மடத்தில் மலையாற்றூர் கே.வி.இராமகிருஷ்ணன்.

'சல்லி வேர்கள்' என்னும் ஒரு நாவலாலேயே முன்னணி மலையாள நாவலாசிரியர்களின் பட்டியலில் சேர்ந்துவிட்ட மலையாற்றூரரையோ, திறமைமிக்க ஓவியரும் புகழ்ப்பெற்ற கார்ட்டூனிஸ்டுமான மலையாற்றூரரையோ அல்ல - நான் இங்கே அறிமுகப்படுத்தப்போவது, புதியிடத்து மடத்தில் கே.வி. இராமகிருஷ்ணனைத்தான் அறிமுகப்படுத்தப் போகிறேன்.

1927 மே மாதம் 30-ஆம் தேதி குன்னத்து நாடு வட்டத்தைச் சேர்ந்த 'தோட்டுவா' என்ற கிராமத்திலுள்ள புதியிடத்து மடத்தில் தான் மலையாற்றூர் பிறந்தார். தந்தை பெயர் கே.ஆர். விஸ்வநாத சாமி, தாயார் பெயர் ஜானகியம்மாள்.

திருவனந்தபுரம், மூவாட்டுப்புழா, கொல்லம், திருவல்லா, பெரும்பாவூர் ஆகிய இடங்களில் ஆரம்ப, நடுத்தர, உயர்வகுப்புக் கல்விகளைக் கற்றார். ஆலவாய் யூ.ஸி. கல்லூரியில் இண்டர்மீடியட் படித்தார். திருவனந்தபுரம் பல்கலைக்கழகத்தில் பி.எஸ்ஸி.யும், திருவனந்தபுரம் சட்டக்கல்லூரியில் பி.எல். பட்டமும் பெற்றார்.

1951 முதல் 1955 வரை பெரும்பாவூர், வடக்கன் பறவூர் ஆகிய இடங்களில் வக்கீலாக இயங்கினார். 1955-ம் ஆண்டில் இரண்டு மாதங்கள் ஃபிரிஃபிரஸ் ஜர்னலின் சப்-எடிட்டராகவும் பணியாற்றினார். அதே ஆண்டில் மாஜிஸ்ட்ரேட்டாக நியமன மானார். 1959-ல் ஐ.ஏ.எஸ். தேர்வில் வெற்றி பெற்றார். அதன்பின் உதவி ஆட்சியர், மாவட்ட ஆட்சியர், துணைச் செயலாளர், ஹரிஜன நலத்துறை இயக்குநர், சிவில் சப்ளைஸ் இயக்குநர், ஆட்சி மொழியின் தனி அலுவலர், டி.ஸி.ஸி.யில் (திருவாங்கூர் கொச்சின் கெமிக்கல்ஸ் லிமிடெட்) நிர்வாக இயக்குநர், கே. எஸ்.ஆர்.டிஸியின் பொது மேலாளர் ஆகிய பதவிகளில் பணியாற்றிய மலையாற்றூர், இறுதியாக, கேரள தலைமைச் செயலகத்தில் ரெவின்யூ ஃபோர்டு செயலாளராக இருந்தபோது ஆட்சியாளர்களின் ஊழல்களுக்கு எதிர்ப்புத் தெரிவித்துத் தன் பதவியை ராஜினாமா செய்துவிட்டார். 'ஜனயுகம்' பத்திரிகையின் ஆசிரியராக மூன்றாண்டுகளும், நான்கு இதழ்கள் கொண்ட ஒரு பத்திரிகை குழுமத்திற்கு நிர்வாக ஆசிரியராகவும் இருந்த பின், திரைப்படங்களுக்குக் கதை வசனம் இயக்குநர் பொறுப்புகளை வகித்தார்.

1954-ல் வேணியை மணந்து கொண்டார். ஒரு மகனும் ஒரு மகளும். கண்ணன் என்ற செல்லப் பெயரால் அழைக்கப்படும் விஸ்வநாதன், மகள் சோபா இருவருக்கும் திருமணமாகிவிட்டது. முறைகேடுகளால் ஏற்படும் குழப்பங்கள் வைதேஹியில் (வீட்டின் பெயர்) எப்போதும் இருந்தது இல்லை. அங்கே முழு திருப்தியின் அலைகள்தான் எப்போதும். (மலையாற்றூரும் மனைவியும் மறைந்துவிட்டதால் வைதேஹி இப்போது அமைதியின் பிடியில்...)

வாழ்க்கையின் அந்திம காலத்தில் 'ரிட்டயர்டு' ரெவின்யூ செகரட்டரி' என்பதைவிட, ஓர் இலக்கியவாதி என்று அறியப்படு வதைத்தான் தான் விரும்புவதாகக் கூறினார் மலையாற்றூர் இராமகிருஷ்ணன். இளம் வயதில், தான் ஒரு பாடகனாக வேண்டுமென்று விரும்பினாராம். பயமுறுத்தக்கூடிய ஒரு நடுசாமத்தின் பயங்கர அமைதியிலிருந்த மங்கலப் புழை செமினாரி சூழ்நிலையை, 'யக்ஷி' கதாசிரியரால் ஒருபோதும் மறக்க முடியவில்லையாம். பெரியாற்றின் கரையிலுள்ள ஆலமரத்தின்கீழே பி.கிருஷ்ணப்பிள்ளையால் நடத்தப்பட்ட 'ஸ்டடி க்ளாஸ்'தான் தன் வாழ்க்கையில் பெரியதொரு மாற்றத்துக்கு உதவியதென்று மலையாற்றூர் கருதுகிறார்.

ஒரு காலத்தில் சமூகப் புரட்சியின் பிரமுகராக விளங்கிய மலை யாற்றூர், ஒரு முழுநேர அரசியல்வாதியாக இருந்திருப்பாரேயானால் கேரள மாநிலத்திலேயே ஒரு பெரும் அரசியல் தலைவராக வந்திருப்பார். அப்பயணத்தின் உச்சக்கட்டமாக ஓர் அமைச்சர் பதவி அடைவதைவிட, மனப்போரட்டங்கள் நிறைந்த ஓர் இலக்கிய வாதியின் பயணத்தைத்தான் அவர் தேர்ந்தெடுத்தார். தான் ஒரு சிறந்த எழுத்தாளனாக அறிய ஆசைப்பட்ட மலையாற்றூர் ஒருபோதும் எந்த ஒரு கட்சியிலும் உறுப்பினரானதில்லை. ஆனால், பலரும் மலையாற்றூரை ஒரு முழுநேர கம்யூனிஸ்டாகவே நினைத்துக் கொண்டிருந்தனர்.

1942-ல் ஆலவாய் யூ.ஸி. கல்லூரியில் படித்தபோது ஏற்பட்ட ஒரு நிகழ்ச்சி, மலையாற்றூரின் மனத்தில் எப்போதும் பசுமையாகத் தங்கியிருந்தது. வேட்டியணிந்து நடமாடிக் கொண்டிருந்த ஸ்காட் லாந்துக்காரரான புரொபஸர் குரோளிதான் அந்த நிகழ்ச்சிக்குக் கதாநாயகர். மாலை நேரங்களில் மாணவர்களைத் தேநீருக்கு அழைத்தும், தேநீர் அருந்தும் நேரத்தில் அவர்களுடன் ஒன்றாக

அமர்ந்து சில புதிர்களைச் சொல்லியும், அதற்கான அவர்களின் பதிலைக் கேட்டு ரசித்துக்கொண்டும், அசாதாரண அற்புதங்களை உள்ளடக்கிய ஒரு தனிப்பட்ட மனிதராகத் திகழ்ந்தார் அந்த அந்நியர். இப்படி இருக்கும்போதுதான் ஆகஸ்ட் புரட்சி அதன் தீவிரத்தையடைந்தது. ஒருநாள் இரவு கல்லூரி காம்பவுண்டில் மாணவர்களின் கூட்டம் கூடியது. 'பிரிட்டிஷ் நாய்களே, இந்தியாவைவிட்டு வெளியேறுங்கள்' என்ற கோஷம் முழங்க ஆரம்பித்தது. அதைக் கேட்டு குரோளி கோபிக்கவில்லை: மாறாக குலுங்கி குலுங்கி அழ ஆரம்பித்தார். அந்த நல்ல மனிதரின் கண்ணீர்த் துளிகள், மலையாற்றூர் உள்பட பலரையும் மன்னிப்புக் கேட்கத் தூண்டியது. அந்த நினைவு இனிமையான ஒரு வேதனையாகவே மலையாற்றூரின் நினைவில் நிறைந்திருந்தது. (இந்த நிகழ்ச்சியை இவருடைய 'சல்லி வேர்கள்' நாவலில் காணலாம்).

இந்திப் பேசும் ஒரு பிச்சைக்காரனாகத் திருவனந்தபுரம் பெரிய கடைவீதி வழியாக நடந்து சென்ற தினத்தைப் பற்றிச் சொல்லும் போதே, அவர் முகத்தில் புன்னகைக் கோடுகள் அதிகமாகும்.

மலையாற்றூர் அப்போது பல்கலைக்கழகத்தில் பி.எஸ்ஸி. முதலாண்டு படித்துக் கொண்டிருந்தார். பாறயில் ஷம்சுதீன், பதருதீன், வி.கே. கிருஷ்ணமேனனின் வரலாற்றை எழுதிய டிறஜஸ் ஜார்ஜ் என்பவர்கள் அன்றைய நண்பர்களில் முக்கியமானவர்கள். ஒருநாள் பெரும்பாவூர்க்காரனான ஒரு நண்பன், "ஆள் அடையாளம் தெரியாமல் திருவனந்தபுரம் நகரத்தில் யாராலாவது நடமாட முடியுமா?" என்று கேட்டான். மலையாற்றூர் பந்தயத்தை ஏற்றுக் கொண்டார். பந்தயத் தொகை 5 ரூபாய்தான். தாடியும் மீசையும் ஒட்டிக்கொண்டு இந்திப் பேசும் பிச்சைக்காரனாக மாறினார் மலையாற்றூர். தம்பானூரை அடைந்து சாலை வழியாக நடந்து சென்றார். பலரிடமிருந்து பிச்சையும் வாங்கினார். யாரும் இவரை அடையாளம் கண்டுகொள்ளவில்லை. (இந்த இடங்களில் உள்ளவர்கள் இவரை மிக நன்றாகத் தெரிந்தவர்கள்.) மினர்வா ஜங்ஷனையடைந்தபோதுதான் ஒருவன் இவர் பெயரைச் சொல்லி அழைத்துவிட்டான். அதனால் அந்தப் பகல் வேஷம் தோல்வி யடைந்து விட்டது.

தமாஷுக்காக இப்படியெல்லாம் செய்ய மலையாற்றூருக்கு எப்போதும் ஆசையுண்டு. ஆனால், அந்த ஆசை இனி ஒருபோதும் நடக்க வாய்ப்பில்லை.

பம்பாயில் ஃபிரிப்ரஸ் ஜர்னலில் 1955-ல் இரண்டு மாதக் காலம் உதவி ஆசிரியராக வேலை செய்த மலையாற்றூர், அந்தப் 'போர் அடித்த வேலை'யைப் பற்றிப் பல சமயங்களில் வேடிக்கையுடன் சொல்வதுண்டு. சிவராமன்தான் அப்பத்திரிகை யின் அன்றைய தலைமை ஆசிரியராம்.

நேர்முகத் தேர்வில் கேட்ட முதல் கேள்வியே, 'டைப்பிங் தெரியுமா?' என்றுதான்.

டைப்பிங் சிறிதுகூட தெரியாத இராமகிருஷ்ணன், 'தெரியும்!' என்னும் பதிலைத்தான் சொன்னார்.

உடனே, *'T.C. Elections and after'* என்னும் கட்டுரையை டைப் செய்ய அனுப்பினார் சிவராமன். உள்ளூர ஏற்பட்டிருந்த நகைச்சுவை யுணர்வுகள் கொடுத்த மனதைரியத்தால் கண்கள் கலங்கவில்லை. கைகள் நடுங்கவில்லை. ஒரு லேடி டைப்பிஸ்டின் கருணை கிடைத்தது. ஒரு ஸ்பெல்லிங் பிழைகூட இல்லாமல் டைப்செய்து கொடுத்தாள். அதை எடுத்துப் போய் சிவராமனிடம் காண்பித்தார். உடனே நியமன உத்தரவு கிடைத்தது. முதலில் 'புரூப் ரீடரா'கவும் எட்டு நாட்கள் கழித்து 'சப் எடிட்டரா'கவும் ஆனார். சம்பளம் நூற்றிருபது ரூபாய்.

அப்போதுதான், நகரசபை ஆணையாளர் தேர்வுக்கு விண்ணப்பம் அனுப்ப வேண்டுமென்று வீட்டிலிருந்து கடிதம் வந்தது. பட்டம் தாணுப்பிள்ளை அப்போது முதலமைச்சராக இருந்தார். சிவராமனிடம் சென்று இதைப் பற்றி அபிப்ராயம் கேட்டார் மலையாற்றூர்.

"பத்திரிகையாளனாக வேண்டும் என்னும் நிர்ப்பந்தம் உனக்கு இல்லையென்றால், நீ திரும்பிச் செல்வதுதானே நல்லது?" என்று அவர் சொன்னார். அந்த உபதேசத்தை ஏற்றுக்கொண்டு பெரும்பாவூருக்குத் திரும்பினார் மலையாற்றூர்.

பட்டம் தாணுப் பிள்ளையை நேரில் சென்று பார்த்தார்.

"அரசியல் குறுக்கீடு இல்லையென்றால் நான் அதற்குத் தகுதி யுள்ளவன் தான்" என்று கூறினார் மலையாற்றூர்.

'As a matter of right' என்னும் ஆங்கில வார்த்தைகள் முன்கோபி யான தாணுப் பிள்ளையவர்களைக் கோபப்படுத்தி இருக்கலாம்

என்று தோன்றுகிறது. அவர் விண்ணப்பப் பேப்பர்களைத் திருப்பிக் கொடுத்து பி.கே. குஞ்ஞினைப் பார்க்கச் சொன்னார். குஞ்ஞினுடன் பயங்கர விவாதம் நடத்திய பின் அந்த முயற்சியை உதறிவிட்டு மீண்டும் வழக்கறிஞர் வாழ்க்கையை ஆரம்பித்தார் மலையாற்றூர்.

1955-ல் நீதிபதி தேர்வுக்காகத் தாயின் நிர்பந்தத்தின் பேரில் கடைசி நேரத்தில் விண்ணப்பித்தார். நேர்முகத் தேர்வும் நடந்தது. பதினாறு பேரில் முதலாவது நபராக நேர்முகத் தேர்வில் கலந்துகொண்டார் இராமகிருஷ்ணன். பி.எஸ்ஸி. உறுப்பினர்கள் சிரித்தார்கள். அந்தச் சிரிப்பைப் பார்த்ததும் இந்தத் தடவையும் தனக்கு அந்த வேலை கிடைக்காதென்று அவருக்குத் தோன்றியது.

ஆனால் அந்த வேலை அவருக்கே கிடைத்தது. ஐ.ஜி. சந்திர சேகரன் நாயரால்தான் தனக்கு அந்த நியமனம் கிடைத்ததென்று மலையாற்றூர் கருதினார். அவ்வாறு 200 ரூபாய் சம்பளத்தில் மட்டாஞ்சேரியில் இரண்டாம் வகுப்பு நீதிபதியாக இராம கிருஷ்ணன் நீதித்துறையில் புகுந்தார், என்றாலும், கம்யூனிஸ்ட் காரர் என்ற முத்திரை மட்டும் அவரைவிட்டு விலகவில்லை. முதல் வழக்கே அந்த நம்பிக்கையை அரக்கு வைத்து உறுதி செய்வது போல் இருந்தது. முதல் தீர்ப்பிலேயே முதலாளிக்கு 20 ரூபாய் அபராதம் விதித்ததுடன் வேலைக்காரனுக்கு 10 ரூபாய் நஷ்ட ஈடு கொடுக்க வேண்டுமென்றும் உத்தரவிட்டார்.

ஆறு மாத உத்தியோகத்திலேயே நீதிபதி வேலை போரடிக்கத் தொடங்கியது. எர்ணாகுளம் போலீஸ் கிளப்பிற்குப் போகும்போதெல்லாம் ஐ.ஜி.சந்திரசேகரன் நாயர் மலையாற்றூரை ஃபோனில் அழைத்து நலம் விசாரித்துக் கொண்டிருப்பார். ஒருசமயம் அவரிடம், “அந்த வேலை எனக்குப் போரடிக்கிறது. அதனால், ராஜினாமா செய்ய ஆசைப்படறேன்” என்று கூறினார் மலையாற்றூர். ஐ.ஜி. அதற்குத் தைரியம் கூறினார்.

“இருபத்தைந்து வயதைக் கடந்தவர்களுக்கென்றே ஒரு வருடத்திற்குள் ஐ.ஏ.எஸ். ஸ்பெஷல் ரெக்ரூட்மென்ட் வரப் போகிறது. அதற்கு எழுது. கண்டிப்பாகக் கிடைக்கும். ஒரு கம்யூனிஸ்ட்காரனை மாஜிஸ்ட்ரேட்டாக்கி விட்டேன் என்று என்மேல் ஒரு புகார் எழுந்துள்ளது. அதனால், ஒரு கம்யூனிஸ்ட் காரனை ஐ.ஏ.எஸ்ஸாகவே ஆக்கிப் பார்க்கலாமே” என்றார்.

அப்போதுதான் மலையாற்றூருக்குத் தன்னம்பிக்கை ஏற்பட்டது. ஐ.ஏ.எஸ். தேர்வு எழுதினார். 1957-ல் உதவி கலெக்டராகத் தேவிக் குளத்துக்கு நியமனமாயிற்று. ஒரு தந்தையின் கடமையைப் போன்ற பாசத்தின் உறுதியை, சந்திரசேகரனிடம்தான் கிடைத்ததென்று மலையாற்றூர் மிகுந்த நன்றியுடன் கூறுவதுண்டு.

சமூக விஷயங்களில் என்றும் ஓர் ஆதர்சவாதியாகவே இருந்தார் இந்த மனிதர். நெருங்கிப் பழகுபவர்களிடம் ஒருபோதும் பிரிய முடியாத நட்பைச் செலுத்தி, அதைத் தன் முதலீடாகப் பாதுகாக்கும் இந்த ஐ.ஏ.எஸ்.காரருக்கு, தலைகணம் அதிகம் உண்டு என்று சிலர் சொல்வதை நான் கேட்டதுண்டு. பல வருடங்களாக நான் இந்தப் பிரபல எழுத்தாளரையும், அதைவிட அந்த எழுத்தாளனுக்குள்ளே இருக்கும் சாதாரண மனிதனையும் நன்றாகவே தெரிந்து வைத்திருந்தேன். அந்தச் சிலர் சொல்லும் அபிப்ராயத்துடன் என்னால் ஒத்துப்போகவே முடியவில்லை.

“ஓர் எழுத்தாளன் என்ற வகையில் பஷீரை எனக்குப் பிடிக்கும். ஆனால், பஷீர் என்னும் சாதாரண மனிதருடன் என்னால் ஐந்து நிமிடங்களுக்கு மேல் செலவழிக்க முடியாது” என்னும் எண்ணத்தை வெளிப்படுத்திய மலையாற்றூர் இராமகிருஷ்ணனிடம் உள்ள பச்சையான மனிதனைப் பலரும் புரிந்துகொள்ளவில்லை.

ஒருமுறை நான் மலையாற்றூரைச் சந்தித்துத் திரும்பும் போது எனக்கு அறிமுகமான ஒருவர், “அவரிடம் கொஞ்சம் அகந்தை இருக்குமே?” என்று கேட்டார்.

அதற்கு நான், “ரெவின்யூ செகரட்டரி மலையாற்றூரைக் காண நான் போகவில்லை. இலக்கியவாதியும் எனது நண்பருமான இராமகிருஷ்ணனைக் காணத்தான் நான் போனேன்” என்றும், மேலும் சிலவற்றையும் பதிலாகக் கூறினேன். அவரின் முகம் சுருங்கியது. மலையாற்றூர் இராமகிருஷ்ணனுக்கு அகந்தை உண்டென்றால், அது தன்னம்பிக்கையின் வெளிப்பாடுதானே தவிர வேறொன்றுமில்லை.

மலையாற்றூருக்கு மலையாளம், ஆங்கிலம், தமிழ் ஆகிய மொழிகள் தெரியும்; இந்தி தெரியாது. ஹோட்டலுக்குச் சென்றதும் கூறுகின்ற ஒரு வார்த்தையை மட்டும் அவர் இந்தியில் கற்று வைத்திருந்தார். “ஸாப்பரோ” (சுத்தமாக்கு) என்ற வார்த்தைதான் அது.

'குமார சம்பவம்' மேஜைமேல் இருப்பதைப் பார்த்ததும் அவருடைய புத்தகப் படிப்பைப் பற்றிக் கேட்டேன்.

"ரீடிங் கேப்" எனக்கு ஏராளமாக உண்டு. காளிதாசனை நான் (அறுபது வயதில்) இப்போதுதான் தொடங்கியுள்ளேன். குமார சம்பவத்தைப் படித்தபோதுதான் மலையாளத்தில் கவிதையே இல்லை என்று தோன்றியது. சம்ஸ்க்ருதம் படிக்காததில் எனக்கு மிகவும் வருத்தமுண்டு. ஓர் ஆசிரியர் கிடைத்தால் சமஸ்க்ருதம் கற்றுக் கொள்ளலாமென்று நான் ஆசைப்படுகிறேன்."

ஓர் இலக்கியவாதியைப் பொருத்தமட்டில் 'ரீடிங் கேப்' என்பது ஒரு குறையில்லை. 'திங்கிங் கேப்' மட்டும் உண்டாகக் கூடாது.

"கார்ட்டூன் கலையில் இரண்டு நவீன திறமைசாலிகளே உள்ளனர். ஒருவர் ஆலிஃபிராண்ட்; மற்றவர் ஓ.வி.விஜயன். எனக்கு மிகவும் பிடித்த ஒரே கார்ட்டூனிஸ்ட் ஓ.வி.விஜயன்தான்" என்று இந்தக் கார்ட்டூனிஸ்ட் மனம் திறந்து கொண்டாடுகிறார்.

உத்தியோகத்தின் பேரால் யாராலும் தன்வயப்படுத்த முடியாத மலையாற்றூர் இராமகிருஷ்ணனை, நட்பினால் தன் வயப் படுத்தியவர்கள் ஏராளமானவர்களாவர். நட்புறவில் சூழ்ச்சிகளும் திரைகளும் ஏற்படாமலிருக்க மலையாற்றூரைப்போல் சிரத்தை எடுத்துக் கொள்ளகூடிய வேறொரு நபரை எங்கேயோ ஒருவரைத் தான் பார்க்க முடியும். ஐ.ஏ.எஸ். தேர்வு முடிவு வந்த தினத்திலும், 'சங்கர்ஸ் வீக்லி' பத்திரிகையில் தன்னுடைய முதல் கார்ட்டூன் வந்த தினத்திலும்தான் மலையாற்றூர் அதிக மகிழ்ச்சியை அனுபவித்தாராம்.

திருமணம், வீட்டுப் பெரியோர்களால் நிச்சயிக்கப்பட்டது. பெண் ஒரு கப் காபி கொண்டு வந்தாள். ஒரு பாட்டுப் பாடினாள்; அன்னியோன்னியமாகப் பேசினாள் - இதுதான் பெண் பார்த்த சடங்கு. தனது வாழ்கையில் கிடைத்த எல்லாச் சுகங்களுக்கும் 'வேணி' முக்கிய பங்கு வகித்தார் என்று இராமகிருஷ்ணன் கருதினார். மது அருந்தும் விஷயத்தில் மட்டும் மனைவியிடமிருந்து பலத்த எதிர்ப்பு உண்டாம். அதனால் ஏற்படும் பிணக்குகளும் ஏராளமாக உண்டாம். வேணி - இராமகிருஷ்ணனுடைய வாழ்க்கையில் இறுதிவரை எவ்வித முரண்பாடுகளும் ஏற்பட்ட தில்லை. மகள் சோபா கார்ட்டூனிஸ்ட்காரரான தந்தையின் 'சித்தி'யைப் பெற்றிருந்தார்.

“சோபா, இங்கே வந்து உன் அப்பாவின் கார்ட்டூன் ஒன்றை வி.பி.சி.க்கு வரைந்து காட்டு” என்றார் மலையாற்றூர். ஒன்றிரண்டு நிமிடங்களில் தந்தையைப் படத்தில் கொண்டுவந்து நிறுத்திவிட்டார் சோபா.

கண்ணனின் ரசனையோ வேறொரு விதத்தில் இருந்தது. பழைய சட்டைகளையும் மற்றவற்றையும் ‘டை அண்டு டை’ செய்து புதியதாக மாற்றுவது. ‘டை அண்டு டை’ செய்த ஒரு சட்டையை நான் பார்த்தேன். ஒண்ணரை ரூபாய் மட்டும் செலவழித்தால் போதும்; வேறெங்கேயும் கிடைக்காத விசேஷமான ஒரு சட்டை கிடைத்து விடும் - அதுவும் துணி விஷயத்தில் தீபோல் விலையேறி யுள்ள இந்தக் காலத்தில்.

ஒரு சினிமாவை இயக்க வேண்டுமென்பது மலையாற்றூரின் அடங்காத ஆசைகளில் ஒன்றாக இருந்தது. (இந்தப் பேட்டிக்குப் பின் பல படங்களை டைரக்ட் செய்துவிட்டார்.) மலையாளத்திலுள்ள சாதாரண படங்களில் மிகவும் புகழப்பட்ட ஐந்தோ பத்தோ படங்களிலிருந்து மாறுதலான முறையில் அழகாகத் தயாரிக்க தன்னால் முடியுமென்னும் தன்னம்பிக்கையும் இந்த மனிதருக்கு இருந்தது.

இளமையின் வெப்பமும் வெளிச்சமும் படர்ந்து பற்றும் வயதில், தெளிவற்ற காதலின் பன்னீர்க்குளத்தில் நீந்தித் துடிக்காத வர்கள் யாரும் இல்லை. இறக்கும்வரை வலியுடன் உணரும் அந்த இனிமையான நினைவுகளை மனத்தில் பாதுகாக்காதவர்களும் மிகவும் குறைவு.

“காதல் விதை முளைத்தது என்றைக்கு? கல்லூரி வாழ்க்கை யிலா? அதற்கு முன்பா?” என்னும் என் கேள்விகள், மலையாற்றூரை வர்ணஜால மிகுந்த நினைவுகளின் உலகத்திற்கு அழைத்துச் சென்றிருக்க வேண்டும். சிறிது நேரம் கழித்து, “அவ்வாறு தனிப்பட்டுக் குறிப்பிடும்படியானது ஒன்றுமில்லை” என்று கூறினார்.

நான் மீண்டும் மீண்டும் கேட்டேன். அப்படிப்பட்ட என்னுடைய கேள்விகளையெல்லாம் இனிமையான ஒரு புன்சிரிப் பாலேயே ஒதுக்கி விட்டார். என் நினைவில், வசியப்படுத்தும் புன்னகையுடன், முழுநிலா போன்ற ஒரு பெண் அமைதியுடன் வந்து சென்றாள். அவள்தான் ‘அஞ்சு சென்டி’ல் (சுதந்திரப் போராட்ட நாவல்) வந்த மேரி ஈப்பன். ஒரு திரையின் மூடுபடலத்தினுள்ளே

இறந்த காலம் முழுவதையும் அடக்கிவிட முடியுமோ? முடியும் என்று சொன்னவர்கள் யாரும், வாழ்க்கையின் மிருதுவான கற்பனைகளை உண்மையாக உணர்த்தும் இலக்கியவாதியாக இருந்ததில்லையே.

நகைச்சுவை இலக்கியம் எழுதுபவன் இலக்கியத்தில், 'தாழ்த்தப்பட்ட ஜாதியை சேர்ந்தவன்' என்பதுதான் மலையாற்றூர் என்ற நகைச்சுவை பிரியனின் அபிப்பிராயம்.

"ஜேம்ஸ் தர்பாரைவிட நல்ல நகைச்சுவை எழுதலாமென்னும் அகங்காரம் எனக்கு உண்டு. ஆனால், நல்ல நகைச்சுவை மட்டும் எழுதினால் நான் இலக்கியத்தில் ஓர் 'ஆல்ஸோரான்' ஆகிவிடுவேன். அதுதான் கால நிர்ணயமும் கூட. சிரிக்க நமக்கு நேரம் குறைவு - குஞ்சன் நம்பியாரின் வழிவந்தவன் என்று சொல்லிக்கொண்டு திரிந்தாலும்" என்று அவர் கூறினார்.

'அலட்சிய நிமிடங்களில் எழுதுகின்ற வரிகளாலும், வரையும் படங்களாலும் ஒரு தனிமனிதனின் மனத்தைப் படிக்கலாம்' என்று ரிச்சர்டு ஃபாஸ்டர் சுட்டிக்காட்டியுள்ளார். மலையாற்றூர் தன் அலட்சியமான நேரங்களில் ஒரு காகிதத்தில் குறித்துள்ள வரிகளையே இங்கே எழுதுகிறேன்.

"மிகவும் சக்தி குறைவானதுதான் வெளிச்சத்தின் உடல்; அது மிகவும் மெல்லியதும்கூட. அப்போது அதுவே மஞ்சள் வெளிச்சமாகி ஆடும்போது, அடுக்களைச் சுவரில் கருமை நிழல்கள் அலைகின்றன; வளருகின்றன. அந்தக் கருமை நிழல்களுக்குத் தெரியும் - விளக்கு அணையுமென்று. அதனால், கண்கள் இமைகளை இறுக்கி மூடிக்கொள்ளும். அப்படி இறுக மூடினாலும், அவை தானாகவே திறந்து கொள்ளவும் துடிக்கும். இந்த இருள் எப்படிப்பட்ட ஒரு சூத்திரதாரியாக இருக்கிறது!" என்று எழுதியுள்ள குறிப்புகளால், மலையாற்றூர் இராமகிருஷ்ணன் என்னும் எழுத்தாளரிடமுள்ள பச்சையான மனிதரைக் காண முடிந்ததா? இல்லையென்றால், வாழ்க்கைதான் மேன்மை என்று கருதும் ஒரு பெரிய மனத்திற்கு உரிமையாளர்தான் மலையாற்றூர் என்றாவது தெரிகிறதா?. நெருங்கினால் நேசிக்கவும், விலகினால் ஆதரிக்கவும் கூடிய இந்த நல்ல நண்பர், அறிமுகமற்றவர்களுக்கு ஒரு புதுமையானவர். அறிமுகமானவர்களுக்கு என்றும் ஒரு இன்பச் சோலையாவார்.

குறிப்பு: மலையாற்றூர் இராமகிருஷ்ணனின் நாவல்களான ஐந்து சென்ட் நிலம், சல்லிவேர்கள், காட்டு வெளியினிலே, ஒரு நெஞ்சத்தின் ஓலம், ஆறாம் விரல், நெட்டூர் மடம், மனதே மாணிக்கம், மற்போர் மற்றும் அமிர்தம் தேடல் ஆகியன தமிழில் குறிஞ்சிவேலன் மொழியாக்கத்தில் வெளி வந்துள்ளன. தம்முடைய அனைத்துப் படைப்புகளையும் தமிழில் மொழி பெயர்க்க அவர் குறிஞ்சிவேலனுக்கு அனுமதி அளித்துள்ளார் என்பதும் வேர்கள் (சல்லி வேர்கள்) நாவலை மாத்ருபூமி வார இதழில் தொடராக எழுத ஆரம்பித்த நாளிலிருந்து (1966) இருவரும் நண்பர்கள் என்பதும் இங்கு குறிப்பிடத்தக்கது.

ജി വിവേകാനന്ദന്

கோவிந்தன் (ஜி) விவேகானந்தன்

புனைபெயர்: ஜி.விவேகானந்தன்

இலக்கியச் சேவை: சிறுகதை, நாடகம், நாவல், கவிதை என்னும் துறைகளில் புகழ்பெற்றவர். மருத்துவமனை கதாசிரியர் என்று அழைக்கப்படுபவர். இவரின் கதைகளிலும் நாடகம், கவிதை களிலும் மருத்துவமனை மருந்தின் வாடையும், மருத்துவ உபகரணங்களின் ஓசையும், நோயாளிகளின் முனகல்களும் தாராள மாகவே இருக்கும் -எல்லோரின் மனத்தையும் கவரும் விதத்தில், இவருடைய நாவல்களில், 'கள்ளிச் செல்லம்மா', 'கள்ளு', 'வார்டு நெ.7', 'தணல் தேடி' ஆகியவை குறிப்பிடத்தக்கவை. 'கள்ளிச் செல்லம்மா' என்ற நாவல் தமிழில் 'தனிமரம்' என்னும் பெயரில் திரைப்படமாக வெளிவந்துள்ளது.

'கத்தரிக்கோல்களின் சப்தம்; ஃபோர்ஸெப்ஸ்களின் சப்தம்; பாட்டில்கள் ஒன்றோடொன்று மோதிக்கொள்ளும் சப்தம்; கத்தரிக் கோல்களும், ஃபோர்ஸெப்ஸ்களும் இரும்பு பாத்திரத்தில் விழும்போது எழுகின்ற ஒரு சங்கீத சப்தம். இந்தச் சப்தங்கள் இதயத்திற்கு ஒருபோதும் இதமளிக்காத, மனத்திற்கு ஒருபோதும் மைதியளிக்காத பயங்கரமானவையாகும். இவை பெருமூச்சுகளின் உலகம். இதனுள் ஆயிரக்கணக்கானோர் படுத்து மூச்சு விட்டுக் கொண்டுதான் இருக்கிறார்கள். ஆனால், அந்தச் சுவாசம் எப்போது நிற்கும் என்பது அவர்களுக்கே தெரியாது. அங்கே உயிர் உடலை அணிகிறது; உயிர் அஸ்தமிக்கிறது; வாழ்க்கை நசுங்கிப் போகிறது. விசித்திரமான விதத்தில் வந்து விழும் நிசப்தத்தின் மூடுதிரை, சுவாசத்தையே தடைசெய்யும் பயங்கரத் தையும் படைக்கிறது. -'

அந்தப் பயங்கரத்தை மலையாள வாசகர்களுக்கு அனுபவப் படுத்திய, வேதனைகள் மட்டுமே நிறைந்துள்ள அந்த அற்புத உலகத்திற்கு வாசகர்களை கைப்பிடித்து அழைத்துச்சென்ற பிரபல கதாசிரியரான ஜி.விவேகானந்தனை, 'கள்ளிச் செல்லம்மா' என்ற முதல் நாவலினாலேயே மலையாள இலக்கியவாதிகளின் வரிசைக்குச் சென்று விட்ட ஜி.விவேகானந்தனை, வாசகர்களுக்கு பிரத்யேகமாக அறிமுகப்படுத்த அவசியமில்லை. நான் இங்கே அறிமுகப்படுத்த முயற்சிப்பது, மனித வேதனைகளையும் வேதனை தருபவைகளையும் தெளிவாக்குவதில் அசாதாரண திறமையை வெளிப்படுத்தும் விதத்தில், வாழ்க்கை அனுபவங்களை உள்ளடக்கிய விவேகானந்தனிடம் உள்ள உண்மையான மனிதனைத் தான்.

"நான் பார்த்தவைகளில் அதிகமானவைகளும் துயரங்கள் தான். அனுபவத்திலும் பெரும்பாலும் துயரங்கள்தான். என்னை வளர்த்ததும் அறிவாளியாக்கியதும் துயரமேயல்லாது வேறொன்று மில்லை."

ஒருசமயம் விவேகானந்தன்தான் மேற்கண்டவாறு சொன்னார். அந்தத் துயரத்தின் நீண்ட வழியில் நாமும் ஒருமுறை சென்று பார்ப்போமே...

ஒரேயடியாக நெடுங்குத்தாக வளர்ந்த ஒரு வாழ்வு அல்ல, விவேகானந்தனுடையது. சமவெளியில் ஓடிய ஆறும் அல்ல, அவருடையது. பல இலக்கியவாதிகளும் அனுபவங்களைத்

தேடிக்கொண்டு போனதாக நாம் கேள்விப்பட்டதுண்டு. ஆனால், விவேகானந்தன் அனுபவங்களின் வழியாகவே நடந்து முன்னேறிக் கொண்டிருந்தார். விவசாயி, கூலியாள், பீடித் தொழிலாளி, கொத்தனார், பெயிண்டர், ராணுவ வீரர், கம்பௌண்டர் என்னும் நிலைகளில் வாழ்ந்து, மலையாள மொழியில் விரல்விட்டு எண்ணக்கூடிய இலக்கியவாதிகளில் ஒருவராக மாறிய வரலாறு விவேகானந்தனுக்கு மட்டுமே உள்ள உரிமையாகும். அதன்பின் அவர் மக்கள் தொடர்பு இயக்குனராகவும் இருந்துள்ளார். ஆனால், பேச்சுக்கிடையே பழைய கொத்தனாரையும், கூலியாளையும் அபிமானத்துடன் அவர் நினைக்க முயற்சிப்பதிலும் தவறவில்லை. அந்த நினைவுகளின் சுமைதான், அந்த மனிதரின் விலைமிகுந்த செல்வம் என்று நான் கருதுகிறேன். ஜி.விவேகானந்தனை ஓர் இலக்கியவாதியாக்கியதும் கூட இந்தச் சுமைதான்.

1921 ஜூன் மாதம் 30-ம் தேதி கோவளத்திற்கு அருகே உள்ள கோளியூரில், ஒரு சாதாரண குடும்பத்தில்தான் விவேகானந்தன் பிறந்தார். என்.கோவிந்தன் - எல்.லட்சுமி ஆகியவர்களுக்குப் பிறந்த ஒன்பது பிள்ளைகளுக்கும் இவர் தலைமை தாங்கியவர். தகப்பனாரின் முக்கியத் தொழில் விவசாயம். வைத்தியர் என்னும் பேரில்தான் அவர் அதிகமாக மற்றவர்களுக்குத் தெரிந்திருந்தார். காரணமில்லாமல் அந்தப் பெயரை அவ்வூர் மக்கள் கொடுக்கவில்லை. ஜி.வி.யின் பாட்டனார் ஒரு புகழ் பெற்ற வைத்தியராக அங்கே இருந்ததால்தான் இவருடைய தகப்ப னாருக்கும் அந்தப் பெயரை அவர்கள் சூட்டினார்கள்.

சூங்குளம் பள்ளியில் ஆரம்பப்படிப்பு. அடுத்து வெங்கானூர் நடுத்தர ஆங்கிலப் பள்ளியில் படிப்பைத் தொடர்ந்துவிட்டு, அருகில் எங்கும் உயர்நிலைப்பள்ளி இல்லாததால் நெய்யாற்றின் கரை நெல்லிமூடு உயர்நிலைப் பள்ளியில் சேர்ந்தார். அனுதினமும் வளர்ந்து படு பயங்கரமாகிவிட்ட செல்வத்தின் இழப்பினால் படிப்பைத் தொடர முடியவில்லை. வாழ்வதற்கான வழிதேடி திருவனந்தபுரத்திற்கு வந்தார். கூலி வேலை செய்தும், பீடி சுற்றியும், பாறை உடைத்தும் சில நாட்கள் சிரமத்துடன் வாழ்ந்தார். அதனைத் தொடர்ந்து சில நாட்கள் சுவர் ஓவியராகவும் இருந்தார். ஓர் ஓவியத்துக்கு ஒரு ரூபாய் கிடைத்தது. சில நாட்கள் கழிந்ததும் ஓவியம் வரைவதும் தீர்ந்துவிட்டது. அதனால், சில நாட்கள் காடுகள்

வெட்டினார். அங்கேயும் நிரந்தரப் பாதுகாப்பு கிடைக்கவில்லை. இறுதியில் வீட்டுக்கே திரும்பிச் செல்லத் தீர்மானித்தார்; அதை விட்டால் வேறு வழியும் தெரியவில்லை.

அதன்பிறகு, 'மருந்தாளுனர்' தேர்வுக்குப் படித்தார். படிப் பதற்கு இடையில் கவிதைகள் எழுதினார். தினந்தோறும் ஒவ்வொரு கவிதை எழுதுவார். எழுதிய கவிதைகளை எல்லாம் பத்திரிகை அலுவலகங்களுக்கு அனுப்புவார். ஆனால் ஒன்று கூட பிரசுரிக்கப்படவில்லை. கவிஞர் ஏமாற்றம் அடைந்தார். அப்போதுதான், யாரோ அந்த ரகசியத்தைச் சொன்னார்கள். நாயர்களின் கவிதைகளை மட்டும்தான் பிரசுரிப்பார்கள் என்று. அதனால்தான், 'கோளிக்கல் ஜி.வி.கிருஷ்ண பிள்ளை' பிறந்தார். இறுதியில் ஒரு கவிதை 'மலையாள ராஜ்யத்'தில் வெளிவந்தது - 'ஓணமே நீ போகவில்லையா!' அதன் மூலம் உற்சாகம் ஊற்றெடுத்தது. 'லதிகா' என்ற பெயரில் ஒரு கவிதைத் தொகுப்பு சொந்தப் பெயரில் வெளிவந்தது. அந்த லதிகாவின் வரலாற்றை விவேகானந்தனே சொல்கிறார் கேளுங்கள்:

"அச்சடித்த பின்தான் விற்பனையைப் பற்றி யோசித்தேன். ஒரு பிரதியைக்கூட யாரும் வாங்கவில்லை. இறுதியில் நண்பர்களுக் கெல்லாம் அப்புத்தகத்தின் ஒவ்வொரு பிரதியை 'நட்புடன்' என்று நீட்டி கையெழுத்திட்டு அனுப்பி அந்தப் புத்தகத்திலிருந்து விடுபட்டேன்."

அந்தத் தப்பித்தலுக்குப்பின் பட்டாளத்தில் ஒரு கம்பௌண்ட ராகச் சேர்ந்தார். சூப்பரப்பாட்டா, கோஹதி, இம்பால், கோஹிமா, தமு என்னும் இடங்களிலெல்லாம் இந்த 'எதிரொலி'க்காரரர் வாழ்க்கையை ஓட்டினார். அதன்பின் பட்டாளத்திலிருந்து பிரிந்து திருவனந்தபுரம் ஃபோர்ட் ஆஸ்பத்திரியில் இருபது ரூபாய் சம்பளத்தில் ஒரு கம்பௌண்டரானார். கவிதையோ கதையோ எழுதி தான் ஒரு பெரிய எழுத்தாளன் ஆக வேண்டுமென்ற ஆசையில் குழப்பமுண்டாயிற்று. இலக்கியவாதியாக உயர வேண்டுமென்றால் வெறும் ஒரு கம்பௌண்டராக மட்டும் இருந்தால் போதாதென்றும், உண்மையான டாக்டராக வேண்டுமென்றும் விவேகானந்தன் உளப்பூர்வமாகக் கருதி, அதற்கான ஆரம்ப முயற்சியாக மதராஸ் மெட்ரிக்குலேஷனில் தேறினார். தொடர்ந்து எல். எம். பி. தேர்வுக்கு மைசூரில் சேர்ந்து படிக்க அனுமதி கொடுக்க வேண்டுமென்று ஒரு விண்ணப்பத்தை இந்தியப் பிரதமருக்கு அனுப்பினார். பண்டிட்

ஜவஹர்லால் நேருதான் அன்றைய பிரதமர். இருபத்து நான்கு மணிக்குள் இதற்குச் சமாதானம் கூற வேண்டுமென்று தலைமைச் செயலகத்திலிருந்து கிடைத்த மெமோதான், அதற்குப் பதிலாக இருந்தது. அந்தச் சிக்கலான பிரச்சினையிலிருந்து தப்பிக்க 'குருடன் நீலாண்டனி'ன் தந்தை செய்த சாகசங்களை நேரில் கேட்டால்தான் தெரியும்.

இப்போது அவை பற்றி அவர் சுவையாக விவரிக்கிறார் என்றாலும், அவை நிகழ்ந்த காலத்தில் விவேகானந்தனின் நிலமையே தாறுமாறாகிவிட்ட ஒரு சுவையான நிகழ்ச்சியாகக் கூட அதைச் சொல்லலாம். அரசாங்க வேலையிலிருக்கும்போதே விடுமுறை எடுக்காமல், பெருந்தாணிக் கல்லூரியில் இண்டர் மீடியட்டில் சேர்ந்தார். அதைப் பற்றி யாரோ ஒருத்தர் மொட்டைக் கடிதமும் அனுப்பினார்கள். அதை அங்கீகரித்து கோட்டை ஆஸ்பத்திரிக்கு அன்றைய சுகாதார அமைச்சர் 'ஆனிமங்கரீன்' திடீரென்று ஒருமுறை வந்தார். அவர் அந்த மொட்டைக் கடிதத்திற்குப் பேசும் சக்தியை அளித்தார். மீண்டும் சமாதானம் கூற வேண்டிய நிர்ப்பந்தம் ஏற்பட்டது. தப்பிப்பதற்கு அரசியல் பிரமுகரின் சிபாரிசு தேவைப்பட்டது. இவர் வேலை செய்த கோட்டை ஆஸ்பத்திரியில் பெரிய டாக்டராக இருந்த எஸ்.நீலகண்ட ஐயர், அன்று ஓர் அரசியல் பிரமுகரின் டாக்டராக இருந்ததால்தான் தப்பிக்க முடிந்ததாம்.

திருவனந்தபுரம் பல்கலைக்கழகத்தில் பி.ஏ.வில் சேர்ந்து படிக்கும்போது நாடகங்கள் எழுதத் தொடங்கினார். 'ஆம்பல் பூ', 'மழைவில் நீல ஆகாசம்' போன்று எழுதிக்கொண்டிருந்த நேரத்தில்தான், "நாடகத்தில் சிறப்படைந்து விட வேண்டுமென்று தீர்மானித்தேன்" என்று கூறினார் விவேகானந்தன்.

ஸ்ரீ.என்.கிருஷ்ண பிள்ளையுடன் உள்ள நெருக்கம்தான் நாடகம் என்றால் என்னவென்று புரிந்துகொள்ளவும், அதைப்பற்றி உயர்வாகச் சிந்திக்கவும் தூண்டியது. அதனால், விவேகானந்தனின் நாடக மோகத்திற்கும் திரை விழுந்தது. அதிகமான சுதந்திரம் சிறுகதையில்தான் உள்ளதென்னும் எண்ணம் அவரைச் சிறு கதைக்குத் திரும்ப வைத்தது. 'பதிநாலு தீர்ந்நு' என்னும் இவருடைய இரண்டாம் கதை பலராலும் மிகவும் கவனிக்கப்பட்டது. தனக்கு இந்தக் காட்சியில் தாக்குப்பிடித்து நிற்க முடியுமென்ற தன்னம்பிக்கை விவேகானந்தனிடம் வலுவாகப் புகுந்ததால்,

அவருடைய தலைமுறையில் விரல்விட்டு எண்ணக்கூடிய கதாசிரியர்களில் ஒருவராக இவரும் அறியப்பட்டார். பட்டாளக் கதாசிரியராகக் கோவிலனையும், நந்தனாரையும், பாறப்புறத்தையும் அறியப்பட்டதுபோல், மலையாளத்தில் மருத்துவமனை கதாசிரியராக விவேகானந்தன் பெரும்பாலும் அறியப்பட்டார். மருத்துவமனை பணியில் ஈடுபாட்டுடன் பழகியதுதான் இதற்கான காரணமாக இருக்கும். இதைப் பற்றி விவேகானந்தனே கூறியதைக் கேளுங்கள்:

"நான் கொஞ்சம் அதிகமாகவே ஆஸ்பத்திரி பற்றிய கதைகளை எழுதியுள்ளேன்.

ஆஸ்பத்திரிகளுடன் வெகுகாலம் நீண்டிருந்த ஆழ்ந்த உறவுதான் இதற்குக் காரணமாக இருக்கும். அந்த வேலையானது, என்னால் சில கதைகளை எழுதிக் கொண்டதோடு அல்லாமல், அந்த உறவுதான் என்னுள்ளிருந்த மனிதனைக் கண்டு பிடிக்கவும், வளரச் செய்யவும் மற்றவற்றைவிட அதிகமாக மருத்துவமனையை நேசிக்கவும் செய்தது என நான் நம்புகிறேன்.

அந்த நம்பிக்கைதான், ஒளிரும் முகமூடிகள் கழன்று விழவும், முற்றிலும் மறைக்கப்படாத உண்மை மனிதனைப் பார்க்கவும், நெருங்கி அறிந்துகொள்ளவும் கூடிய பாக்கியத்தை எனக்கு அளித்தது. மற்ற எல்லா ஆசைகளையும் கற்பனைகளையும் துறந்து, உயிர் பாதுகாப்பு என்னும் ஒற்றை ஊசி முனையில் கண்களைச் செலுத்தி, மனிதன் தங்குகின்ற காட்சிதான் அது! அதைக் கண்டால், எந்தவொரு ஜட மனிதத்துவமும் துள்ளி எழுந்திருக்காதா என்ன!"

'வெள்ளி மேக'த்தில் வரும், கவிழ்ந்து விழுந்து முகமும் தலையும் சிதறிப்போன பதினெட்டு வயது பையனின் பிணத்தைக் கண்டவர்களுக்கு, 'காக்கைக் குஞ்சில்' ஜானகி அம்மாளின் ஆத்மாவிற்கு நிம்மதியளித்த மேரியைக் கண்டவர்களுக்கு, 'பெண்ணரசு நாட்டி'ல் பெயர் சொல்லாத அந்த மருத்துவமனையின் உட்புறங்களில் சஞ்சரித்தவர்களுக்கு, 'மெர்க்குரோ குரோமி'ன் சிகப்பிலும், 'அக்ரிபிளேவனி'ன் மஞ்சளிலும், 'ஜென்ஷன் வயலிட்டி'ன் பிங்கின் அழகிலும் நிரபராதியாக வெளிப்படும் சிஸ்டர் பிலோமினாவை அறிந்துள்ளவர்களுக்கு, விவேகானந்தனின் மேலே சொன்ன வரிகளைக் கொஞ்சம் கூடுதலான ஆவேசத்துடனும் இதயப்பூர்வத்துடனும் உள்வாங்க முடியும்.

விவேகானந்தன் தற்செயலாகத்தான் நாவலுக்கு மாறினார். அந்தத் தற்செயலில் அன்பு கலந்த ஓர் உண்மைக்கதையும் உருகிக் கிடக்கிறது. ஆயிரத்துத் தொள்ளாயிரத்து ஐம்பத்து நான்காம் ஆண்டில்தான் அந்த நிகழ்ச்சி நடந்தது.

நுரையீரல் சம்பந்தப்பட்ட ஒரு நோயின் சிகிச்சைக்காக வேலூர் செல்ல வேண்டிய கட்டம். அங்கே போவதற்கு முன் சில நாட்கள் குற்றாலத்தில் உள்ள தன் தம்பியுடன் தங்கியிருந்தார் விவேகானந்தன். அங்கிருந்தபோது, தினசரி மாலை நேரங்களில் கொஞ்ச தூரம் நடந்து சென்று வருவது வழக்கமாயிற்று. ஒரு நாள் ஆறடி இரண்டு அங்குல உயரமும், முகம் முழுவதும் ரோமமும் உடைய ஒரு பெண்ணைச் சாலையருகில் இருக்கும் ஒரு பெட்டிக் கடையில் பார்க்க முடிந்தது. தொடர்ந்து பல நாட்கள் அந்த உருவத்தைக் காண்பதும் வழக்கமாயிற்று. அந்தப் பெண் ஆச்சரியப்படும் விதத்தில் விவேகானந்தனைக் கவர்ந்தாள். அவளை அவ்வூர் மக்கள் 'ராமு' என்றுதான் அழைத்தார்கள். ஐந்து 'ஷெல்' உள்ள 'டார்ச் லைட்டை'க் கக்கத்தில் அமுக்கிக்கொண்டு, இடுப்பில் இருக்கும் முண்டை மடக்கிக் கட்டி, பீடி புகைத்துக்கொண்டு கடையின் தூணில் சாய்ந்து நிற்கும் அப்பெண்ணைப் பார்த்தால் யாருக்கும் பயம் தோன்றிவிடும்.

சில நாட்களுக்குப்பின், விவேகானந்தன் பெட்டிக்கடைக் காரனிடம் சென்று அவளைப் பற்றி விசாரித்து ஆராய்ந்தார். தினந்தோறும் குடித்துத் திரியும் ராமு, அவ்வூரிலேயே மிகப் பிரபலமான ரௌடியாக இருந்தாள். அத்துடன் விபச்சாரியாகவும் இருந்தாள். அன்றிரவு முழுவதும் ராமுவைப் பற்றிய சிந்தனை யாகவே இருந்தது. ஒரு பெண் தென்னை மரத்தில் ஏறித் தேங்காய் பறித்தாள் என்னும் பத்திரிகைச் செய்தி, ராமுவைப் பற்றி நேரிட்டு அறிந்திருந்ததால் உறுதிப்பட வைத்தது. மறுநாள் அதைப்பற்றி ஒரு கதை எழுதினார். குற்றாலத்தில் பெட்டிக்கடையில் மாலை நேரத்தில் பார்த்த அந்தச் சட்டாம்பிள்ளைத்தனமான பெண்ணின் உருவம் அந்தக் கதையில் இணைந்திருந்தது. அக்கதையை மீண்டும் ஒருமுறை படித்துப் பார்த்தார். நன்றாக அமையவில்லை என்று தோன்றிற்று. அடித்து எழுதினார். அப்போது இரண்டு மூன்று கதாபாத்திரங்கள் அதிகமாக வந்தன. எழுதி முடித்ததும் மீண்டும் படித்துப் பார்த்தார். அப்போதும் திருப்திகரமாக அமையவில்லை. அதனால், முழுவதையும் கிழித்துப் போட்டுவிட்டார். அடுத்து,

அதையே நாவல் வடிவத்தில் மலரச் செய்ய முயன்றார். மனத்தில் எழும்பிய மாற்றத்தையும் ஆவேசத்தையும் நிலைநிறுத்தி, ஒருநாள் நடுநிசியில் கீழ்கண்டவாறு அதை ஆரம்பித்தார்.

“கள்ளியூர் அந்திச் சந்தையின் கீழ்ப்புறத்திலுள்ள இடைவழியில் இறங்கி, கோயில் குளத்தையும் மேடையையும் தாண்டியவுடன் புதிதாகக் கட்டி முடிக்கப்பட்டுள்ள ரோமன் கத்தோலிக்க கோயில் வரும். அதற்கு வடபுறத்தில் உள்ள சிமித்தேரியின் முன்பாக அரை மைல் தூரம் தெற்கே சென்றால், வெற்றிலைக் கொடிக்காலும், வாழை மரங்களும் நிறைந்த ஒரு இருளடர்ந்த தோட்டம் இருக்கும். தோட்டத்தின் இடது எல்லையை ஒட்டி சேறு நிறைந்த ஒரு வாய்க்கால் கரை தெரியும். அந்த வாய்க்கால் கரையின் மேலேதான் செல்லம்மாவின் வீடு உள்ளது.”

‘கள்ளிச் செல்லம்மா’வின் எட்டு அத்தியாயங்களை எழுதி முடித்தபோது, வேலூருக்குச் செல்வதற்கான ஏற்பாடுகளும் பூர்த்தி யாயிற்று. அதனால் மேலும் தொடர்ந்து எழுதி அதை முடிக்க வில்லை. எழுதிய அத்தியாயங்களை மட்டும் ‘கௌமுதி’யின் ஆசிரியர் கே.பாலகிருஷ்ணனுக்கு அனுப்பி வைத்தார். அத்துடன் அனுப்பிய குறிப்பில் கீழ்வருமாறு எழுதினார்.

“எழுதிய எட்டு அத்தியாங்களை மட்டும் இத்துடன் அனுப்பு கிறேன். தயவுசெய்து படித்துப் பார்க்கும்படி வேண்டுகிறேன். வேலூரிலிருந்து திரும்பி வந்தால் மீதியை எழுதலாம். திரும்பி வரவில்லை என்றால் துக்கப்பட வேண்டாம். ஒருவேளை இறந்த பின் என் உடல் வீட்டுக்கு வந்து சேரக்கூட சாத்தியம் இல்லை.”

மரண பயம் விவேகானந்தனை நிழல்போல் பின் தொடர்ந்தது. அதனால்தான், அவர் மேலே கூறியபடி எழுதினார். அந்தக் கடிதத்துக்குப் பதிலாக, ‘கள்ளிச் செல்லம்மா’வை விளம்பரப்படுத்திய ‘கௌமுதி’ வார இதழின் ஒரு பிரதியும், ஒரு மணியார்டரும் வந்தன. மரணத்துக்குத் தயார் நிலையில் சென்ற விவேகானந்தனை வேலூர்க்காரர்கள் குணப்படுத்தி வெளியே தள்ளினார்கள்.

நன்கு பரிசோதித்த பின் வீட்டிற்குச் செல்லலாம் என்று டாக்டர் கூறினார். அதன்பின் திரும்பி வந்துதான் மீதி அத்தி யாயங்களை எழுதினார். ஆரம்ப எட்டு அத்தியாயங்களின் கட்டு மானமும் அழகும் மீதி அத்தியாயங்களுக்கு இல்லை என்றுகூட விவேகானந்தன் நம்பினார்.

"வாழ்க்கையில் எப்போதாவது தாங்கள் காதலித்ததுண்டா?" என்று திடீரென நான் கேட்டேன்.

பல ஆண்டுகளாக எங்களுக்குள் இருக்கும் நட்புறவின் நெருக்கத்தால்தான் நான் இந்த கேள்வியைக் கேட்டேன். அது விவேகானந்தனிடம் ஒரு குழப்பத்தை உண்டாக்கியது. ஆனால், அது அதிக நேரம் நீடிக்காமல் விரைவில் சம நிலையை அடைந்ததும் அவர் கூறினார்.

"வாலிபத்தில் சில ஆசைகள் உண்டாகி இருக்கலாம். காலம் சிந்தனை மாற்றத்தால் ஒழுங்கை உருவாக்கும்போது அவை வேறுபட்டு மறைந்தும் விடலாமல்லவா?"

இந்த அமைதி நிறைந்த பதில் - விவேகானந்தன் எழுதிய கவிதை மயமான வரிகளுக்கு என்னை இழுத்துச் செல்ல தூண்டியது.

"வாழ்க்கை, காதலைப்போல் இனிமையாக இருக்க வேண்டும் என்று பலரும் வாழ்த்துவதுண்டு. ஆனால், நிச்சயமற்ற கவர்ச்சி, காதல் பேரரசை மறைத்துக் கொண்டு நிற்கிறது. வாழ்வு என்பது, எதிர்பாராத பலவற்றையும் நினைத்துப் பார்க்க முடியாத அலைகளுக்கு ஒப்பாகும். அந்த அலைகள் உங்களை விழுங்காமல் இருக்கட்டும்."

"நீங்கள் காதலித்துதான் கல்யாணம் செய்து கொண்டீர்களா?" என்னும் என் அடுத்த கேள்வியைக் கேட்டேன்.

"உறுதியாகச் சொல்ல முடியாது!" என்று முன்னுரையாகக் கூறிய விவேகானந்தன், மேலும் தொடர்ந்தார். அப்போது, அந்த முகத்தில் மகிழ்ச்சி ததும்பும் புன்னகை வெளிப்பட்டது.

"வர்க்கலை டிரெயினிங் கல்லூரியில்தான் லலிதாவை (ஜி.வி.யின் மனைவி) நான் முதன்முதலாகப் பார்த்தேன். நான் அன்று அங்கே ஒரு பேச்சாளனாகச் சென்றேன். முதல்வரிடம் அவள் பெயரைக் கேட்டுத் தெரிந்து கொண்டேன். சில நாட்கள் கழிந்ததும் லலிதாவைத் திருமணம் செய்துகொள்ள விரும்புகிறேன் என்று தெரிவித்து முதல்வருக்குக் கடிதம் ஒன்று எழுதினேன். அவர் லலிதாவின் தந்தை முகவரியை எனக்கு அனுப்பினார். என் ஆசையைத் தெரிவித்து லலிதாவின் தந்தைக்கும் கடிதம் எழுதினேன். பதில் வரவில்லை. அதனால், ஏமாற்றம் ஏற்பட்டது.

பின் லலிதாவுக்கே எழுதினேன். தந்தையின் முகவரி மட்டுமே எழுதிய கடிதம்தான் அதற்குப் பதிலாக வந்தது. என்.கிருஷ்ண பிள்ளையிடம் எல்லா விவரங்களையும் கூறினேன். அவர், எனக்கு லோக்கல் கார்டியனாக இருந்து அவர்களுடன் கலந்து பேசினார். குறிப்பிடும்படியான ஆட்சேபணைகள் எதுவும் ஏற்படவில்லை. அதனால், திருமணம் உறுதிப்பட்டது. 1959-ல் லலிதா என் மனைவியானாள்."

விவேகானந்தன் - லலிதா தம்பதிக்கு இரண்டு பிள்ளைகள். இருவரும் ஆண்கள். ஹரி, ஸ்ரீகுமார். திருவனந்தபுரம் காட்டன் உயர்நிலைப் பள்ளியில் லலிதா ஆசிரியையாகப் பணியாற்றினார். பிரபல இலக்கியவாதியின் துணைவியானதில், அளவில்லாத மகிழ்ச்சியும் பெருமையும் அவருக்கு இருந்தது. அத்துடன், அவர் ஒரு நல்ல குடும்பப் பெண்ணும் கூட. கணவர் தன் உடம்பை மட்டும் நன்கு கவனித்துக் கொள்ளவில்லையே என்னும் குறை அவரிடம் மேலோங்கி நின்றது.

"நான் விடுமுறை எடுத்துக்கொண்டு கொஞ்ச நாட்கள் ஓய்வு கொள்ள வேண்டுமென்றாள். அப்படி அவள் பிடிவாதம் பிடிக்க ஆரம்பித்து வெகுநாட்களாகி விட்டன" என்று கூறிய விவேகானந்தன், "நெருக்கடி மிகுந்த பணிகளுக்கிடையே எப்படி விடுமுறை எடுக்க முடியும்? அதேபோல், இப்போது நான் ஒன்றும் எழுதாததாலும் மற்றவர்களை விட அவள் அதிகம் வருந்துகிறாள்" என்றார்.

மருத்துவமனையில் வேலை செய்த காலத்தில்தான் பி.ஏ. தேறினார். எம்.ஏ.வுக்குப் படித்துவிட்டார் என்றாலும் தேர்வுக்குச் செல்ல முடியவில்லை. அதற்கிடையே அகில இந்திய வானொலியில் வேலை கிடைத்தது. அங்கே அறிவிப்பாளர், செய்தி வாசிப்பவர், செய்தி தயாரிப்பாளர், ஸ்கிரிப்ட் ரைட்டர், டியூட்டி ஆபிஸர் என்னும் படிகளில் எல்லாம் அவர் வேலை பார்த்துள்ளார். அகமதாபாத்துக்கு இடமாற்றம் ஏற்பட்டபோது வானொலியை விட்டுவிட்டு கேரள அரசின் கீழ் பணியேற்றுக் கொண்டார். மீண்டும் வானொலி கிராமிய அமைப்பின் தலைமை அமைப்பாளராக வானொலிக்கே திரும்பி வந்தார். அதன்பிறகு குடும்பக் கட்டுபாட்டின் விளம்பர அதிகாரியானார். மக்கள் தொடர்பு இயக்குநராகவும் வேலை செய்துள்ளார். தான் ஒரு மருத்துவராக வேண்டுமென்னும் பெரும் ஆசையை வயது

குழப்பத்தினால் அடைய முடியவில்லை என்றாலும், இன்னும் கூட அவருக்கு மிகவும் பழக்கப்பட்ட இடமாக மருத்துவ மனையைத்தான் நினைத்துக் கொள்கிறார்.

கேரளத்திலுள்ள அவருடைய எல்லா நண்பர்களுக்கும் அவரிடம் அன்பு செலுத்துபவர்களுக்கும் அவர் எப்போதும் டாக்டர்தான். ஒரு டாக்டரிடம் கிடைக்கும் சிகிச்சையைவிட அதிக நன்மை, விவேகானந்தனிடம் கிடைக்கிறதென்று பல பேரும் கூறுவதுண்டு. ஒரு விமர்சகர் குறிப்பிட்டதுபோல், முற்றிய அனுபவ அறிவை வெளிப்படுத்தும் தனிப்பட்டதான ஓர் அனுபவ மண்டலம் அவரிடம் இயல்பாகவே உண்டு. மருத்துவமனை வட்டார வேதனைகளை உருவகப்படுத்த அவருடைய வாழ்க்கை யின் அனுபவம்தான் அவருக்கு உதவிற்று. அதனாலேயே, அவருடைய கதைகளில் பாதிக்கும் மேற்பட்டவை மருத்துவமனை கதைகளாவே இருக்கின்றன.

'ரத்தம் வேணுமா சார், ரத்தம்' என்று கேட்டுக் கொண்டே மருத்துவமனை வராந்தாக்களில் அலையும் பையனையும், 'நான் இரத்தம் கொடுக்கிறேன் டாக்டர்' என்று கூறி கையை நீட்டியவாறே ஓடிய - நட்பே உருவமான அந்த நர்சையும், 'எங்களுக்கு ஒன்னும் தெரியலன்னுதானே சொல்றே, அதனால், தெரிஞ்சவங்களைக் கூப்பிட்டுக் காட்டிக்கோ' என்று கூறி கோபம் மிகுதியால் காரில் ஏறி அவ்விடத்தைவிட்டு வேகமாகச் சென்றுவிட்ட லேடி டாக்டரையும், விரித்திருந்த படுக்கைக்கு முன்னால் மரத்துப் போன ஆசைகளை மலர்த்திக்கொண்டு நிற்கும் ஒரு டாக்டரின் மனைவியான ராதாவையும், ஒரு குடும்பம் வாழ வேண்டுமானால் நடந்தவைகளைக் காட்டிக் கொடுக்காமல் இருக்க வேண்டும் என்று கூறிய, களங்கமற்றவளும் உதவியற்றவளுமான அந்த நர்சையும் யாரால்தான் மறக்க முடியும்?

தான் ஒரு டாக்டராக முடியவில்லையே என்ற வருத்தத்தை மனத்தில் இருத்திக்கொண்டு திரியும் விவேகானந்தனிடம், தன் பேச்சைப் பதிவு செய்ய வானொலி நிலையத்துக்குச் சென்ற டாக்டர் ஸி.ஓ. கருணாகரன், ஒரு கேள்வி கேட்டார்:

"நீ ஒரு டாக்டராகப் போயிருந்தால் 'கள்ளிச் செல்லம்மா' வையும், 'கள்ளை'யும் எழுதிய ஓர் இலக்கியவாதி எங்களுக்குக் கிடைத்திருப்பாரா?"

விவேகானந்தன் அக்கேள்விக்குப் பதிலொன்றும் கூறாமல் அமைதியாக நின்று கொண்டிருந்தார். உண்மையான மனிதனை இன்னும் மருத்துவமனையில்தான் காண முடியும் என்று அவர் பரிபூரணமாக நம்பினார். குட்டநாடு விவசாயிகளையும் தொழிலாளி களையும் தகழி கண்டு பிடித்ததுபோல், எம்.டி. 'புனர்ஜென்மம்' அளித்து, தகர்ந்த 'நாலுகட்டி'ல் வரும் மௌன ஜீவன்களைப் போல், முக்கியத்துவம் உள்ளவைதான் விவேகானந்தனின் மருத்துவமனைக் கதைகளில் வரும் கதாபாத்திரங்களும்.

மலையாள திரைப்பட உலகின் புகழ்பெற்ற நடிகரான சத்தியனின் மிக நெருங்கிய நண்பர் ஜி.விவேகானந்தன். சத்யன் இத்தனை கடிதங்களை வேறு யாருக்காவது அனுப்பியிருப்பாரா என்பது சந்தேகம்தான்.

'விவேக்' என்று அழைக்கும் அந்தக் கடிதங்களில் கண்களைச் செலுத்தினால், சத்தியனிடமும் விவேகானந்தனிடமும் உள்ள உண்மையான மனிதர்களை நாம் மாறி மாறிப் பார்க்கலாம். நாம் சத்தியனிடத்தில் பிரபல நடிகனை மட்டும்தான் இதுவரை கண்டுள்ளோம். ஆனால், சத்தியனிடம் உள்ள வெறும் மனிதனைக் கண்டு பழகுவதற்கான வாய்ப்பு விவேகானந்தனுக்கு மட்டும்தான் கிடைத்துள்ளது. கோட்டைக்கு உள்ளே இருக்கும் 'கோட்டை மருத்துவமனை'யில் பணியாற்றும்போது ஆரம்பித்த பழக்கம் அது. சத்யன் அன்று சென்ட்ரல் ரெக்கார்டு ஆபிஸில் எழுத்தராக வேலை செய்தார். இவ்விருவரையும் எப்போதும் ஒருங்கே பார்த்த அவ்வூர் மக்கள், இவர்கள் இருவரும் இணைபிரியாத சகோதரர்கள் என்றுதான் நினைத்தார்கள். ஒன்றாகப் பட்டினி கிடந்த அவர்களை, காலம் குளிர்சாதன அறையில் ஒன்றாகப் பல்சுவை பலகாரங்களைச் சாப்பிட வைத்தது. சைக்கிள் சவாரிக்காரரர்களான அவர்களை, காலம் தான் விமானத்திலும் ஒன்றாகச் சஞ்சரிக்கச் செய்தது.

தன்னுடைய நோய் 'லுக்கேமியா' தான் என்று சத்யனுக்குத் தெளிவாகத் தெரிந்திருக்க வாய்ப்பில்லை என்று விவேகானந்தன் கூறினார். மரணம் ஏற்படுத்தக்கூடிய ஏதோ ஒரு வியாதிதான் தன்னைப் பீடித்துள்ளது என்பதில் மட்டும் சத்தியனுக்குச் சந்தேகம் இருந்தது. 'மலையாள நாடு' பத்திரிகையின் பரிசளிப்பு விழா நடந்த இரவில் பதினொருமணி இருக்கும்.

எஸ்.கே.நாயரின் முண்டக்கலில் உள்ள பங்களாவில்தான் அந்தக் கேள்வி முதன்முதலாக உதித்தது. கூட்டமில்லாத பக்கமாக விவேகானந்தனை அழைத்துச் சென்று சத்யன் கேட்டார்.

“விவேக், என்னுடைய நோய் ‘லுக்கேமியா’ன்னு சிலபேரு சொல்றாங்களே. அது உண்மைதானா?”

விவேகானந்தன் அக்கேள்விக்கு அமைதியாகிவிட்டார். தன் வாழ்க்கையிலேயே முதன்முதலாக அன்றுதான் அவரால் பதில் சொல்ல முடியாமல் போய்விட்டது.

சத்தியனுக்கு ஏற்பட்டிருக்கும் நோய் என்னவென்று டாக்டர் ஜெகதீசனின் மருத்துவமனையில் பரிசோதிக்கப்பட்டது. டாக்டர் ‘பை’ உள்பட அநேக பிரபல டாக்டர்களும் அங்கே இருந்தார்கள். அவர்களின் பரிசோதனைக்குப்பின், ‘நோயாளியிடம் என்ன நோய் பீடித்துள்ளது என்று கூறக்கூடாது’ என்று தீர்மானிக்கப்பட்டது. அதனால், சத்யன் இறக்கும் வரையில் அந்தத் தகவலை யாரும் அவருக்குச் சொல்லவேயில்லை. இறக்கும் வரையில் யாருக்கும் அடிபணியாத அப்பெரிய நடிகரிடமிருந்த பலத்தையும் உடல் நலத்தையும் பற்றிக் கூறும்போதெல்லாம் விவேகானந்தனின் கண்கள் நனைவது சர்வசாதாரணமாகிவிட்டது.

‘கள்ளிச் செல்லம்மா’வைப் படமாக்கத் தீர்மானித்தபோது விவேகானந்தனிடம் இத்தனைக்கதிகம் மானசீக ஐக்கியம் உண்டாகி யிருந்தும், அவை எல்லாவற்றையும் வெளிப்படுத்த அவர் தயாராக இல்லை. சோபனா பரமேஸ்வர நாயருடன் ஏற்பட்டிருந்த பிணக்கு தான் அதற்கான காரணமாகும்.

சத்யன் ஜி.வி.யின் வாழ்க்கையில் ஒருபோதும் மறையாத ஒரு நட்சத்திரமாகி விட்டார்.

விமர்சகர்களும் வாசகர்களும் ஜி.வி.யின் மிக நல்ல படைப்பாக ‘கள்ளிச் செல்லம்மா’வைத்தான் தேர்ந்தெடுத்தார்கள். ஆனால், விவேகானந்தனுக்குப் பிடித்தது ‘கள்ளு’தான். சுற்றிலும் நடந்த அநீதிக்கு எதிராக ஒரு தனிப்பட்டவர் நடத்திய போராட்டத் தின் கதை அது. அந்தக் கதையை ஒரு காலகட்டத்தின் ஒளி மங்காத நிகழ்ச்சி என்றே அவர் கருதினார். கள் குடிப்பது தீயப்பழக்கம்தான். ஆனால், ‘கள்ளி’ல் வரும் பார்க்கவன் பிள்ளையை எல்லோருமே விரும்புவார்கள். மதுவின் போதை நான்கைந்து மணிகளுக்குள் தெளிந்துவிடும். ஆனால், அதனால் ஏற்படும் மனநோய் மரணம் வரை விட்டுச் செல்லாது என்று விவேகானந்தன் கருதினார்.

எப்போதும் புன்னகையுடன் இருக்க முயற்சிக்கும் ஜி.வி. அமைதி நிறைந்த மனிதர்தான். கோபம், அதன் முழுமையான சக்தியில் இந்த மனிதரை அநுக்கிரகிக்கவில்லை என்றுதான் எனக்குத் தோன்றுகிறது. மக்கள்தொடர்பு இயக்குநரும் பிரபல இலக்கியவாதியுமான இந்த மனிதரை பிரமிக்க வைக்கவும் மானசீகமாக தகர்க்கவும் ஓர் உண்மையற்ற விஷயமே போதும். இத்தனை தூரம் நடுங்கும் மனமுள்ள ஓர் எழுத்தாளரை வேறெங்கும் காணமுடியாது. மனைவியும், மகன்கள் ஹரி, ஸ்ரீகுமாரும் சேர்ந்த குடும்பம் என்னும் சூழலுக்குள் வரும்போது, விவேகானந்தனிடமுள்ள சாதாரண மனிதன் ஒதுங்கி விடுகிறார்.

பல ஆண்டுகளுக்கு முன்பு கொல்லம் ரெஸிடன்ஸி பங்களாவில் தங்கியிருந்த அந்த ஓரிரவை நான் நினைத்துப் பார்க்கிறேன். ‘கள்ளிச் செல்லம்மா’வின் அன்பு மகள் ‘அம்மு’, மேற்கத்திய அறையின் விசாலமான ஹாலிலுள்ள மேஜைமேல் கிடந்த காகிதங்களில் கைகால்களை ஆட்டி அழுகிறாள். இரவு பத்து மணி இருக்கும். நானும் விவேகானந்தனும் பால்போன்ற நிலவை நோக்கிக்கொண்டு நின்றிருந்தோம். திடீரென ஒரு சப்தம் உயர்ந்து வந்தது - ‘நான் உடனே வீட்டுக்குப் போகணும்’ என்று. அதைத் தொடர்ந்து ஒரு விசும்பல். ‘பன்னிரண்டு மணிக்கு முன்னால் நான் வீட்டுக்குப் போகவில்லை என்றால் எனக்குப் பைத்தியமே பிடித்துவிடும்’ என்று கூறினார் விவேகானந்தன். நான் என்னால் முடிந்த வரையில் சமாதானம் செய்தேன். புண்ணியமில்லை. கடைசியில் வண்டி வந்தது. பன்னிரண்டு மணிக்கு முன்பாகவே ‘கல்பனா’வை அடைந்துவிட்டார். வீட்டில் ஹரிக்கு ஒரு முத்தம் கொடுத்த பின்புதான் அந்த விசும்பல் நின்றது. இவர்தான், இலக்கியவாதியும் அதிகாரியுமில்லாத சாட்சாத் கோவிந்தன் விவேகானந்தனாவார்.

சங்கம்புழையும், இடப்பள்ளியும் இயற்றிய வேதனைப் புரண்ட சங்கீதம்தான் தன்னை இலக்கியத்துக்கு அழைத்து வந்தது என்று சொல்லும் விவேகானந்தனிடம் நான் கேட்டேன்:

“தங்கள் வாழ்க்கையில் மீதமுள்ளவை இன்னும் என்னவெல்லாம் உள்ளன?”

“நல்ல உருவும் உத்தியும் அழகுமுள்ள ஒரு நாவலை எழுதி விட்டு இறக்க வேண்டும். அது முடியவில்லை என்றால் நான் மீண்டும் பிறப்பேன். அடுத்து, என் குழந்தைகள் நல்லதொரு வேலையில் அமர்ந்தபின், அதைக் கண்டுவிட்டு இறக்க வேண்டும்.”

கே. பாலகிருஷ்ணன் ஒரு சமயம் இப்படி எழுதினார்:

“மனித வாழ்வின் கண்ணீரைக் காண வைப்பதில் விவேகானந் தனைப்போல் திறமையுள்ள வேறொரு மலையாள இலக்கியவாதி இங்கு இல்லை. காகிதத்துக்குள் ஒதுக்கி நிறுத்தும் வரிகளில் மட்டு மல்லாமல், தினம் தினம் தன் வாழ்விலேயே மாற்றம் பெறும் இந்த நண்பர் பலருக்கும் சலனப்படுத்தும் ஓர் அற்புதமாக இருக்கிறார்.”

அன்பு நண்பரே! -

நீங்கள் ஒருபோதும் சலனப்படுத்தும் ஓர் அற்புதமாக இருக்க வில்லை. ஓர் அற்புதமாக ஆகவும் உங்களால் முடியாது. கோவிந்தன் விவேகானந்தன் எங்களுக்கு என்றைக்குமே ஒரு குளிர் நிலவாகவே உள்ளார். உரூபு சொன்னதுபோல், உங்களைச் சூரிய கிரகணமாக்க சிரமப்படுகின்றவர்கள் உண்மையான விவேகானந்தனைப் புரிந்து கொள்ளவில்லை என்றுதான் பொருள் கொள்ள வேண்டியதாக உள்ளது.

കെ. സുരേന്ദ്രന്

கிருஷ்ணன் (கே) சுரேந்திரன்

புனைபெயர்: கே.சுரேந்திரன்

இலக்கியச் சேவை: சுரேந்திரன் பிரச்சனைக்குரிய கதைகளை எழுதி, பெரும் விவாதத்தைக் கிளப்பி விடுபவர். சிறுகதை, நாவல், கட்டுரைகள் ஏராளமாக எழுதியிருந்தும், நாவல்கள் மூலம்தான் மிகவும் புகழ் பெற்றார். இவருடைய நாவல்களில், 'தாளம்', 'சக்தி', 'காட்டுக் குரங்கு', 'மரணம் துர்பலம்', 'தீபஸ்தம்பம்' முதலியவை குறிப்பிடத்தக்கவையாகும். 'தஸ்தாயேவ்ஸ்கிவுடெ கத' என்னும் வாழ்க்கை வரலாறுக்குச் சாகித்திய அகாடமி பரிசும், 'மனுஷ்யாவஸ்த' என்னும் உபன்யாசங்கள் புத்தகத்துக்கு கேரள சாகித்திய அகாதமி பரிசும், 'மரணம் துர்பலம்' என்னும் நாவலுக்கு 'ஓடக்குழல்' பரிசும் பெற்றுள்ளார்.

“நான் அவ்வளவு பெரிய விசேஷமான ஒரு மனிதன் இல்லை என்றாலும் விசேஷமான சில நினைவுகளுக்கும் அனுபவங்களுக்கும் சொந்தக்காரன். நான் அறிந்த விஷயங்களைத் தெரிந்துகொள்வதற்காக என்ன வேண்டுமென்றாலும் கொடுப்பதற்குச் சிலர் தயாராகவே இருந்தார்கள். முத்துச்சிப்பியை மூழ்கி எடுப்பவர்களைப்போல் என்னைத் தேடி சிலர் வந்தார்கள். அவர்களில் நான் மதிக்கும் சில நபர்களும் அறிவாளிகளும் கூட இருந்தார்கள். அவர்கள் அந்த முத்துச் சிப்பியை எடுப்பதற்கும், பிளப்பதற்கும், அதன் உள்ளே இருக்கும் முத்துக்களை கவர்வதற்கும் தயாராகவும் இருந்தார்கள். ஆனால், அந்த முத்தை எடுப்பதற்குள் முத்துச்சிப்பியின் உயிர் அழிவதைப் பற்றி யார் நினைத்துப் பார்க்கிறார்கள்?... ஆமாம். முத்தெடுக்கும் போது முத்துச்சிப்பிகள் கொல்லப்படுவதுதானே உண்மை! மனித மனத்தை யாரும் அறிந்து கொள்ளலாம். அது அதியற்புதமான வெளித்தோற்றம் உடையதுமாகும். ஏழு பூமியும் ஏழு ஆகாயமும் அதில் அடங்கும். திருமாலின் பாற்கடலும் சிவனின் காளைக்கூடமும் (கைலாயம்) அதில் பத்திரமாக ஒதுங்கி நிற்கும். ஆனால், ஒரு தடவை அந்த மனத்தைத் திறந்து சொல்லிவிட்டால் அது சமுதாய தளத்திலுள்ள ஒரு தொழிலாக மாறிவிடுகிறது. எந்தவொரு தொழிலுக்கும், அதற்கேயுரிய பிரதிபலன்கள் உண்டு. அதேபோல், என் உள்ளத்தில் உள்ளதை நான் சொல்லிவிட்டால் நான் எனது சமுதாய தனித்துவத்தை முளையிலேயே கொன்றுவிட்டவனாவேன்.

“வாழ்க்கையைப் பற்றி - சுயமான - யாதொரு தாத்பரியமும் என்னிடம் மீதமொன்றுமில்லை. அதனால், தனித்துவத்தின் சுயநல தோற்றத்தைப் பலமற்றதாக்கிவிட்டு, யாராவதொரு தனிமனிதனால் சிந்திக்க முடியுமென்றால், அந்தச் சிந்தனைக்கு நானும் உரிமை கொள்வேன். என் மனத்தை வயோதிகம் பாதித்ததில்லை. இது என் வாழ்க்கையில் கால் நூற்றாண்டுக் காலத்தின் வரவை எதிர்கொள்ளாத, சீர்படுத்தாத, பரிணாம ரகசியமாக மனத்தில் நிற்கிறது. அதனுள்ளே, அன்றைய நினைவுகளும் பசுமை மாறாமல் கிடக்கின்றன.

“இதயத்தைக் கனல்போல் சுட்டெரிப்பதும், சஞ்சீவி மூலிகையைப்போல் மீண்டும் பசுமைப் பிடிக்க வைக்கக் கூடியதுமான நினைவுகளிலிருந்து விடுபடுவதும், சொர்க்கம்வரை உயரச்செய்து, தன்னையே வருத்திக்கொள்ளும் வரை

தாழ்த்தக்கூடியதுமான நினைவுகளிலிருந்து விடுபடுவதும், என்னுடைய விடுதலைக்கு மட்டும் இல்லை. முன்னமேயே கூறியது போல் சத்தியத்திடம் எனக்குள்ள கடமையைத் தீர்ப்பதற்குத்தான் நான் இந்த நினைவுகளை திறந்து காட்டுகிறேன்."

ஆண் பெண் உறவுகளை அவைகளின் ஆழத்திலும், தீட்சண்யத்திலும் உள்ள அலங்காரத்தோடு சித்தரிக்கப்பட்ட 'தேவதாஸி'னுடைய, மலையாள இலக்கியத்தில் மரணத்தைப் பலமற்றதாக்கிய அப்பெரும் கதாபாத்திரத்தின் இதய எதிரொலி களில் கிருஷ்ணன் சுரேந்திரன் எல்லா அர்த்தங்களிலும் வாழ்கிறார் என்றுதான் நான் நினைக்கிறேன்.

"நேர்மையுள்ள, வியாபாரமில்லாத எல்லாக் கலைப் படைப்பு களும் ஓர் அர்த்தத்தில் சுய கதாபாத்திரங்கள்தான்" என்று நம்பும் கே.சுரேந்திரன், "ஆகக்கூடி எனக்கு இப்போதுள்ளது எனது மனம் மட்டும்தான்" என்று கருதி, "அதை 'தேவதாஸி'ல் காணலாம்" என்றும் அவர் கூறுவதில் எந்த முதிர்ச்சியில்லாமை உள்ளது?

கிருஷ்ணன் சுரேந்திரனில், நாவலாசிரியரான கே. சுரேந்திரனில் ஓர் எழுத்தாளரின் அழகையோ அழகற்றவையோ அல்ல நான் பார்ப்பது; அதில் ஒரு சக்தியைத்தான் நான் பார்க்கிறேன். அந்தச் சக்திதான் அவருடைய கதாபாத்திரங்களுக்கு எல்லாவற்றையும் தேடிக் கொடுத்துள்ளது.

"சென்ற இருபதாண்டுகளுக்கிடையே மலையாள வாசகர்களை மிக அதிகமாகக் கவர்ந்த இரண்டோ மூன்றோ மிகப்பிரபலமான நாவலாசிரியர்களில் சுரேந்திரனும் ஒருவர்" என்று கூறிய ஸி.பி. ஸ்ரீதரன், இந்தச் சக்தியை முழுமையாக அங்கீகரித்ததால்தான் அப்படிக் குறிப்பிட்டார் என்று நான் நம்புகிறேன்.

குடும்ப வாழ்க்கையின் குழப்பமான பிரச்சினைகளிலும், உறவென்னும் பிணைப்புகளில் சம்பந்தப்பட்டு உழலும் மனிதர்களுக்கிடையிலும், நட்புறவுகளுக்கிடையிலும் உள்ள கட்டுப்பாடுகளுக்கு உட்பட்டு, விலகவும் நெருங்கவும் முடியாமல், மூச்சுமுட்டி அவதிப்படும் தனிமனிதர்களுக்கிடையிலும், எல்லா உறவுகளிலிருந்தும் விலகி நிற்க ஆசைப்படும் மனிதர்களுக் கிடையிலும் ஆரம்பிக்கவோ, முடிக்கவோ முடியாத கதைகள் கே.சுரேந்திரனின் நாவல்களில் ஏராளமாக உள்ளன. ஆனால், கே.சுரேந்திரனிடமுள்ள இலக்கியவாதியல்லாத மனிதனில், இப்படிப்பட்ட குழப்பமானதொரு செயல்பாட்டையும் காண

முடிவதில்லை. சப்தங்கள் உண்டென்றாலும் அமைதியாக இருக்கும் ஒரு கடல் போன்றது அவருடைய வாழ்க்கை. அந்தக் கடலுக்குள் நான் கொஞ்சம் இறங்கிச் சென்று பார்க்கிறேனே!

1922 பிப்ரவரி 11-ந் தேதி பிறந்த கிருஷ்ணன் சுரேந்திரனின் பிறந்த இடம் ஓச்சிரை அம்பநாடு. சுரேந்திரனின் தந்தை பெயர் கிருஷ்ணன். தாய் பெயர் குஞ்ஞுகுஞ்ஞு. ஐந்து குழந்தைகளில் சுரேந்திரனுக்கு இரண்டாம் இடம்.

விவசாயத்தைத் தொழிலாகக் கொண்டிருந்த கிருஷ்ணனின் சகோதரர்கள், சமூகத்தில் உயர்ந்த இடங்களில் இருந்தார்கள். அவர்களின் எல்லை கடந்த இலக்கிய வாசனை, சுரேந்திரனின் இளம்பருவ மனத்தை தனிப்பட்ட முறையில் பக்குவப்படுத்தி எடுக்க உதவிற்று. வேலைச்சேரி ஓச்சிரையில் உள்ள பிரபலமான குடும்பங்களில் சுரேந்திரனின் பாட்டனார் வீடும் ஒன்றாக இருந்தது. அங்கே தினந்தோறும் இலக்கிய விவாதம் நடப்பது வழக்கமாகவும் இருந்தது. டாகூர், ஷெல்லி, குமாரன் ஆசான் ஆகியோருடைய எத்தனையெத்தனையோ புகழ்பெற்ற இலக்கியவாதிகளின் இலக்கியப் படைப்புகளைப் பற்றிய விவாதங்களைக் கேட்டு சுரேந்திரன் பிரமிப்பு அடைந்ததுண்டு. 'வின்ட்சர்' மாகஸின், ஒய்.எம்.ஸி.ஏ. மாகஸின் என்பவற்றை வேலைச்சேரியில் தவறாமல் வரவழைத்துக் கொண்டிருந்தார்கள். சிறிய தந்தைமார்களிடம் டைரி எழுதும் பழக்கம்கூட சாதாரணமாகவே இருந்தது. அந்த டைரிகளை சுரேந்திரன் ரகசியமாகப் படித்துமுள்ளாராம். இந்த இலக்கியச் சூழல்தான் சுரேந்திரினிடம் எட்டு வயதிலேயே ஒரு சுவைஞனை உருவாக்கியது.

அதைப்பற்றி அவர் கூறியதைக் கேளுங்கள்:

"...அதன் பாதிப்பால்தான் ஒன்பதாம் வகுப்பில் படிக்கும்போதே நான் தாகூரின் 'சித்ரா' என்னும் நாடகத்தை மொழி பெயர்த்தேன். அதை நான் இப்போதும் பாதுகாத்து வைத்துக் கொண்டிருக்கிறேன்."

முதுகுளம் 'குமாரன் ஆசான் மெமோரியல் பள்ளி'யிலும், காயங்குளம் உயர்நிலைப் பள்ளியிலுமாகப் படிப்பைத் தொடங்கி

யவர் சுரேந்திரன். மங்கள ஸ்லோகங்கள் எழுதுவதில் மாணவனாக இருக்கும்போதே தனித் திறமையைக் காட்டியிருந்தார். ஒரு நாவலைக்கூட அக்காலத்தில் எழுதினார். இருபது பக்க நாவல் அது. அதை யாரிடமும் காண்பிக்காமல் விரிப்பின் கீழே வைத்துவிட்டார். ஒருமுறை மீனாட்சி அத்தை அந்த நாவலைக் கண்டுபிடித்து ஆவலுடன் படித்ததாக சுரேந்திரன் கூறினார். அத்தை நாவலை படித்து முடிக்கும் வரை ஆவலுடன் காத்திருந்தாராம் அந்த ஒன்பது வயதுள்ள நாவலாசிரியர். "ட்ராஜிடியா" என்ற மீனாட்சி அத்தை, தன் சிநேகிதியிடம் கூறிய முதல் விமர்சனத்தை செவிகளைக் கூர்மையாக்கிக் கொண்டு ஒட்டுக் கேட்டார். அந்தச் சிறுவனுக்கு, அந்த இரவில் ஏற்பட்ட மாற்றம் எப்படி இருந்திருக்குமென்று நாம் ஊகிக்கிலாம் அல்லவா?

1938-ல் பள்ளியிறுதி வகுப்பை முடித்துவிட்டு ஒரு வருடம் சும்மாவே இருந்தார் சுரேந்திரன். திருவனந்தபுரத்தில் தங்கி வசித்த சித்தப்பா ஸி.ஓ.கேசவனுடன் சுரேந்திரனும் சென்று தங்கினார். எலக்டிரிக்கல் இன்ஜினியரிங்கில் பட்டயப் பயிற்சியில் சேர்ந்தார். அது மூன்று வருடப் பயிற்சி. பயம் தெளிந்து எழுதத் தொடங்கியதும் இந்தக் காலகட்டத்தில்தான். ஸி.வி.குஞ்ஞிராமன் நடத்திவந்த 'நவஜீவனி'லும், சுப்ரபாதம் கே.வி.கோஸினுடைய 'சினிமா'விலுமாகத் தொடர்ந்து எழுதினார். தேவ், தகழி, அந்தர்ஜனம் போன்றவர்கள் எழுதும் 'நவஜீவனி'ல் தனது கட்டுரையும் வருவதைப் பார்க்கும்போது அன்று அந்தச் சிறுவன் (சுரேந்திரன்) ஆனந்தத்தால் பூரிப்படைந்தார். அப்போது சினிமா விமர்சனங்களையும், கட்டுரைகளையும்தான் அதிகமாக எழுதினார். 'சார்லி சாப்ளின்' என்ற கட்டுரையையும் 'ஞானாம்பிகா', 'பாலன்' என்ற படங்களின் விமர்சனங்களையும் சுரேந்திரன் எப்போதும் நினைத்துக் கொள்வார்.

ஆரம்ப காலத்தில் கே.சுரேந்திரன் என்ற பெயரில் இவர் எழுதவில்லை. சொந்தப் பெயரில் எழுதுவதற்கு தன்னம்பிக்கை இல்லாமையும், கூச்சமும்தான் காரணம். அதனால், 'மிஸஸ் சரோஜா குமார்' என்னும் ஒரு புனைபெயர் வைத்துக் கொண்டார். அந்தப் புனைபெயர் சுரேந்திரனை ஒருநாள் குழப்பமடைய வைத்துவிட்டது. ஒருநாள் மாலையில், 'சினிமா' பத்திரிகையின் ஆசிரியர் கே.வி.கோஸி, 'மிஸஸ் சரோஜா குமாரை'க் காண சித்தப்பா வீட்டுக்கு வந்துவிட்டார். சுரேந்திரன் அப்போது தன் சித்தப்பாவுடன்தான் வசித்து வந்தார். சுரேந்திரன் என்ன

செய்வதென்று தெரியாமல் திக்பிரமை கொண்டார். கடைசியில் தைரியத்தை வரவழைத்துக்கொண்டு, "அவர் விமன்ஸ் ஹாஸ்டலில் இருக்கிறார். நாம் அங்கே போகலாம் வாருங்கள்" என்றார். விமன்ஸ் ஹாஸ்டலில் மீனாட்சி அத்தை இருந்ததால், கே.சுரேந்திரன் மிஸஸ் சரோஜா குமாரின் பிடியிலிருந்து தப்பிவிட்டார்.

மனம் முழுவதும் எழுதுவது பற்றிய ஆவேசத்திலேயே இருந்ததால் படிப்பு கெட்டது. கடைசி பேட்சானதாலும், தோல்வியை விரும்பாததாலும்தான், தான் வெற்றியடைந்ததாக சுரேந்திரன் கூறினார்.

"கடைசியில் ஒன்பது பேர்தான் இருந்தார்கள். செய்முறைத் தேர்வு. எம்.வி.ராமவர்ம ராஜாதான் எக்ஸாமினர். என் முறை வந்தபோது மணி 12.45 ஆகிவிட்டது. எக்ஸாமினர் ராஜாவம்சத்தைச் சேர்ந்தவராதலால் சாப்பாட்டு வேளையைத் தவறவிடுவாரோ? அது எனக்கு நன்மையாகிவிட்டது. மேஜை மேலிருந்த எலக்ட்ரிக் பெல்லைச் சரிசெய்யச் சொன்னார். இரண்டு நிமிடத்திற்குள் நான் மணி சப்தத்தை ஏற்படுத்தினேன். அவர் ஓ.கே. கூறிவிட்டு எழுந்து சென்றுவிட்டார். அப்படித்தான் நான் அந்தத் தேர்வில் தேறினேன்."

எந்த வேலையும் இல்லாத நாட்கள். பொது நூலகத்தில் உறுப்பினரானார் சுரேந்திரன். பைத்தியத்தைப் போன்ற வாசிப்பு. வேலை தேடும்போதும் மிஸஸ் சரோஜா குமாருக்குள்ளேதான் வாழ்ந்து கொண்டிருந்தார். கே.சி.சக்காரியா எடிட் செய்து பிரசுரிக்கப்பட்ட 'சித்திரோதய'த்திற்கு ஒரு கட்டுரையை அனுப்பினார். உடனே அது சித்திரோதயத்தில் பிரசுரிக்கப்பட்டது. தொடர்ந்து அந்தப் பத்திரிகையின் ஆசிரியரிடமிருந்து ஒரு கடிதமும் வந்தது. "வாசகர்களுக்கு கட்டுரை மிகவும் விருப்பமாக உள்ளது. தொடர்ந்து எழுதுங்கள். நல்ல எதிர்காலம் உண்டு." அதுதான், கே.சுரேந்திரனின் வாழ்க்கையிலேயே முதன்முதலாகப் பத்திரிகை ஆசிரியரிடமிருந்து வந்த கடிதமாகும்.

'பிரஸன்ன கேரளம்' சுரேந்தினால் மறக்க முடியாத ஒரு இதழாகும். முதன்முதலாகச் சன்மானம் அளித்த பத்திரிகையை எந்த இலக்கியவாதியால்தான் நினைக்காமலிருக்க முடியும்? டி.சி.கிழக்கே முறியும், சி.ஜே. தாமஸூம்தான் அந்த வாரப் பத்திரிகையின் சிற்பிகள். சி.ஜே. தாமஸின் வேண்டுகோளுக்கு இணங்க சுரேந்திரன் கட்டுரைகளை அனுப்பிக் கொண்டிருந்தார். அப்போது, பத்திரிகை அலுவலகத்திலிருந்து கட்டுரைகள் கேட்டுக்

கடிதம் வரும் அளவிற்கு சுரேந்திரன் பிரபலமாகிவிட்டிருந்தார். டி.சி. அனுப்பிய 10 ரூபாய்தான் சுரேந்திரனுக்குக் கிடைத்த முதல் சன்மானத் தொகை. டி.சி. கிழக்கே முறியிடம் அதிக மதிப்புவைத்து, அந்த மதிப்பை இறுதிவரை பாதுகாத்த ஒரே இலக்கியவாதி கே.சுரேந்திரன் என்றால் அது மிகையாகாது.

நல்ல எழுத்தாளர்களை அடையாளம் கண்டு ஆதரித்து அங்கீகரிக்கின்ற ஒருவர், ஒழுங்குமுறையுடனும் தவறில்லாமலும் நல்ல நிர்வாகம் செய்யும் ஒரு மனிதர், இந்தியப் புத்தகப் பதிப்பாளர்களில் டி.சி.யைத் தவிர வேறு யாரும் இல்லையென்றே கூறலாம். 'ஸாஹித்திய ப்ரவர்த்தக ஸஹகரண சங்க'த்திலிருந்து (மலையாள எழுத்தாளர்களால் உருவாக்கப்பட்ட ஒரு பிரம்மாண்டமான கூட்டுறவுச் சங்கம்) பிரிந்து செல்வதற்கு முன்பு, டி.சி.கையொப்பமிட்டு அனுப்பிய கடைசி 'செக்' தனக்குத் தானென்று மகிழ்ச்சியுடனும் அபிமானத்துடனும் என்னிடம் சுரேந்திரன் நினைவு கூர்ந்தார். 'பிரசன்ன கேரளம்' நின்றுவிட்ட பின்பும் தனக்குச் சேர வேண்டிய சன்மானமான 10 ரூபாயை அனுப்பி வைப்பதற்கு மறக்காத டி.சி.யினுடைய வாழ்க்கையின் வெற்றி இந்த வகையில்தான் என்று அவர் மேலும் கூறினார்.

இளம்பருவத்தில் சுரேந்திரன் கடவுள் நம்பிக்கை உடையவராக இருந்தார். ஆனால், அவர் தந்தையோ ஒரு பகுத்தறிவாளராக இருந்தார். வீட்டிலுள்ள மற்றவர்களும்கூட அப்படியொன்றும் பெரிய கடவுள் பக்தியுள்ளவர்களாக இல்லை. இந்தச் சூழ்நிலையில் தனக்கு மட்டும் எப்படி இப்படிப்பட்ட ஒரு கடவுள் நம்பிக்கை ஏற்பட்டது என்பது ஒரு புரியாத புதிராகத்தான் உள்ளது என்றார் சுரேந்திரன்.

"அன்று என் கூட்டாளிகள் எல்லாம் முற்றிலும் கீழ்த்தர மானவர்களாக இருந்தார்கள். அவர்களுடன் இருக்கும்போதும் நான் ஓர் உண்மையானவனாக இருக்க முடிந்ததுதான் இந்த மாற்றத்திற்குக் காரணம் என்று நினைக்கிறேன். அப்போது, சூரியோதயத்தைப் பார்ப்பதும்கூட எனக்கு வழக்கமாக இருந்தது. மாலையில் கோயிலுக்குச் சென்று பிரார்த்தனை செய்தபின்தான் இளநீர் குடிக்கவும் என்னால் முடிந்தது."

எட்டு வயதிலேயே இந்த விரதம் இருந்ததை சுரேந்திரன் கூறினார். அப்போதெல்லாம் சுரேந்திரனால் பசியை அடக்க முடியாமல் போகும்போது காரியஸ்தன் தளந்தன்தான் இவருடைய

தாய் குஞ்ஞுகுஞ்ஞுவிடம் சென்று, "இளநீரைக் கொஞ்சம் முன்னாடியே குடிக்க வைக்கக் கூடாதா?" என்று கேட்பானாம்.

"ஐயோ! தெய்வக்கோபம் வருமே" என்று குஞ்ஞுகுஞ்ஞு மூக்கில் விரலை வைப்பாராம்.

தெய்வக்கோபத்தின் சுழலில் சிக்கிய மனதை, நாத்திகத்தின் முடிவுற்ற உலகத்துக்கு அழைத்துச் சென்றதில் பிரதான பங்குதாரர் குற்றிப்புழை கிருஷ்ணபிள்ளைதானென்று சுரேந்திரன் மனப்பூர்வ மாக நம்பினார்.

'சுப்ரபாத'த்தில் 'நினைவுப்புரட்சி'யைப் பற்றி எழுதிய ஒரு விமர்சனம்தான் கே.சுரேந்திரனை குற்றிப்புழையுடன் நெருங்க வைத்தது.

அதைப்பற்றி கே.சுரேந்திரன் கூறினார்: "அன்று நான் ஒரு நாத்திகவாதியாக இருந்தேன். அந்தக் கட்டுரை எனக்கே மிகவும் பிடித்தமாக இருந்தது. சரோஜா குமார் என்னும் பெயரிலேயே அந்தக் கட்டுரையும் பிரசுரமாகி இருந்தாலும், பிரசுரமானபின் நான் குற்றிப்புழைக்கு அதைப்பற்றி நேரிடையாகவே ஒரு கடிதம் எழுதினேன். அதற்கு அவர் அனுப்பிய பதில் எனக்கு மேலும் உற்சாக மூட்டக்கூடியதாக இருந்தது. உண்மையைச் சொல்ல வேண்டுமானால், என்னுடைய இலக்கிய ஈடுபாட்டில் என்னை மிகவும் உற்சாகமூட்டிய ஒரே நபர் குற்றிப்புழை என்றே கூற வேண்டும். அந்த நிலையில் எனக்கு அவரிடம் ஏற்பட்ட கடமையை எப்படித் தீர்த்தாலும் தீராததாகத்தான் இருக்கும்."

'சாகித்திய பரிஷத்'திலும், 'மங்களோதயத்'திலும் தொடர்ந்து விமர்சனங்களை எழுதிய கே.சுரேந்திரன், தலைக்கனம் உள்ள விமர்சகர்களின் அணியில் ஒருவராகத்தான் கருதப்பட்டார். படைப்பும் விமர்சனமும், நாவலும் இயற்கையும், எழுதுகோலும் சங்கிலியும், கலையும் சாதாரண மக்களும், தனிமனிதனும் சமூகமும், சுதந்திரமும் சேர்ந்ததுதான் வாழ்க்கை என்பதாகும். இந்த வாழ்க்கையில் சுழலும் விமர்சகரான கே. சுரேந்திரன் நாவலா சிரியராக மாறியது எதனால் என்ற கேள்விக்கு அவரே கூறிய பதில்:

"கலையையும் இலக்கியத்தையும் தூண்டும் சக்தி ஆத்மாவின் வெளிப்பாடுதானே? அதனால், என்னுடைய சிந்தனைகளாலும் உணர்ச்சி வேகத்தாலும் பயணக்கதைகளை ஓர் எல்லை வரைதான், என்னால் விமரிசன இலக்கியத்தின் வழியாக வெளிப்படுத்த

முடிந்தது. அதனால், எனது ஆத்ம திருப்திக்காகவே நான் நாவலிடம் அபயம் தேடிச் செல்ல நேர்ந்தது.”

“எதற்காக நாவல்கள் எழுதுகிறீர்கள்?” என்று டி.என். ஜெயச்சந்திரன் (எழுத்தாளர்களிடம் நேர்காணல் காண்பதில் திறமையானவர்) கேட்ட ஒரு கேள்விக்கு சுரேந்திரன் கொடுத்த பதிலையும் இதனுடன் சேர்க்கப் பொருத்தமாக இருந்ததால், நான் இங்கே அதையும் சேர்த்துள்ளேன்:

“காலத்தின் பயணம் மனிதர்களிடம் உண்டாக்குகின்ற பரிணாமம்தான் இலக்கிய விஷயமாகும். அதைச் சாமர்த்திய மாகவும், அழகாகவும் சித்தரிக்கப்பட வேண்டுமென்றால், அது மகா காவியத்தினாலோ அல்லது நாவலினாலோ மட்டும்தான் முடியும். என்னால் மகா காவியம் எழுத முடியவில்லை. அதனால், நான் நாவல் எழுதுகின்றேன். நாவல் என்பதும் கதை உருவிலுள்ள ஒரு மகா காவியம்தானே?”

காதல் என்பது நல்லதோ, கெட்டதோ, உண்மையோ, பொய்யோ, மனித மனதைப் பந்தாடுவதற்கான கருத்தை அதனால் எடுத்துச் சொல்லாமல் இருக்க முடியாது. பசியின் கூக்குரலை தவிர்த்தால் அதன்பின் இயற்கையின் கூக்குரல்களில் மிகவும் சக்தியுள்ள கூக்குரல் காதலினுடையதுதான். அதனுடைய கூக்குரல் கேட்கவில்லை என்று நடிக்கவோ, அதனை நிசப்தமாக்கவோ எந்தவொரு மனிதனாலும் இன்றுவரை முடியவில்லை. இனிமேலும் முடியுமென்றும் தோன்றவில்லை. ஆனால், ஒன்று மட்டும் செய்ய முடியும். அபினியைத் தின்று மயங்கி விழுந்து கடைக்காரனை கிலியடைச் செய்வதுபோல் மனிதத்துவத்தை மறைத்துவிட்டு காதலை கிலியடையச் செய்யலாம். ஆனால், அதுவொரு சுகமான வழியில்லைதானே? எதிர்க்கக்கூடிய தனிப்பட்டவர்களுக்கும், சமூகத்திற்கும் தலைகுனிவை உண்டாக்காமல், இரண்டிற்கும் சுகத்தை உண்டாக்கிக் காதலை வாழ்க்கையுடன் சமனப்படுத்த முடியுமா என்றுதான் நாம் பார்க்க வேண்டும். அவ்வாறு, காதலுடன் வாழ்க்கையைச் சமனப்படுத்த முடிந்த ஒரு வாழ்க்கைதான், வி.என். ராஜம்மாவுடன் சேர்ந்து கே.சுரேந்திரன் வழுதக் காட்டிலுள்ள ‘நவரங்க’த்தில் வாழ்வதும்.

கேசவதேவின் முதல் மனைவியான கோமதி தேவினுடைய சகோதரன் மகள்தான் வி.என்.ராஜம்மா. அன்பு நிழலாடிய பார்வை

களும், இன்பம் சேர்ந்த சந்திப்புகளும் பரஸ்பரம் ஒருவரோடு ஒருவருக்கு ஆசையை உண்டாக்கி, அதுவே தீட்சண்யமான ஒரு காதல் உறவிற்கும் அழைத்துச் சென்றது. மிக அதிகமான விவாதங்களை ஏற்படுத்திய இந்தக் காதல் உறவு, இறுதியாகப் பதிவுத் திருமணத்தில் முடிந்தது. எஸ். குப்தன் நாயரும், புத்தூர் நாராயணன் நாயரும்தான் சாட்சிகள். இப்படிப்பட்ட விவாதத்தைத் தோற்றுவித்த இந்தத் திருமணத்தைப் பற்றி சுரேந்திரனே கூறுவதைக் கவனியுங்கள்:

"என்னை உச்சிமுதல் உள்ளங்கால்வரை பிடித்து உலுக்கி விட்டது எனது திருமணம். வீட்டிலிருந்தும் வெளியிடங்களி லிருந்தும் புறப்பட்ட ஒரு வலுவான எதிர்ப்பை எதிர் கொண்டுதான் நான் திருமணம் செய்து கொண்டேன். ஒருவேளை, ஓர் அனுபவம் என்ற நிலைக்கு உயர்த்தி, என்னை முதன்முதலில் உணரச் செய்ததும்கூட அதுதான்."

இந்தக் காதல் உறவு மலையாள மொழிக்குச் சன்மானமாக அளித்த புத்தகம்தான் 'பிரேமத்தைக் குறிச்சொரு புஸ்தகம்'. 'தாளத்'தில் தொடங்கி 'மரணம் துர்பலம்' வரை நீண்டு நிற்கின்ற நாவல் பரம்பரைகளின் ஆத்மாவில், இந்தக் காதல் உறவின் அலையோசைகள் நிறைந்து நிற்கின்றன. முதல் நாவலான 'தாளத்'தின் பிறப்பைப் பற்றிச் சுரேந்திரன் சொல்லியுள்ள வரிகளை இத்தருணத்தில் நான் நினைத்துப் பார்க்கிறேன்.

"காதல், திருமணம் என்ற கட்டங்களின் வழியாக புகுந்து செல்லும் ஒரு வாழ்க்கையின் கதைதான் 'தாளம்'. அதுவல்லாமல், மற்றொரு கதையை என் முதல் நாவலாக என்னால் வரவேற்க முடியவில்லை".

1960 டிசம்பரில் இறந்த ஹரி உட்பட நான்கு பிள்ளைகள் சுரேந்திரன் ராஜம்மா தம்பதியருக்கு. ஸ்ரீலதா மூத்தவர். அவர் கணவர் .பெயர் வி.கே.மோகன். இரண்டாவது பையன் டாக்டராக உள்ளார். இளையவன் சுதீந்திரன். ஹரியின் மரணம் சுரேந்திரனுடைய வாழ்க்கையையே உலுக்கிய ஒரு நிகழ்ச்சியாகும். அப்போது ஏற்பட்ட அந்த நடுக்கம், பல ஆண்டுகள் கழிந்த பின்பும் நிற்கவில்லை. அந்த மாய ஹரியின் நினைவுச் சின்னமாக எழுதப்பட்ட 'ஸ்மாரகத்'தில் இந்த அழுகின்ற தந்தையைக் காணலாம்.

"பிரதி எடுக்கப்பட்ட அந்தச் சுந்தர உருவத்தின் ஒரு நினைவாகத்தான் மரணத்தினுடையதான இந்தக் கதையை, நான் மனத்தால் கற்பனை செய்கிறேன்".

எப்போதும் பூனையைப்போல் வீட்டில் ஒதுங்கி வாழ ஆசைப்படும் சுரேந்திரன், சமகாலத்திய இலக்கியவாதிகளிலிருந்து (எல்லா விஷயங்களிலும்) முற்றிலும் வித்தியாசமானவராக இருந்தார். பயணம் செய்ய ஆசைப்படுவதில்லை என்பதுடன் வேறு தனிப்பட்ட ஆசைகளும் இல்லை. எல்லா அர்த்தங்களிலும் நூறு சதவிகிதமும் இவர் *'Pessimist'* தான். எப்போதும் சுதந்திரவாதியாக இருக்க ஆசைப்படும் இந்தத் 'தாளக்'காரர், தனக்குக் கடமைகள் ஏற்படாமலிருக்க தனிக்கவனம் செலுத்துவதுண்டு. உதவிகளிலிருந்தும் சலுகைகளிலிருந்தும் ஒதுங்கி நிற்க அவசரம் காட்டுவதைக் காணும்போது, பல சமயங்களிலும் இந்த மேதையை நண்பர்கள் கூட ஆச்சரியத்துடன்தான் பார்க்கிறார்கள். தான் இலக்கியத்திற்குள் புகுந்து வந்ததும் நிலைத்து நிற்பதும் யாருடைய உதவியாலுமில்லை என்னும் உண்மை இந்த நிசப்தவாதியிடம் அபிமானம் கொள்ளச் செய்கிறது.

சுரேந்திரன் 1965-ல்தான் பணிபுரிந்த தபால்தந்தி துறையிலிருந்து தனது பதவியை ராஜினாமா செய்துவிட்டார். அந்த ராஜினாமாவிற்குப் பின்னால் சுவையான ஒரு கதையும் உண்டு. ஸாகித்ய ப்ரவர்த்தக ஸஹகரண சங்கத்திற்கு டைரக்டர் போர்டை தேர்ந்தெடுக்கும் நேரம். அரசு ஊழியர்கள் இவ்வாறான தேர்தல்களில் பங்கெடுக்க, அரசின் பிரத்யேக அனுமதி வேண்டுமென்னும் சட்டத்தை அனுசரிக்க சுரேந்திரன் தயாரானார். அன்றைய மேலதிகாரியாக இருந்த எஸ்.ஆர்.கிருஷ்ணமூர்த்தியின் அனுமதிக்காக விண்ணப்பத்துடன் அந்த மேல் அதிகாரியின் வீட்டிற்கே சுரேந்திரன் சென்று பார்த்தார். அங்கே சூடான ஒரு வாக்குவாதமும் நடந்தது. தன் கீழ் வேலை செய்யும் ஒருவன் இப்படிப் பேசுவதா என்பதை நினைத்துப் பார்த்த கிருஷ்ணமூர்த்தி கொடூரமாக, *"You argue like a lawyer. Next time you will send lawers notice"* என்று கூறினார்.

அடுத்த நாள், சுரேந்திரனின் இருமாத விடுப்பு விண்ணப்பத்தைத்தான் தன் மேஜைமேல் கண்டார் கிருஷ்ணமூர்த்தி. அந்த

விண்ணப்பத்துடன் டாக்டர் 'பை' யின் மெடிக்கல் சர்டிபிகேட்டும் இருந்தது. அதனால், டைரக்டர் போர்டு தேர்தலில் பங்கெடுக்கக் கூடாதென்றும், மீறி கலந்து கொண்டால் கடுமையான ஒழுங்கு நடவடிக்கை எடுக்க வேண்டியது இருக்குமென்றும் கிருஷ்ணமூர்த்தி சுரேந்திரனுக்குக் கடிதம் ஒன்றை அனுப்பினார்.

மலையாள நாவல் இலக்கிய உலகிலேயே பண்புமிக்க வரான சுரேந்திரனா அந்த நோட்டீஸிற்குப் பணிவார்? தேர்தலில் கே.சுரேந்திரன் கலந்துகொள்ளவே செய்தார். ஆனால், தொடர்ந்தாற் போல் சமாதானம் கேட்டு சுரேந்திரனுக்குக் கடிதங்கள் வந்து கொண்டேயிருந்தன. அவற்றை 'இன்ஸல்ட்' செய்வதற்காகவே ஒரு ராஜினாமா கடிதம்கூட எழுதிக்கொடுக்காமல் அந்த வேலையை அவர் உதறி எரிந்தார். கொஞ்சநாள் சென்றதும், டாக்டர் 'பை' சுரேந்திரனுக்காகக் கொடுத்த மெடிக்கல் சர்டிபிக்கேட்டையும் ரத்து செய்து திருப்பியனுப்பிய எஸ்.ஆர்.கிருஷ்ணமூர்த்தியை மிகவும் அருவருப்போடு தான் யாராலும் நினைத்துப் பார்க்க முடியும்.

அன்புள்ள கிருஷ்ணமூர்த்தி! நீங்கள் இன்று இந்த வார்த்தை களின் மூலமாக வாழ்கின்றீர்கள் என்றால், அதற்குக் காரணம் சுரேந்திரனின் இந்த வாழ்க்கை வரலாறு வழியாகத்தான் என்பதை யாவது இந்த வரிகளைப் படிக்க நேரும்பொழுது உங்களால் உணர முடியுமோ?

"திருமணத்துக்கு முன்பு தாங்கள் யாரையாவது காதலித்தது உண்டா?" - சுரேந்திரன் காதல் திருமணம் செய்து கொண்டதால்தான் நான் அப்படி கேட்டேன்.

நினைவுகளின் நீர்ச்சுழலில் மூழ்கித் தேடியபின், ஒரு முத்தை அவர் வெளியே எடுத்து வந்தார். "இதற்குக் காதல் என்று பெயரிட முடியுமா என்று எனக்குத் தெரியவில்லை. மனத்தின் ஓர் நினைவை 'ஆசை' என்று சொல்லுவதுதான் சரி. அதற்குக் காரணமும் உண்டு. நான் அன்று ஐந்தாம் படிவ மாணவன். மெலிந்து, வெளுத்த அழகான ஒரு பெண். பெயர் தங்கம்மா. அவள் எங்கள் வீட்டிற்குத் தினந்தோறும் வருபவளாக இருந்தாள். அதனால், அவளிடம் ஒரு நெருக்க உணர்வு தோன்றிற்று. இந்த மானசீகமான நெருக்க உணர்வு உண்டாவதற்கான காரணம் புரியாமல், அந்த உணர்வு எதற்காக என்று கூட தெரியாமல் மிகவும் ஆசையுடன், அந்த தங்க விக்கிரகத்தை பார்த்துக்கொண்டே நின்ற

நிமிடங்களை இன்னும் நினைத்துப் பார்க்கின்றேன்” என்று கூறிய சுரேந்தினிடம், அந்த நினைவு இறதிவரை உயிர்ப்புடன்தான் இருக்கிறது.

சுரேந்திரன் மது அருந்தும் பழக்கம் உள்ளவர்தான். ஆனால், ஒருபோதும் அது அவருக்கு ஓர் அத்தியாவசியமான பொருளாகத் தோன்றியதில்லை. நண்பர்களின் நிர்ப்பந்தத்தால்தான் பல சமயங்களிலும் அவருக்குக் குடிக்கத் தோன்றியது. நண்பர்களை வெகுசீக்கிரம் தன்பக்கம் இழுக்கும் குணம் அவரிடமில்லை; ஆனால், நெருங்கிப் பழகினால், சுரேந்திரனைவிட இந்த அளவிற்கு நேசிக்கக் கூடியவர்கள் வேறு யாருமில்லை என்று தெரிந்து கொள்ளலாம். இவரின் நண்பர்கள் எண்ணிக்கை மிகமிகச் சுருக்கமானதாகும். நகரத்தின் எல்லா ஆர்ப்பாட்டங்களிடம் இருந்தும், ஓசைகளிடமிருந்தும் ஒதுங்கி நிற்கத்தான் - அகந்தைக்கு வினயத்தின் உருவத்தைக் கொடுக்கும் - இப்பெரிய மனிதர் முயற்சித்தார்.

“ஓர் எழுத்தாளன் என்ற நிலையில் தங்களைப் பற்றிய ஒரு சுய அபிப்பிராயம் என்ன?” என்று ஒரு பத்திரிகை நிருபர் ஒருமுறை சுரேந்திரனிடம் கேட்டார். அதற்கு சுரேந்திரன் கொடுத்த பதில், அவரிடமுள்ள சலனமற்ற அசாதாரணமான தனித்துவத்தைப் பிரகாசப்படுத்துவதாக இருந்தது.

“மோசமான எழுத்தாளன் என்று என்னை விமர்சகர்கள் சொன்னால், அதை நான் ஏற்கப்போவதில்லை. காரணம், கலைப் படைப்புகளைச் சரியான முறையில் விலைமதிப்பிடுவதற்குத் தேவையான காலத்தின் விரிவுக்குப் பின்தான் அதைச் சொல்ல முடியும். சுருக்கமாகச் சொன்னால் அவனவன் அவனவனுக்கு மிக முக்கியமான மனிதன் என்ற கருத்தில், நான்தான் எனக்கு மிகவும் பிடித்தமான எழுத்தாளன். என் குணநலன்களை இன்னும் யாரும் சரியாகப் புரிந்து கொள்ளவில்லை என்றுதான் எல்லா எழுத்தாளர்களையும் போல் நானும் நம்புகிறேன்.”

இப்படிப்பட்ட திறந்த அபிப்பிராயங்களை மட்டும் சொல்லத் தான் சுரேந்திரனிடமுள்ள இலக்கியவாதியும் பச்சையான மனிதனும் ஏராளமான சந்தர்ப்பங்களில் மாறி மாறி வந்தார்கள். நட்பு, பந்தம், தயவு, உதவி ஆகிய இப்படிப்பட்ட எண்ணங்களில் ஒன்றாலும், அந்த அபிப்ராயங்களின் சக்தியைப் பலமற்றதாக்க முடியவில்லை.

“மலையுச்சியிலிருந்து பார்க்கும் ஒருவனுக்கு, அதனுடைய உயரத்தைக் காண முடிவதில்லை. அவன் அதை ஒரு பொருளாகக் காண முடிவதில்லை என்பதுதான் அதற்கான காரணம். ஓர் அனுபவத்தை ஒரு பொருளாகக் காண வேண்டுமென்றால் அதனிடமிருந்து முற்றிலும் விலகி நிற்க வேண்டும். அதற்கு எவ்வளவு நேரம் வேண்டுமோ அவ்வளவு நேரத்தை எடுத்துக் கொள்ளவும் வேண்டும். அதற்குத் துல்லியமான கால அளவைச் சொல்வதும் சாத்தியமில்லை. அது அனுபவத்தைச் சார்ந்திருக்கும் ஒன்று. பிரசவத்தைச் சித்தரிக்கும் ஓர் எழுத்தாளருக்கு, குழந்தை பிறந்து சிறிது நேரம் சென்ற பின்தான், அதனை ஓர் அனுபவமாகக் காணமுடியும். அதுவரை அது ஒரு வலியாக மட்டுமே இருக்கும்.”

பிரியமுள்ள சகோதரரே! உங்களுடைய வரிகள்தான் இவை. நான் தங்களை நெருங்கி நின்றா, இல்லை விலகி நின்றா, இல்லை எங்கே நின்று பார்த்துள்ளேன்? நான் எங்கே நின்றிருந்தாலும் இருக்கட்டும். எனக்கு ஒன்று மட்டும்தான் தெரிய வேண்டும். நான் என்னுடைய இந்த எளிய முயற்சியில் ஒரு சதவிகிதமாவது வெற்றியடைந்துள்ளேனா?

மூர்க்கநாட்டு குட்டிக்கிருஷ்ண மேனன் (விலாஸினி)

புனைபெயர்: விலாஸினி

இலக்கியச் சேவை: விலாஸினி சிறுகதைகளைவிட நாவல்களையே அதிகம் எழுதியுள்ளார். அதுவும் பத்திரிகைகளுக்குத் தொடர் நாவலாக எழுதாமல் முழுவடிவ புத்தகமாகவே எழுதியுள்ளார். அதற்கு அவர் கூறும் காரணம், "நான் நினைத்திருக்கும் கதாபாத்திரங்களின் உருவங்கள் வேறு. பத்திரிகை ஓவியர்கள் போடும் உருவங்கள் வேறு. அதனால் கதாபாத்திரங்களை வாசகர்களின் கற்பனை உருவத்திற்கே விட்டுவிடுகிறேன்" என்கிறார் விலாஸினி. இவர் எழுதிய நாவல்களில் 'அவகாசிகள்', 'இணஞ்ஞாத்த கண்ணிகள்', 'ஊஞ்ஞால்', ஆகியவை குறிப்பிடத்தக்கவை. சாகித்திய அகாதமி அவார்டும் வயலார் அவார்டும் பெற்றவர்.

மலேசியாவில் உள்ள ஏழு லட்சம் மலையாளிகளின் மிகப் பிரியமான இதழ்தான் 'இந்தியன் மூவி நியூஸ்'. அதன் அரசவை சிங்கப்பூரில் இருந்தது. உலகப் புகழ்பெற்ற சினிமா அதிபர்களான 'ஷா இதழ் குருப்களில்' நடத்திக் கொண்டிருந்த சில ஆங்கில சினிமா இதழ்களில் அதுவும் ஒன்றாக இருந்தது.

1942-ல் மூர்க்கநாட்டு குட்டிக்கிருஷ்ண மேனன் என்னும் மலையாளி, அதனுடைய ஆசிரியர் பொறுப்பை ஏற்றுக்கொண்டார். வாசகர்களின் மனயியலை நன்கு அறிந்திருந்த குட்டிக்கிருஷ்ண மேனன், சர்க்குலேஷன் அதிகரிக்கச் சில பகுதிகளைச் சேர்த்தார். துளசி, ஸுஷா, விலாஸினி என்பவர்கள் பொறுப்பேற்று நடத்திய கேள்வி - பதில் பகுதி, வாசகர்கள் பங்கு பெறும் சொந்த விவகாரங்களைக் கூறுதல் மற்றும் கதை என்பவைகள் வாசகர்களை மிகவும் கவர்ந்திருந்தன. பிரதிகளின் எண்ணிக்கை ஆயிரக்கணக்கில் குதித்தேறின. விலாஸினிக்கு வருகின்ற நூற்றுக்கணக்கான கடிதங்களைக் கண்டு குட்டிக்கிருஷ்ண மேனன் ஆச்சரியப்பட்டுப் போனார். மற்ற வேலைகளின் நெருக்கடியால் ஆறாண்டுகள் சென்று பதவி விலகும்போது, ஐயாயிரத்திலிருந்த 'இந்தியன் மூவி நியூஸ்' ஐம்பதாயிரத்தை அடைந்திருந்தது.

அதற்கெல்லாம் சிகரம் வைத்தாற்போல், 'விலாஸினி' என்னும் அழகியைக் காண்பதற்குப் பத்திரிகை ஆபீஸுக்கு வரும் ஆண், பெண்களின் எண்ணிக்கையிலும் குறைவில்லை. மூர்க்கநாட்டுக் குட்டிக் கிருஷ்ண மேனனின் புனைபெயர்தான் 'விலாஸினி' என்பதை வாசகர்கள் புரிந்து கொள்ள பல ஆண்டுகள் ஆயின. மலையாள வாசகர்களில் பெரும் பகுதியினர், 'விலாஸினி' வாழ்ந்து கொண்டிருக்கும் ஒரு பெண்தான் என்று இன்னும் கருதுகிறார்கள். மூர்க்க நாட்டுக் குட்டிக்கிருஷ்ண மேனன் என்னும் எம்.கே.மேனன்தான், 'விலாஸினி' என்னும் புனைபெயரில் எழுதுகிறார் என்று அறிந்தவர்கள்கூட, மேனனின் காதலிப் பெயர்தான் விலாஸினி என்று தவறாகவும் புரிந்துகொள்கிறார்கள். மலையாள நாவலைப் புதியதொரு புகழின் உச்சிக்கும், அறிவியல் தத்துவ மண்டலங்களுக்கும் கொண்டுபோய் பரவச் செய்ய மிகவும் முயன்ற எம்.கே.மேனன், ஒரு கள்ளச்சிரிப்புடன் இவற்றையெல்லாம் புரிந்துகொண்டதுமுண்டு. எந்த ஒரு பார்வையையும் தவறானது என காணாத அந்த அறிஞரின் எண்ணம் கீழே உள்ளபடி இருந்து இருக்கலாம்.

"வாசகர்கள் தங்கள் விருப்பப்படி நம்பிக்கொள்ளட்டுமே, அதனால், எனக்கு என்ன நஷ்டம்?"

'இணஞ்ஞாத்த கண்ணிகள்', 'நிறமுள்ள நிழல்கள்', 'ஊஞ் ஞால்', ஆகியவற்றின் வழியாக மலையாள நாவல் இலக்கியத்தை இதயம் கவரும்படியான வகையில் ஒரு புதிய விவேகமுள்ள அடிவானத்திற்கு அழைத்துச் சென்ற எம்.கே.மேனன் என்னும் விலாஸினியை கடந்த ஆறாண்டுகளுக்கும் மேல் எனக்குத் தெரியும். ஆனால், நான் அப்பேரறிஞரான விலாஸினியை நேரிடையாகப் பார்த்தது 'அவகாசிகள்' வெளிவந்த போதுதான்.

திருவனந்தபுரத்திலுள்ள திருமலையிலிருக்கும் ஸ்ரீகோயிலில் வைத்து சொந்த ஆத்மாவுக்குள்ளேயே ஷேத்ராடனம் நடத்தும் அந்த யதார்த்தவாதியை நேரிட்டுக் கண்டபோதும், மணித்துளிகள் உதிர்வதை மறந்து பேசிக்கொண்டிருந்த போதும், கடிதம் மூலம் மனத்தில் பதிந்த உருவத்திலோ, அந்த உருவத்துக்குள்ளிருக்கும் குணத்திலோ ஓர் அணுக்கூட மாற்றம் ஏற்பட்டிருக்கவில்லை. கடிதம் எழுதும் விஷயத்தில் மேனன் தவறுவதில்லை. "கடிதத்திற்குப் பதில் அனுப்பும் முக்கியத்துவத்தை எனக்குக் கற்றுக் கொடுக்காதவர்களை மதிக்க வேண்டியதில்லைதானே?" என்பதுதான் அவருடைய கொள்கை. ஏராளமான நண்பர்களைச் சம்பாதிக்கும் குணமுள்ளவர் அல்ல மேனன். இருபத்தைந்து வருடகால சிங்கப்பூர் வாழ்வில் மேனனுக்கு ஒன்றோ இரண்டோ நண்பர்களுக்குமேல் அதிகம் இல்லையென்று கூறினால், ஒருவேளை நாம் அதிசயப்பட வேண்டியதிருக்கும். நட்புறவு உறுதியாகிவிட்டால் அது முறியக் கூடிய எந்தவொரு அசைவும் மேனனிடமிருந்து உண்டாவதில்லை. இலக்கிய விஷங்களைப் பற்றி பேசும்போது, மேனன் உணவையும் உறக்கத்தையும் மறந்து விடுவார். சென்ற முறை சந்தித்து நான் உரையாடியபோது, பத்து மணிநேரம் வரையில் சர்ச்சைகள் நீண்டுவிட்டன. என்னுடன் வந்திருந்த ராஜன் வர்கீஸ் திரும்பும்போது, "ஆரம்பத்தில் பார்த்தபோது விலாஸினி, இவ்வளவு வாய்ச்சாதுர்யம் உள்ளவர் என்று நான் கருதவில்லை" என்று கூறினார்.

இரண்டு நாட்களுக்குப்பின் கிடைத்த கடிதத்தின் இறுதியில், "நான் எத்துணை அளவு வாயாடியாகியுள்ளேன் என்பதைத் தாங்கள் வந்துபோன போனதும்தான் புரிந்துகொண்டேன். சாதாரணமாக

இவ்வளவு தூரம் பேசுவதில்லை. எனக்கே ஆச்சரியமாக உள்ளது" என்று எழுதியிருந்தார் மேனன்.

பேச்சாளரான விலாஸினியை அறிமுகப்படுத்த எனக்குக் கஷ்டமில்லை. ஆனால், விலாஸினிக்குப் பிறப்பளித்த மூர்க்கநாட்டுக் குட்டிக்கிருஷ்ண மேனனை அறிமுகப்படுத்துவது என்பது அசட்டுத் தைரியம்தான் என்று எனக்குத் தெரியும். ஒரு சாகசக்காரருக்குள் நாம் புகுந்து செல்லும்போது வெற்றி தோல்விகளைப் பற்றி சிந்திப்பதும் கூடாததுதானே! இங்கே என்னுடைய நிலைமையும் அதில் வேறுபடவில்லை.

'நிறமுள்ள நிழல்கள்' என்னும் தன் முதல் நாவலாலேயே மலையாள இலக்கியத்தில் முன்னணி வரிசைக்கு வந்துவிட்ட அறிவுஜீவியான விலாஸினி என்னும் மூர்க்கநாட்டு குட்டிகிருஷ்ண மேனன், *1928* ஜூன் *23*-ல் திருச்சூர் மாவட்டத்திலுள்ள தலப்பிள்ளி வட்டத்தில், வாழாணி அணைக்கட்டுக்கு அருகிலிருக்கும் 'கருமத்ர'யில் பிறந்தார். தந்தை பழையனூர் கறுப்பத்து ராமன் மேனன். தாய் மூர்க்கநாட்டு கொச்சு நாராயணியம்மாள். இரண்டு சகோதரிகளும், இரண்டு சகோதரர்களும் மேனனுக்கு இருக்கிறார்கள். அண்ணன், எம்.பி.மேனன் உயர் நீதிமன்றத்தின் நீதிபதி. மேனனுக்கு இரண்டு வயதிருக்கும்போதே தந்தை மறைந்து விட்டார். தாயின் பாதுகாப்பில்தான் இவர் வளர்ந்தார். மலையாள மொழிக்குச் சக்தியுள்ள ஒரு நாவலாசிரியரை அளித்த அந்தத் தாயை 'ஊஞ்ஞாலில்' நீங்கள் பார்க்கலாம். 'ஊஞ்ஞால்' நாவலைப் படிப்பவர்களை மிகவும் அதிகமாக கவருகின்ற கதாபாத்திரம் வினுவாகத்தான் இருக்கும். ஆனால், விலாஸினியின் பார்வையில் வினுவல்ல.

ஒருமுறை மேனன், 'ஊஞ்ஞாலில் மிகப்பெரும் வெற்றி பெற்ற கதாபாத்திரம் என் பார்வையில் வினுவல்ல. விஜயனின் தாய் தான். அவள் என் சொந்தத் தாயின் பிரதியுருவமானதால்தானோ என்னவோ எனக்கு அப்படித் தோன்றுகிறது" என்று எழுதினார்.

அந்தத் தாயின் பயிற்சியில்தான் மேனன் வளர்ந்ததும், விலாஸினியானதும் ஆகும்.

எர்ணாகுளம் அரசு பெண்கள் உயர்நிலைப் பள்ளியில்தான் மேனன் தன் படிப்பைத் தொடங்கினார். அதன்பின் வடக்கஞ்சேரி அரசு உயர்நிலைப் பள்ளியில் எஸ்.எஸ்.எல்.சி தேறினார். வயது பூர்த்தியாகாததால்,கல்லூரி நுழைவுச்சீட்டுக் கிடைக்காமல் ஓராண்டு வெறுமனே இருக்க வேண்டியதாகி விட்டது. திருச்சூர் செயின்ட் தாமஸ் கல்லூரியிலிருந்து 1947-ல் கணிதத்தை விருப்பப்பாடமாக எடுத்து பி.ஏ. தேறினார். நான்காம் வகுப்பு வரையில்தான் மேனன் மலையாளம் படித்தார். இரண்டாண்டுகள் ஆசிரியராகவும் வேலை செய்தார். பத்திரிகை மோகம் மேனனை பம்பாய்க்குச் செல்ல வைத்தது. ஆனால், விதி அரசாங்க குமாஸ்தாவாக்கிற்று.

1953ல் ஆசிரியர் வேலைதேடி சிங்கப்பூருக்குக் கப்பல் ஏறினார். அங்கே சென்ற பின்தான் பத்திரிகை ஆசிரியராவதற்கான யோகம் வந்தது. 1955-ல் உலகத்திலேயே மிகப்பெரிய நியூஸ் ஏஜென்ஸியில் ஒன்றான 'ஏஜன்ஸ் ஃபிரான்ஸ் பிரஸ்ஸில் (AFP)' உதவி ஆசிரியராக நியமிக்கப்பட்டார். பன்னிரெண்டு ஆண்டுகளுக்குப் பின் ஏ.எஃப்.பி. யின் தென்கிழக்கு ஆசியாவின் இயக்குநராவதற்கும் மேனனால் முடிந்தது. ஏ.எஃப்.பி.யின் வரலாற்றிலேயே ஃபிரெஞ்சுக் காரன் அல்லாத ஓர் அந்நியன் இயக்குநரானது இதுதான் முதன் முறையாகும். மேலும் பதினைந்து ஆண்டுகள் வேலை செய்ய வேண்டியது இருந்தும் 1977 மார்ச்சில் வேலையை ராஜினாமா செய்துவிட்டு இந்தியாவுக்கு வந்துவிட்டார். தன் இறுதிக்காலம் வரையில் திருச்சூரிலுள்ள ஸ்ரீகோயிலில் (விலாஸினியின் வீடு) படிப்பதும் எழுதுவதுமாக காலத்தைக் கழித்தார்.

இலக்கியத்திற்குத் திரும்பி வந்ததற்குக் காரணம், பிறவி வாசனைதான் என்று மேனன் கருதினார். அதற்குக் காரணம் அவர் தந்தை ஓர் இலக்கியச் சுவைஞராக இருந்தவர். பள்ளி மூடும் நேரத்தில் கருமத்ரயில், குழந்தைகளின் அட்சர சுலோகக் கூட்டங்கள் சாதாரணமாக நடந்தன. ஐந்து வயதேயான மேனனால் அங்கே நுழைய முடியவில்லை. நிராசையடைந்த குழந்தை மேனன், மறைந்து நின்று கேட்பார். கூட்டத்தில் நுழையும் அனுமதிக்காக, கிடைத்த சுலோகங்களையெல்லாம் மனப்பாடம் செய்து, சில சுலோகங்களின் வரிகள் விட்டுப்போகும்போது தாமாகவே இட்டுக் கட்டத் தொடங்கினார். அதுவே, ஓர் எழுத்தாளன் ஆகவேண்டும் என்னும் மானசீகமான ஒரு தூண்டுதலின் விதையை அவரிடம் முளைவிட செய்திருக்க வேண்டும். அவரின் இலக்கிய வாழ்வு

கவிதையில்தான் ஆரம்பித்தது. 'ஆஹ்வானம்' தான் முதல் கவிதை. அச்சில் கண்ட கவிதை. கோட்டயத்திலிருந்து வெளிவந்த 'சக்கரவாள'த்தில்தான் பிரசுரமாகியிருந்தது. அக்கவிதை கல்லூரி மாத இதழில் சேர்ப்பதற்காக எழுதியது. அதில் ஏதோவொரு முக்கியத்துவத்தைத் கண்ட முண்டசேரி மாஸ்டர் அதை 'மங்க ளோதயத்'தில் சேர்த்தார். அதைக் கண்டதும் மகிழ்ச்சியும் நம்பிக் கையும் விலாஸினிக்கு எல்லையில்லாததாக இருந்தது. ஆனால், கல்லூரி மாத இதழில் அக்கட்டுரை வராததினாலான வருத்தம் அதைவிட அதிகமாகவே இருந்தது. காரணம், மாணவர்களின் முன்னே தான் ஒரு 'ஹீரோ' ஆவதற்கான சந்தர்ப்பத்தை அல்லவோ இழக்க வேண்டியதாகி விட்டது!

முண்டசேரி மாஸ்டர் மேனனின் வாழ்வில் மறக்க முடியாத ஒரு தனிப்பட்ட மனிதராவார். அவர் ஏராளமான புத்தகங்களைப் படிப்பதற்காக விலாஸினியிடம் கொடுத்ததுடன். தொடர்ந்து எழுதவும் உற்சாகமூட்டினார். எழுத்தில் தன்னம்பிக்கையின் நிழல்கள் விழுந்தன. புதுக்காடு உயர்நிலைப்பள்ளியில் ஆசிரியராக இருக்கும்போதுதான் கதை எழுத ஆரம்பித்தார். ஏராளமாக எழுதினார். யாரிடமும் காண்பிக்காமல் பெட்டியில் அடுக்கி வைத்தார். இவ்வாறு இருக்கும்போது, எஸ்.கே. பொற்றெக்காட், இடையிடையே மேனனின் லாட்ஜுக்கு வந்துபோய்க் கொண்டி ருந்தார். மேனனின் கதைகள் அனைத்தையும் அப்போது பொற்றெக் காட் படித்தார்.

"பரவாயில்லை. உங்களுக்கு ஒரு எதிர்காலம் உண்டு. எழுதுங் கள்" எஸ்.கே. பொற்றெக்காட்டின் ஊக்க வார்த்தைகள்.

தைரியம் வந்துவிட்டது. என். வி. கிருஷ்ணவாரியரின் முன்னு ரையுடன் அந்தச் சிறுகதைகளை, 'தளிர்கள்' என்னும் பெயரில் ஒரு பதிப்பாளருக்குக் கொடுத்தார். அச்சடித்த இரண்டு காப்பிகள் மேனனுக்குக் கிடைத்தன. அப்புறம் அந்தப் புத்தகத்திற்கு என்ன நேர்ந்தது என்றே மேனனுக்குத் தெரியாது.

சிறுகதையைவிட மேனனுக்கு உகந்தது நாவல்தானென்றும், நாவல் எழுத முயலலாம் என்றும் பி.ஸி. (உரூபு) உபதேசித்தார். மனத்தில் பல கதைக் கருக்களும் முளைவிட்டுக் கிடந்தன. சிங்கப்பூருக்குச் செல்லும் வரையில் எதுவும் எழுத முடியவில்லை. சிங்கப்பூரில் இலக்கிய விவாதங்களில் தொடர்ந்து பங்கு கொண்ட

போது மனத்தில் கிடந்த கதைக் கருக்கள் வெடித்து மலர்ந்து வார்த்தைகளாக, வாசகங்களாக காகிதத்தில் வழிந்து விழுந்தன.

“நிறமுள்ள நிழல்கள்’ பிறந்தது அவ்வாறுதான். எழுதி முடித் ததும் வாசித்தேன். முழு திருப்தி தோன்றிற்று. முதலில், அதை எஸ். குப்தன் நாயருக்குத்தான் அனுப்பி வைத்தேன்.”

அது சாகித்திய கூட்டுறவு பதிப்பகத்தின் மூலம் வெளிவரு வதற்கான தீர்மானமும் அனுமதியும் மேனனுக்குக் கிடைக்க புத்தேழத்து ராமன் மேனன்தான் காரணமாக இருந்தார். ‘நிறமுள்ள நிழல்கள்’ மலையாள இலக்கிய உலகில் புதியதொரு பார்வையை உண்டாக்கியது. 1965-ல் மிக நல்ல நாவலுக்கான சாகித்திய அக்காத மியின் பரிசை அந்த நாவல் பெற்றபோது, அந்தப் பார்வைக்கு ஓர் அர்த்தமும் உண்டாயிற்று.

‘ஊஞ்ஞால்’ நாவலை மூன்றாவது முறையாக நான் படித்த போதும் வினுதான் என் மனத்தில் நிறைந்தாள். விலாஸினி வரைந்து காட்டிய வினுவின் ஓவியம் அபூர்வமாகவே இருந்தது.

“மார்பு மறையும் அளவில் தண்ணீரில் இறங்கி நின்றுகொண்டு தண்ணீரைக் குவளையால் மொண்டு ஊற்றிக்கொள்ளும் காட்சியும், எண்ணெய் மினுமினுப்பில் சுருள் சுருளாக அலைந்தாடும் தலைமுடியும், மெழுகு உருகி வருவதுபோல் முத்துப்பதித்த கன்னப் பிரதேசமும், நனைந்த கண் இமைகளினால் ஓர் ஆவல் மிகுந்த நோட்டமும், குறும்பு குறுகுறுக்கும் கள்ளச்சிரிப்பும், ஆலிலைக் கிருஷ்ணனைக் கோர்த்துள்ள மாலையை அணிந்த கழுத்தும், கழுத்துக்குக் கீழே முக்கால் பாகமும் தண்ணீரில் மறைந்த மார்பும் சேர்ந்து என்னுடைய வினு கண்டிப்பாக ஜலக் கன்னியைவிட அழகி தான் என்று உங்களுக்கு உணர்த்துவாள்.”

ஊஞ்ஞாலைப் படித்தபின் மேனனைப் பற்றி நினைக்கும் போதெல்லாம் வினுவைப்பற்றி நினைப்பதும் வழக்கமாயிற்று.

வினுதான் தங்களை பிரம்மச்சாரியாக்கினாளா? என்று கடைசி யில் ஒரு முறை எழுதியும் கேட்டு விட்டேன்.

அதற்கு அவரிடமிருந்து வந்த பதில்: “இந்தக் கேள்வியை எத்தனையோ பேர் கேட்டிருக்கிறார்கள். இதற்கான பதிலுக்கு நான் என் சுய வரலாறை எழுதும்வரை காத்திருக்க வேண்டியதுதான். அதற்காகவே நான் ஏதாவதை மீதி வைத்திருக்க வேண்டுமல்லவா?” என்று இருந்தது.

'தொடக்க'த்தின் ஆரம்பம்தான் சட்டென மனத்திற்குள் ஓடி வந்தது.

"சொந்த வாழ்வில் ஏற்படும் அனுபவம்தான் இலக்கிய வாதியின் மூலக்கருவாகும். தன்மூலம், யதார்த்த சம்பவங்களும் மனிதர்களும் நாவல்களில் மறைந்தோ நேரிட்டோ வெளிப்படும் நிலைதான் கதை என்பதும், அது மனப்பூர்வமாக ஏற்படுவதும் இயல்புதானே!"

ஸ்ரீகோயிலில் ஏகாந்தமான அறைகளையும் தளங்களையும் கண்டபோது 'வினு' என் நினைவுகளில் ஒரு தேம்பலுடன் - ஏக்கத்துடன் - தாண்டிச் செல்வதுபோல் தோன்றியது. திடீரென எட்டாண்டுகளுக்கு முன்னே மேனன், தன் சொந்தக் கையெழுத்தில் எழுதிய இதயத்தைத் தொடும்படியான அந்த வரிகள், அந்த ஏக்கத்தில் லயிப்பதாகவே எனக்குத் தோன்றியது.

"உமா, உன்னை நான் காதலிப்பதுபோல் உலகத்தில் வேறு ஒருவரும் ஒருத்தரையும் காதலித்திருக்க முடியாது! எனக்கு உன்னை விட இந்த உலகத்தில் வேறொன்றும் இல்லை. உனக்காகத்தான் வாழ்ந்தேன்; வாழ்கிறேன்; இறக்கவும் போகிறேன்..."

திருமணத்தைப்பற்றிக் கேட்டபோது, "இப்போது எனக்கு அறுபதுக்குமேல் வயதாகிறது. இனிமேல், எதுக்கு எனக்கு இல் வாழ்க்கை? ஒருபோதும் இனி அது இருக்காது" என்பதுதான் அவரு டைய பதிலாக இருந்தது.

இதை எழுதும்போதும்கூட ஸ்ரீகோயிலில் புத்தகங்களின் நடுவே தனியனாக இருந்த அந்தப் பிரம்மச்சாரியைத்தான் நான் பார்த்தேன். இறக்கும்வரை நீண்டு நிற்கும் அந்தத் தனித்துவம்!

மனத்திற்குள்ளும் உடலுக்குள்ளும் ஆர்வங்களை மலர வைக்கும் நிமிடங்களில், சுயக்கட்டுப்பாடுகளால் தங்களையே மாய்த்துக் கொள்ளும் அநேக கதாபாத்திரங்களைப் படைக்கும் மேனன் விவாக விரோதி அல்ல. திருமணமாகாதது ஓர் அனுக்கிரமா கவே அவருக்குத் தோன்றியது. படிப்பதற்கும் எழுதுவதற்கும் அதிக நேரம் கிடைப்பதை மகிழ்வுடன் நினைத்தார்.

ஜாதகத்தில் பலருக்கும் நம்பிக்கை இல்லாமல் இருக்கலாம். ஆனால், மூர்க்கநாட்டுக் குட்டிக் கிருஷ்ணனின் வாழ்க்கையானது,

ஜாதகத்தில் நம்பிக்கை வைக்க நம்மை அழைக்கிறது. முப்பத்து இரண்டில் திருமணம் நடக்கவில்லையென்றால் பின் எப்போதும் அவர் வாழ்வில் திருமணம் நடைபெறாது என்பது ஜாதகக்கணிப்பு. முப்பத்திரண்டில் தாய் கண்ணீருடன் வேண்டிக்கொண்டாள். ஆனால், மேனன் அதற்கு அனுமதி வழங்கவில்லை. ஜாதகத்தை முறியடிக்க யாரால் முடியும் என்று சமாதனப்படுத்திக் கொண்டே அந்தத் தாய் பெருமூச்சு விட்டிருக்கவேண்டும். அந்தப் பெரு மூச்சுடனேயே ஆயிரத்துத் தொள்ளாயிரத்து எழுபத்து நான்கில் அந்தத் தாய் மேனனைவிட்டுப் பிரிந்து சென்றாள்.

ஏராளமான அனுபவங்களை உள்ளடக்கிய ஒரு 'ஜர்னலிஸ்ட்'தான் எம்.கே.மேனன். சென்ற முப்பத்தைந்து ஆண்டுகளில் உலகத்தின் பெரும் புள்ளிகளாக உள்ள எல்லாத் தலைவர்களுடனும் நெருங்கிப் பழக மேனனுக்குச் சந்தர்ப்பம் கிடைத்ததுண்டு. மேனன் மிக அதிகமாக மதித்த தலைவர் குருஷேவ்தான். இவ்வளவு அதிகமான அரசியல் முதிர்ச்சியும், விசாலமான மனமுமுள்ள தலைவர்கள் அபூர்வமாம். 1969-ல் இந்தோனேஷ்யாவில் குருஷேவின் பயணத்தை 'கவர்' செய்யப் போனபோதுதான் மிகவும் நெருங்கி அவரைப் பற்றி அறிந்து கொள்ள முடிந்தது. பார்லிமெண்டில் நடந்த சொற்பொழிவை ரிப்போர்ட் செய்வதற்காகச் சென்ற தினத்தன்று ஏற்பட்ட சாகசங்கள் மிகவும் சுவாரசியமுடையதாகும்.

குருஷேவின் உரை முடிந்தது. குருஷேவின் சொற்பொழிவு உலகம் முழுவதும் முதலில் சென்றடைவது தன்னுடைய நியூஸ் சர்வீஸின் மூலமாகத்தான் இருக்க வேண்டுமென மேனனுக்கு ஆவல் உண்டாயிற்று. காரை கேட்டுக்கு வெளியே கொண்டுபோக எவ்வித வழியும் இல்லை. நியூஸ் ஷீட்டுடன் கொஞ்ச தூரம் ஓடினார் மேனன். குருஷேவின் காருக்கு முன்னால் பாதுகாப்புக்காகச் சென்ற ஒரு மோட்டார் சைக்கிளில் ஏறி உட்கார்ந்து கொண்டார்.

“நேரே 'ஏ.எஃப்.பி.' ஆபீஸுக்குப் போங்கள்” என்று மேனன் ஆணையிட்டார்.

குருஷேவின் பிரியமுள்ள நண்பரின் ஆணையை மீற முடியுமோ? மோட்டார் பைக் பாய்ந்து சென்றது. இவ்வாறு எத்தனை எத்தனையோ சாகசக் கதைகள்.

லுமும்பா யுனிவர்ஸிட்டியைப் பற்றி உலகம் முதன் முதலாக அறிந்தது எம்.கே.மேனன் மூலம்தான். ஏ.எஃப்.பி.யின் இயக்குநராக இருந்த சமயத்தில் உலகம் முழுவதும் சுற்றிச் சஞ்சரிக்க அவருக்கு வாய்ப்புக் கிடைத்தது.

உலகத்தில் மிகப் பிரபலமான பத்திரிகையாளராகப் புகழ் தேடிய மேனன், மது அருந்துவதோ, புகைப்பிடிப்பதோ செய்வ தில்லை என்று கூறும்போது நம்புவதற்குப் பகீரதப் பிரயத்தனம் செய்ய வேண்டியதிருக்கும். என்றாலும், உண்மை அதுதான். மேனன் சிங்கப்பூரில் இருந்தபோது மதுவைத் தன் வீட்டில் நண்பர்களுக்குக் கொடுப்பதுண்டு. ஆண்டில் ஒருமுறை மட்டும் - ஒன்றிரண்டு கிளாஸ்கள் மட்டும் விழுங்குவதுண்டு - பிரெஞ்சுக்காரர்களின் தேசிய தினத்தன்று. அன்று விழுங்கவில்லை என்றால் பிரெஞ்சுக் காரர்களை ஆட்சேபிப்பதற்கு அது சமமாகும். அந்த இக்கட்டான நிலையை ஒதுக்குவதற்காக மட்டும் மனமில்லாத மனதுடன் கிளாஸை கையில் எடுப்பார். இந்தப் பாராவைப் படிக்கும்போது, ஆரம்பத்தில் இந்தப் பெரும்புள்ளியை உயர்ந்தவராக்கி வெளிப் படுத்தியதை நினைத்து வாசகர்கள் ஆச்சரியப்படலாம்.

ஸ்ரீகோயிலில் உள்ள புத்தகச் சேகரிப்பு ஓர் அபூர்வ காட்சிதான். இவ்வளவு அழகாகப் புத்தகங்களை இயக்கி, அலமாரிகளில் அடுக்கி வைத்திருக்கும் காட்சியை வேறு எங்கும் நான் கண்டதில்லை. முழுப்பங்கும் அபூர்வமான கிரந்தங்கள். ஏறக்குறைய எண்ணூற்றி சொச்சம் ஆங்கில இலக்கிய விமர்சனப் புத்தகங்களைக் கண்டபோது மிகப்பெரும் அறிவாளியான எம்.கே.மேனனிலுள்ள விமர்சன பிறவியின் உறைவிடத்தை நான் கண்டேன். மலையாள மொழி எழுத்தாளர்களிலேயே விலாஸினி தலைக்கனம் கொண்டவர் என்று கூறும் விமர்சகர்கள் அந்தப் புத்தகச் சேகரிப்பில் ஐந்து சதவீதத்தையாவது படித்திருப்பார்களா என்றுதான் நான் சந்தேகப் படுகிறேன். அந்தப் புத்தகக் கூம்பாரத்தின் நடுவே இருந்த நான் மேனனிடம் கேட்டேன்:

“புத்தகங்கள் இல்லாத ஓர் உலகத்தில் அகப்பட்டுக் கொண்டி ருந்தால் தங்களின் மனநிலை எப்படி இருந்திருக்கும்?”

“சுற்றிலும் மனிதரும் இயற்கையும் உள்ளபோது புத்தகங்கள் இல்லை என்றாலும் வாழ்ந்துவிடலாம். இருந்தாலும், புத்தகங்கள் தான் என்னுடைய பிரியமான கூட்டாளிகள். அதனால், புத்தகங்கள்

இல்லாத ஓர் உலகத்தை என்னால் ஜீரணித்துக் கொள்வதென்பது மிகவும் சிரமம்தான். அதிர்ஷ்டவசத்தால், புத்தகங்களின் பிரளயம் இல்லாத ஒரு மூடுதிரை, இன்று ஒரு பிரச்சினை இல்லைதானே?" மேனனின் பதில் இவ்வாறு வந்தது.

தம் மறைவுக்குப்பின் இந்தப் புத்தகங்கள் சேகரிப்புக்கு என்ன நேரும் என்னும் என் கேள்விக்கு, "புத்தகங்களை ஏதாவது ஒரு புத்தகசாலைக்குக் கொடுத்துவிட வேண்டியதிருக்கும்" என அவர் கூறினார்.

'ஸ்ரீகோவிலை'ப்பற்றி இதுவரை எவ்வித தீர்மானமும் எடுக்க வில்லை என்றார். 'இணங்காத கண்ணிகள்' என்னும் நாவலில் முக்கிய கதாபாத்திரமான பணிக்கரின் முக்கியத்துவத்தைச் சுட்டிக் காட்டிப் பல வருடங்களுக்கு முன் மேனன் கீழ்வருமாறு எழுதினார்;

"பாரபட்சமற்றவனால் மட்டுமே வாழ்வின் அர்த்தத்தைப் பற்றிச் சிந்திக்கத் தோன்றும் என்று கூறுவது, அந்த வாழ்க்கையின் உத்தரவாதத்துக்கு ஒரு கட்டுப்பாடாகும். வாழ்வின் அர்த்தத்தையும் அர்த்தமில்லாததையும் பற்றிச் சிந்தித்துச் சிந்தித்துதான் மனிதன் பாரபட்சமற்ற தன்மையிடம் சென்று சேருகிறான். அதுமட்டுமல்ல, பாரபட்சமற்றவனுக்கு வாழ்க்கை ஒரு பிரச்சனையே அல்ல. வாழ்க்கை ஒரு வேதனையாகவும், அதே சமயத்தில் கூட்டத்தை நிராகரிக்கச் சக்தியில்லாததாகவும் ஆகும் போதுதான் மனிதன் வாழ்வின் அர்த்தத்தை ஆராய்ந்து ஆழ்ந்து சிந்திக்கிறான். பணிக்கரும் அப்படியொரு ஆபத்தான கட்டத்தில்தான் உள்ளார். அவர் ஒரு நிதானமானவராகவும், பாரபட்சமுள்ளவராகவும் இருந்திருந்தால் 'இணங்காத கண்ணிகள்' என்றொரு நாவலை விமர்சிக்க முடிந்தி ருக்காதே!"

இதயத்துடிப்புள்ள நாவல்களின் மூலம் மலையாள இலக்கி யத்தில் மிக உயர்வானதொரு பாரம்பரியத்தைப் படைத்த விலாஸி னியிடம் - மூர்க்கநாட்டுக் குட்டிக்கிருஷ்ண மேனனிடம் - முழுமைப் பெற்ற தனித்துவத்தைப் பணிக்கரின் எண்ணங்களில் காண முடியும் என்று நான் கருதுகிறேன். ஏகாந்தமான வாழ்க்கை மேனனை ஒருபோதும் விரசத்திற்கோ, விருப்பமின்மைக்கோ வழிகாட்டவில்லை. ஸ்ரீகோவிலுக்குள் புகுந்து செல்லும் உங்களுக்கு ஒருபோதும் தனிப்பட்டதொரு வாழ்வின் துயரம் அனுபவப் படுவதில்லை.

மேனன், "சுறுசுறுப்பான வியாபாரங்களில் உட்படும்போது மனிதன் ஆனந்தத்தை அனுபவிக்கிறான்; உயர்வைப் பெறுகிறான். அப்படிப்பட்ட வாழ்க்கை, சபலமும் அர்த்தமுள்ளவையுமாகும்" என்று கூறினார்.

மேனன், தன் சொந்த வாழ்க்கையிலும் இலக்கிய வாழ்க்கை யிலும் முற்றிலும் திருப்தியடைந்தவர். இந்த முழுமைப் பெற்ற தன்னம்பிக்கையை அடைந்துள்ள இலக்கியவாதிகள் மலையாள மொழியிலேயே விரல்களால் எண்ணக் கூடியவர்கள்கூட இல்லை.

இந்தியாவிலேயே மிகப்பெரிய நாவல் என்னும் மதிப்பைப் பெற்ற 'அவகாசிகள்' நாவலை எழுதியவர் விலாஸினி. நான்கு பாகங்களாகப் பிரசுரிக்கபட்டுள்ள இந்த மாபெரும் நாவல் ஏறத்தாழ நான்காயிரம் பக்கங்களாகும்.

'அவகாசிகள்' நாவலின் கதையைச் சில வார்த்தைகளில் கூறுவது என்பது மிகவும் கஷ்டம். நான்காயிரம் பக்கங்களில் வெளிவந்திருக்கும் 'அவகாசி'களின் கதை மூன்று மாதங்களுக்குள் நடைபெறும் சம்பவங்களாக இருக்கிறது. அதிர்ச்சியளிக்கும் இறந்த காலத்தின் நினைவுகளிலிருந்து விடுபடத் துடிக்கும் ஒரு கோடீஸ் வரனான வேலுண்ணிக் குரூப்புதான் முக்கிய கதாபாத்திரம். வேலுண்ணிக் குரூப்பின் சொத்துக்குப் பின்னே அணிவகுக்கும் சுபத்ரா, டாக்டர் ராமுண்ணி குரூப், சரஸ்வதி அம்மாள், பாஸி, சங்குண்ணி நாயர் என்பவர்களின் மன ஆழங்களின் வழியாக 'அவகாசிகள்' நகர்கிறது.

அன்பிற்காக எந்தத் தியாகத்தையும் சகித்துக்கொள்ளும் உயர்ந்த மனம் படைத்த மேனனை. நெருங்கிப் பழகி அறிந்தவர்கள் மிகச்சிலரேயாவர். நெருங்கிப் பழகியவர்களை விலைமதிப்பற்ற ஒரு புதையலைப்போல் அந்த அள்புள்ளம் பாதுகாக்கிறது.

ஒருமுறை மேனன் எனக்கு எழுதிய கடிதத்தில், "ஏராளமான உறவினர்கள் இருந்தும் சொந்தக் காலிலேயே நிற்க முயற்சிக்கும் ஒருவர்தான் தாங்கள் என்று அறிந்து மிக்க மகிழ்ச்சியடைந்தேன். அதுதான் தங்களின் சக்தி. எனக்கு அப்படிப்பட்ட உறவினர்கள் பலம் இல்லை; இப்போதும் இல்லை. தனி மனிதனாகவேதான் வாழ்ந்து வருகிறேன்" என்று கூறியிருந்தார்.

மலையாள இலக்கியம் விலாஸினியை இன்னும் நெருங்கி அறியவில்லை. விலாஸினியிடமுள்ள பச்சையான மனிதனைப்

பார்ப்பதற்கு வாசகர்களுக்கு இதுதான் ஆரம்ப வாய்ப்பு என்றும் நான் கருதுகிறேன். எனக்கு அதில் மனநிறைவு உண்டு. ஒரு திறந்த புத்தகம்தான் மேனனின் வாழ்க்கை - சில சமயம் சிலவற்றை மறைத்து வைக்க முயற்சிப்பவர் என்றாலும்.

“வாழ்க்கையில் ஏதாவது ஒன்றை தன் சொத்தாகவும் பாதுகாக்க வேண்டுமல்லவா?”

அன்பிற்குகந்த மேனன், தங்களை எங்களால் புரிந்து கொள்ள முடிகிறது.

ஆலிஸின் அற்புத உலகத்தில் வாசகர்களைக் கவர்ந்திழுக்கும் ஒரு கதை உண்டு.

சிரிக்கும் பூனையிலிருந்து பூனை மறைந்து போவதும், சிரிப்பு மட்டும் உள்ளதாகவும் உள்ள கதை அது.

விலாஸினியிடமிருந்து மூர்க்கநாட்டு குட்டிக்கிருஷ்ண மேனனைப் பிரித்து எடுக்க முயற்சித்தபோது, இந்தக் கதைதான் நினைவில் வந்தது. இதில் ஒரேயொரு வித்தியாசத்தை மட்டுமே நான் காண்கிறேன். விலாஸினியிலிருந்து ஒருபோதும் பிரித்தெடுக்க முடியாத சிரிப்புதான் மூர்க்கநாட்டு குட்டிக்கிருஷ்ணமேனன்.

ஒ. வி. விஜயன்

(ஓ) ஓட்டுப் புலாக்கல் (வி) வேலுக்குட்டி விஜயன்

புனைபெயர்: ஓ.வி.விஜயன்

இலக்கியச் சேவை: விஜயன் எழுதிய 'கஸாக்கின்டெ இதிகாசம்' என்னும் நாவல் மலையாள மொழி இலக்கிய உலகையே ஸ்தம்பிக்க வைத்து, விஜயனை உற்றுநோக்கச் செய்துவிட்டது. அந்நாவலில் அவர் படைத்துள்ள கதாபாத்திரங்களை இன்றும் வாசகர்கள் மறக்காமல் ஆராதனை செய்து வருகிறார்கள். இவர் சிறுகதைகளும், கட்டுரைகளும், நாவல்களும் நிறையவே எழுதியுள் ளார். தலைநகர் டில்லியிலிருந்து வாரந்தோறும் இவர் எழுதி வந்த 'இந்திரப் பிரஸ்தம்' என்னும் அரசியல் கட்டுரைகள் பலரையும் நடுங்க வைத்ததுண்டு. இவர் எழுதிய நாவல்களில், 'கஸாக்கின்டெ இதிகாசம்', 'தர்ம புராணம்', 'குருசாகரம்' முதலியன குறிப்பிடத்தக்க வையாகும். சிறுகதைகளில், 'விஜயன்டெ கதைகள்' தொகுப்பும் குறிப்பிடத்தக்கவை. மத்திய, மாநில சாகித்திய அகாதமி பரிசுகளும், ஓடக் குழல் பரிசும் பெற்றுள்ளார்.

தன் ஊரிலுள்ள கள் இறக்குபவர்களிடமும் விவசாயிகளிடமும் தலைமுறை தலைமுறையாக ஊறி நிலைத்துவிட்ட அடிமைத் தனத்திலிருந்து விடுதலைத் தேடும். 'ஒரு யுத்த ஆரம்பத்தின்' வழியாகப் புகுந்து, போதானந்த சுவாமியின் ஆசிரமத்தில் தடித்துக் கொழுத்திருந்த ஒரு சந்நியாசினியின் காவிக்கச்சையை அணிந்து, தன் வாழ்க்கையையே வெறுத்து ஒதுக்கி ஒரு நிர்வாண சாமியாராகி விட்ட 'ரவி'யின் இதிகாசத்தை எழுதிய - மலையாள இலக்கியத்தில் ஓர் இதிகாசமாக மாறிய ஓ.வி.விஜயனிடமுள்ள மனிதனை அறிமுகம் செய்வது எப்படி என்றுதான் எனக்குத் தெரிவில்லை.

எந்தவோர் அறிவியல் தத்துவ நிழலிலும் ஓய்வெடுக்காத விஜயனின், கற்பனாசக்தி என்னும் கானல்நீரில் குதித்து தாவாத விஜயனின், தன்னைச் சுற்றி இயங்கும் வாழ்க்கை நாடகத்தின் ஒரு வேதாந்த பார்வையாளனும், நடிகனுமான விஜயனின் சொந்த வாழ்க்கையின் கிரீடத்தை நீக்க என்னால் முடியாது. இந்நூற் றாண்டின் வீரியமுள்ள நாவலான 'கஸாக்கின்டெ இதிகாச'த்தை (கஸாக்கின் வரலாறு) எழுதிய, நவீன சிந்தனையும் இயற்கையான கற்பனையும் அசாதாரணமாகச் சேர்ந்திருக்கும் இந்த ஒளிக்கீற்றில் சாதாரண மனிதனைத்தான் நான் இங்கே உங்களுக்கு அறிமுகப் படுத்த முயற்சித்துள்ளேன். அதில் நான் தோல்வியுற்றால், அப் பெரிய இதயத்திடம் எனக்குள்ள நட்பையும் கடமையையும் ஈடு வைப்பதற்கு நான் தயாரில்லை என்பதுதான் அதற்கான அர்த்தம்.

1931-ல் பாலக்காட்டுக்கு அருகிலுள்ள மணலி என்ற கிராமத்தில் பிறந்த ஓ.வி.விஜயனின் முழுப்பெயர் 'ஓட்டுப் புலாக்கல் வேலுக்குட்டி விஜயன்' என்பதாகும்.

பாலக்காட்டிலிருந்து சில மைல்களுக்கு அப்பால்தான் விஜயனின் சொந்தக் கிராமமான மணலி உள்ளது. அது எப்படிப் பட்ட இடமென்பதை, அவ்விடத்தின் இயற்கைக் காட்சிகளைப் பற்றிக் கீழ்வருமாறு சொன்னாலே போதும், விஜயன் 'வள்ளத் தோளா'க இருந்திருந்தால் ஒருநாள்கூட அங்கே தங்கியிருந்திருக்க முடியாது. ஆனால், விஜயன் விஜயனானதால் தான், மென்மையான தோற்றங்களையும் சுழன்று சுழன்று செல்லும் முகபாவனைகளை யும் சீராட்டக்கூடிய பாக்கியம் கிடைக்காத மணலிக் காட்டிலிருந்தும் கூட சில ஊக்கங்களைத் தேடிக்கொள்ள முடிந்தது.

விஜயனின் தனி குணங்களையும், விருப்பங்களையும், திறமைகளையும் சரியாகப் புரிந்துகொண்டவர் அவருடைய தந்தை மட்டுமே. மகனைப் போலவே அவரும் சுதந்திர சிந்தனையாளராக இருந்தார். ஒரு முரண்பாட்டினால் எம்.எஸ்.பி.யின் உத்தியோகத்தை நிரந்தரமாகத் தூக்கியெறிந்த அப்பெரிய மனிதருக்கு, தன் மகனை மட்டும் ஒரு பெரிய அதிகாரியாகக் காண வேண்டுமென்னும் ஆசை இருந்தது; என்றாலும், விஜயனிடம் இருந்த அதீத புத்திசாலித் தனத்தின் சலனங்களைப் புரிந்து கொண்டதோடு மட்டுமல்லாமல், மகனின் இங்கிதங்களுக்கு அனுசரித்துப் போவதற்கான உற்சாகத்தையும் காண்பித்தார் அந்தத் தந்தை. விஜயனுடைய கார்ட்டூன்களும், கதைகளும் பருவ வெளியீடு இதழ்களில் அச்சடித்து வரும்போது அந்தப் புத்திரப்பாசமுள்ள தந்தை மனப்பூர்வமாக மகிழ்ச்சியினால் மதிமறந்து போனதுமுண்டு.

1954-ல் சென்னை 'மாநில கல்லூரி'யில் ஆங்கிலத்தில் எம்.ஏ. பட்டம் பெற்றார் விஜயன். அதன்பின், கோழிக்கோட்டிலுள்ள 'மலபார் கிறிஸ்டியன் கல்லூரி'யில் ஆசிரியராக வாழ்க்கையை ஆரம்பித்தார். ஜீவனத்திற்கு ஒரு தொழில் வேண்டும் என்ற எண்ணத்தின் பயனால் மட்டுமே அவர் 'லெக்ஸர் ஷிப்பிற்கு' முக்கியத்துவம் கொடுத்தாரே தவிர, அதற்காக அதிகப்படியான விலை ஒன்றும் விஜயன் கொடுத்ததில்லை.

கார்ட்டூனிஸ்டான விஜயனால் கல்லூரிக்கு நேரா நேரத்திற்குச் செல்ல முடியவில்லை. அதனால், விஜயனுக்கும் முதல்வருக்கும் மனவேறுபாடு ஏற்பட்டது.

அந்தக் காலகட்டத்திலுள்ள விஜயனின் உருவத்தைப் பற்றி அன்றைய நண்பர் ஒருவர், *'Fascinating but strange'* என்றுதான் கூறினார்.

மாணவர்கள் அமைதியாக இருந்தால் விஜயன் அழகாக பாடம் நடத்துவாராம். கலாட்டா செய்தால் புத்தகத்தை எடுத்து எறிந்து விட்டு அந்த இடத்திலிருந்தே அகன்று விடுவாராம். சுதந்திரப் புத்தியுள்ள விஜயன் இப்படிப்பட்ட சூழ்நிலைகளினால் கல்லூரி ஆசிரியர் என்னும் சுத்தக்காற்று குறைந்த சூனிய வெளியிலிருந்து தப்பித்து வெளியே வந்துவிட்டார்.

1963-ல் இருநூறு ரூபாய் சம்பளத்தில் 'சங்கர்ஸ் வீக்லி'யில் சிறியதொரு வேலையில் சேர்ந்தார் விஜயன். ஆனால், கார்ட்டூன் வரைவதில் அவர் அப்போது பிரத்யேகக் கவனம் செலுத்தவில்லை. அதைப் பற்றி கேரளத்திலுள்ள புகழ்பெற்ற ஒரு திறனாய்வாளர் ஒரு சமயம் எனக்கு எழுதிய கடிதத்தில், "ஓ.வி. விஜயனை நாம் இன்று அறியக்கூடிய விஜயனாக்கியதில் கார்ட்டூனிஸ்ட் சங்கருக்கும், டில்லி பிரஸ் கிளப்பிற்கும் பெரியதொரு பங்கு இல்லையென்று யாரால்தான் சொல்ல முடியும்?" என்று சுட்டிக் காட்டி இருந்தார்.

ஆனால், நான்கு பகல்களும் நான்கு இரவுகளுமாக அவருடைய சொந்த விஷயங்களைப் பற்றிப் பேசுவதற்கு மட்டும் எனக்குச் சந்தர்ப்பம் கிடைத்ததால், விஜயனை விஜயனே வடிவமைத்துக் கொண்டார் என்றுதான் என்னால் பதில் சொல்ல முடியும்.

உதாரணத்துக்கு ஓ.வி.யின் வார்த்தைகளாலேயே பதிலளிக்க லாம்.

"சங்கர்ஸ் வீக்லி சிறியதொரு நிறுவனம். பத்திரிகை உலகில் அதற்குப் பெரியதோர் இடமில்லை!"

'ஆலிபான்டி'னுடன் மட்டுமே விஜயனின் கார்ட்டூன்களை நாம் ஒப்பிட்டுப் பார்க்க முடியும். இந்த ஒரு விஷயத்தினாலேயே கார்ட்டூனிஸ்ட் சங்கர் விஜயனுக்கு ஓர் அந்நியமாகிவிட்டார்தானே?

1963-ல் 'பேட்ரியாட்' என்ற ஆங்கில தினசரியின் 'ஸ்டாஃப் கார்ட்டூனிஸ்டா'னார் விஜயன். அதுமுதல்தான் கார்ட்டூன் வரைதல் அவருக்கு ஒரு தீவிரமான பணியாயிற்று. அதனால், படத்தின் டெக்னிக்கிலும் உள்ளடக்கத்திலும் மிகவும் கவனம் செலுத்தினார் விஜயன்.

இங்கிருந்தபோதுதான் அவருக்கென ஒரு சுதந்திரமான மொழி நடையும் உருவாயிற்று. பின், 1967-ல் அங்கிருந்து ராஜினாமா செய்து விட்டு சுதந்திரப் பறவையானார்.

'இந்து', 'ஃபார் ஈஸ்டேன் எக்கனாமிக் ரெவ்யூ' (ஹாங்ஹாங்க்), 'பொலிட்டிக்கல்' (கோபன்ஹேகன்), 'அட்லஸ்' (நியூயார்க்), 'எக்கனாமிக் அண்ட் பொலிட்டிக்கல் வீக்லி', 'சைனா ரிப்போர்ட்', 'மாத்ருபூமி', 'கலாகௌமுதி' ஆகிய இதழ்களுக்கு கார்ட்டூன்கள்

வரைந்து அனுப்பினார். 'நியூயார்க் டைம்ஸ்', 'க்ரைஸ்ட் வுண்ட்வெல்ட்' போன்ற பல இதழ்கள் விஜயனின் கார்ட்டூன்களை மறுபதிப்பு செய்தன. அதன்பின் 'மலையாளம் வாரிக'யில் கௌரவ ஆலோசகராக இருந்தார்.

1967-க்குப் பின் விஜயனின் வாழ்க்கை ஒரு சூறாவளிக் காற்றாக இருந்ததுடன் தென்றலாகவும் இருந்தது. பழைய கதைகளிலும் பாட்டிக் கதைகளிலும் மயங்கிக் கிடந்த மனித நம்பிக்கைகளை நித்திய தோற்றங்களாக மாற்றிய அந்த அன்புள்ளம் கொண்டவர், பிம்பங்களாலும் வண்ணங்களாலும், புதுமை நடைகளாலும் மனதை இளக்கித் திருப்பும் முழக்கங்களைப் படைத்தவர். அந்த இதிகாசக்காரர் எனக்கு எழுதிய கடிதத்தின் கடைசி வரிகளைக் கீழே எடுத்து எழுதுகிறேன் படியுங்கள்:

'இந்தப் பத்திரிகைகளெல்லாம் சேர்ந்து ஒரு மர வியாபாரியையோ, கள்ளக்கடத்தல்காரனையோ உள்ளே நுழைய வைப்பதாக இருந்தன. அதற்கு என்னால் என்ன செய்ய முடியுமென்னும் கேள்வி மட்டுமே என்னிடம் மீதமிருந்தது. Career Rebuild செய்வதைவிட இந்தக் கேள்விக்கு விடை காண்பதுதான் முக்கியம். அதனால், சும்மா இருக்கவே எனக்குத் தோன்றியது."

மேற்கண்ட வரிகளின் மூலமாகவே நீங்கள் ஓ.வி.விஜயனிடமுள்ள மனிதனைக் காணலாம். உழைப்பாளிக்கும் சோம்பேறிக்கும் நடுவிலும், அறிவுள்ளவனுக்கும் அறிவில்லாதவனுக்கும் நடுவிலும், பண்புள்ளவனுக்கும் பண்பில்லாதவனுக்கும் நடுவிலும் நிற்கும் தைரியமில்லாத வீரனென்று அழைக்கக்கூடிய விஜயனை நீங்கள் காணலாம்.

விஜயனுக்கு இரண்டு சகோதரிகள். மூத்த சகோதரி திருமணமானவர். இளைய சகோதரியின் பெயர் ஓ.வி. உஷா, மலையாள மொழியில் கவனிக்கத்தக்க சலனங்கள் உண்டாக்கும் கவிதைகளைப் படைக்கும் இந்த இலக்கியச் சகோதரியை உங்களுக்குத்தான் தெரியுமே? ஹைதராபாத்தைச் சேர்ந்த ஸாகப்ரியேல் எம்.ஏ.,பி. எச்டி. தான் விஜயனின் துணைவியார். அவர் தத்துவம் கற்றுக் கொடுக்கிறார். ஆங்கிலம், இந்தி, தெலுங்கு, தமிழ் ஆகிய மொழிகள் திருமதி விஜயனுக்கு நன்கு தெரியும். மலையாள மொழியையும் கற்றுக்கொண்டுள்ளார். மது என்ற மகன். யாரையும் நொடிப்

பொழுதில் வசீகரிக்கும் குணம் அவர் மகனுக்கு உண்டு. வயது வித்தியாசம் இல்லாமல் எல்லோரோடும் ஒத்துப்போக முடிகின்ற மதுவின் அறிவு வளர்ச்சி, தாய் தந்தையருக்கு மட்டுமில்லாமல் அனைவருக்கும் ஓர் அற்புதமாகவே இருக்கிறது.

ஓ.வி.விஜயனின் மனிதத்தன்மை முழுமையும் சிக்கல்களைக் கொண்டதும், ஒருவகை தாழ்வு மனப்பான்மையால இருளடையச் செய்வதுமாகும். நான் இங்கே சேர்த்து இணைப்பது தோல்வி மனப்பான்மையோடு அல்ல, தாழ்வு மனப்பான்மையுடன்தான். வெளி உலகத்தை உபத்திரவமாகக் காணும் ஒரு அறிவாளிக்கும், அந்த உலகத்தைக் கலையின் வழியாகத் தன்வயப்படுத்த சபதமெடுத்துள்ள ஒரு வித்தியாசமான மனிதருக்கும் இடையே நடக்கும் நிரந்தரமான ஒரு மல்யுத்தம் விஜயனிடம் எப்போதும் இருந்தது என்று சொல்ல வருகிறேன்.

'பிரபஞ்சம்' என்னும் பத்திரிகையுடன் தொடர்பிலிருந்த காலத்திலும் கோழிக்கோட்டில் கல்லூரிப் பேராசிரியராக இருந்த சமயத்திலும், விஜயனின் நண்பராக இருந்த ஓர் இலக்கியவாதி, ஒரு சமயம் என்னிடம், "வெற்றி வீரரான விஜயனை எனக்குத் தெரியாது. ஒருவேளை புதிய விஜயனிடம் பழைய விஜயனின் உபாதை மறைந்து விட்டிருக்கலாம். இன்று, விஜயன் உலக மெங்கும் அறியப்படும் புகழ்பெற்ற கார்ட்டூனிஸ்ட்தான் - மலையாள இலக்கியத்தில் ஓர் இதிகாசத்தின் படைப்பாளிதான். இந்த உண்மை நம்மைப் போலவே விஜயனுக்கும் தெரிந்திருக்க வேண்டும்! அதனால், விஜயனிடம் வேரோடியிருந்த தோல்வி மனப்பான்மையும் அவரைவிட்டுப் போய்விட்டிருக்க வேண்டும்" என்று கூறினார்.

ஒருநாள் இரவு நானும் விஜயனும் திருவனந்தபுரத்திலிருந்து கொல்லத்துக்கு வந்து கொண்டிருந்தோம். அவரின் சொந்த வாழ்க்கையிலுள்ள மகிழ்ச்சி நிறைந்த நேரங்களிலும் கண்ணீர்த் துளிவிட்ட நேரங்களிலும் பங்கு பெற்றதில் நாங்கள் சிறிது மெய்மறந்து விட்டோம். திடுக்கிட்டு விழித்தபோது 'ஆற்றிங்கள்' என்ற இடத்திற்கு அருகே வந்திருந்தோம். காரை நிறுத்திவிட்டு ஒரு முஸ்லீம் கடைக்கு நாங்கள் சென்றோம். விஜயனுக்கு முகம் கழுவ வேண்டும் போலிருந்தது. இதைச் சொன்னதும், கடைக்காரர் அந்த இரவிலும் பின்பக்கம் போய் தண்ணீர் கொண்டு வந்தார். இப்படிச் சிரமப்படும் அந்த மனிதருக்கு என்ன கொடுப்பது என்ற

சிந்தனையில் ஆழ்ந்து, தலைவேதனைப்பட்ட அந்த மனிதனை உங்களால் புரிந்துகொள்ள முடியுமோ? திருவனந்தபுரத்தில், ஒரு 'பார் அட்டாச்டு' ஓட்டலில் சங்கீதத்தைக் கேட்டு பயந்துபோய், அதை நிறுத்தச் சொன்ன விஜயனை உங்களுக்குத் தெரியுமோ? தடித்த இடுப்பும் உதடுகளுமுள்ள 'அம்மிணி' என்னும் வேசி தன் இரவுகளைப் பங்கிட்டுக்கொண்டவர்களின் அனுபவக் கதைகளைச் சொல்ல அமைதியாகக் கேட்டுக்கொண்டிருந்த விஜயன், ஒரு தேளைக் கண்டதும் பயந்து நாற்காலியிலிருந்து துள்ளி எழுந்த போதிருந்த மனோநிலை உங்களுக்குப் புரியுமோ? பல நேரங்களிலும் காலம் என்பது தனது பின்னால்தான் வரவேண்டுமென்று அடம் பிடிக்கும் இந்த சக்தி மிகுந்த பலமற்றவர், அந்தக் காலத்திற்குப் பின்னாலேயே தானும் செல்வதற்குப் பேராசைப்படுவதை நான் ஆச்சரியத்துடன் பார்த்துக் கொண்டிருந்ததுண்டு.

விஜயன் மிகவும் பயந்த சுபாவமுள்ளவர். தேவையற்ற கவலை, மிகப்பெரிய கற்பனைக் குழப்பம், கடவுள் தத்துவத்தைப் பற்றித் தேவைக்கு மீறிய சிரத்தைக் காண்பித்தல் என்று இவ்வாறான குணங்களுடன் கூடிய ஒரு சாதாரண மனிதனை உங்கள் கற்பனை யிலுள்ள திறமைசாலி விஜயனுடன் உங்களால் ஒத்துப் போக முடிகிறதோ?

இயற்கையான பல விருப்பங்களையும் இந்த மணலிக்காரர் பாதுகாக்கிறார். அவர் மதுவை அபூர்வமாகவே அருந்துவதுண்டு. அதிகம் போனால் மூன்று நான்கு 'பெக்'தான் அருந்துவார். அதேபோல், அபூர்வமாகத்தான் 'கம்பெனி'களிலும் பங்குகொள்ளு வார். நீண்ட காலமாக டில்லியில் வசித்தவர். ஆனால், விரல்விட்டு எண்ணும் அளவிற்குக்கூட அங்கே நண்பர்கள் இல்லை. விஜயன் சந்தேகப்பார்வையும், விமரிசனக் கோழையாகவும் இருந்தவர். தான் அப்படியில்லையென்று அவர் எப்போதும் நடித்ததுமில்லை.

அசாதாரணமான ஆராய்ச்சிக் கூர்மையுள்ள இந்த மனிதர், வாழ்க்கையைக் கொடூரமான ஒரு கார்ட்டூன் பரம்பரையாகத்தான் பார்க்கிறார். வாழ்க்கையின் செழுமையற்ற நிலையைப் பற்றியும் அவர் மிகவும் உணர்ந்து கொண்டுள்ளார்.

மேதைகள் கார்க்கி, பல்ஸாக்கைப் போன்று விஜயனும் கதா பாத்திரங்களைத் தேடி அலைந்துகொண்டு இருந்திருக்கிறார். ஒரு சமயம் அவர், 'யாஸ்னாய போள்னா'விலுள்ள காட்டுப் பிரதேசங்

களில் டால்ஸ்டாயியைப் பின்தொடர்ந்து சென்றிருக்கிறார். ஒரு பளபளப்பான பாறையின்மேல் ஒரு முதலைப் படுத்திருந்ததாம். தன்னை நோக்கிக் கொண்டிருந்த அந்த முதலையைப் பார்த்து -

"சூரிய ஒளியில் உன்னுடைய இதயம் அடித்துக் கொள்வது எனக்குத் தெரிகிறது. அதனால், நீ மகிழ்ச்சியானவன்தான்..." என்று கூறிய டால்ஸ்டாய், ஒரு நிமிட மௌனத்திற்குப்பின், "... ஆனால், நான் மகிழ்ச்சியானவனல்ல. நீ பயப்பட வேண்டாம். உன்னுடைய மகிழ்ச்சியை நான் பிடுங்கிக்கொள்ள மாட்டேன். நான் மிகவும் சின்ன உயிர்தான்" என்று அவர் வாசகத்தை முழுமைப் படுத்தினாராம்.

ஒருசமயம் விஜயன் மணலியிலுள்ள ஒரு நெல்வயலின் வழியே நடந்து சென்று கொண்டிருந்தாராம். முப்பதடி தூரத்தில் ஒரு பெரிய நண்டு மலத்தை உண்டுகொண்டிருந்ததை அவர் கண்டாராம். அப்போது அந்த நண்டு,

"இதோ என்னைவிட பெரியவன் ஒருவன் வருகிறான். அவன் இந்த உணவைத் தட்டிப்பறித்துக் கொண்டால்..." என்ற பாவத்தில் அந்த ஜந்து மலத்தை அதிவேகமாகத் தின்னத் தொடங்கியதாம்.

"நான் உன்னைவிட பெரியவனல்ல. அதனால் நீ பயப்பட வேண்டாம். ஓர் அர்த்தத்தில் சொல்ல வேண்டுமானால் நீதான் என்னைத் தின்று கொண்டிருக்கிறாய்."

இதை விஜயனே சொன்னார். காலம் முடிவில்லாமல் சென்றுகொண்டே இருக்கிறது. அந்த வேகத்தில் மனிதன் ஒரு பிரச்சினையாகவே இல்லை. வாழ்க்கையின் முடிவற்ற தாளமும், கலையும், தாளத்தவறுகளும் எல்லாம் வாழ்க்கைதான் என்று கருதும் இலக்கியவாதியல்லாத ஓ.வி.விஜயனின் மனித வாழ்க்கை தோல்வியடைந்ததுதானோ என்று என்னால் தெரிந்துகொள்ள முடியவில்லை. தார்மீகச் சௌந்தர்யம்தான் மனித நாகரிகத்தின் அடிக்கல் என்று நம்புகிறவர்களுக்குப் பதில் சொல்லாமலேயே நான் அந்தக் கேள்வியை கேள்வியாகவே மீதம் வைக்கிறேன்.

ഉണ്ണികൃഷ്ണന് പുത്തൂര്

உண்ணிக்கிருஷ்ணன் (புதூர்)

புனைபெயர்: உண்ணிக்கிருஷ்ணன் புதூர்

இலக்கியச் சேவை: குருவாயூர் தேவஸ்தானத்தில் வேலை செய்த தாலோ என்னவோ, இவரின் படைப்புகள் அனைத்திலும் குருவாயூர் சம்பந்தப்பட்ட சம்பவங்களும், கதாபாத்திரங்களும் மிகுதியாகக் காணப்படுகின்றன. தேவஸ்தனாத்தில் நடைபெறும் ஊழல்களையும் விட்டு வைக்காமல் இவர் தன் படைப்புகள் மூலம் வெளியுலகுக்கு அறிவித்தவர். சிறுகதை, நாவல், கவிதை என்னும் துறைகளில் புகழ் பெற்றவர். நாவல்கள் இவரின் புகழை நிறையவே பறை சாற்றுகின்றன. 'பலிக்கல்லு', 'ஆனைப்பகை', 'அம்ருதமதனம்', 'நாழிகமணி' ஆகிய நாவல்கள் குறிப்பிடத் தக்கவையாகும். 'பலிக்கல்லு' என்னும் இவருடைய நாவல் 'நூறு பூக்கள் மலரும்' என்னும் பெயரில் தமிழில் வெளிவந்துள்ளது.

"என் கழுத்தை யார் கிள்ளியெறிய முயன்றாலும் முடியாது. குனிந்த என் தலையை யாரும் பலவீனமாக எடுத்துக் கொள்ள வேண்டாம். நீங்கள் அறியாத தியாகம்தான் எனது மகிழ்ச்சி. தியாகம் தன்னிச்சையாகத் தோன்றக்கூடிய ஓர் அர்ப்பண அறிவாகும்." இது இருள் நிறைந்த மடப்பள்ளியின் ஏகாந்தமான ஒரு மூலையில் அமர்ந்து பகவானுக்கு, மாலை கட்டும் வாரஸ்யருடையதுதான். (வாரஸ்யர் - கோவிலில் மாலைகட்டும் பெண். கேரளாவிலுள்ள வாரியர் இனத்துக்குப் பெண்பால் வாரஸ்யர்).

நாகரீக மனிதர்களின் இதய வேதனைகள் நிறைந்த நிம்மதி யின்மையோடும், இதயபூர்வக் கோபத்தோடும் முழுமைப் பெற்று தனது கலைப் படைப்புகளுக்குள் நுழைந்த உண்ணிக்கிருஷ்ணன் புதூரை முழுமையைத் தேடும் முழுமையற்ற புள்ளிகளுக்குள் அறிமுகப்படுத்த முயன்றபோது, முதலில் மனத்திற்குள் வந்தது, நுனியைக் கிள்ளும் போதெல்லாம் தானாகவே மீண்டும் துளிர்க்கும் துளசிச் செடியை நினைவுபடுத்தும் கதாபாத்திரம்தான். புதூரின் படைப்பான 'விதிசக்கரம்' நாவலின் கதாபாத்திரமான முரளிதரனின் வாக்குகள்தான்:

"விசால மனம் - தெய்வம் எனக்குத் தந்த பெரிய சொத்தா கும். இந்தச் சொத்தின் மூலமாகத்தான் நான் இதுவரை வாழ்ந்து விட்டேன். இதை ஒரு மனோபலவீனம் எனப் பலரும் விளக்க மளித்த காலமும் இருந்ததுண்டு. ஏதோ ஒரு பெரும் சதியில் இந்த மக்களை மாட்டிவிடச் சுற்றுபவர்களில் ஒருவனாக, என்னை என் நண்பர்கள் கூடக் கருதியிருந்தார்கள். இப்போது அப்படி இல்லை. அதனால்தான், நான் கொஞ்சம் கூடுதலாகவே சுபாவசுத்த முள்ளவ னாகித் தீர வேண்டிய நிலையிலுள்ளேன்."

வாரஸ்யருக்கும் முரளிதரனுக்கும் இடையே இருபது ஆண்டுகால வயது வித்தியாசம் உண்டு. ஆனால், அந்த வார்த்தைகள் மட்டும் ஒரு சுத்தமான இதயத்திலிருந்து வடிந்து வந்ததாகும். உண்ணிக்கிருஷ்ணன் புதூரின் கதாபாத்திரங்களின் காலடி வழியாகப் பின்தொடர்ந்த வாசகர்களுக்கு அவரிடமுள்ள மனிதனை அறிமுகப் படுத்த எனக்குச் சிரமமில்லை.

மிகக் குழப்பமான மனத்தையும், அனுபவங்களையும் தனக்குத் தானே தேடிக்கொண்ட சொத்துமாகவுமுள்ள உண்ணிக்கிருஷ்ணன் புதூர், 1933 ஜூலை 15-ல் ஏங்ஙண்டியூரில் பிறந்தார். தாய்

ஜானகியம்மாள். திருச்சூர் மாவட்டத்திலுள்ள ‘குண்டழியூரி இல்லத்து அகாயில்’ என்னும் இடப்பெயருள்ள குடும்பத்தின் உறுப்பினர்தான் ஜானகியம்மாள். பழைய எட்டுக்கட்டு நாயர் குடும்பத்தில் பிறந்த ஜானகியம்மாளின் தந்தை, கேரளத்திலுள்ள பதினெட்டு ஆளுநர்களில் ஒருவராக இருந்த ‘பழஞ்சேரில் மணளாவில் மூப்பில்’ நாயராவார். புதூரின் தந்தை ‘கல்லாத்து புள்ளிப் பறம்பில்’ சங்குண்ணி நாயர், குருவாயூர் கோயிலின் செயல் அலுவலராக இருந்தார். 1968 டிசம்பர் 9-ம் தேதி காலமாகிவிட்டார். வாழ்க்கையில் கசப்பான அனுபவங்களைத் தவிர, விசேஷமான கல்வியறிவு ஒன்றும் இவருக்கு ஏற்பட்டிருக்கவில்லை. அசாதாரணமான ஞாபகச் சக்தியும், சத்திய உறவும், ஏழ்மையைச் சகித்துக் கொண்ட உள்மன சக்தியும்தான் இந்த மனிதனின் சொத்து.

தாய் தந்தையர்களைப் பற்றி இதய வேதனையுடனும் உணர்ச்சிப்பூர்வத்துடனும் தீப்பந்தக் கலைப்படைப்புகளின் வழியே நமக்கு அனுபவப்பட வைத்த புதூர் கூறுகிறார்:

“அபிப்பிராய வேறுபாடுகளின் உலகத்தில்தான் எங்களுக்குள் நாங்கள் வாழ்ந்து கொண்டிருந்தோம். எனக்கு நேர் எதிரிடையாக இருந்தார் அம்மா. அம்மா அதிகம் என்னுடைய வார்த்தைகளைத்தான் கவனித்துக் கொண்டிருந்தார். அப்பாவைவிட அதிக நம்பிக்கையை என்னிடம்தான் வைத்திருந்தார். என்னுடைய மிகப்பெரும் சக்தி என்னுடைய தாய்தான். அம்மா வாழ்ந்திருக்கவில்லையென்றால் நான் எப்போதோ தற்கொலை செய்து கொண்டிருப்பேன்.”

குருவாயூரில் சொந்தமாகக் கட்டியுள்ள ‘ஜானகி சதன’த்தில்தான் புதூர் வசிக்கிறார். தாயும், சகோதரி சரஸ்வதியம்மாளும், அவருடைய மூன்று மக்களும் தாய்வழியைச் சேர்ந்த ஒரு தாய் மாமனும்தான் அதில் உள்ளார்கள். மனைவி தங்கமணியும், பிள்ளைகள் பிஜுவும் ராஜுவும் புதூருடன் இருக்கவில்லை. ஏறக்குறைய ஒரு சந்நியாசி வாழ்க்கை என்றுகூட கூறலாம். பழைய மருமக்கள் தாயக் குடும்பத்திலுள்ள பெரியவரைப் போல்தான் ஜானகி சதனத்தில் உண்ணிக்கிருஷ்ணனும் வாழ்கிறார்.

புதூரைவிட சகோதரி சரஸ்வதிக்கு ஐந்து வயது குறைவு. சரஸ்வதியைப் பற்றிக் கூறும்போது அந்த முகம் பிரகாசமாகும். இதயம் நிரம்பித் தளும்புவதை அந்த முகம் பிரதிபலிக்கும்.

"எனது ஆரம்பகாலப் படைப்புகளை வரவேற்று அனுபவித்தவளும் விமர்சித்தவளும் அவள்தான். அந்தப் படைப்புகளைப் படிக்கச் சொல்லிக் கேட்கவைக்க அருகில் வேறுயாரும் கிடைப்பதாக இல்லை. இளம் வயதில் மிகப் பிரியமான ஒரு சிநேகிதியாக அவள் இருந்தாள் - ஒரு காம்பில் மலர்ந்த இரண்டு மலர்களைப்போல்"...

சரஸ்வதியம்மாளுக்குத் தமையனிடம் எல்லையற்ற அன்பும் பாசமும் இருந்தன. காதலிலும் கவிதையிலும் உலகத்திலுள்ள எல்லாவற்றையும் மறந்து ஒரு கனவுலகவாசியாக சஞ்சரித்த தமையனை, அந்தக் காலங்களில் ஓர் அறிமுக மற்றவளைப் போல்தான் அவர் பார்த்துக் கொண்டிருந்தார். காதல் உறவின் மாயவலை, என்னும்-இன்பத்தில் எல்லாவற்றையும் மறக்க ஆரம்பித்தபோது, நல்லதொரு சிநேகிதியாக இருந்த தங்கை சப்தமில்லாமல் அழுதிருக்க வேண்டும்!

அதனால், "உன் திருமணம் முடியாமல் எந்தவொரு பெண்ணையும் நான் இந்த வீட்டுக்குள் அழைத்து வர மாட்டேன். நீ அழாமல் இரு" என்று ஒருமுறை உணர்ச்சியுடன் புதூர் சபதம் செய்தாராம்.

அந்தச் சத்தியத்தை அவர் நிறைவேற்றவும் செய்தார். தனது சகோதரன் ஒரு பிரபல எழுத்தாளராக ஆவார் என்று சரஸ்வதியம்மாள் நம்பியிருந்தார். வீட்டிலுள்ள மற்றவர்கள் புதூரை மிகக் கூர்மையாக விமர்சிக்கும்போது, இந்தச் சகோதரி அவர்களுக்கிடையே சென்று தன் தமையனுக்காக வாதிடுவார்.

குருவாயூரிலுள்ள குடும்பத்தில் நிரந்தரமாக தங்குவதற்கு இந்த சகோதரிதான் காரணம். தாயைவிட்டு எங்கேயும் பிரிந்து செல்ல இந்தத் தாடிக்காரரால் முடியவில்லை.

சகோதரியின் பிள்ளைகளான ரமேஷ்குமாரும், ராஜேஷும், ஜீனாவும் புதூரின் மனதை இளக வைப்பவர்களாவர். அவர்கள் மிகப் பிரியமான நண்பர்களைப் போன்றவர்கள் என்று புதூர் கூறுகிறார்.

'உண்ணி மாமா' என்னும் குரலைக் கேட்காமல் ஓர் இரவில்கூட என்னால் நிம்மதியாகத் தூங்க முடியாது என்று கூறும் புதூரின் வார்த்தைகளில் பாசவுணர்வின் நிறமும் மணமும் உள்ளதல்லவா?

1952-ல் சாவக்காடு உயர்நிலைப் பள்ளியிலிருந்து புதூர் பள்ளியிறுதி வகுப்பில் தேர்வு பெற்றார். தந்தையும் மகனும் ஒருவருக்கொருவர் தவறாகப் புரிந்துகொண்டு பிரிந்து வாழ்ந்த துக்கத்தில்தான் அவர் அன்று இருந்தார். எதிர்காலத்தைப் பற்றி யோசிக்காமலேயே அவர் வீட்டை விட்டும் வெளியேறினார். லட்சியம் இல்லாத பயணம். கேரளத்திலுள்ள எல்லா பகுதிகளிலும் அலைந்து திரிந்தார். பல சமயங்களில் கூலியாளாக வேலை செய்யவும் வேண்டியதாயிற்று. ஒருபோதும் வீட்டுக்குத் திரும்புவதில்லை என்னும் தீர்மானம்தான் அவர் மனத்தில் இருந்தது. ஆனால், பாசமிகுந்த தாயின் விசாலமான அன்பு அந்தத் தீர்மானத்தையே மாற்றி எழுதியது. வீட்டுக்குத் திரும்பி வந்தபோது தந்தையின் பிடிவாதமும் வைராக்கியமும் ஏறுக்குறைய தளர்ந்து ஆறிவிட்டிருந்தன.

1956-ல் விக்டோரியா அரசு கல்லூரியில் சேர்ந்து இன்டர்மீடியட் தேறினார். தொடர்ந்து படிப்பதற்குப் பதில் அரசியலுக்குள் குதித்தார். சோஷயலிஸ்ட் கட்சியில் பங்குகொண்டார். இருபது ஆண்டு காலத்திற்கு இடையே அதிசயமான சில மாற்றங்கள் வந்தன. அரசியலின் முகங்களும் குணங்களும் மாறின. ஆனால் இதயம் உடைபட்டு கூக்குரலிடும் துர்பாக்கியசாலிகளைத் துணைவர்களாக்கிக் கொண்டு அவர்களுக்காக வாதாடுவதில் தீவிரமாக ஈடுபட்ட புதூரிடம் மட்டும் எவ்வித மாற்றமும் வரவில்லை.

"நான் அன்றும் சரி, இன்றும் சரி ஓர் உறுதியான ஜனநாயக சோஷலிஸ்ட்தான். எமர்ஜென்ஸியின்போதும் நான் சோஷலிஸ்ட்டுகளுடன்தான் நின்றேன். இந்திரா காந்தி ஆட்சிக்கு எதிராகக் குரல் கொடுத்ததால் இருபதாண்டு கால போற்றத்தக்க தொடர்ச்சியான சேவையுரிமை இருந்தும் என்னை சஸ்பென்ட் செய்து என் பதவியுயர்வைத் தடுத்து, எனக்கு இன்க்ரிமெண்டையும் நிறுத்தி விட்டார்கள்." அந்தச் சமயங்களில், தான் அனுபவித்த மானசீகமான தண்டனைகளைப் பற்றிக் கூறும்போது புதூரின் உடம்பு முழுவதும் ஜொலிப்பதுபோல் தோன்றும். எமர்ஜென்ஸிக்கு எதிராகப் பேசியதால் தண்டிக்கப்பட்ட மலையாள மொழியின் ஒரே இலக்கியவாதி உண்ணிக்கிருஷ்ணன் புதூர்தான்."

குருவாயூர் தேவஸ்தானத்தில் நூலகராகவும் புதூர் வேலை செய்தார். இப்போது எந்தவொரு அரசியல் கட்சியிலும் உறுப்பினர் அல்ல. சத்தியமும், நீதியும், தர்மமும் எந்தக் கட்சியினரிடத்தில்

அதிகமாக உள்ளதோ அவர்களுடன் தானும் உண்டு என்று அவர் கூறுகிறார்.

“ஓர் இலக்கியவாதி ஏதாவது ஒரு அரசியல் கட்சியில் அங்கம் வகிக்கக்கூடிய நேரிடை உறவு நல்லதாகுமா?”

அதற்குப் புதூரிடம் தெளிவான பதில் இருந்தது. “இலக்கிய வாதிக்கு அரசியல் கட்சிகளுடனான நேரிடை உறவு நல்லதில்லை என்றுதான் நானும் கருதுகிறேன். அதே நேரத்தில் நாட்டின் பாதுகாப்புக்குக் குந்தகம் விளையும்போது, சுதந்திரம் விபத்தில் அகப்படும்போது, எதேச்சதிகாரச் சக்திகள் தலை தூக்கும்போது அவைகள் ஒன்றிலும் தனக்குப் பங்கில்லை; தான் ஓர் அவதார புருஷன் என்று கூறுபவர்களிடமும்கூட எனக்குச் சிறிதும் மரியாதை இல்லை.”

மத்திய கேரளத்திலுள்ள கோயில் ஊழியர்களை ஒன்று சேர்ப்பதில் முக்கிய பங்கு வகித்த புதூர், 1957 முதல் இன்றுவரை அநேக ட்ரேட் யூனியன்களுடன் உறவுகொண்டு பங்கெடுத்ததுண்டு. குருவாயூர் தேவஸ்தான எம்ப்ளாயிஸ் யூனியன், ஷேத்ர கலா நிலையம் எம்ப்ளாயிஸ் யூனியன் ஆகியவற்றின் தலைவராகவும் இருந்துள்ளார். பின்வாங்காத ஒரு சமூகப் புரட்சியாளன் இந்தக் கதாசிரியனுள் நிரந்தரமாகத் தங்குவதற்குக் காரணம் அதுதான்.

பிரபல விமர்சகரான தாயாட்டு சங்கரன், “சுருட்டிய முஷ்டியும் இலக்கியமும் ஒன்றுக்குள் ஒன்று பொருத்தப்படாது என்று கருதுபவர்களைப் புதூரின் கதைகள் அதிகம் திருப்திப் படுத்தியிருக்கும் என்று கூற முடியாது. அவர்களுக்குத் தேவை ஐஸ்கிரீம். இது கோதுமை ரொட்டி செய்கிற இடமாகும்” என்று ஒருமுறை எழுதினார்.

புதூரின் எல்லா இலக்கியப் படைப்புகளையும் படித்து அனுபவித்துள்ள எனக்கு ஒரு விஷயத்தை மட்டும் தெளிவுடன் கூற முடியும். செண்டையில் (கேரளாவில் பழக்கத்திலுள்ள ஒருவகை மேளம்) வலுவான முரட்டுத் தாளத்திற்கு உருவம் கொடுக்கும் இந்த விரல்கள்தான், வீணையில் இன்பமூட்டும்படியான இசையை உதிர்த்து எத்தனையெத்தனையோ முறைகள் நம்மை மெய்சிலிர்க்க வைத்திருக்கின்றன.

முசுடுகளால் மூடப்பட்ட முட்கள் நிறைந்த காரைச் செடிகளில் ஏறி, அதன் உச்சியில் பழுத்து நிற்கும் காரைப்பழத்தைப் பறிக்கும்போது, கிளை ஒடிந்து, கீழேயுள்ள குக்கறணி குளத்தில் விழுந்து இறக்கப்போன காட்சிதான், இளமைக் காலத்தைப் பற்றி நினைக்கும்போது முதன்முதலில் புதூரின் நினைவுக்கு வருகிறது.

பத்தாவது வயதில்தான் அச்சம்பவம் நடந்தது. குளத்தில் மூழ்கிக் கொண்டிருக்கும்போதே விளையாட்டுத் தோழர்கள் பயந்துபோய் ஓடி மறைந்துவிட்டார்கள். ஆனால், தங்கை மட்டும் அங்கேயே நின்று உரக்கக் கத்தியதால் சிலர் ஓடி வந்தார்கள். அவர்களில், நீந்தத் தெரிந்தவர்கள் குளத்தில் குதித்து பையனை வெளியே எடுத்தார்கள். நினைவிழந்து கிடந்த பையனை இறந்து விட்டான் என்றுதான் எல்லோரும் கருதினார்கள். ஒரே கூக்குரல். இரண்டு மணி நேரம் கழித்துத்தான் நினைவு திரும்பியது. அந்த சம்பவத்தை அசைபோடும்போது புதூர், மரணத்தை தன் கண்கள் முன்னாலேயே காண்பதுபோல் தோன்றும்.

பழைய புத்தகங்களும், ரிக்கார்டுகளும், வெண்கல விளக்கு களும் அடைக்கப்பட்ட ஒரு பெரிய அலமாரி ஒருமுறை புதூரின் மார்பை அழுத்தியவாறு கவிழ்ந்து விழுந்தது. அலமாரியின் மேல் பாகத்தில் இருந்த பர்சை எடுக்க முயன்றபோதுதான் இந்தச் சம்பவம் ஏற்பட்டது. இந்த முறையும் பையன் இறந்து விட்டதாகத் தான் எல்லோரும் கருதினார்கள். அன்றும் ஆச்சரியமாகத்தான் தப்பினார். தன் தந்தை வாய்விட்டு அழுததை, தன் வாழ்நாளிலேயே முதன் முதலாகக் காணும் மகனாக அன்று இருந்தார் புதூர்.

கடந்த காலத்தைத் திரும்பிப் பார்க்கும்போது, இவ்வாறு எத்தனையெத்தனையோ கதைகள்!

"என் காதலி, முற்றத்திலுள்ள தடுப்புச்சுவர் கட்டாத கிணற்றில் விழுந்துவிடாமல் எனது வீட்டிலிருந்து ஒருநாள் விலகி ஓடித் தப்பியது; ஆள் அடையாளம் புரியாததால் அப்பா வீட்டிலுள்ள நாயைவிட்டு அவளைக் கடிக்கத் தூண்டியது; மற்றொரு இரவில் நான் என் காதலியிடம் ஓடிச்சென்ற சமயத்தில் அவளுடைய மறை விடத்திற்கே அப்பா விளக்குடன் என்னைத் தேடிப்பிடிக்க வந்தது; ஓ! அப்படிப்பட்ட எத்தனையெத்தனையோ உறக்கமற்ற இரவுகள் இன்றும் என்னை நடுங்க வைக்கின்றன."

புதிய யுகத்தின் இதயத்துன்பங்களை, அவற்றின் எல்லாத் தோற்றத்தின் தீவிரங்களோடும் சேர்த்து, சொந்த இலக்கியப் படைப்புகளுக்குள் தன்னை இழந்த புதூர், பயண அனுபவங்களும் மறைமுகமாக படைப்புக்கு உதவும் என்று கூறுகிறார்.

இந்தியாவிலுள்ள, ஏறக்குறைய எல்லா இடங்களையும் இவர் சுற்றிப் பார்த்திருக்கிறார். இரண்டுமூன்று முறை மாநில விருந்தினராகவே இந்தியாவைச் சுற்றிப் பார்த்து உள்ளார். அந்தப் பயணங்களுக்கு அனுபவங்களை இழுக்கக்கூடிய சக்தி இல்லை என்பதுதான் இந்த 'ஆனைப்பகை' (உண்ணிக்கிருஷ்ணனின் பெரிய நாவல்களில் ஒன்று)க்காரர் கருதுகிறார். ஒரு சல்லிக்காசு கூட கையில் இல்லாமல் ஒரு யாத்திரிகனைப்போல் அலைந்து திரிந்து நடந்து தான் கண்ட பாரதத்தின் பலவித முகங்களும் நிறம் மங்காமல் மனத்தில் பசுமையுடன் நிற்கின்றன. கன்யாகுமரி முதல் கோகர்ணம் வரையிலான பயணங்கள்; மேற்கு வங்கத்தின் கிராமப்பிரதேசங்கள், கல்கத்தா நகரின் சேரிகள், ஸோணிகச்சிலுள்ள சிவப்பு விளக்குத் தெருக்கள், சுவாமி விவேகானந்தரின் சமாதியுள்ள இடம், ஸ்ரீஇராம கிருஷ்ணா ஆசிரமம், ஸ்ரீராமகிருஷ்ண பரமஹம்ஸரின் ஓய்விடமாக இருந்த குமார்புக்கூர், பவதாரிணி ஷேத்திரம், ரவீந்திரநாத் தாகூரின் நான்கு பருவங்களையும் பிரதிநிதித்துவம் செய்யும் நந்தவனங்கள், ஜயதேவனின் நாடான கந்தூளி கிராமம். வங்காளத்தின் புராதன நாடோடிப் பாடலான 'பாஉல்'. பாஉல் தம்பதிகளின் அசாதாரணமான சங்கீதம், தின்னும் கரும்பைப்போல் வளர்ந்து வசீகரமான இளமைகள் நிறைந்துள்ள சிந்தால் பகுதி, ஆதிவாசி யுவதிகளின் பாதங்களில் அணிந்திருக்கும் அலுமினிய தண்டை களிலிருந்து உயர்ந்துவரும் களத்துமேட்டு சங்கீதம், மைதீட்டிய நீலவிழிகள், மார்பை மறைக்காத - களங்மற்ற - மயக்கம் தரக்கூடிய இளமையின் அழகு... இவற்றையெல்லாம் நினைத்துப் புதூர் நீண்ட பெருமூச்சு விடுகின்றார்.

“ஜயதேவ கந்துளியை மறக்க முடியாது. நான் ஒரு கவிஞனாக இருக்கவில்லையே என்னும் துக்கம் அப்போதுதான் எனக்குத் தோன்றியது.”

நடப்பதெல்லாம் தற்செயலானதுதான் என்றும், ஒவ்வொன்றுக் கும் ஒவ்வோர் அடிப்படை காரணம் உண்டென்றும் புதூர் உறுதி யாக நம்புகிறார். ஒருமுறை ஆக்ராவில் உள்ள ஃபோர்ட்டில் சுற்றிப் பார்க்கும் போது கையிலிருந்த பணம் முழுவதும் பறிபோய்

ரயில்வே ஸ்டெஷனில் நிலை தடுமாறி நின்றபோது, ஓர் இளைஞர் அருகில் வந்து விசாரித்து உதவினார். ஏ.கே.ஜி.யின் (இடது கம்யூனிஸ்ட் தலைவரின்) பிரைவேட் செக்ரட்டரியான நரிக்குடி மோகன்தான் அவர். டில்லி வரையில் அந்த மோகன் புதூரை பின்தொடர்ந்தார்.

யாத்ரீகனாகக் காவியுடுத்தி அலைந்து திரிந்த நாட்களில், மறக்க முடியாத மற்றொரு நிகழ்ச்சியும் உண்டு. கோகர்ணத்துக்குப் போகும் வழியில் பேரையும் ஊரையும் எது ஒன்றையும் கூறத் தயாரில்லாத ஒருவன் உதவிக்கு வந்தான். நடு நிசிநேரம். ஓரிரண்டு மணிநேரம் அந்த அந்நியனுடன் நடக்க வேண்டியதாகிவிட்டது. கடைசியில் உப்பு ஏற்றிச் செல்லும் ஒரு லாரியை மடக்கி நிறுத்தி கோகர்ணக் கோயில் வரையில் கொண்டுபோய் விடும்படி ஆணையிட்டான். அந்த அந்நியனை இப்போதும் கனவில் காண்கிறாராம் புதூர்.

காவி வேட்டியும் காவிச்சட்டையும் அணிந்து பிக்ஷாம் தேஹியாய் திரிந்த காலத்தில், கர்நாடகத்திலுள்ள கிராமங்களில் குங்குமக்கரை சேலையணிந்த குடும்பப் பெண்கள் காட்டிய கருணையை, ஒருபோதும் மறக்க முடியாதாம். இந்தியாவிலேயே மிக அழகான பெண்கள் கர்நநாடகத்தில்தான் உள்ளார்கள் என்று புதூர் நம்புகிறார். வங்கப் பெண்களின் முகங்களும் இன்றும் தெளிவாக மனத்தில் உள்ளனவாம்.

புதூர் ஆவேசத்துடன் நினைவுகளை அசை போட்டார்; 'பாண்டிச்சேரியிலுள்ள அரவிந்த கோஷின் சமாதி ஸ்தலம் என்னை மிகவும் கவர்ந்துவிட்டது. அதனால், அங்கே சேர்ந்து சந்நியாசியாகி விடலாமா என்றுகூட நான் ஆலோசித்துவிட்டேன். விதி அந்த ஆலோசனையை பலமற்றதாக்கிவிட்டது. தமிழ்நாட்டிலுள்ள மாயவரம் என்னும் ஊரில் என் பெருமூச்சுகள் மயங்கிக் கிடக்கின்றன. அவ்வூரிலிருந்த மயிலம்மணி என்னும் வேசியின் பெருந்தன்மையும், அப்பெருந்தன்மையில் அவளோடு சேர்ந்து செலவழித்த மூன்று பகல்களும் மூன்று இரவுகளும்... "

இவ்வாறு ஓரிரவு முழுவதும், மோகம் கொள்ளச் செய்யும் இந்த பயணக்கதைகளைக் கேட்டு முடித்த நான், "இவ்வளவு அநுபவங்களை வேறு எந்தவொரு பயணவாதியிடமிருந்தும் நான் கேட்டதே இல்லை. அதனால், தாங்கள் ஏன் ஒரு பயணக்கட்டுரை எழுதக் கூடாது?" என்று கேட்டேன்.

அதற்கு, "இதுவரையிலும், நான் எந்தவொரு பயண அனுபவங் களையும் எழுதியதே இல்லை. எழுத வேண்டுமென்னும் ஆசை மட்டும் உண்டு, கடவுள் அதற்கு நேரம் மட்டும் ஒதுக்கட்டும்..." என்று கூறினார் புதூர்.

உண்ணிக்கிருஷ்ணன் புதூருக்கு எல்லாமும் தாய்தான். பலமும், பாக்கியமும், முக்தியும் எல்லாம் அவருக்குத் தன் தாய் தான். தாயின் அதிகப்படியான கண்ணீரைப் பொழிய வைத்த மகனும் புதூர்தான். ஆம், இளமையிலேயே தன்னிச்சையாகவும், தான்தோன்றித்தனமாகவும் இருந்தவர்தான் புதூர். திருமணத்திற்கு முன்பே மூன்று காதல் உறவுகளில் அகப்பட்டுக்கொண்டவர். ஒருத்தி ஒரு கோயில் வேலைக்காரி. மற்றொருத்தி ஒரு பிராமணப் பெண். மூன்றாமவள் தன் சொந்த ஜாதியைச் சேர்ந்தவள். அவள், மிக உயர்ந்த நிலையிலுள்ளவளாகவும், பெரும் செல்வந்த வீட்டுப் பெண்ணாகவும் இருந்தாள். முதல் இரண்டு காதல் உறவுகளி லிருந்தும் தன்னாலேயே புதூரால் விடுபட முடிந்தது. ஆனால், மூன்றாவது பெண் புதூரின் என்றென்றைக்குமான இதய தாகமாகி விட்டாள். காசித் தும்பைப் பூவைப்போல் மென்மையுள்ள அப்பெண்ணின் இதய இரத்தத்தில் புதூரிடமுள்ள காதலன் மூழ்கி விட்டான்.

அப்படி, அந்த மூன்று காதல் உறவுகளின் தகர்ப்பிலும் தளர்ந்து விழுந்துவிட்ட மகனை, அந்தத் தாய், மகனின் கண்ணீரைத் துடைத்து மீண்டும் சக்தி கொடுத்தார். அவர் இல்லாமல் இருந்திருந் தால் இந்தக் காதல் உறவுகள் புதூரை தற்கொலைக்கே அழைத்துச் சென்றிருக்கும். காசித் தும்பைப் பூவைப்போல் மென்மை மிகுந்த அந்தக் காதலியை, ஒரு 'தேவி'யைப் போல்தான் புதூர் கருதினார். எண்ணற்ற நீல இரவுகளில் அவளுடன் சேர்ந்து இருந்திருந்தாலும், அவளுடைய உடலை ஒருமுறை கூட அவர் தொட்டுப் பார்த்தது இல்லையாம். திருமண நாளுக்கு முதல்நாள் இரவு தன் அன்பிற் குரியவளின் கால்களில் முத்தமிட்டு, அவளுடைய திருமணத்திற்கு அனுமதி கொடுத்தாராம் புதூர். அந்த முத்தத்தின் சுகத்தைப் பெற்றுக் கொண்ட காதலி, இந்த வரிகளைப் படிக்க நேர்ந்தால் இரண்டு துளி கண்ணீரையாவது இந்தக் காகிதத்தில் சிந்தாமல் இருப்பாளோ?

கருமையில் மலர்ந்த பெரிய கண்கள், மிக மெல்லிய உடல் வனப்பு, சிவந்து மின்னும் நீண்ட விரல்கள், மெலிந்த உதடுகள், சுருள்கள் விழாத முடி என்றெல்லாம் கூறக்கூடிய அளவில் அவள்

ஒரு கற்பனையோ என்னும் கேள்வி எழும். எடுப்பான மூக்கையும் ஒளிரும் கண்களையும் மட்டும் நேசிக்கத் துடித்தவருக்கு, நிச்சயமற்ற எதிர்காலமும், பயம் நிறைந்த மனமும், வாழைப்பூவின் முனை போன்றிருக்கும் அப்பெண்ணின் களங்கமற்ற கண்களிலுள்ள விடியல் வெளிச்சமும்தான் இன்று மீதமுள்ளது. இவ்வரிகளிலுள்ள கண்ணீரின் மூலம் மனத்தின் ஆழமான பகுதிக்குள் நீந்திச் செல்லும் போது, புதூரின் வாழ்க்கையில் பாதை திருப்பங்களைப் படைத்த அக்காதலிகளை வாசகர்கள் நினைக்காமல் இருக்க மாட்டார்கள்.

'என்டெ அம்ம' என்னும் கவிதையின் மூலமாகத்தான் நாற்பது ஆண்டுகளுக்கு முன் 'உண்ணிக்கிருஷ்ணன் புதூர்' ஜென்மம் எடுத்தார். 'மலையாள ராஜ்யம்' வார இதழில் அக் கவிதை வெளிவந்தது. இளமைக் காலங்களில் ஓய்வு கொள்ளும் போதெல்லாம் புத்தக உலகத்தில் விளையாடுவதற்கு புதூர் விரும்பினார். பழைய சாவக்காடு மாவட்டத்திலுள்ள வாசக சாலைகள் அவருடைய ஓய்விடங்களாகவும் இருந்தன.

சங்ஙம்புழையின் கவிதைகளில் என்னவென்று சொல்ல இயலாத வகையில் ஓர் உயரிய மாற்றத்துடன் கூடிய ஒரு நெருக்கம் ஏற்பட்டிருந்தது. சங்ஙம்புழையைப் போன்று கேரளத்தின் மிகப்பெரிய கவிஞனாக தானும் ஆகவேண்டும் என்பதுதான் அவருடைய இளம்பருவ ஆசையாகவும் இருந்தது. அதை அவர் யாரிடமும் கூறவுமில்லை. மனத்தில் படர்ந்து எரிந்த பேராசை யுடனும் ஆவேசத்துடனும் தொடர்ந்து எழுத ஆரம்பித்தார் புதூர். கொல்லத்திலிருந்து வெளிவந்த 'மலையாள ராஜ்யம்' வார இதழிலும் சென்னையிலிருந்து வெளிவந்த 'ஜயகேரள'த்திலும்தான் புதூரின் ஆரம்பகால படைப்புகள் பிரசுரிக்கப்பட்டன.

ஆரம்பகால கவிதைகளுக்கோ, கதைகளுக்கோ, சன்மானம் எதுவும் கிடைக்கவில்லை. கவிதைகள், கதைகள், பிரசுரிக்கப்படும் இதழ்களின் ஒரு பிரதி மட்டும் இலவசமாகக் கிடைக்கும். அதுதான் அப்படைப்பு களுக்கான அப்போதைய சன்மானம். 'லோகவாணி' என்னும் மாத இதழிலிருந்துதான் முதன் முதலாக பத்து ரூபாய் சன்மானம் கிடைத்தது. 'இரண்டுதுளி கண்ணீரி'ன் விலைதான் அது.

முதன்முதலாகப் பிரசுரிக்கப்பட்ட 'பலிக்கல்லு' என்னும் நாவலுக்கு கேரள சாகித்திய அகாதமியின் மிகச் சிறந்த நாவலுக்கான பரிசு கிடைத்தது. மிகவும் திறமைசாலியான புதூர், தன்னுடைய இகழ்ச்சிகளுக்கு கலையுருவம் கொடுத்த 'பலிக்கல்'லின் மூலம்,

மலையாள மொழியிலுள்ள பெரும் நாவலாசிரியர்களின் முன்னணி வரிசைக்கு உயர்ந்துவிட்டார். 'ஆனைப்பகை' தான் புதூருக்கு மிகவும் பிடித்தமான நாவலாகும். ஏராளமான சிறுகதைத் தொகுப்புகளும், அத்தொகுப்பு களிலிருந்து தேர்தெடுக்கப்பட்ட ஒரு சிறுகதை தொகுப்பும் உண்டு. ஆத்மாவின் ஆழத்திலிருந்தும், அனுபவங்களின் ஆர்வத்திலிருந்தும்தான் புதூர், தன் கதைக் கருக்களைச் சேகரித்துக் கொள்கிறார்.

கிருஷ்ணபுரம் கோயிலில் இருந்த அந்த இருபது ஆண்டு காலத்தில் பன்னிரண்டு ஆண்டுகளை யானைகளுடனும், யானைப் பாகன்களுடனும் சேர்ந்து வாழ்ந்த புதூர், 'ஆனைப்பகை'யை எழுதவில்லை என்றால்தான் ஆச்சரியப்பட வேண்டும். மிகவும் பலசாலி யானைப்பாகனான 'அம்முண்ணி நாயரு'க்குச் சமமாக வேறொருவன் மலையாள இலக்கியத்தில் இனி உருவாகுவானா என்றும் தோன்றவில்லை. பதினொன்றாம் வயதிலேயே 'விதி' தட்டிப் பறித்துச் சென்றுவிட்ட தன் செல்வ மகளுக்கு 'நட்சத்திரக் குழந்தைகள்' மூலமும், 'பாவைக் கல்யாணம்' மூலமும் நினைவுத் தூண்களை நிர்மாணித்த புதூர், எப்போதும் குழப்பத்திலேயே உழலும் ஓர் இதயத்தின் உரிமையாளர்.

அதைப்பற்றி, "எனது மிகப்பெரிய சாபமும் அதுதான்" என்று அவர் ஒருமுறை கூறியுள்ளார். அன்பு நண்பரே! அந்தச் சாபம் இல்லாமலிருந்தால் இக்கட்டுரையில் தாங்கள் ஒருபோதும் வெளிப்படப் போவதில்லைதானே?

மக்கள் சமுதாயத்தின் உயிர் அம்சமாகவுள்ள ஒரு பெரும் கோயிலின் திருச்சந்நிதியில் நடக்கும் அக்கிரமங்களை - கடவுள் நம்பிக்கையுள்ளவராக இருந்தும் உங்களால்தானே பலமாக எதிர்க்க முடிந்தது. அந்தத் தைரியத்தை முதலீடாக கொண்டுள்ள, மலையாள மொழியில் உயிர்ப்புடனுள்ள அபூர்வமான சில எழுத்தாளர்களில், முன்னணியில் நிற்பவர் புதூராகத்தான் இருக்க வேண்டும்.

'பலிக்கல்லு' என்னும் நாவல், 'நூறு பூக்கள் மலரும்' என்னும் பெயரில் தமிழில் வெளிவந்துள்ளது. 'நனைந்த தூவல் கள்', 'சதஞ்ஞுகுணிக் குரு', 'பாவைக் கல்யாணம்', 'ஒரு மகா ஷேத்திரத்தின்டே சந்நிதியில்', 'ஈரனணிஞ்ஞ கண்கள்' என்பவை ஆங்கிலத்திலும், இந்தியாவிலுள்ள இதர மொழிகளிலும் மொழி பெயர்க்கப்பட்டிருக்கின்றன.

தனது பலத்தின் பலவீனமும், பாக்கியமும், பார்வையும் எல்லாம் தன் தாய்தான் என புதூர் கருதுகிறார். கோயில்வாசியான இந்த கதாசிரியர் தன் தந்தையுடன் எப்போதும் தகராறு செய்து கொண்டுதான் இருந்தார். புதூரின் தாய், எப்போதும் தன் மகனின் தவறுகளையும் குற்றங்களையும் தன் கணவனுக்குத் தெரியாமல் மறைத்துவிடவே முயற்சித்துள்ளார். அதனால், தந்தைக்கும் தாய்க்கும்கூட எப்போதும் சண்டையாகத்தான் இருக்கும். அந்தச் சண்டைக்குக் காரணகர்த்தா அவர்களின் அன்பு மகனாகத்தான் இருப்பார். கொஞ்சம் காலம் வரைக்கும் அந்தத் தந்தை மானசீகமாக தன் மகனை ஒதுக்கியும் வைத்தார். சிறு வயதில், தந்தைதான் மிக அதிகமாகச் சீராட்டிக் கொண்டிருந்தார் என்றும், அவர் அப்போது தன்னை அதிகமாக கண்டித்திருந்திருந்தால் கடைசி வரையிலும் தான் தந்தையை அனுசரித்தே நடந்திருக்கலாம் என்றும் இந்தத் தெய்வ நம்பிக்கையுள்ளவர் கண்ணீருடன் விவரிக்கிறார். ஆதரிச பூர்வமாகவே அவர்கள் தங்களுக்குள் வேறுபட்டிருந்தார்கள் என்பது தான் உண்மை.

தாஸ்தாயேவ்ஸ்கியின் 'திமித்ரி'யின் சுவாதீனத்தில் அகப்பட்டு விட்ட புதூர், தந்தையை எதிர்க்கப் பயந்துகொண்டு ஊரைவிட்டே போய்விட்டார். அப்போதெல்லாம், தாய்தான் ஒரே ஆதரவு. தன் சொந்த நகைகளை விற்றும், அக்கம்பக்கத்து வீட்டுக்காரர்களிடம் கடன் வாங்கியும் அந்தத் தாய் மகனைக் காப்பாற்றினார். இதய வலிகளின் மொத்த சொந்தக்காரரான இந்த இலக்கியவாதி, தன் தந்தைக்கு முன்னே எப்போதும் மரியாதை என்னும் பூக்களால் தான் அர்ச்சனை செய்கிறார். ஆனால், பூஜைப் பூக்கள் அவ்வளவையும் இதுவரையில் அவர் அர்ப்பணித்ததும், இப்போதும் அர்ப்பணிப்பதும் தன் தாய்க்காகத்தான்.

மதுவும், மங்கையரின் மயக்கப் பார்வைகளும் புதூரின் இலக்கிய வேள்வியின் பிறப்பிடங்களாக என்றும் இருந்ததில்லை. என்றாலும் ஏராளமான பெரும் குழப்பங்களையும், கூர்மையான வாழ்க்கை அனுபவங்களையும் அளித்துதவ அவற்றால் முடிந்தன. சென்ற இருபத்தைந்தாண்டுகளாக மதுவை இவர் அருந்துவ தில்லை. தந்தையைத் தீயிட்டுத் சாம்பலாக்கிய சுடுகாட்டில் நின்று கொண்டுதான், இனி உயிருள்ள வரை குடிப்பதில்லை எனப் புதூர் சபதம் செய்தார். அளவுக்கதிகமாக மதுவை அருந்தி தான் தோன்றித்தனமாகச் சுற்றிக் கொண்டிருந்ததால் அன்று தந்தையின்

பூத உடலைக்கூட அவரால் காண முடியாமல் போய்விட்டதுதான் அதற்குக் காரணம்.

“என் கைக்குத் தந்தி கிடைத்தபோது, அப்பா இறந்து ரொம்ப நேரம் ஆகிவிட்டிருந்தது. அதன்பின் நான் வந்து பார்த்தபோது சிதையின் கடைசிக் கட்டம்தான் எரிந்து கொண்டு இருந்தது... வெறும் சாம்பலாகவும் கரித்துண்டுகளாகவும்தான் அப்பா இருந்தார்.

‘விதி சக்கர’த்தில் இந்தப் பகுதியை படிக்கும்போது, நாம் இந்த சம்பவத்தை நினைத்துக் கொள்ளலாம். அதேபோல், பெண்களிடமும் இவருக்கு அதிக நாட்டம் இல்லை. இப்போது தன் சொந்த வீட்டில் அறுபது வயதுக்கு மேற்பட்ட பாட்டிகளை மட்டுமே படுத்துத் தூங்க அனுமதிக்கிறார். மதுவை அருந்தாத, மீனும் மாமிசமும் உண்ணாத இந்தக் குருவாயூர்க்காரர், “பெண்களை முற்றிலும் ஒதுக்கித் தள்ள என்னால் முடியவில்லை. என் மனைவியும் ஒரு பெண்தானே? அதனால்தான்” என்று கூறுகிறார்.

உண்ணிக்கிருஷ்ணன் புதூர் ஓர் உறுதிமிக்க கடவுள் நம்பிக்கையுள்ளவர். இந்த பிரபஞ்சத்திலுள்ள ஒவ்வோர் அணுவும் தெய்வச் செயலால்தான் நகருகிறது என்கிறார். நம்முடைய சக்தியாலும் அறிவாலும் மட்டுமே எதையாவது நாம் பெற்றுவிடலாம் என்று அவர் கருதவில்லை. புதூர் ஒரு காலத்தில் நாஸ்திகரும் பகுத்தறிவாளருமாகத் தான் இருந்தார். ஆனால், நாஸ்திக வாதமும், பகுத்தறிவு வாதமும் ஒளிமிகுந்த எந்தவோர் இடத்திற்கும் கொண்டு போய்ச் சேர்க்கவில்லை என்னும் நம்பிக்கையைத்தான் இவர் கொண்டுள்ளார்.

“இதுவரை எழுதியுள்ள தங்களின் இலக்கியப் படைப்பினால் மட்டுமே, தாங்கள் திருப்தியடைந்து விட்டீர்களா?” என்று நான் கேட்டு முடிப்பதற்கு முன்பே புதூர் பதில் அளித்தார்.

“இல்லை. கண்டிப்பாக இல்லை. இணையற்ற புத்தகங்கள் இனிமேல் தான் வர இருக்கின்றன. இணையற்ற ஒரு புத்தகத்தை எழுதிவிட்டுதான் நான் இறக்க வேண்டும் என்று நினைத்துள்ளேன். அதுவும் ஒரேயொரு புத்தகம். அதனாலேயே என் பெயரை நிலைக்க வைக்க வேண்டும் என்றும் எண்ணுகிறேன்.”

தான் ஒரு பெரிய மனிதராக வாழவும், முடிந்த மட்டில் மனிதர்களைச் சுயநலமற்று சேவிக்கவும், இறக்கும்வரை எழுதுவதற்கான கருத்தைத் தேடவும், பொது லௌகீகமான ஓர் அங்கீகாரம் கிடைக்குமா என்று பார்க்கவும் வேண்டும். இதுதான் புதூரின் வாழ்க்கை லட்சியங்கள்.

"எல்லோரையும் நான் விரும்புகிறேன். ஆனால், யாரிடமும் நான் முழுவதுமாக நம்பிக்கை வைக்க விருப்பப்படவில்லை. என்னுடைய மிக நம்பிக்கையான ஒரே நண்பன் ஒருபோதும் என்னிடம் நேரிடையாக வந்து பேச முடியாத தெய்வம்தான். நேரில் வந்து பேசியவர்களில் என்னை மிகவும் கவர்ந்தவர் - கட்டுப் படுத்தியவர் - மறைந்த மகாகவி பி.குஞ்ஞிராமன் நாயர்தான். ஏராளமான பலவீனங்களுக்கு அடிமையாகி இருந்தவரென்றாலும், எல்லா ஜீவ ராசிகளையும் நேசிக்கக்கூடிய, இந்த உலகத்திலிருந்த ஒரேயொரு கவிஞர் அவர்தான்.

குருவாயூர் தேவஸ்தான நூலகப் பொறுப்பை ஏற்றிருந்த புதூருக்கு 'புத்தகக் குவியல் கோட்டையின் காவல்காரன்' என்று மகாகவி பெயரிட்டார்.

புதூர், இரவில்தான் அதிகம் எழுதுகிறார். சிலசமயம் விடியற்காலை நான்கு மணிக்கு எழுந்தும் எழுதுவதுண்டு. ஒரு புத்தகம் எழுதி முடித்த பின் நீண்ட நாட்களுக்கு வேறொன்றையும் எழுதுவதில்லை. முழு ஓய்வு எடுத்துக் கொள்வார். இந்த இடைவேளைகளில் இப்போது தனியாகப் பயணம் செல்வது அவருக்கு வழக்கமாகிவிட்டது. மூகாம்பிகை கோயிலுக்கும், குடசாத்ரி வனங்களுக்கும் ஆண்டிற்கு ஒருமுறையாவது அவர் போவதுண்டு.

"மலையாள மொழியில் எனக்கு மிகவும் பிடித்த எழுத்தாளர் வைக்கம் முகம்மது பஷீர்தான். பஷீரை அடிபுரட்டக்கூடிய ஓர் எழுத்தாளர் இன்னும் மலையாள மொழியில் தோன்றவில்லை. ஒரு காலத்தில் நீண்ட நாட்கள் மனநோய் மருத்துவமனையில் படுத்திருந்ததாலோ என்னவோ இத்தனை இணையற்றதும் சரளமானதுமான புத்தகங்களை அவரால் எழுத முடிந்திருக்கலாம் என்றுகூட ஆச்சரியப்பட வேண்டியதிருக்கிறது."

குருவாயூரில் ஜானகிசதனமும் அத்துடன் சேர்ந்த இருபது சென்ட் இடமும் தன்னுடைய எழுத்தினால் மட்டுமே சம்பாதித்து

வாங்கியவை ஆகும். குறிப்பாக, 'பலிக்கல்லு' (நூறு பூக்கள் மலரும்) என்னும் நாவலினால் மட்டுமேயாகும். செண்பகமும், நாகக்கந்தியும், முல்லையும், குங்குமமும், மந்தாரையும், செம்பருத்தியும், எழுச்சியும், துளசியும் ஒன்று சேர்ந்து நிற்கும் அச்சூழலைக் காணுகின்ற யாருக்கும், அதுவொரு ஆசிரமமாகவே தோன்றும். வாசனைப் பூக்களால் மட்டுமே தன் தோட்டத்தை நிறைக்கவும் புதூர் முயற்சித்தார்.

"ஒரு விவசாயியாகப் போராடி இந்த மண்ணில் விழுந்து இறக்க வேண்டும். அதுதான் என்னோட ஆசை. அவ்வாறு என் இரத்தத்திலிருந்து வந்த இந்த இருபது செண்ட் பூமியிலேயே நான் உரமாகி விடவும் வேண்டும். என் நினைவுச் சின்னமும் இதுதான்."

சில ஆண்டுகளுக்கு முன்பு தன்னுடைய தேர்ந்தெடுத்த சிறுகதைகள் தொகுப்பின் முன்னுரையில், "இலக்கியப் படைப்பு கள் பலவற்றிலும் என்னைக் கண்டுபிடித்து விடலாம். அதுவும் என் அனுபவ விஷயம் இதில் கொஞ்சம் அதிகமாகிவிட்டது என்னும் ஒரேயொரு புகாரை மட்டும் நான் ஏற்றுக்கொள்ள வேண்டியதாகி விட்டது. பல கோலாகலங்களிலும், சுற்றுச்சூழல்களிலும் விழுந்து விட்ட எனக்கு, ஜீவிதம் ஏறக்குறைய ஒரு போராட்ட பூமியாகவே போய்விட்டது. அந்தப் போராட்டத்திற்கு இடையிலும் என்னுள்ளே உள்ள மனிதநேசியான கலைஞன், தன் சொந்த அனுபவம் என்னும் குளத்திலிருந்து மூழ்கித் தேட முயன்ற முத்துகள்தான் இவை என்று இதை விசேஷமாகக் கூறலாமா? அல்லது இவைகள் வெறும் கிளிஞ்சல்களா, கண்ணாடிச் சில்லுகளா, காரை முட்களா என்றும் தெரியவில்லை", என்று உண்ணிக்கிருஷ்ணன் புதூர் எழுதினார்.

புதிய யுகத்தின் இதய துன்பங்களையெல்லாம், அதன் எல்லா குண இயல்புகளுடனும் தேடும் அன்பிற்கினிய கதாசிரியரே, கிளிஞ்சல்களையும், காரை முட்களையும் முத்துகளாக மாற்றத் தகுதியுள்ள தாங்கள், மூழ்கித் தேடி எடுத்தவையெல்லாம் முத்துகளாகத்தானே இருக்கும்!

ஜார்ஜ் வர்கீஸ் (காக்கநாடன்)

புனைபெயர்: காக்கநாடன்

இலக்கியச் சேவை: ஏராளமான சிறுகதைகளையும் நாவல்களையும் எழுதியுள்ளவர் காக்கநாடன். இவரின் கதைகள், நாவல்களில், 'எல்லாவற்றையுமே' வெளிப்படை யாகக் கையாண்டிருப்பார். இவரிடம் எதுவும் மறைவான விஷயமாகவே இருந்ததில்லை. இவருடைய சிறுகதைத் தொகுப்பான 'அஸ்வத்தாமாவின் சிரிப்பு' கேரள சாகித்திய அகாதமி பரிசைப் பெற்றுள்ளது. இவருடைய நாவல்களில், 'அடியறவு', 'அஞ்ஞாதயுடே தாழ்வர', 'ஏழாம் முத்ர', 'ஒறோதா' முதலியவைகளைக் குறிப்பிட்டுச் சொல்லலாம். இவரின் சிறுகதைகள் இன்றும் வாசகர்கள் மத்தியில் ஆவலைத் தூண்டுபவைகளாக இருக்கின்றன.

“கஞ்சாவின் மணத்தையும் உள்ளாடத்தி (மலைவாசிப் பெண்கள்) கணவர்களின் வியர்வை நாற்றத்தையும் சேர்த்துக் கொண்டு தேவி மலைக்காற்று இறங்கி வந்தது. பள்ளத்தாக்குகளின் மீதும், பின்பனி மூட்டத்தின் மீதும் அலைகள் உண்டாக்கி அது மிதந்து சென்றது. கஞ்சாவின் மணத்திலும் உள்ளாடர்களின் (மலைவாசிப் பெண்கள் - ஆண்கள்) குடிசையிலும், புழையின் கானத்தைக் கேட்டவாறே தேவி மலையின் அடிவாரத் திலுள்ள மூலிகைக் கொடியை மேய்ந்துவிட்டு உறங்கும் புள்ளி மானைப்போல் பள்ளத்தாக்கு மயங்கிக் கிடந்தது. எவ்விதச் சலனமும் இல்லாத அந்தப் பள்ளத்தாக்கு மரணத்தைப்போல், ஒரு சாதுவைப்போல் அமைதியாக இருந்தது.”

இந்த வகை நடையின் ஆத்மா வழியாகக் கடந்து செல்லும் போது, மனத்தின் நடுத்தளத்தில் ஒரு பூலோக சஞ்சாரியைப் போல் அலையும் இந்த எழுத்தாளரை உங்களாலும் புரிந்துகொள்ள முடியும். யாரையும் தன்வசம் பிடித்து இருத்துகின்ற கவர்ச்சிகரமான இவ்வித நடை, கவிதைகளில்தான் இருக்குமென்னும் கற்பனை எல்லைகள் இங்கே அழிக்கப்படுகின்றன.

இந்த இளம் இலக்கியவாதி புதிய தலைமுறையின் சக்தி யாகவும், இளம் இதயங்களின் மெய்ச்சிலிர்ப்பாகவும், அவர்களின் ஆராதனை மூர்த்தியாகவும் இருந்ததின் பின்னால் எவ்வித ரகசியமுமில்லை.

அபூர்வ சக்தியாலும், அழகிய நடையாலும் மலையாள இலக்கியத்தில் புதிய சலனங்களையுண்டாக்கிய - வாழ்க்கையின் ஆதரவற்ற தன்மையையும், மிருகத்தன்மையையும், அருவருப்பை யும், இணைச்சேர்க்கையையும் வார்த்தைகளாலேயே ஒத்தியெடுத்த - அதிருப்தியையும், நிராசையையும், தனிமைத் துன்பத்தையும் உள்ளடக்கிய இந்தத் தலைமுறையின் ஸ்வரங்களை இதயத்தைத் தொடும்படியாக வெளிப்படுத்தி, பயனில்லாத நம்முடைய வாழ்க்கையைப் பயனுள்ள அனுபவத்தின் பக்கம் எட்டிப் பார்க்கத் தூண்டிய புதுமைவாதிகளில் மிகவும் சக்தியுள்ளவரான காக்கநாடன் என்னும் புகழ்பெற்ற இலக்கியவாதியை நீங்கள் அறிந்திருக்கலாம்.

ஆனால், நான் இங்கே அறிமுகப்படுத்தப்போவது, நெருங்கிப் பழகியவர்களுக்கும் கூடப் பதில் கிடைக்காத கேள்வியாகவும், மாறுபட்டு நிற்கும் இந்த காக்கநாடனிடமுள்ள

சாதாரண மனிதனையே ஆகும். பலம் எது, பலவீனம் எது என்று வேறுபடுத்த முடியாமல் பலநேரங்களிலும் குழம்பித் தவிக்கும் ஜார்ஜ் வர்கீஸையேயாகும். சிறந்த லட்சியமும், தன்னம்பிக்கையும் இயற்கையாகக் குடி கொண்டிருந்ததால், தன் வாழ்க்கையிலுள்ள எல்லா வசதிகளையும், செல்வங்களையும் தூக்கி எறிந்துவிட்டு, வெறும் கையுடன் இரண்டு குழந்தைகளையும் மனைவியையும் கைப்பிடித்து அழைத்துக்கொண்டு, குழப்பமான இந்த வாழ்க்கையின் பாதையில் இறங்கிய ஜார்ஜ் வர்கீஸ் காக்கநாடன் ஓர் அசாதாரணமானவராகவே இருந்தார். சென்ற தலைமுறை யிலிருந்த பெரும் பிரமுகர்களின் நினைவுகளில் ஒருபோதும் மறையாத நினைவாக நின்ற 'குரு' காக்கநாடனின் நான்காவது மகன்தான் ஜார்ஜ் வர்கீஸ். தந்தையின் சக்தியும், அறிவும், மனோ தைரியமும் ஜார்ஜ் வர்கீஸுக்கு முழுமையாகக் கிடைத்துள்ளனவா என்று கேட்டால், ஜார்ஜ் காக்கநாடன் மூலம் ஆவேசம் கொள்ளக் கூடிய பலசெயல்களைக் கேள்விப்பட்டுள்ள என்னால் 'இல்லை' என்ற பதிலைத்தான் சொல்ல முடியும்.

1935-ம் ஆண்டு ஏப்ரல் 23-ந் தேதி திருவல்லாவில் பிறந்த ஜார்ஜ் வர்கீஸுக்குச் சொந்தமாக வீடோ, இடமோ இல்லாததால் கேரளத்தின் பல ஊர்களிலும் வசிக்க வேண்டிய தேவை ஏற்பட்டது. கொட்டாரக்கராவில் ஆரம்ப, உயர்நிலைப் பள்ளிக் கல்வியைக் கற்றார். கொல்லத்தில் வசித்துக் கொண்டிருந்தபோது கல்லூரியில் படித்தார். 1955-ல் வேதியியலையும், இயற்பியலையும் விருப்பப் பாடமாக எடுத்து எஸ்.என்.கல்லூரியில் பி.எஸ்.ஸி. தேறினார். இரும்பனங்காடு பயிற்சிப் பள்ளியிலும், நூறநாடு உயர்நிலைப் பள்ளியிலும், 1955-57-ம் ஆண்டில் ஆசிரியராக வேலை செய்து விட்டு, 1957-ல் தட்சிண ரயில்வேயில் பணியில் சேர்ந்தார். 1959-ல் மொழிபெயர்ப்பாளராகப் பதவி உயர்வு கிடைத்தது. சென்னையில்தான் அந்த உயர்பதவியில் நியமிக்கப்பட்டார். 1961-ல் ரயில்வே போர்டில் செலக்ஷன் கிடைத்து டில்லிக்குச் சென்றார். 1967-ல் கிழக்கு ஜெர்மனி அரசின் அழைப்பின் பேரில், *'The roll of the writer in Society with Special references to the Post Independence Indian Condition'* என்னும் விஷயத்தைப் பற்றி ஆராய்ச்சி செய்ய ஜெர்மனிக்குச் சென்றார். 1968-ல் ஆராய்ச்சியை முடிக்காமலேயே கேரளத்திற்குத் திரும்பிவிட்டார் - முதல் கண்மணியை ஒருமுறை பார்ப்பதற்காக.

சிறுவயதில் 'கொச்சு நாணு' (ஆசிரியர்) அடிக்க வருகிறார் என்று பயந்து இரவில் உரக்கக் கத்திக்கொண்டும், தூக்கத்தில் எழுந்து நடந்து கொண்டுமிருந்த ஜார்ஜ் வர்கீஸ் படிப்பில் கெட்டிக்காரராக இருந்தார். எஸ்.எஸ்.எல்.ஸி.யிலும், இண்டர் மீடியட்டிலும் முதல் வகுப்பில் தேறினார். தந்தையின் நிர்ப் பந்தத்தால் குழந்தை காலம் முதல் நன்றாகவே படித்துக் கொண்டிருந்தார்.

கம்யூனிஸ்ட்காரரர்களில் பல பிரமுகர்களும் காக்கநாடனின் வீட்டில் மறைந்திருந்தவர்கள்தான். அவர்களை மறைத்து வைப்ப தற்காகவே காக்கநாடனின் தாயும், தமக்கையும் செய்த தியாகங்களை விவரிக்கும்போது அந்த முகம் விசாலமாகத் துடிக்கும். எம்.என்; பி.டி.புன்னூஸ்; ஏ.கே.தம்பி; பி.கே.வாசு தேவன் நாயர்; கே.பி. பத்ரோஸ்; பட்டாழி கேசவன் நாயர் தொடங்கி அந்தப் பட்டியல் நீண்டு கொண்டிருந்தது. பட்டாழி கேசவன் நாயர்தான் எப்போதும் காக்கநாடனுக்கு 'ஹீரோ'வாக இருந்திருக்கிறார். ஆனால், பின்னாளில் அந்த மனிதர் அரசி யலிலேயே இல்லை. பி.கே.வாசு தேவனிடமிருந்துதான் சோவியத் யூனியனின் தலைவர்களைப் பற்றிக் காக்கநாடன் தெரிந்து கொண்டார். அன்று, 'ஏகலோகம்' மாத இதழில் எம்.எல். என்னும் புனைபெயரில் அவர் கட்டுரைகளை எழுதிக் கொண்டிருந்தார். ஜார்ஜ் வர்கீஸ்தான் கட்டுரைகளைக் கேட்டு வாங்குவார். இறுதி நாட்களில், காலம் அளித்த சில அனுபவங்கள் மட்டுமே கம்யூனிச நம்பிக்கையில் கரிந்துபோன நினைவுகளாக காக்கநாடனிடம் மீதமிருந்தன.

"கிழவி தன் கால்களைப் பார்த்தாள். உள்ளங்காலிலிருந்த கட்டி உடைந்திருந்தது. அதன்மேல், ஏராளமான செம்மண் மூடி யிருந்தது. கிழவி மெல்லக் கவனித்தாள். செம்மண் மூடியிருந்த புண்களைச் சுகமாகச் சொறிந்து கொண்டாள். சேலையின் முனையால் மண்ணைத் துடைத்துப் பார்த்தபோது கொஞ்சம் வித்தியாசம் தெரிந்தது. சிவப்பும் மஞ்சளும் கலந்த ஒரு திரவம் புண்ணிலிருந்து வருவதைக் கண்ட கிழவி அதைத் தொட்டுப் பார்த்தாள். கோந்துபோல் பிசுபிசுத்தது. விரலில் ஒட்டிக் கொண்டது. அதைத் தொட்டு நுகர்ந்து பார்த்தாள்.. சகிக்க முடியாத அந்த துர்நாற்றம் அருவருப்பை உண்டாக்குகிறதோ? வாந்தி பண்ணுவதற்கான ஆரம்பமோ...?"

பாலியலின் அதிகப்படியான விவரிப்பை, காக்கநாடனின் கதைகளில் ஒரு குறையாகக் கருதும் உங்களால் இந்த துர்நாற்றத்தை அனுபவிக்க முடியாது. இந்த வரிகளில் உள்ள சௌந்தர்யம் உங்களை ஒரு போதும் ஆனந்தப்படுத்தாது. பி.எஸ்.ஸி., படிக்கின்ற காலத்தில்தான் பாலியல் சக்தியும் சௌந்தர்யமும் காக்க நாடனுக்குப் புரிந்தது. உடலுறவின் உணர்வை உணரும் காலம் அது. எஸ்.என்.கல்லூரிக்கு அருகிலுள்ள ஒரு ஐரோப்பியனின் டீ கடையில் அமர்ந்து, லாபுக்குப் போகாமல் டீ குடித்துக் கொண்டும், சிகரெட்டுகளைப் புகைத்துக் கொண்டும் அந்த ஐரோப்பியன் கடையில் பணியாற்றும் பெண்களின் தளும்பும் முன் பாகங்களைப் பார்த்துக் கொண்டும் இருப்பார் காக்கநாடன். இந்தக் காக்கநாடன் பாலியல் பிரச்சினைகளை ஒரு வண்ணப் பொலிவோடும், அதை விட அதிகமான சக்தியோடும் படம் பிடித்துக் காட்டுகிறார் என்றால், அதற்குத் தூண்டுகோலாக - ஆரம்பகால மோகமுனைப்புகளாக - இருந்தவர்கள், யாரையும் வசீகரிக்கும் முறையில் ஆடையணிந்து திரிந்து கொண்டிருந்த அந்த ஐரோப்பியனின் மகள்களேயாவர்.

ஜார்ஜ் வர்கீஸிடம் முதன்முதலாக காதல் என்னும் இனிய மாற்றத்தின் வேர்களை ஓடவிட்டவள் ரமணி என்னும் அழகி. நீளமான பிரகாசமுள்ள கண்களையுடையவளும், உயர்ந்து வளர்ந்து மெல்லிய உடலையுடையவளுமான அந்த அழகிதான் அவரிடம் காதலை வளர்த்தாள்.

அதைத் தொடர்ந்து அம்மிணியைக் காணும் வரையில் எத்தனை யெத்தனையோ பெண்கள், மிகவும் பலசாலி என்று அபிமானிக்கப்படும் இந்தப் பலமற்றவரிடமும், கொடூரமானவர் என்று கருதப்படும் இந்த இளகிய மனமுள்ளவரிடமும் உள்ள இதயமென்னும் ரோஜா தோட்டத்தில் நீந்திச் சென்றிருக்கிறார்கள் என்பது உங்களுக்குத் தெரியுமா..?

கதீஜாக்குட்டி, மேரி, லீலா, மரியாம்மை, ரஸியா, பாட்ஸி காலியோ, லலிதா, இந்திரா, நீலாம்பரி, கபோத்கர், ரோஸ்மேரி காஸின்ஸ் என்று அந்தப் பட்டியல் இங்கே முடிகிறது.

ஜெர்மனியிலிருந்து திரும்பி வந்தபின் ஜார்ஜ் வர்கீஸ் எல்லோரி டமும் கண்ணீருடன், "ரோஸ்மேரிகளே விடை கொடுங்கள்!" என்று விடைபெற்றுக் கொண்டார்.

ரொனால்டு என்பவனின் நினைவு மட்டும் இறுதிவரை காக்கநாடனின் மனத்தில் இனம் தெரியாத பீதியை உணர்த்திக்

கொண்டிருந்தது. பதினாலோ, பதினாறோ வயதுள்ள போதுதான் அது நடந்தது. ஒருநாள் மாலை நேரத்தில், உயர்ந்து தடித்த வெண்மையான அந்த மனிதன் நமது கதாநாயகனை அழைத்துக் கொண்டு கடற்கரைக்கு நடந்தான். அந்தி, இருளைத் தழுவும் நேரம், அவனுடைய கை ஒரு பாம்பைப்போல் ஊர்ந்து காக்கநாடனின் மேல் ஏறிற்று. திடுக்கிட்ட ஜார்ஜ் வர்கீஸ் அந்தக் கையை உதறி அகன்றுவிட்டார். தன்னை வளைத்து முறுக்கிப் பிடித்து முத்தமிட்ட, தன் தாயின் வயதுள்ள ஒரு காமப்பிசாசின் பிடியிலிருந்து தப்பி அலறிக் கொண்டு ஓடிய பதினான்கு வயதுள்ள பையனின் மனத்தில் ஒரு பெரும் துடிப்பு. இந்த மனத்துடிப்புகளை நவீன இலக்கியத்தின் அற்புதமுள்ள ஒரு திருப்புமுனை அம்சமாக மாற்றவும் இந்த சக்தியுள்ளவரால் முடிந்தது.

காக்கநாடனின் திருமணம் முடிந்தவுடன் யாரோ ஒரு நெருங்கிய உறவினர், “சுமார் நூறு பெண்களாவது தற்கொலை செய்துகொண்டு விடுவார்கள்” என்று கூறினாராம்.

அநேக காதலுறவுகளில் அவர் கதாபாத்திரமாக மாறியதாலோ என்னவோ, அவற்றில் ஒன்றுகூட மனத்தில் வேரோடவில்லை. அதனால்தான், காக்கநாடனுக்கு காதலைப் பற்றி நம்பிக்கையும் மதிப்பும் இல்லையென்றும் நான் புரிந்து கொண்டேன்.

ஏறக்குறைய கவனத்திற்குரிய எல்லா பெண் கதாப்பாத்திரங் களும் காக்கநாடனை தன்வயப்படுத்தியவர்கள்தான். காக்க நாடனுக்கு பெரும் மதிப்பை ஏற்படுத்திக் கொடுத்ததும் பெண் கதாப் பாத்திரங்கள்தானே! அதனால்தான், பெண்கள் ஈடுபாடும் இத்தனை அதிகம் ஏற்படுவதற்கான காரணமாகும். அசாதாரணமான நேரம் வரும் போதெல்லாம் “அம்மா” என்றுதான் மனைவியை அழைத்தார். தந்திர சாஸ்திரம் அவரைச் சுவாதீனப்படுத்தியதுதான் அதற்குக் காரணம் என்று நான் கருதுகிறேன். இருவகைப் பெண்கள் உள்ளனர் என்று காக்கநாடன் நம்புகிறார். ஒருவகை *Over power dominating mother;* இரண்டாம் வகை *Consumer Goods*.

‘பறங்கி மலை’ (காக்கநாடனின் கதைகள்), ‘ஸ்ரீ சக்கரம்’, ‘நீலகிரகணம்’, ‘அஞ்ஞாதயுடே தாழ்வர’யின் வழியே ஒரே சிந்தனையுள்ள சித்தனாக தீர்த்தயாத்திரை நடத்தும் எந்தவொரு வாசகருக்கும், சாதாரணமான இந்த அசாதாரண அறிவியல் தத்துவத்திலுள்ள ஒளி மயமான மலைகளில் ஏறிச்சென்று ஓய்வு எடுக்க முடியும்.

எல்லையில்லாமல் மது அருந்தும் இந்த மனிதர் பல சமயங்களிலும் நண்பர்களிடம் வெறுப்புக்கு ஆளானவர். தன் நிலை தவறும் நேரங்களில் எல்லாம் ஒரு பிரசண்டனாக மாறியவர். அப்படிப்பட்ட அந்த நேரத்தில், யாரையும் ஏற்றுக்கொள்ளவோ நேசிக்கவோ இந்த மனிதரால் முடியவில்லை. தவறுகளுக்கு மன்னிப்புக் கேட்டு வாய்விட்டு அழ முயலும் ஜார்ஜ் வர்கீஸ், உற்ற நண்பர்களுக்கும் கூட புரியாத ஓர் அற்புதமாகத்தான் இருந்தார்.

“நம் விருப்பத்திற்கிணங்க நாம் பிறக்கவில்லைதானே? அதனால் நமக்கென்று ஒரு தேவையுண்டு. அந்தத் தேவைக்கும் நம் பிறப்பிற்கும் ஏதாவது தொடர்பு உண்டா என்று நாம் கண்டுபிடிக்க வேண்டும். அப்படிக் கண்டுபிடிப்பதற்கு ஒரே வழிதான் உண்டு. அதுதான் நாம் எந்த வகையிலாவது வாழ்ந்து காட்ட வேண்டும் என்பது. வாழ்க்கை அர்த்தமற்றது என்று தோன்றக்கூடிய நிமிடங்கள் தான் சிந்திக்கும் மனிதனின் வாழ்க்கையில் உள்ளன. அதனால், அர்த்தமற்றது என்பது அடிப்படை அறிவின்படி சரியானதுதான்” என்பது காக்கநாடனின் நம்பிக்கை.

இடம், வீடு, சம்பாதித்தல் என்பவைகளைப் பற்றிச் சிந்திக்காத ஒரேயோர் எழுத்தாளர் காக்கநாடன்தான். இவையெல்லாம் தற்காலிகமான ஆசைகளென்றும் அதற்கு முடிவே இல்லை என்றும் இவர் கருதினார். ஒரு மனிதனின் விருப்பங்களாக இதனை எடுத்துக்கொள்வது சரியில்லை என்றும், இவையெல்லாம் மனைவிகளின் மோகங்கள் தானென்றும், இளம் தலைமுறையினரிடம் ஓர் ஆவேசமாகப் படர்ந்திருந்த இந்த ஜீவன் உறுதியாகச் சொன்னார்.

தனக்கு முழு திருப்தியளிக்கக்கூடிய யாதொன்றையும் எழுதவில்லை என்பதையும், நேர்மையைத் தன் முதலீடாகப் பாதுகாக்கும் இந்த எழுத்தாளர் கருதினார்.

காக்கநாடனின் அதிர்ஷ்டத்திற்கு அவருடைய மனைவி பெரும் பங்கு வகித்தார். இந்த அளவிற்குப் பொறுமையுள்ள நேசமனம் கொண்ட ஒரு குடும்பத் தலைவியை நான் பார்த்ததேயில்லை. தகழி - காத்தம்மாவைப் பற்றிச் சொல்வதுபோல், அம்மிணி அல்லாத வேறொரு பெண் காக்கநாடனின் வாழ்க்கையில் புகுந்திருந்தால், ஜார்ஜ் வர்கீஸ் இதற்குள்ளாகவே அநுதாபப்படும்படியாகத் தகர்ந்து போயிருப்பார்.

ஆண்கள் பலரும் குடித்துக் கூத்தாடுவதற்காகவே படைக்கப் பட்டுள்ள இந்தப் புழுதிப்பூமியிலும், பாபம் மொத்தமும் ஒருங்கே புதைந்துகிடக்கும் வெதுவெதுப்பான படுக்கை மயக்கத்திலும், கேளிக்கைச் சல்லாபங்களும், கும்மாளச் சிரிப்புகளும் நிறைந்த கள்ளுக்கடைகளிலும் தான் மனநிம்மதி கிடைக்கிறது என்று நடிக்கும் இப்புதிய தலைமுறையின் தாகமாகவே இருந்த காக்க நாடனிடமுள்ள ஜார்ஜ் வர்கீஸை என்னைப் போல் நெருங்கி அறிந்தவர்கள் வேறு யாரும் இருக்க முடியாதெனவே கூறலாம்.

ஜெர்மனியிலிருந்து கொல்லத்திற்குக் காக்கநாடன் வந்து சேர்ந்தபின், இறுதிவரை அவர் ஊரில் இருக்கும்போது ஓர் இரவில் கூட நாங்கள் சந்தித்துக் கொள்ளாமல் இருந்ததில்லை. நட்பு, இந்த மனிதரின் சக்தியுடையதாகவும், அதே நேரத்தில் ஆதர வற்றதாகவும் இருந்தது. சமூக வாழ்க்கையின் ஹிப்போக்ரஸிகளைக் காக்கநாடன் விரும்பியதில்லை. ஆனால், நண்பர்களுக்காக இந்தக் கர்வமிக்கவர் எந்தத் தியாகத்தையும் பொறுத்துக்கொண்டார். அவர் மதுவருந்தி உணர்வில்லாமல் இருக்கும் நேரங்களில்தான் காக்க நாடனிடமுள்ள மூன்றாவதொரு மனிதனை என்னால் காண முடிந்தது.

வலிமையின் முரட்டுத்தனமும், பலவீனத்தின் கொடூரமும், ஆதரவற்றதின் தென்றலும் எனது பிரியமுள்ள நண்பரின் குணத்தில் மாறி மாறி நிழல் தட்டுவதை நான் கண்டதுண்டு. ஆராதனை மனோ பாவத்துடன் நெருங்குபவர்கள், முழுபங்கும் காக்கநாடனிடமுள்ள பச்சையான மனிதனைக் காண நெருங்குபவர்கள், தயவு தாட்சண்ய மில்லாமல் தோல்வியடைந்து செல்வதையும் நான் கண்டதுண்டு.

அன்புள்ள காக்கநாடன்! உங்களிடமுள்ள அந்நியனை எல்லோருமே விரும்புகிறார்கள். ஆனால், உங்களிடமுள்ள அபூர்வ உறவை மட்டும் உங்களின் ஆராதகர்கள் யாரும் விரும்பவில்லையே ஏன், ஜார்ஜ்?

காக்கநாடன், தான் ஒரு க்ஷத்திரியன் என்று ஏறக்குறைய பலசம யங்களிலும் சொல்வதுண்டு. ஆனால், பலரும் அதைத் தமாஷாகத் தான் கருதியுள்ளனர். உண்மையில், க்ஷத்திரியக் குடும்பத்தில்தான் ஜார்ஜ் காக்கநாடன் பிறந்தார். பல நூற்றாண்டுகளுக்குமுன், 'ஒழுங்கல் தம்புரான்' காக்கநாட்டிலிருந்து (எர்ணாகுளத்திற்கு அருகில் உள்ளது.) ஒரு வீரனைத் தத்தெடுத்து பூஞ்சாரியின்

படைத்தலைவனாகக் கொண்டுவந்தார். அந்தப் படைத்தலைவன் திடநாட்டு அயிக்கரை மடத்தில் தங்கியிருந்தான். அந்த மடம் இப்போதும் உண்டு. அங்கேதான் ஜார்ஜ் காக்கநாடன் பிறந்தார். காக்கநாடன் என்னும் பெயரின் உற்பத்தி எப்படியென்று உங்களுக்குத் தெளிவாகிவிட்டதா?

பறக்கும் அரண்மனைகளைப்போல் அசைந்து செல்லும் கார்கள் சஞ்சரிக்கும் தெருவின் வழியாக, அலங்கரித்த குதிரை மேல் ஏறிப் பயணிக்க வேண்டுமென்றும், தனது குதிரையின் குளம்படியோசைகளில், ஓசைநிறைந்த நகரம் மூழ்கிவிட வேண்டு மென்றுமுள்ள ஓர் ஆசை, க்ஷத்திரியனான இந்தக் காக்கநாடனிடம் இருந்தது. ஒருபோதும் மாலையணியாத அசாதாரணமான ஓர் ஆசை அது.

மலையாள இலக்கியத்திலுள்ள இளம் தலைமுறையினருக்குத் தாக தண்ணீர் ஊற்றி, சிறுகதை இலக்கியத்தில் ஐப்பசி மழையை மணிமுத்துகளைப்போல் வாரி இறைத்த புகழ்பெற்ற நவீன இலக்கியவாதிகளில், முக்கியமானவரான இந்த இலக்கியப் படைப்பாளியை நான் நன்கு அறிமுகப்படுத்தியுள்ளேனா? இல்லை, நான் ஓர் அந்நியன்தான். எனக்கு ஜார்ஜ் வர்கீஸை மட்டுமல்ல, காக்கநாடனையும் தெரியாது. மன்னித்து விடுங்கள்!

പെരുമ്പടവം ശ്രീധരൻ

(பெரும்படவம்) ஸ்ரீதரன்

புனைபெயர்: பெரும்படவம் ஸ்ரீதரன்

இலக்கியச் சேவை: வாழ்க்கையின் கசப்பான அனுபவங்களையும், யதார்த்தமான நடைமுறைகளையும், நாம் தெரிந்து கொள்ள வேண்டுமானால் இவரின் நாவல்களைப் படித்தாலே போதும். படைப்புகள் அவ்வளவு தத்ரூபமாக அமைந்துள்ளன. ஓர் எழுத்தாளன் எழுத்தை நம்பியே வாழ்ந்துவிட முடியும் என்னும் நம்பிக்கையைப் படைப்பாளிகளுக்கு தைரியம் கொடுத்த முதல் நபர் இவர் என்றுகூட கூறலாம். ஆம், இவர் இன்றும் எழுத்தை நம்பியே உயர்ந்த வாழ்வை வாழ்ந்து கொண்டிருக்கிறார். இவர் சிறுகதைகளும், நாவல்களும் நிறையவே எழுதியுள்ளார். இவரின் நாவல்களில், 'அபயம்', 'அஷ்டபதி', 'ஆயிரம் காதம் தூரம்', 'ஓர்மக்கொரு பூமரமும்', சிறுகதைகளில்' தேர்ந்தெடுத்த சிறுகதைத் தொகுப்பும் குறிப்பிடத்தக்கவை. மத்திய, மாநில சாகித்திய அகாதமி பரிசுகளையும் பெற்றுள்ளார்.

“அந்தக் குளிரில் நிற்கும் போதும் கூட அவளுடைய இதயம் வெடிப்பதுபோல் இருந்தது. இந்தப் பள்ளத்தாக்குகளில் முன்பு ஓடியாடி நடந்து கொண்டிருந்ததை நினைத்துக் கொண்டாள். இந்த நிலவில் மின்னும் ஒரு கனவுலக தேவதையைப்போல் மிக மெதுவாக ஓடிக்கொண்டிருந்தது குன்னிப்புழை ஆறு. அவள் அந்தப் பள்ளத்தாக்கிலிருந்து சுற்றிலும் நோக்கினாள். இதயம் படபடத்தது. நேரம் சென்று கொண்டிருந்தது.”

“அழகான பள்ளத்தாக்கில் நிலவு கடலைப்போல் வழிந்து விழுந்தது. குளுமையான பூக்கள் இதழிதழ்களாக விரிந்தன. மெல்லிய நறுமணம் நிலவைக்கூட கவர்ந்திருக்கிறதோ? பூவின் நறுமணத்தை சுவாசித்தால் நிலவிற்கும் மயக்கம் உண்டாகுமோ?”

“மேலே அழகான ஆகாயம். கீழே வசந்தத்தின் பூரிப்பு நிறைந்த சிவன் குன்றின் பள்ளத்தாக்கு. இனிமேல், தன்னால் இவை ஒன்றையும் காண முடியாதோவென வேதனையுடன் அவள் நினைத்துக் கொண்டாள்.”

“அவள் நீண்ட பெருமூச்சு விட்டாள். ‘எனக்கு இங்கே ஒரு நல்ல நாளே இல்லை. இந்த நிலவினுடையதும், நட்சத்திரங்களுடையதும், சிவன் குன்றினுடையதுமான அழகை இனிமேல் நான் பார்க்க முடியாது.”

“கருமைநிற தோணிக்காரா, இதோ நான் இனிமேல் உன்னுடைய தோணியில்தான்....”

இப்பகுதியெல்லாம் மலையாள மொழியின் ஒரு நாவலிலிருந்து எடுக்கப்பட்டதுதான். முழுமையைத் தேடும் இந்த பிரபஞ்சத்தின் வேதனை நிழல் வீழ்ந்த வழிகளில், தான் இழந்துவிட்ட நல்வாழ்வைத் தேடிய சேதுலட்சுமியின் பயணம், எத்தனையோ வாசகர்களைத் தன்வசம் கவர்ந்தது! சேதுலட்சுமியின் இந்த அபூர்வ இதய வலிகள் வாசகர்களின் வலிகளாக மாறின. வாழ்க்கையில் உள்ள தீவிர அனுபவங்களின் தீப்படர்ப்பில் வளர்ந்த ஓர் எழுத்தாளனால் மட்டுமே, ஒரு கதாபாத்திரத்தின் இதய வலியை வாசகர்களின் இதய வலியாக மாற்ற முடியும். பெரும்படவம் ஸ்ரீதரன் என்கிற மலையாள எழுத்தாளர் அப்படிப்பட்ட ஒரு நிலையில் வளர்ந்து வந்த ஒற்றை நபர்.

மலையாள இலக்கியத்தில் நிசப்த துன்பங்களின் ராஜ சிற்பியாகிவிட்ட பெரும்படவம் ஸ்ரீதரனிடமுள்ள வெறும் மனிதனைத்தான் நான் இங்கே அறிமுகப்படுத்துகிறேன்...

சிரிப்பதற்கு ஒரு சிறு நகைச்சுவை போதும். ஆனால் அழுவதற்கோ? நகைச்சுவை சாம்ராட்டாக இருந்த சஞ்சயன்கூட இங்கேதான் தோல்வி அடைந்தார். இந்த அறிமுகப்படுத்துதலைப் படித்தபின் சந்தேகித்து நிற்கும் வாசகர்களிடம் என்னால் ஒன்று மட்டுமே சொல்ல முடியும். காலத்தால் உலரவைக்க முடியாத காயங்களையும், நினைவுகளையும் உள்ளடக்கி வாழும் பெரும் படவத்திடம் நீங்கள் நெருங்கிப் பழகுங்கள். அந்த மனத்திலுள்ள காயங்களிலிருந்தும் சில முத்துகள் உங்களுக்குக் கிடைக்கலாம்.

மனிதனின் ஏகாந்த துக்கங்களும், ஆத்மாவின் ரகசிய வேதனைகளும் எல்லா தீவிரங்களுடனும் சேர்ந்து காவியமாகத் தோன்றி, பெரும் கதாசிரியர்களின் வரிசையில் உயர்ந்துள்ள பெரும் படவம் ஸ்ரீதரன், *1938* பிப்ரவரி *2*-ந் தேதி பெரும்படவம் என்னும் குக்கிராமத்தில் பிறந்தார். தாய் லட்சுமி அம்மாள். தந்தை நாராயணன். பெரும்படவம், மிகமிக வறுமையை அனுபவித்து தான் வளர்ந்தார். தந்தையின் உருவம் நினைவில்கூடத் தெளிவாக இல்லை. அப்படிப்பட்ட குழந்தைப் பருவத்திலேயே தந்தையை இழந்தவர். எல்லாத் துக்கங்களையும் மனத்தின் ஒரு பக்கத்தில் ஒதுக்கி வைத்துவிட்டு, யாரையும் பழிசுமத்தாமல் வாழ்ந்த குழந்தை பருவம்.

குடும்பத்தைப் பற்றி, குடும்ப நபர்களைப்பற்றி, உறவினர் களைப் பற்றிப் பசுமையான ஒன்றையும் நினைவில் நிறுத்தி வைக்க ஸ்ரீதரனால் முடியவில்லை. கிராமத்திலுள்ள குழந்தைகள் மகிழ்ச்சியுடன் விளையாடும்போது, அவர்களுக்கு நடுவே நிசப்தமாக நடந்து நகருவாராம் ஸ்ரீதரன். நினைவு தெரிந்த நாள் முதல் குடும்ப சச்சரவுகளைக் கண்டும் கேட்டும் சலிப்படைந்து மனம் நொந்துபோன அந்தக் குழந்தைக்கு மகிழ்ச்சி என்பது, 'ஆயிரம் காதம் தூர'த்தில் (நாவல் பெயர்) இருந்தது. புத்தகங்கள்தான் உடைந்த மனசுக்கு ஆறுதலைக் கொடுத்தன. தனியாக எங்கேயாவது ஒரு படிக்கட்டில் சென்றமர்ந்து வாசித்தார். கையில் கிடைத்ததையெல்லாம் படித்துதான் தனிமையைப் போக்கிக்கொண்டார். மேல் பக்கங்களை இழந்த ஒரு இராமாயணப் புத்தகம்தான் வீட்டில் இருந்தது. அதை எத்தனை தடவைகள் படித்தார் என்பதை ஸ்ரீதரனாலேயே சொல்ல முடியவில்லை. "படிக்காத நிமிடங்களில், நான் பட்டினி கிடக்கும் ஒரு மிருகத்தைப்

போல்தான் இருந்தேன். படிக்கும் நேரத்திலோ நான் வேறு ஒரு நபராக மாறிவிடுவேன்."

இன்று படிக்கும் விஷயத்தில் எந்தவொரு மாற்றமும் வந்ததில்லை. பெரும்படவம் ஸ்ரீதரனை ஓர் எழுத்தாளனாக உருவாக்கியதில், தீப்படர வைக்கும் தீவிர அனுபவங்களோடு நிரந்தரமான இந்த வாசிப்பும் உண்டென்று நான் கருதுகிறேன். பெரும்படவம் ஸ்ரீதரன் மனத்தில் இன்றும் அற்புத நட்புடன் வாழும் ஒரே நபர் நண்பன் இராமகிருஷ்ணன்தான். சொல்லத்தக்க படிப்பறிவு இல்லாத அவன் ஒரு பீடிச் சுற்றும் தொழிலாளி. அவன் படித்து முடிக்கும் புத்தகங்களைப் பார்த்து ஸ்ரீதரன் திகைத்து நின்றுவிட்டார். மாலை நேரங்களில் வீட்டிற்குத் திரும்பும் இராமகிருஷ்ணனின் கையில் ஒரு உப்பிய பையை ஸ்ரீதரன் ஆவலுடன் திறந்து பார்ப்பார். அந்தப் பை நிறையப் புத்தகங்கள்தான் இருக்கும். இராமகிருஷ்ணனைப் பற்றி பெரும்படவம் ஆவேசத்துடன் இப்படிக் கூறுவதுண்டு:

"இராமகிருஷ்ணனின் கையிலிருந்துதான் காரல்மார்க்ஸின் புத்தகங்களை நான் முதன்முதலாகப் பார்த்தேன். குற்றிப்புழை கிருஷ்ண பிள்ளை, ஸி.ஜே.தாமஸ், பஷீர், தகழி, பொன்குன்னம் வர்க்கி முதலியவர்களின் புத்தகங்களையும் எனக்குப் படிப்பதற்காக கொடுத்தவன் இராமகிருஷ்ணன்தான். அவற்றைப் படித்ததின் மூலம்தான் அப்படிப்பட்ட தோற்றமுடையதும் சிந்தனையுடையதுமான உலகங்கள் எனக்கு ஏராளமாக கிடைத்தன".

பகுத்தறிவுவாதிகளின் எல்லா இதழ்களையும் இராமகிருஷ்ணன் கொடுத்தான். அந்தப் புத்தகங்களையெல்லாம் பெரும்படவம் ஆவலுடன் வாசித்தார். மனம் உருகுவதுபோல் தோன்றியது. மனம் புதிய உலகத்தைக் கண்டது. மனத்தில் புதிய வெளிச்சங்கள் தெளிந்தன. புதிய சிந்தனைகள் துளிர்க்க ஆரம்பத்தன. "இச்சிறிய மனிதன் எவ்வளவு பெரிய மனிதனாக இருக்கிறான்" என்று இராமகிருஷ்ணனைப் பற்றி அன்று பெரும்படவம் அதிசத்துடன் மனத்தில் கருதிக் கொண்டார். 'கால்வரியிலேக்கு மீண்டும்' என்னும் கதையின் வழியாகப் புகுந்து செல்பவர்கள் அந்த இராமகிருஷ்ணனைக் காணலாம்.

பெரும்படவம் கிராமத்திலுள்ள சிவன்குன்றும் அங்கேயுள்ள ஆலயமும், அந்த ஆலயத்திற்குப் பின்னால் உள்ள பசும்புல் பரப்பும்தான் பெரும்படவம் ஸ்ரீதரனை ஓர் எழுத்தாளராக மாற்றியது. அந்த ஊரைவிட்டு வெளியேறும்வரை அந்த

சிவன்குன்றும் அதன் சூழ்நிலையும்தான் தனிமையாக இருந்த அந்தச் சிறுவனை வாழவைத்தது. பஷீரின் 'பால்யகால சகி'யைப் படித்துவிட்டு அந்தப் புல்பரப்பில் படுத்து ஏங்கிய நிமிஷங்கள் இன்றும் பசுமையாக உள்ளன. 'இரண்டிடங்கழி' (தகழியின் நாவல்) என்னும் நாவலைப் படித்தபோது தன்னுடைய கிராமத்தை அடிப்படையாக வைத்து தனக்குள்ள அனுபவங்களை வெளிப்படுத்தலாமே என்னும் சிந்தனையும் தோன்றிற்று. அந்தச் சிந்தனைதான் 'ஸர்ப்பக்காவி'ன் கரு உருவாக உதவிற்று. 'ஸர்ப்பக்காவு' (பெரும்படவத்தின் நாவல்) பிறந்த விதத்தைப்பற்றி பெரும்படவத்தின் வாக்குகளாலேயே சொல்கிறேன் கவனியுங்கள்.

"என்னுடைய வீட்டுக்கருகே ஒரு 'ஸர்ப்பக்காவு' (நாக தேவதைக் கோயில்) உண்டு. ஆண்டுக்கு ஒருமுறை அங்கே நாகப் பாட்டுப் பாடுவார்கள். அது எங்களுடைய கிராமத்தில் ஒரு விழா வாகவே நடக்கும். குருத்து ஓலையாலும், பூக்களாலும் அலங்கரித்த பந்தலில் புள்ளனும், புள்ளத்தியும் (நாகப்பாட்டுப் பாடும் தாழ்த்தப்பட்ட இனத்தவர்கள்) சேர்ந்து, நாகங்கள் ஒன்றோடொன்று கட்டிப்பிணைந்து கிடக்கும் சித்திரங்களை எழுதுவார்கள்.

மேடையைப் பூஜைசெய்து, நாக தேவதைகளுக்கு மாவும், பாலும் கொடுத்து, விரதக்காரர்கள் ஆடிப்பாடத் தயாராவார்கள். நாட்டு வீணையுடனும், தாளத்துடனும், புள்ளனும் புள்ளத்தியும் சேர்ந்து பாடுவார்கள். என்னை இந்த அளவுக்கு ஈர்த்த திருவிழா வேறொன்றும் இல்லை. ஸர்ப்பப் பாட்டு பாடி அழிந்துபோன ஒரு குடும்பத்தின் துன்பத்தை நான் நேரில் கண்டேன். அதுவும், ஜாதி மத நம்பிக்கைகள் மனிதர்களுக்கிடையே வரவழைக்கும் இடைவெளிகளையும், அதன் பேரில் நட்புறவுகள் தகர்வதையும் எல்லாம் ஒன்று சேர்த்து எழுதிய நாவல்தான் 'ஸர்ப்பக்காவு'. சிலகாலம் வரையில் அதை யாரிடமும் காட்டாமல் பெட்டிக்கு அடியில் மறைத்து வைத்தேன். மூன்று மூன்றரை ஆண்டுகள் கழித்து அதை 'ஜனயுகம்' வார இதழுக்கு அனுப்பி வைத்தேன். ஜனயுகத்தில் அது அச்சடித்து வந்ததைப் பார்த்ததும் எனக்கு உண்டான மகிழ்ச்சிக்கு எல்லையே இல்லாமல் இருந்தது."

மகிழ்ச்சி என்னும் வார்த்தையின் ஆத்மாவிற்குப் பெரும் படவம் முதன்முதலாகச் சென்று சேர்ந்ததும் அன்றாகத்தான் இருக்க வேண்டும்.

மனத்தில் படர்ந்த புதிய வெளிச்சத்தின் வழியாகவும், புதிய சிந்தனையின் வழியாகவும் புரட்சிகரமான கருத்துக்களைத் தாலாட்டி, தனிமையில் நடந்து கொண்டிருந்த அந்த இளைஞனை, செல்லரித்துப் போன பாரம்பரிய நம்பிக்கைகளால் அடக்கி ஆண்டு கொண்டிருந்த அந்தக் கிராமத்தால் அங்கீகரிக்க முடியவில்லை. பெருமூச்சோடும் ஆத்மாபிமானத்தோடும் பெரும்படவம் அந்தப் பழைய காலத்தை அசைபோடுகிறார்.

"கம்யூனிஸ்ட்காரன், நாஸ்திகன், தூற்றுபவன் என்றெல்லாம் அந்தக் கிராமத்தில் எனக்குப் பெயர் கிடைத்தது. பெரும்படவம் போன்றுள்ள ஒரு குக்கிராமத்தில் அப்படிப்பட்ட கருத்துகள் திடுக்கிட வைப்பதாகத்தான் இருந்தன. வீட்டிலுள்ளோரும் ஊராரும் என்னை ஒதுக்கியே பேசினார்கள். எதையும் இழக்கும்படியான நிலையில் இல்லாமலிருந்த நான், என் வழியிலேயே இறங்கி நடந்தேன். காதலித்த பெண்ணான லைலாவுடன் கைகோர்த்துக் கொண்டு என் பெரும்பாதையை நோக்கி இறங்கியபோது. பாக்கெட்டில் ஆக மொத்தம் இரண்டரை ரூபாய்தான் இருந்தன."

சென்னையிலிருந்து வெளிவந்து கொண்டிருந்த ஒரு சினிமா மாத இதழுக்கு, அக்காலத்தில் தலையங்கம் உள்பட எல்லா விஷயங்களையும் பெரும்படவம்தான் எழுதி அனுப்பிக் கொண்டிருந்தார். ஊரைவிட்டுப் போக ஆரம்பித்தபோது அந்தப் பத்திரிகை அலுவலகம்தான் அவர் மனத்தில் இருந்தது. சென்னை நகரத்தை அடைந்த அந்த பதினெட்டு வயது வாலிபர், லைலாவுடன் அந்த சினிமா மாத இதழின் அலுவலகத்துக்குத்தான் நேரே சென்றார். பத்திரிகை அதிபர் மகிழ்ச்சியுடன், பெரும்படவத்தை அந்த இதழுக்கு உதவி ஆசிரியராக உடனே நியமித்துக் கொண்டார். நாட்கள் செல்ல செல்லத்தான் மனிதத்துவமே இல்லாத ஒரு கடல்கிழவனின் பிடியில் தான் அகப்பட்டுக் கொண்டோம் என்று புரிந்து கொண்டார் பெரும்படவம். டீ வாங்கவும், ப்ரூப் பார்க்கவும், கணக்கு எழுதவும் ஆரம்பித்து, ஆபீஸிலுள்ள எல்லா வேலைகளையும் தானே செய்ய வேண்டியதாகி விட்டது. உதவிசெய்ய ஒருவருமில்லாத அறிமுகமற்ற அந்த நகரத்தில் எல்லாவற்றையும் பொறுத்துக் கொள்ள வேண்டியதாகத்தான் ஆகிவிட்டது. தன்னை நம்பி வீட்டைவிட்டு இறங்கி வந்து விட்ட தன் அன்பிற்குரியவள் இல்லாமல் இருந்திருந்தால் எல்லாவற்றையும் உதைத்தெறிந்துவிட்டு போயிருப்பார். நாடு

கடத்தப்பட்ட ஒருவனின் நிலையை அனுபவித்த அந்த வேளையில், எல்லாவற்றையும் தூக்கியெறிந்து இந்த வாழ்வின் முகத்திலேயே காரித் துப்பிவிட்டிருப்பார். அதனால், பத்திரிகை அதிபரின் வீட்டு வேலைகளையும்கூட செய்ய வேண்டிய நிலைமை வந்ததும், எல்லா கண்ணீரையும், எல்லா வேதனையையும் மனத்திற்குள்ளேயே ஒதுக்கிக் கொண்டு, அங்கே 'தம்' பிடித்து வாழ வேண்டியதிருந்தது. இதயத் துன்பங்களின் நீர்க்குளங்களில் ஆரவாரம் இல்லாமல் மூழ்கிவிட்ட அந்த நாட்களிலும்கூட, வாழ்க்கையை நேசித்ததால் தான். தான் தற்கொலை செய்து கொள்ளவில்லை என்று கூறுகிறார் பெரும்படவம். மூன்று வருடங்கள்வரை தான் அவ்வாறு சென்னையில் வாழ்ந்து முடித்தது எப்படி என்றுதான் பூக்களில்லாத பூந்தோட்டங்களைக் காண்பித்த இந்த மனிதருக்குத் தெரியவில்லை. இனி ஒரு நிமிஷம் அங்கே நின்றால்கூட தான் எரிந்துவிடுவோம் என்ற எண்ணம் வந்தபோதுதான் சொந்தக் கிராமத்துக்கே திரும்பத் தீர்மானித்தார். தன்னை நேசபாசத்துடன் ஒரு வார்த்தை கூறி வரவேற்க அங்கே யாரும் இல்லாமலிருந்தும்கூட பெரும்படவத்தை அடைந்தபோது முரண்பாடுகள் புதிய வேஷம் அணிந்து வந்தன. லைலாவை அவருடைய வீட்டில் கொண்டுபோய்ச் சேர்த்தபின், அக்கிராமத்தின் ஆத்மாவில் மீண்டும் தனிமைப்பட்டவனாகவே அலைந்தார்.

மூவாட்டுப் புழையிலிருந்து வெளிவந்த 'கலாவதி' என்னும் மாத இதழ்தான் பெரும்படவத்தின் இரண்டாவது அடைக்கல மாயிற்று. பொருளாதார அடிப்படையில் நிறைய எதிர்ப்பட வேண்டியது வந்ததென்றாலும், மூன்று ஆண்டுகள் 'கலாவதி'யில் உறுதியுடன் நின்றார். ஒரு சட்டையும், ஒரு வேட்டியும், அரைப் பட்டினியும், சில பேப்பர்களும், ஒருபோதும் மை வற்றாத ஒரு பேனாவும் மட்டும்தான் மீதி இருந்தன. உணவு உண்ணாமல் நாட்களைத் தள்ளிவிட்ட சந்தர்ப்பங்களும் குறைவில்லை. ஆனால், பட்டினி கிடந்த நேரத்திலும்கூட மனம் நிறைந்து தளும்பியதற்குக் காரணம், மலையாளத்திலுள்ள மிகப்பெரிய நாவலாசிரியர்களின் வரிசைக்கு பெரும்படவத்தையும் கொண்டு சேர்த்த 'அபய'த்தின் பெரும்பகுதியையும் அங்கே வைத்து எழுத முடிந்ததுதான்.

'அபயம்' என்னும் நாவல்தான் பெரும்படவம் ஸ்ரீதரனுக்கு வாழ்க்கையின் அர்த்தத்தை ஏற்படுத்திக் கொடுத்ததும், எழுத்தினால் வரும் வருமானத்திலேயே வாழலாம் என்னும் தன்னம்பிக்கையை

இந்த எழுத்தாளனுக்கு அளித்ததுமாகும். 'அபயம்' எழுதி முடிக்கும் போதுதான் 'கேரளசப்தம்' நாவல் போட்டியின் விளம்பரத்தைப் பார்க்க நேர்ந்தது. தன்னம்பிக்கையுடன் 'அபயம்' நாவலைப் போட்டிக்கு அனுப்பிவைத்தார். 'அபய'த்திற்குத்தான் முதல் பரிசும் கிடைத்தது. ஓராண்டுக்குள்ளேயே எல்லாக் கடன்களையும் தீர்க்கவும் முடிந்தது. அபயம் தன்னுடைய அபயக்கேந்திரமாக இருந்ததெனப் பெரும்படவம் எப்போதும் கூறுவதுண்டு.

"என்னுடைய வாழ்க்கையில் ஒரு திருப்புமுனையாக இருந்தது 'அபயம்'தான். அதன்பிறகுதான், எழுத்தின் மூலம் வரும் வருமானத்தைக் கொண்டே வாழலாம் என்னும் தன்னம்பிக்கையும் எனக்குக் கிடைத்தது. யாரும் பறித்துக்கொள்ள முடியாத ஒரு தொழில் என்னும் நிலையில், எழுத்தையே வாழ்க்கையாக எடுத்துக் கொண்டதற்குக் காரணம் இதுதான். அங்கே நான் யார் கீழும் பணியாற்ற வேண்டியதில்லை. அங்கே என்னுடைய முதலாளியும் தொழிலாளியும்சகூட நானேதான்."

1964-ல் குடும்பத்துடன் திருவனந்தபுரத்திற்கு வந்து 'கர்மபூமி' வார இதழின் ஆசிரியர் குழுவில் சேர்ந்தார் பெரும்படவம். சம்பளம் நூற்றி ஐம்பது ரூபாய் என்று முன்னாடியே பேசித் தீர்மானித்து உறுதிப்படுத்திவிட்டார்கள். ஆனால், அதை மொத்தமாகவோ வேண்டும்போதோ கொடுப்பதற்கான ஒரு சூழ்நிலை பத்திரிகை ஆசிரியரிடம் இல்லை. தமலத்தில் பதினைந்து ரூபாய் வாடகையில் ஓர் அறை எடுத்து, அந்த அறையில் மனைவியுடனும் இரண்டு குழந்தைகளுடனும் வாழ ஆரம்பித்தார் பெரும்படவம். யாரோடும் எது ஒன்றையும் கோரிப் பெறாத அபிமானியான இந்த மனிதர், முழு வறுமையில்தான் நாட்களைத் தள்ளி நகர்த்தினார். பாசத்தின் சிகரமான லைலா, பெரும்படவத்திற்குப் பெரியதொரு ஆறுதலாக இருந்தார். பல சமயங்களிலும் தீ எரியாத அந்த அறைக்குள்ளே இருந்த வறுமைக் கதையை யாரும் அறிந்து கொள்ளவில்லை. இன்றும் இனிமையான சிரிப்பினாலேயே எல்லா வேதனைகளையும் தடுமாற வைக்கும் பெரும்படவம், தன்னுடைய துக்கங்களை வேறு யாருக்கும் அறிவிப்பதில்லை. ஒருமுறை மட்டும் மற்றொரு பெரிய இதயம் பெரும்படவத்தைத் தோற்கடித்ததுண்டு.

ஒருநாள் வீட்டிற்கு வெளியே நின்றுகொண்டிருக்கும் போதே, பெரும்படவமும், அவருடைய குடும்பமும் அன்று உணவு எதுவும் உண்ணவில்லை என்பதை, அந்த நல்ல மனம் கொண்ட நண்பர் புரிந்துகொண்டார். அப்போது அவர்களிடம் ஒன்றும் கூறிக்கொள்ளாமல் நாற்சந்திக்குப் போனார். திரும்பி வந்தபோது பெரியதொரு பொட்டலம் அவர் கையில் இருந்தது. அரிசியும் மளிகை காய்கறி முதலிய பலவித பதார்த்தங்களும் இருந்தன. என்ன செய்வது என்று தெரியாமல் குழம்பிய மனநிலையும், நிறைந்து வழியும் கண்களுமாக பெரும்படவம் அதை பிரமையுடன் பார்த்துக்கொண்டு நின்றுவிட்டார். அந்த நண்பரை வாழ்வில் ஒருபோதும் நினைக்காமல் இருப்பதற்கு பெரும்படவத்தினால் முடியவில்லை.

தன்னுடன் அன்பு பாராட்டுபவர்களிடம் மட்டுமே, தும்பைப் பூவைப் போன்ற பரிசுத்தமானவரும் களங்கமற்றவருமான பெரும் படவத்தினால் நட்பு கொள்ள முடிகிறது. சிலசமயம் இதுவே, அவருக்கு அனுகூலமாகவும், பிரதிகூலமாகவும் இருக்கலாம். ஆனால், பெரும்படவத்தினால் அப்படித்தான் செய்ய முடியும். வாழ்க்கையின் எல்லா நிற வேறுபாடுகளிலிருந்தும் விலகி நிற்கும். துக்கமுள்ளவரும் தனிப்பட்டவருமான பெரும்படவம் ஸ்ரீதரனிடமிருந்து இலக்கியவாதி என்ற தனிமனிதனை என்னால் ஒருபோதும் வேறுபடுத்திப் பார்க்க முடியவில்லை. வாழ்க்கையில் தான் வஞ்சிக்கப்பட்ட எத்தனையோ கதைகளை அவர் என்னிடம் சொல்லியிருக்கிறார். அதைப் பற்றியெல்லாம் அம்மனிதருக்குத் துக்கம் ஒன்றுமில்லை. தன் சொந்தத் தாயைப் பற்றிக் கூட பசுமையுடன் நினைத்துப் பார்க்க ஒன்றுமில்லை எனக் கூறும் அவரிடம், விவரமாகக் கூறுங்கள் என்று கேட்பது எவ்வித அர்த்தமு மில்லைதானே?

பல ஆண்டுகளாக பெரும்படவம் என்னுடைய பிரியமுள்ள நண்பர்தான். 1969-ல் ‘மலையாள நாடில்’ என்னோடு சேர்ந்து அவர், ஆறு மாதங்கள் வேலை செய்ததுண்டு. அன்று அவர், வேதனையின் பிடியில் அகப்பட்டு தவிக்கும் ஒரு நபர் என்று என்னால் அறிந்துகொள்ள முடியவில்லை. 1970 மார்ச் மாதத்தில் ஒரு வெள்ளிக்கிழமையன்று இரவு பதினொரு மணிக்கு நான் தமலத்தில் உள்ள பெரும்படவத்தின் வீட்டிற்குச் சென்றேன். அந்தப் பயணம் அன்று எதிர்பாராத ஒன்றாக இருந்தது. பெரும்படவம்

சாதாரணமாகக் கூறக்கூடிய, எழுதக்கூடிய ஒருவாசகம். அப்போது தான் என் இதயத்தில் காரைமுள்ளைப்போல் தைத்தது.

“என்னுடைய துக்கங்கள் விலைமதிப்பிட முடியாதது. அவற்றை எனக்கே விட்டுக்கொடுங்கள்.”

வாழ்வு ஒருபோதும் எடுத்துச் சீராட்டாத பெரும்படவம், இன்று வாழ்வைச் சீராட்டுவதைப் பார்க்கும்போது எனக்கேற்பட்டுள்ள ஆனந்தம் கொஞ்சநஞ்சமில்லை. இப்போது ‘தமல’ என்னுமிடத்தில் சொந்த இடத்தில் வசிக்கிறார். நான்கு குழந்தைகள், அஜி, அல்லி, ரஸ்மி, ஸ்ரீகுமரன் ஆகியோர். எளிய வாழ்க்கை. சொல்லும்படியான அல்லல்கள் இல்லை. பெரும்படவம் இப்போது மகிழ்ச்சியுடன் இருக்கிறார். ஆனால், நகரத்தில் வசிப்பது இந்த எழுத்தாளருக்கு மானசீகமாகவே மகிழ்ச்சியை அளிக்கவில்லை.

“வாய்க்காலும், வயலும், ஆலயமும், ஸர்ப்பக்காவும், கோயில் குளமும் உள்ள கிராமத்திலிருந்து நான் வந்தேன். பல ஆண்டுகளாக வசிப்பது நகரத்தில்தான் என்றாலும், நான் வசிக்கும் இந்த நகரம் எனக்கு இப்போதும் அந்நியமானதுதான். நான் இப்போதும் மனத்தினால் வாழ்வது என்னுடைய கிராமத்தில்தான். வாய்க்கால் பக்கத்தில் உள்ள தாழம்பூவினுடையதும், சேற்றினுடையதும், மனித துக்கங்களுடையது மான மணம் வீசும் கிராமத்திலும். கிராமிய வீணையினுடையதும், புள்ளோக்குடத்தினுடையதுமான இன்னிசை கலந்த கிராமத்திலும்தான் நான் இதயபூர்வமாக வாழ்கிறேன்.”

சில ஆண்டுகளுக்கு முன் ஒருநாள் நான் பெரும்படவத்திடம், “கடுமையான வாழ்க்கை அநுபவங்களுள்ள ஏராளமான கஷ்டங்கள் அனுபவித்தவர்தானே நீங்கள்? அப்படியானால், உங்கள் மனம் சுயக்கட்டுப்பாட்டுக்குள் அடங்காத சந்தர்ப்பங்களில் நீங்கள் எப்படி விடுபட்டீர்கள்?” என்று கேட்டேன். கண்ணீரைக் காயாம் பூவாக மாற்ற முடிந்த பெரும்படவத்தின் பதிலில், மாற்று அவதாரத்திற்கான சுயஅனுபவங்களின் மூலம் எப்போதும் ஜொலித்துக் கொண்டே நிற்கும், பெரும்படவம் என்னும் இலக்கிய வாதியினுடைய இதய இரத்தத்தின் சுவையை நான் சுவைத்தேன்.

“கடுமையான சிரமங்களின் வழியாக புகுந்து செல்லும்போது நான் ஒரு சபதத்தில் உறுதியாக நின்றேன். ஒருபோதும் நான் தோற்கக் கூடாது என்றும், யாராலும் என்னைத் தோற்கடிக்க இடமளிக்கக்

கூடாது என்றும் உறுதி கொண்டேன். அதனால், சிரமங்களை வாழ்க்கையின் சபதமாகவே நான் எடுத்துக்கொண்டேன். என்னைச் சிநேகிப்பவர்கள் என்று நான் நம்பியிருந்தவர்கள்தான், எனக்கு மிகவும் அதிகமாக துரோகம் செய்தார்கள். இப்போது, அதையெல்லாம் நினைக்கும்போது வெறுமனே சிரிக்கத்தான் தோன்றுகிறது. கசக்கக்கூடிய ஒரு உண்மையும் உண்டு. யாரும் நமக்குச் சொந்தமில்லை. அதை நினைத்துச் சங்கடப்படுவதால் புண்ணியமும் இல்லை. உலகம் அப்படித்தான் இருக்கிறது."

பதினான்கு ஆண்டுகளுக்கு முன்பு பெரும்படவத்தின் பிரபலமான ஒரு நாவலை, அதேபோல் பிரபலமான ஒரு டைரக்டர் தன் சொந்தப் பெயரில் படமாக்கினார். வழக்குத் தொடர நூற்றுக் கணக்கான நண்பர்கள் நிர்ப்பந்தித்தார்கள். என்வழிதான் உன்வழியும் என்னும் தத்துவ அறிவியலில் நம்பிக்கையுள்ள பெரும்படவம், யாரையும் புண்படுத்த விரும்பாத பெரும்படவும், தன் சொந்த வழியையே தேர்ந்தெடுத்து நிசப்தனாகிவிட்டார். இறுதியில் அதைப் பற்றி நான் ஆராய்ந்தபோது பெரும்படவம் எனக்குப் பின் வருமாறு எழுதினார்:

"படம் வெளியாவதற்கு முன்பே இந்த சதியை நான் அறிந்திருந்தேன். நான் அதை அவருடைய கவனத்திற்கும் கொண்டுபோனேன். அப்போது அவர் ஒருவித 'எதிர்பாராத தன்மை'யுள்ள நடிப்பைத்தான் வெளிப்படுத்தினார். என்னுடைய ஒரு நண்பரை மனம் நோகச் செய்வது இந்த ஜன்மத்தில் என்னால் முடியாதது. அவரிடமிருந்து எனக்கு என்ன நேர்ந்தாலும் அதை நிசப்தமாக அநுபவிப்பேன். அதனால்தான் நான் மௌனம் பூண்டேன்."

பெரும்படவத்தின் மனதையும் எண்ணத்தையும் முழுமையாகப் புரிந்துகொள்ள இதைவிட ஒரு நல்ல உதாரணம் இருக்கும் என்று எனக்குத் தோன்றவில்லை.

கண்களில் நட்சத்திர மினுப்புள்ள ஆயிரம் இதழ்களையுடைய தங்கத் தாமரைகளாக மலரும் அழகிகளையும், நெற்றியில் சந்தனக் கீற்று பூசி, பாதிராப் பூச்சூடி, நிலவைப்போல், சிரித்துக்கொண்டு நிற்கும் கூச்சமுள்ள பெண்களையும் வெளியுலகுக்குக் காட்டிய பெரும்படவத்தின் சொந்த வாழ்வின் திரைச்சீலைகளைக் கொஞ்சம் மாற்றிக் காட்டுங்கள் என்று கேட்பவர்களிடம், இல்லாத திரைச் சீலைகளை நான் எப்படி மாற்ற முடியும் என்னும் மறுகேள்விகள் என்னிடமும் உண்டு.

ஜீவ அணுக்கள் காதல் உணர்வுகளை உணர்வதற்கு முன்பே, லைலா பெரும்படவத்தின் இதயத்தில் நிறைந்துவிட்டார். தென்னைப் பூக்குலை நட்டிருக்கும் மண மேடையும், ஐந்து இதழ்களாகப் பூத்திருக்கும் குத்துவிளக்கும் இல்லாமல், சந்தனத்தினுடையதும் பூக்களுடையதுமான நறுமணமில்லாமல், ஆட்களும் அர்த்தங்களும் இல்லாமல், கொட்டும் மேளமும் இசையுமில்லாமல், ஒரே நிமிடத்தில் அந்தத் திருமணம் முடிந்தது. திருமணம் முடிந்த நாளிலிருந்து லைலாவைப் பற்றியும் குழந்தைகளைப் பற்றியும் அல்லாமல், வேறு எந்த இடத்திற்கும் மனதையும், உணர்வையும், அபிலாஷையையும் கொண்டுபோக பெரும்படவத்தினால் முடியவில்லை.

மதுவையும் புகையையும் பற்றிக் கூற வேண்டுமானால், இரண்டும் இல்லை என்று உறுதியாகக் கூறுவதும்கூட தவறுதான். நண்பர்கள் மிகவும் வற்புறுத்தினால் ஒரு ‘பெக்’ அருந்துவார். சிகரெட் விஷயமும் அப்படித்தான்.

“என் வாழ்நாளில் இதுவரை நான்கைந்து முறைகள்தான் நான் மதுவை அருந்தியுள்ளேன். அதுவும் நண்பர்களுடன்தான், அப்போதெல்லாம், இந்தக் கசப்பு நீரை நான் ஏன் அருந்துகிறேன் என்று எனக்கே தோன்றியதுண்டு.”

விரும்பிய நண்பர்களுடன் சேர்ந்திருக்கும்போது மட்டுமே பெரும்படவம் அரட்டை அடிப்பார். அபூர்வமான அந்தச் சிரிப்பை அவர்களின் கேளிக்கைகளால் மட்டுமே வெளியே கொண்டுவர முடியும். மனம் திறந்து அழவேண்டிய நேரங்களிலும்கூட, துக்கத்தை அடக்கி எந்த ஒரு அசைவையும் வெளிப்படுத்தாமல் நிற்பதுதான் அவருடைய வழக்கம். ஒரே ஒருமுறை மட்டுமே மனத்தின்மேல் உள்ள பிடிப்பு தளர்ந்துவிட்டது. தன் மூத்த மகள் காணாமல் போனபோதுதான் பெரும்படவம் வாய்விட்டு அழுதுவிட்டார். அஜிதாவுக்கு அன்று எட்டோ ஒன்பதோதான் வயது. அவளுக்குத் தூக்கத்தில் எழுந்து நடக்கும் நோய் இருந்தது. ஒருநாள் அந்தியில் குழந்தையைக் காணவில்லை. எல்லா துக்கங்களையும் மனத்திலே ஒதுக்கிக் கொள்ளும் பெரும்படவும் அன்று தோற்றுவிட்டார். எல்லோரின் முன்பாகவும் ஒரு சின்னக் குழந்தையைப்போல் குலுங்கிக் குலுங்கி அழுதுவிட்டார்.

உயர்ந்த லட்சியங்களைக் கெட்டியாகப் பிடித்துக்கொண்டு இருக்கும் இலக்கியவாதிகளை நாம் விரல் விட்டு எண்ணிவிடலாம். அவர்களின் முன்வரிசையில் இருப்பவர்தான் பெரும்படவும்.

வெளிப்படையான பார்வையை உண்டாக்க அது உதவாது என்று நன்றாகவே இந்த எழுத்தாளருக்குத் தெரியும். ஆனால்...

"இன்றைய காலத்தில் அது சுத்த முட்டாள் தனமென்று எனக்கும் தெரியும். ஆனால், என்னையே என்னால் வஞ்சிக்க முடியாது."

இதுவரை ஏராளமான புத்தகங்கள் பெரும்படவும் எழுதி வெளிவந்துள்ளன. அவைகளில் 'அபயமும்', 'ஆயில்யமும்' 'ஆயிரம் காதம் தூரமும்', 'அஷ்டபதி'யும் மிக அதிக விவாதங்களை உடையதாகவும் வாசிக்கப்படுபவையாகவும் உள்ளன.

இலக்கியத்தினால் — எழுத்தினால் — மட்டுமே வாழ்கின்ற நான்கைந்து இலக்கியவாதிகளில் ஒருவர்தான் பெரும்படவும். மலையாளத்தில் மிக அதிகமான ராயல்டி வாங்குபவர்களில் இவரும் ஒருவர். பெரும்படவும் ஸ்ரீதரனின் புத்தகங்களை விரும்பும் ஒரு பெரிய வாசக உலகம் இங்கே உண்டு. யாருடைய பரிந்துரையும் இல்லாமல், கோஷ்டிகளில் உட்படாமல், தங்களுக்குள் தாங்களே முகஸ்துதி செய்து கொண்டும் பங்கு போட்டுக் கொண்டும் இருக்கும் கூட்டங்களில் சேராமல், தனிமையில் நின்றுதான் பெரும்படவம் இந்த நட்பையும் அங்கீகாரத்தையும் தேடினார். ஓர் எழுத்தாளனுக்கு இதைவிட வேறென்ன வேண்டும்?

போதையேறும் வேதனையில் மூழ்கிப்போகும் எந்தவொரு கலைஞனிடம் இருந்தும், அவன் அறியாமலேயே ஆத்மாவை உருகவைக்கும் 'முரளிநாதம்' ஓடிவரும் என்று கான கந்தர்வரான சங்ஙம்புழைப் பாடியுள்ளார். அபயத்தின் வழியே, அஷ்டபதியின் வழியே, ஆயில்யத்தின் வழியே, ஆயிரம் காதம் தூரம் வழியே, சூரியதாகத்தின் வழியே, ஜலஹோமத்தின் வழியே புகுந்து செல்லும் ஒரு வாசகனால் அந்த முரளி நாதத்தைக் கேட்க முடியும். கழிந்த தலைமுறையினர் விளையாடிய உப்பளத்திலிருந்து வெளியேறி, பசும்புல் மைதானத்தைக் கண்டுபிடிக்கும் புதிய தலைமுறையின் திறமைசாலிகளில் ஒருவராக பெரும்படவமும் உயர்வதற்கு அது தான் காரணம். நாவலில் சித்தியும் சாதனையும் சேர்ந்து அணி வகுக்கக் கூடிய ஒன்றாகும் அது. ஜீவிதத்தை நாடிச் சலனத்தைப் பிடித்துப் பார்ப்பதற்கு இதைவிட பெரியதொரு காரணம் இல்லை. பெரும்படவும் அதை அழகாகவே தன்னுள் அடக்கியுள்ளார். வாழ்க்கையைப் பற்றிய பெரும்படவத்தின் தரிசனம் இதுதான்.

“வாழ்க்கையிலிருந்து தப்பியோட ஒருபோதும் எனக்குத் தோன்றியதில்லை. நாம் வாழ்க்கையை வாழ்ந்தே முடிக்க வேண்டும். ஆனால், அனுபவத்திலிருந்து நான் படித்த ஒரு பாடம் உண்டு. நம்முடைய கனவுகளுக்கு இந்தச் சந்தையில் யாரும் விலை கூறுவதில்லை. யாரும் நம்மைப் புரிந்துகொள்வதுமில்லை.

நம்முடைய கனவுகள் நம்முடைய துக்கங்கள்தான். அதனால்தான்; வாழ்க்கையை நேசிக்கிறேன். துக்கங்களெல்லாம் முத்துகள் என்றால் எத்தனை முத்துக்களின் உரிமையாளனாக நான் இருந்திருக்கிறேன் என்று சிலசமயம் நான் நினைத்துக் கொள்வதுண்டு. வாழ்க்கை ஒரு பிதற்றலாகவோ, அர்த்த சூன்யம் ஆகவோ எனக்குத் தோன்றியதில்லை.

வாழ்க்கை அர்த்தமற்றதென்றால், வாழ்ந்து காட்டி அதற்கு ஒரு அர்த்தமுண்டாக்குவேன். யாரையாவது சகித்துக்கொள்ள முடியுமென்றால், வாழ்க்கை சூன்யமாக இருக்காது. இந்தப் பிரபஞ்சத்தின் பணி இன்னும் முழுமையடையவில்லை. அது இன்னும் கொஞ்சம் அழகாவதற்கான இடமும் உள்ளது. நானும் நீங்களும் அதற்காகவே அனுப்பப்பட்டவர்கள்.

”பனியும் நிலவும் பொழியும் இரவில், தூரத்தில் தெளிவில்லாமல் காணப்படும் குன்றுகளுக்குப் பள்ளத்தாக்குகள் உண்டோ? அந்தப் பள்ளத்தாக்குகளில் பருவகாலக் கன்னிகளின் நடனம் உண்டோ? சங்கீதம் உண்டோ? அவ்வாறு இல்லை யென்றால், அங்கேயுள்ள ஏகாந்தத்தில், மக்களற்ற சூன்யத்தில் நிசப்தத்தில் எனக்கொரு குடிசையைக் காட்டுங்கள்.”

இக்கேள்விகளுடன் உட்புகுந்து வந்து தனக்கென ஓர் இடம் பிடித்துக் கொண்ட பெரும்படவம் ஸ்ரீதரனையும், ஒரு முத்தைவிட ஒரு சொட்டுக் கண்ணீருக்கு அதிக விலையுண்டு என்று நம்பும் பெரும்படவம் ஸ்ரீதரனையும், ஒரு பெரும் மூச்சாலேயே சங்கிலியை உடைத்தெறியும் புயலைக்கூட கற்பனைச் செய்ய முடியும் என்று அபிமானம் கொள்ளும் பெரும்படவம் ஸ்ரீதரனையும், அவரிடமுள்ள சாதாரண மனிதனையும் உங்களால் இப்போது வேறுபடுத்திப் பார்க்க முடியும் என்று நான் நம்புகிறேன்.

പി. വത്സല

(பி) வத்ஸலா

புனைபெயர்: பி.வத்ஸலா

இலக்கியச் சேவை: பெண்கள் வெளியே சென்று படிக்கவே கூடாது என்று கூறும் ஒரு பாரம்பரியமிக்க குடும்பத்தில் பிறந்த வத்ஸலா, படித்ததோடல்லாமல், உத்தியோகத்திற்கும் சென்றார். உத்தியோகத் திற்குச் சென்றதோடல்லாமல் தன் துணைவரைத் தானே தேர்ந் தெடுத்தும் கொண்டார். பெண் சுதந்திரத்தை வெளியுலகிற்கு பறை சாற்றக்கூடிய எழுத்து, புத்தகத்தைப் படிப்பதால் மட்டும் நிலைக்காது என எண்ணியவர். தன் துணைவருடன் கதைக்களன் உள்ள இடங்களுக்கு நேரில் சென்று பல்வகை இன்னல்களையும் அனுபவித்து எழுதிய இலக்கியங்களில் முதன்மைப் பெற்றதுதான் 'நெல்லு' நாவல். தொடர்ந்து 'ஆக்னேயம்' 'வேனல்' 'அரக்கில்லம்' முதலிய நாவல்களையும் இங்கே குறிப்பிடுவது அவசியம். நினைவில் நிற்கும் சிறுகதைகளும் ஏராளம். பல பரிசுகளும் பெற்றுள்ளார்.

“பெண்கள் இலக்கிய அரங்கில் அதிகம் ஈடுபடாமைக்குக் காரணம், அவர்களின் நீண்டகால மானசீகமான அடிமைத்தனமாகத்தான் இருக்க வேண்டும். வெளியுலகத்துடன் தொடர்புக் கொள்வது என்பது, பெண்களைப் பொறுத்தமட்டில் நம் நாட்டில் கொஞ்சம் கஷ்டமான விஷயம்தான். கட்டுப்பாடு என்னும் சங்கிலியை அறுத்துக் கொள்வதற்கான தைரியம்கூட அவர்களுக்கு அவ்வளவு சுலபமான விஷயம் இல்லை. பெண் சுதந்திரம் என்னும் வாதத்திற்கும்கூட உரிய சக்தியில்லாமல்தான் இருக்கிறது. சுதந்திரம் என்பது எல்லோருக்குமே வேண்டியதுதான். அதற்கான காரணமும் உண்டு. ஆம், இங்கே சுதந்திரச் சிந்தனையுள்ள ஆண்கள் எத்தனை பேர் இருக்கிறார்கள்? அதனால்தான், இங்கே ஒரு ‘ஹியூமென்லிப்’ உண்டாக வேண்டும் என்கிறேன். மதம், பக்தி ஆகியவைகளிடமிருந்தும் நாம் விடுபட வேண்டும் என்கிறேன்.”

மல்லனோடும், மாரையோடும் (வத்ஸலாவின் நாவலில் வரும் கதாபாத்திரங்கள்) முற்றிலும் சிதைந்துபோன கனவுகளின் மூலம் திருநெல்லிக்காட்டின் கண்சிமிட்டும் சௌந்தரியங்களை நமக்குக் காட்டித் தந்த, தன் சொந்த இதயத்திற்குள்ளேயே தளம் கட்டியிருக்கும் துக்கங்களைத் தாலாட்ட மட்டுமே உரிமைப் பெற்றிருந்த மாதவி என்னும் துரதிர்ஷ்டசாலிப் பெண்ணை நிழல்களின் மூலமாகவே நடக்கத் தூண்டிய, நெரிசலான இடத்திலும்கூட சிறிது இடம் தேடிச் சென்றவர்களை, ‘பேம்பி’, ‘ஆக்னேயம்’, ‘வேனல்’, ‘அரக்கில்லம்’ (வத்ஸலாவின் நாவல்கள்) மூலமாகவும், நாட்கள்தோறும் துடிக்கும் மனித உணர்வுகளின் வழியாகவும் வெளிப்படுத்திய பிரபல நாவலாசிரியையான திருமதி பி. வத்ஸலாவின் இதயத் துடிப்பு மிகுந்த எண்ணத்தைதான் மேலே எடுத்தெழுதியுள்ளேன்.

பெண் சுதந்திரத்தின் வாதத்திற்குப் பலமில்லை என்று உலகிற்கு முதன்முதலாக ஆணியடித்தாற்போல் கூறிய பெண்ணும் வத்ஸலாதான் என்று தோன்றுகிறது. ஒவ்வோர் ஆண்டின் உழைப்பையும் முன்கூட்டியே விற்றுவிட்டு, அதற்கான பணத்தைப் பெற்று ஒரே நாளில் செலவழித்துவிட்டு நித்திய தரித்திரர்களாக மாறிவிடும் புலையர்களைப் பற்றிய இதிகாசத்தை மலையாள இலக்கியத்திற்குள் கொண்டு வந்தவரும் வத்ஸலாதான்.

தனது சாதாரண நடையினாலேயே மனித மனத்தின் அழகென்னும் பூஞ்சோலைக்குள் தீர்த்தயாத்திரை நடத்தும்

இந்த இலக்கியவாதியை எனக்குக் கடிதம் மூலமாகத்தான் பல ஆண்டுகளாக தெரியும் என்றாலும், நேரிடையாகப் பார்த்துக் கொண்டதும் அறிமுகமானதும் சமீபத்தில்தான். அழகு என்னும் சொல், மனத்திலும் சிந்தனையிலும் நினைவிலும் ஒதுங்கும் என்றால், வத்ஸலாவும் ஓர் அழகிதான். வத்ஸலா, வாய்ச் சாதுர்யமாகப் பேசக்கூடியவரல்ல. ஆனால், அவருடன் பேசிக் கொண்டிருக்கும்போது மற்ற எந்தப் பெண்களையும்விட அதிக மாகப் பேசுவது வத்ஸலாதான் என்றும் தோன்றும்.

கோழிக்கோடிலுள்ள மேகிக்குன்று என்னும் இடத்தில் 'அருண்' இல்லம் என்னும் அமைதிவெளியில் எல்லா ஆரவாரங் களிலிருந்தும், ஆர்ப்பாட்டங்களிலிருந்தும், கோலாகலங்களி லிருந்தும் ஒதுங்கி, தனிமையை அணைத்துக் கொண்டு, தன் சொந்த நினைவுகளோடு ஒரு கேள்வியைப் போல், அதற்கான பதிலும் இல்லாமல் வாழும் வத்ஸலா என்னும் எழுத்தாளரினுள் இருக்கும் சாதாரணப் பெண்ணைத் தொண்ணூறு சதம் வாசகர் களுக்கும் அறிமுகம் இருக்கும் என்றே தோன்றவில்லை.

'அரக்கில்ல'த்தில் ஆறுமணிப் பூக்களை (ஒருவகைப் பூ) மலரச் செய்த, 'வேனலி'ல் பனித்துளிகளைச் சிந்த செய்த பி.வத்ஸ லாவிடமுள்ள சாதாரண வத்ஸலாவைதான் நான் உங்களுக்கு அறிமுகப்படுத்த முயற்சிக்கிறேன்.

1938 ஆகஸ்ட் 23-ந் தேதி மேரிக்குன்று என்னும் இடத்தில் பாரம்பரியமிக்கதொரு குடும்பத்தில் வத்ஸலா பிறந்தார். கானங் நாடு பத்மாவதியும் சந்துவும் இவரின் தாய் தந்தையர். ஆறு பிள்ளை களில் வத்ஸலா மூத்தவர். வத்ஸலா என்ற இந்தப் பெண் குழந்தை மட்டும் எப்போதும் தனிமையைத்தான் விரும்பியது. அக்கம் பக்கங்களில் பெண் பிள்ளைகள் இல்லாததுதான் இதற்குக் காரணம். ஒரு சரளைக்கல் வீட்டில் ஆறு அறைகளில் ஒன்றில் பாட்டியுடன் சேர்ந்துதான் இக்குழந்தை படுத்துக்கொள்வதும்.

அந்த இளமைக் கால நினைவுகளைப் பற்றி வத்ஸலா சொல்வதைக் கவனியுங்கள். "குன்றின் அடிவாரங்களில், நரிகள் ஓலமிடும்போது அன்றும் சரி, இன்றும் சரி எனக்கு ஒரே மாதிரியான பயம்தான். என் பாட்டி வடக்கன் (கேரளாவில் வழங்கும் நாட்டுப்புறப் பாடல்கள்) பாட்டுகளைப் பாடியவாறு என் தலை

முடியில் தன் விரல்களால் கோதிவிடுவார். 'வடக்கன் பாட்டில்' வருகின்ற குஞ்ஞிக்குஞ்ஞியைப்போல் ஓர் அழகான கள்ளக்காதலி என்னுடைய தாத்தாவுக்கு இருந்த பழையக் கதையையும் என் பாட்டிச் சொல்வாள். என் தாத்தாவை நான் பார்த்ததில்லை. அவர் அநேக ஆண்டுகளுக்கு முன்பே இறந்து விட்டிருந்தார். சிவந்த நிறத்தையுடைய அந்த அழகியை, ஒருநாள் கொட்டியூர் கோயிலில் தான் கண்ட கதையையும் என் பாட்டி விவரிப்பாள். என்னுடைய பாட்டியும் திடகாத்திரமானவளாக, புத்திசாலியாக, ஆரோக்கிய முள்ளவளாகத்தான் இருந்தாள். அப்படியிருந்த என் பாட்டி எப்படி அந்த அழகியிடம் தோற்றாள்? என் பாட்டியிடம் இருந்த ஒரே குறை- அவர் கருப்பு நிறம். அதனால்தான் பாட்டி அவளிடம் தோற்றி ருப்பாள் என்று எனக்குத் தோன்றியதால் பாட்டியிடமே அதைக் கேட்டேன். 'தாத்தாவிடம் உங்களுக்குக் கோபம் வரவில்லையா?' என்று.

அதற்கு அவள், "எதற்காகக் கோபம் வரணும்? அவளைப் போல் இன்னும் இரண்டு பெண்களையும் என்னையும் சேர்த்தே சமாளிக்கக் கூடியவராக உன்னோட தாத்தா இருந்தார்" என்று கூறினாள்.

வத்ஸலாவின் மிகச் சக்தியாகவுள்ள சுதந்திர சிந்தனையின் முளைகள், பாட்டியின் சகவாசத்தினால்தான் வெடித்து வெளிப் பட்டன என்பதை உறுதியாகவே சொல்லலாம். ஆஜானுபாகு வாகவும் திடகாத்திரமானவராகவும், பணமும் புகழுமுள்ள வராகவும் இருந்த அந்தத் தாத்தாவால், ஐந்தடி மட்டுமே உயரமுள்ள பாட்டியைத் தன் வாழ்நாளில் அடிமைப்படுத்தவே முடிந்ததில்லை என்று வத்ஸலா கூறினார்.

மனத்தில் தோன்றிய எந்த அபிப்பிராயத்தையும் அவர் மனம் திறந்து கூறினார். பெரியதொரு கூட்டுக்குடும்பத்தின் எல்லா நூல் களையும் சேர்த்துப் பிடித்து, அவரவர்களுக்குத் தகுந்தாற்போல் அவரவர்களைக் கட்டுப்படுத்தி வைத்திருந்தார். அப்படிப்பட்ட திறந்த மனம், இன்றைய எந்தவொரு பெண் எழுத்தாளருக்கும் இல்லையென்னும் அபிப்பிராயம் தான் வத்ஸலாவிடம் உள்ளது. அதற்கான காரணத்தையும் அவர் கூறுகிறார்.

"எழுதும்போது கணவரிடம் பயம். குடும்பத்திடம் பயம். மதத்தினிடமும் மற்றும் அநேக தெய்வபக்திகளிடமும் பயம். இவை எதிலும் பயமில்லாத ஒரேயொரு பெண் எழுத்தாளர்தான்

மலையாள மொழியில் உள்ளார் என்றும், அவர்தான் மாதவிக்குட்டி (கமலாதாஸ்) என்றும் இந்த 'நெல்லு'க்காரி (வத்ஸலாவின் நாவல் பெயர்) அபிப்பிராயப்படுகிறார்.

வத்ஸலாவின் பாட்டிக்கு எழுதப் படிக்கத் தெரியாது. ஆனால், ஏராளமான நாட்டுப் பாடல்களையும், வடக்கன் பாடல்களையும் அவர் தன்னுடைய பொக்கிஷமாகவே தன்வசம் வைத்திருந்தார். ஏன், சொந்த மனநிம்மதிக்காக ஓய்வு கிடைக்கும் போதெல்லாம் பாடுவார். அந்தக் காலத்திலேயே குழந்தைகளைப் பள்ளிக்கு அனுப்பிப் படிக்க வைக்க வேண்டுமென்று பிடிவாதம் செய்த ஒரு பாட்டியை நினைத்துப் பாருங்கள்!

அந்தப் பெரிய பாட்டியைப் பற்றிய மறையாத நினைவுகள் வத்ஸலாவிடம் நிறைந்து நிற்கின்றன: "எழுதப் படிக்கத் தெரிந்த நான் வடக்கன் பாடல்களைப் புத்தகம் மூலம் படித்துப் பார்த்தேன். பாட்டி பாடிக் காட்டியதிலுள்ள அந்தச் சுவை, அச்சடிக்கப்பட்டிருந்த அந்த எழுத்துக் களால் ஆன கதையிலும் கவிதையிலும் காணாமல் போய் விட்டிருந்தன."

வத்ஸலாவின் தாய் பத்மாவதி நாவல் படிப்பதில் மிகவும் ஆர்வமுள்ளவர். சில இடங்களில் மனத்தைப் பறிகொடுத்துவிட்டு, அடுக்களைக்குச் செல்வதைக்கூட மறந்து விடுவதுண்டு. அதனால், வத்ஸலாவின் தந்தை "குழந்தைகளானாலும் சரி, பெரியவர்களா னாலும் சரி, கதைகளைப் படிக்கக் கூடாது. அதனால் தொந்தரவு தான் ஏற்படும்" என்று கண்டிப்பான உத்தரவைப் பிறப்பித்தார்.

பெண்ணானதால், வத்ஸலாவும் கல்லூரிக்குப் போகக் கூடா தென்று அந்தத் தந்தை பிடிவாதம் பிடித்தார். ஆனால், தாயின் உதவியும் ஆர்வமும் துணையாக இருந்தமையால், திருநெல்லிக் காடுகளில் அலைந்துத் திரியவேண்டிய இந்தப் பெண் வீண் பிடிவாதத்திற்கு ஒப்புக் கொள்ளவில்லை. கடைசியில் தந்தையும் ஒரு நிபந்தனையின் பேரில் அனுமதியளித்தார். "படிக்கட்டும். ஆனால், படித்துவிட்டு உத்தியோகத்திற்குப் போகக்கூடாது" என்றார் அந்தக் குடும்பத் தலைவர். அதற்கு "போயேதான் தீருவேன்" என்றார் வத்ஸலா என்னும் அந்தச் சிறுபெண்.

"பெண்களை இரண்டாம்தர பிரஜைகளாகக் கருதும் இந்தச் சமூகத்திடம் எனக்கு என்றென்றும் வெறுப்புதான்" என்கிறார் வத்ஸலா. காலம் இந்த எழுத்தாளரின் சிந்தனைத் தளத்தில் சேர்ந்து

நின்றது. வத்ஸலா ஓர் ஆசிரியை. இவருடைய கணவர் அப்புக் குட்டியும் ஆசிரியர். இவர்களுக்கு இரண்டு குழந்தைகள். ஓர் ஆணும் ஒரு பெண்ணும்.

வேறொருவரால் வியாபாரப் பொருளாகத் தேர்ந்தெடுக்கப் பட்டுத் திருமணம் செய்துகொள்ள வத்ஸலா ஆசைப்பட்டதில்லை. அதைப் பற்றிக் கூறுகிறார் கேளுங்கள்.

"என்னுடைய துணைவரை நானாகவே தேர்ந்தெடுத்தேன். என்னை அவரும் அவரை நானும் - மதிக்கவும் சிநேகிக்கவும் கூடிய ஒரு நபர்தான் என் கணவராக வரவேண்டுமென்று எனக்கு ஒரு கொள்கையாகவே இருந்தது."

தாழ்ந்த இடங்களிலுள்ள வாழ்க்கைதான் பலசமயங்களிலும் மனித உறவுகளின் உள்ளறைகளில் தனக்கு உட்காட்சி தந்த தென்றும், அங்கு வாழ்பவர்கள்தான் தன்னுடைய பிரியமுள்ள கதா பாத்திரங்கள் என்றும் வத்ஸலா கருதுகிறார். வத்ஸலா என்னும் இலக்கியவாதியிடம் நெருங்கிப் பழகும்போதும், அவருடைய இலக்கியங்களில் கவனம் செலுத்தும்போதும் இந்த நம்பிக்கை ஒளி நமக்கே அனுபவப்படும். மலையாள இலக்கியத்தில் விரல்விட்டு எண்ணக்கூடிய நாவல்களில் ஒன்றுதான் 'நெல்லு.' வத்ஸலா எழுதியதிலும் அதுதான் இன்றும் மேம்பட்டு நிற்கிறது. வாசகர்களிடத்திலும், பிடித்தமான நாவல்களில் ஒன்றாக அதுதான் உள்ளது என்பதில் இரண்டு அபிப்பிராயங்களில்லை.

மலையாள இலக்கியத்தில் விரல்விட்டு எண்ணக்கூடிய நாவல்களில் ஒன்றுதான் 'நெல்லு.' வத்ஸலா எழுதியதில் அதுதான் இன்றும் மேம்பட்டு நிற்கிறது. வாசகர்களிடத்திலும் தங்களுக்குப் பிடித்தமான நாவல்களில் ஒன்றாக அதுதான் உள்ளது என்பதில் இருவேறு கருத்துகள் இல்லை.

'நெல்லு' நாவலில் வருகின்ற ஆதிவாசிகளின் கிராமத் திற்குத் திருமணம் ஆனபின்தான் வத்ஸலா சென்றார். எழுத ஆரம்பித்தால் மற்ற எழுத்துகளைவிடத் தனிமைக் கொள்ளும்படி யான விஷயங்களாகத்தான் எழுதவேண்டுமென்னும் நிர்ப்பந்தத்தை யுடைய வத்ஸலாவின் கணவர், 'நெல்லு' நாவல் எழுதுவதற்குத்

துணையாக மனைவியுடன் அந்த சாகசப் பயணத்தையும் வன வாசத்தையும் மேற்கொண்டார். ‘ஆக்னேயமு’ம் அந்தச் சுற்றுச் சூழலில்தான் எழுதப்பட்டதாம்.

‘நெல்லு’ வத்ஸலாவின் பிடித்தமான இலக்கியமாகும். அதனுடைய படைப்பில் அவருக்கு ஏற்பட்ட மோசமான அனுபவங்களை, மலையாளத்தில் வெறெந்த எழுத்தாளரும் உரிமை கொண்டாட முடியாது. பிறந்து வளர்ந்த கிராமத்திலிருந்து நூறு சதமும் வித்தியாசமான ஒரு வாழ்க்கையைத்தான் அவர் வய நாட்டில் கண்டார். மலையாளத்தில் புகழ்பெற்ற ஓர் இலக்கிய வாதியாக வத்ஸலாவை உயர்த்தியதும், இந்த அந்நியத்தன்மையில் மயங்கி, அதிலேயே மூழ்கியதால்தான் என்று நான் கருதுகிறேன்.

வயல் வரப்புகளிலுள்ள நண்டுகளும், பிரம்மகிரி மலையின் மார்பில் உள்ள காட்டுத்தீயும், அளவுக்கு அதிகமாக நெல் விளை கின்ற நாட்டிலேயே அரிசி சாதத்தைக் காணாத அடிமைகளும், கிருமிநாசினி மருந்துகளைப் பாதுகாக்கும் கிராமிய வாசகசாலைக் கட்டிடமும், மாலை நேரத்திய நரிகளின் அமுத்தலான ஊளையும், மாடு கன்றுகளின் கழுத்தில் அணிந்துள்ள மரமணிகளால் ஏற்படு கின்ற முழக்கமும் வத்ஸலாவைப் பொருத்தமட்டில் புதுமையாகத் தோன்றின. இந்தப் புதுமைகளைத் தன்வயப்படுத்திக் கொள்ளத் தான் அவர் முயற்சித்தார். அந்த முயற்சி நெல்லின் மூலம் வரலாறு படைக்க உதவிற்று. அந்த வெற்றியின் அலையோசை இப்போதும் முழங்கிக் கொண்டிருக்கிறது.

‘நெல்லு’ நாவலை எழுதுவதற்காக வயநாட்டில் வசித்த நாட்களைப் பற்றி வத்ஸலா ஆவேசமாக விவரித்தார். அந்த விவரிப்பை அவருடைய நடையிலேயே, மொழியிலேயே சொல்ல வில்லை என்றால் அதனுடைய சௌந்தரியம் கெட்டுவிடும்.

“தனுர் மாதத்தில் (மார்கழி மாதம்) ஒரு பௌர்ணமி இரவு. பூமியின் இறுதிச் சலனத்தை உற்று நோக்கும் ஒற்றைக்கண் ராட்சசன் என்னும் ஆகாயம்…” என்னும் வரிகளின் மூலம் ஆரம்பித்த ‘நெல்லு’ நாவலை எழுதுவதற்காக, இந்த இலக்கியவாதி அனுபவித்த தியாகங்கள் என்னும் சாகசங்களின் கதையைக் கேளுங்கள்.

“குளிக்கும் அறைகளோ கழிவறைகளோ இல்லாத ஊர்; வாரத்தில் ஒரு முறையோ இருமுறையோ வருகின்ற போஸ்ட்மேன்; விபச்சாரத்தினாலும் மதுவினாலும் உணர்ச்சி மழுங்கிய கணவர் களும், ஆரோக்கியமுள்ள மனைவிகளும் உள்ள ஊர். பலகார

பட்சணங்கள் சாப்பிடாமலேயே ஆரோக்கியத்துடன் வாழும் ஆதிவாசி ஆண் பெண்கள். ஒரு நாவலுக்கு இப்படிப்பட்ட மனித வாழ்க்கையை மட்டும் வெளிப்படுத்தினால் போதுமா? அதனால், என்னுடைய தேர்வுகளுக்கு மிகவும் முயற்சிக் கொள்ள வேண்டிய தாயிற்று, அனுபவங்களின் மூச்சுத் திணறல்களை நான் முதன் முதலாக அனுபவித்துக் கொண்டிருந்தேன்.

“அந்தக் கிராமத்துத் தலைவன் ஒழித்துக் கொடுத்தப் பத்தாயத் தின் மேல் தூங்குவதும், கீழே சமைத்து உண்பதுமாக நாட்கள் கடந்தன. அடைத்து மூடுவதற்குக் கதவுகள்கூட ஒன்றுமில்லை. என்னுடைய ஐந்து மாதப் பெண் குழந்தையை அப்போது நாங்கள் கம்பளியால் மூடிப் பாதுகாத்தோம். நகரத்திலிருந்து எங்களுடன் யாத்திரை வந்த சகோதரி, இந்த ஆரண்யவாசத்தின்மேல் முணு முணுத்துக் கொண்டிருந்தார். சூழ்நிலையும் உணவும் சரியில்லாத தால் குழந்தைக்கு உடல்நலம் கெட்டது. அந்த இடத்தில் டாக்டர் இல்லை. வயல்களையும், ஆறுகளையும், குன்றுகளையும் கடந்து சென்றால், பிரம்மகிரி ஆற்றின் கரையில் ஒரு வைத்தியசாலை உள்ளதென்று தெரிய வந்தது. வைத்தியசாலையில் வறண்ட சூர்ணங் களுடன் வறண்ட தோல்களையுமுடைய வைத்தியர் இருந்தார் - வருபவர்களை ஓர் அவுன்ஸ் தசமூலாரிஷ்டத்தினால் வரவேற்கும் வைத்தியர் அவர். அந்த வைத்தியர் வந்து சுடுநீரில் கலக்கித் தந்த சூர்ணத்தைக் குழந்தை குடிக்க மறுத்தது. அந்த மறுப்பாலோ என்னவோ வியாதியிலிருந்து திடீரென அவள் விடுதலைப் பெற்றாள்.

“அப்படி இருக்கும்போதுதான் ஒரு நள்ளிரவில் இருண்ட ஆகாயத்தில் தீக்கொழுந்து உயர்ந்து தெரிந்தது. பிரதான கட்டிடத்தின் விறகு நிறைந்த அறையில் தீப்பற்றியிருந்தது. தீ எங்களை ஆக்கிர மிக்கும் முன்பாக, மெத்தைகளையும் பெட்டிகளையும் கதவு இல்லாத ஜன்னலின் வழியாக வெளியே எறிந்தோம். செங்குத்தாக இருந்த ஏணியின் வழியாக விறுவிறு என்று இறங்கினோம். தீயின் நடுவில் அந்த ஊர்த் தலைவனின் மிகப்பெரிய நெற்களஞ் சியம் இருந்தது. ஆள் நடமாட்டமில்லாத கட்டிடத்தில் இரவு சாப்பாட்டை உண்டுவிட்டு உறங்கிக் கொண்டிருந்த காரியஸ்தன் திடுக்கிட்டு எழுந்தான். பிரதான கட்டிடத்தைச் சுற்றிலும் வேகமாகக் கூச்சலுடன் ஓடினான். அவ்விடத்திய ஊர் மக்கள் வேகமாக ஓடிவந்து தீயை அணைத்து, எங்களையும் பிரதான கட்டிடத்தையும் காப்பாற்றினார்கள்.

"ஆக்னேய"த்திற்குரிய (நெல்லுக்கு அடுத்த நாவல்) ஒரு தீப்பொறி அன்றுதான் கிடைத்திருக்கவேண்டும். 'ஆக்னேயம்' இல்லாத 'நெல்லு', முழுமைப் பெறாத நாவல்தான் என்று சொல்ல வேண்டும்" இவ்வாறு எத்தனையோ மெய்சிலிர்க்கும் படியான அனுபவங்கள் அவரிடம் உள்ளன.

'வத்ஸலாவின் ஊர் வயநாடா?' என்று பலரும் என்னிடம் கேட்டதுண்டு. 'இல்லை' என்று நான் சொன்னாலும் அவரின் கதை களிலும் நாவல்களிலும் காண்கின்ற சம்பவங்களால், என் பதிலைச் சரியான பதிலாக அவர்களால் ஏற்றுக்கொள்ள முடிவதில்லை.

"இந்த வயநாடன் அடித்தளத்திலிருந்து ஏன் திசைமாறிப் பயணம் செய்யக் கூடாது."

இந்தக் கேள்விக்கான பதிலை, 'நாலுக்கட்டு'க்கு உள்ளே யுள்ள பெருமூச்சுகளிலிருந்து எனக்கு எதனால் விமோசனம் கிடைக்க வில்லை என்று தனக்குத்தானே கேள்வி கேட்டுக்கொண்டு, பதிலும் சொன்ன எம்.டி. வாசுதேவன் நாயரை மனத்தில் நிறுத்தி, வத்ஸ லாவும் பதில் சொன்னார்.

"ஆக்னேயமும் முழுமையடையவில்லை என்றுதான் எனக்கு இப்போது தோன்றுகிறது. அதனால்தான் வயநாடன் மண்ணிலிருந்து எனக்கு விமோசனம் கிடைக்கவில்லை. அந்தக் கருமைநிற மண்ணின் பசையைச் சுலபமாக கழுவிவிட முடியாது. அங்கே போகக்கூடிய ஒவ்வொரு 'வேனல்' காலப் பயணத்திலும் என் மனத்தில் புதிய முத்திரைகள் பதிகின்றன. நான் எழுதிய பல நல்ல கதைகளும் அவ்வாறு உண்டானதுதான். வறண்ட சுயகாரியமுள்ள், வியாபாரக் காற்று வீசுகின்ற கோழிக்கோட்டில் பிறந்து வளர்ந்த காரணத்தால்தான் வயநாட்டிடம் எனக்கு இத்தனை அன்பு தோன்றுகிறது."

"அழகான காதல் கதைகளைத் தாங்கள் ஏன் எழுதக் கூடாது வத்ஸலா?" என்று நிழல்கள் உறங்கும் வழிகளில் பதுங்கி இருக்கும் 'வேனல்'களையும் 'அக்னி' (ஆக்னேயம்)யையும் மனதால் தரிசித்துக் கொண்டே நான் கேட்டேன்.

அந்தக் கேள்வி, தாயாகவும், மனைவியாகவும், இலக்கியவாதி யாகவும் உள்ள வத்ஸலாவின் முகத்தில் நிற பேதங்களை ஏற்படுத்தி யது. அந்த நிற மாற்றங்கள் நிலைத்தபோது அவர் தெளிவுக்கு வந்தார்.

“வாழ்க்கை என்பது பாலைவன யாத்திரையாகும். அதில், காதல் என்பது எப்போதாவது முளைத்து எழும் துளிர்களாகும். எல்லாப் பயணிகளாலும் அந்தத் துளிர்களைப் பார்க்க முடிவதில்லை. பார்க்க முடிந்தாலும் அங்கே அவர்களால் அஸ்தி வாரம் போட முடிவதில்லை. மற்ற பிரச்சினைகள் அவர்களின் பயணத்தைத் தொடரத் தூண்டுகின்றன. அதிகாரம், பணம், பதவி, அக்கரைப் பச்சைகள். அப்புறம் என்னிடத்திலேயே உள்ள வெறுப்பு. என்னைப் பொறுத்தமட்டில் ஒரு துளிர்க்கும் பசுமையில் நான் அஸ்திவாரம் போட்டுள்ளேன். அதனால்தான், என்னால் அழகான காதல் கதைகளை எழுத முடியாமலிருக்கிறது, ”

வத்ஸலா என்றாவது தன் வாழ்க்கையில் மதுரமான காதல் சுழிப்பில் விழுந்ததுண்டோ என்று கேட்கக்கூடிய நினைவை இந்தப் பதில் கெடுத்துவிட்டது என்றாலும், நான் நிராசையடையவில்லை.

“தங்கள் வாழ்க்கையில் யாரிடமும் சொல்லக்கூடாத ரகசியங்கள் ஏதாவது?” என்று கேட்டேன். அதற்கான பதில் என் இதயத்தையே மெய்சிலிர்க்க வைக்கக் கூடியதாக இருந்தது.

“உறங்கிக் கிடக்கும் விதைகளைப் போன்றவைதான் ரகசியங்களும்: முளைப்பதற்கு காலம் வரவில்லையென்றால் அவை விதைகளாகவே தன் வாழ்க்கையை முடித்துக்கொள்ளும். பழையகால வீடுகளில் நெற்கதிர்கள் பலவற்றை ஒன்றாகச் சேர்த்துக் கட்டி அவை வாசற்படிக்குமேல் தொங்கிக்கொண்டு இருப்பதைக் காணலாம்- ஒரு நினைவைப்போல். அவற்றை உதிர்த்து எடுத்து நாம் விதைப்பதில்லை. ”

முற்றிலும் தனிமைதான் வத்ஸலாவை நிறையப் படிக்கத் தூண்டியது. அவரையொத்த சிநேகிதிகள் அவருக்கு எப்போதும் இருந்ததில்லை. அவர் வீட்டுக்கு அருகிலுள்ள வீடுகளில் ஆண் பிள்ளைகள் மட்டுமே நிறைய பேர்கள் இருந்தார்கள். அவருடைய சிறிய தாய்மாமன்தான் ஆங்கில இலக்கியங்களுடன் வந்து வத்ஸலாவுக்கு இலக்கியத்தை அறிமுகப்படுத்தினார். வத்ஸலாவின் சிறிய தாய் மாமன் ஒரு தீவிர இலக்கிய வாசகராக இருந்தார். வத்ஸலாவை விட மூன்று நான்கு வயதுதான் அவருக்குக் கூடுதலாக இருந்தது. அந்த மாமன்தான் வத்ஸலாவின் ஆரம்பகால நண்பராக வும் இருந்தார்.

இலக்கியப் படிப்பு, வத்ஸலாவைக் காசு சேர்க்கத் தூண்டியது. மதியம் சாப்பிடவும், பள்ளிக்குப் பஸ்ஸில் போக வரவும் கொடுக்கின்ற காசுகளிலிருந்து மீதப்படுத்தி, வாரந்தோறும் ஒவ்வொரு புத்தகம் வாங்குவார். ஆரம்பத்தில் அலமாரி முழுவதும் துப்பறியும் நாவல்கள் தான் நிறைந்திருந்தன. இறுதியில் அவை முழுவதும் எடைக்குப் போயிற்று. இப்ஸனும், ஷாவும், ஹார்டியும், டூமாஸூம், டால்ஸ்டாயும், ரஸ்ஸலும் அலமாரியில் புன்னகையுடன் இடம் பிடித்தார்கள். அதனால், படிப்பதற்கு ஏற்ற நேரத்தைக் கண்டு பிடிக்க வத்ஸலா மிகவும் திண்டாடும்படியாயிற்று.

“தால்ஸ்தயேவ்ஸ்கியின் நாவல்களைப் படிப்பதற்காகவே, ‘டான்ஸிலைட்’ என்ற போர்வையில் நான் கல்லூரியிலிருந்து விடுப்பு எடுத்தேன். அவ்வாறு அந்த நோய் எனக்கு ஏராளமான நாவல்களைப் படிப்பதற்கு வசதி செய்து கொடுத்தது. பின்பு என்னுடைய கணவர் நிர்ப்பந்தப்படுத்தி என்னுடைய டான்ஸில்களை ஆபரேஷன் செய்தார், அதன் பிறகு தீவிரப் படிப்புக்கு எனக்கு நேரம் கிடைக்கவில்லை”

ஒரு சமயம் உயர் அதிகாரியிடம் கோபித்துக்கொண்டு ஐந்து மாதங்கள் வரையில் விடுமுறை எடுத்து வீட்டில் அடைந்து கிடந்தார் வத்ஸலா. காலையில் கணவரையும் மகளையும் பள்ளிக்கு அனுப்பிவிட்டு, வீட்டில் இருந்துகொண்டு கையில் கிடைக்கிற நாவல்களையெல்லாம் படித்துத் தீர்த்தார். ஐந்து மாதச் சம்பளம் நஷ்டமென்றாலும், கொஞ்சம் படிக்க முடிந்த காரணத்தினால் அதுவே பெரியதொரு கொடுப்பினை என்று அவர் கருதினார். தினசரி வாழ்வில், படிப்பதற்கான நேரம் கிடைக்கவில்லையே என்பதுதான் வத்ஸலாவின் மனக்குறை.

ஆரம்ப காலத்தில் வத்ஸலா ஒரு விமர்சகராகத்தான் இருந்தார். எந்த எழுத்தாளரும் அப்போது இவருக்கு அறிமுகமில்லை. எந்தவொரு நல்ல வாசகராலும் புத்தக விமரிசனம் எழுத முடியுமென்று உணர்ந்தபோது இவர் விமர்சனம் செய்வதையே நிறுத்தி விட்டார்.

‘**தே**சாபிமானி’யில் வெளியான ‘கரிமூக்கன்’, ‘மாத்ருபூமி’யில் வந்த ‘கிளிக்கூடு’- இவைதான் இவருடைய ஆரம்பக் கதைகளாகும். பெண் எழுத்தாளர்கள், பெண்களாக இருக்கும் காலம்

வரையில், தங்கள் வாழ்க்கை அமைப்பு கனிந்தருளிய இடத்தைத் தூக்கியெறியாத காலம் வரையில், சரியான இலக்கியத்தை அவர்களிடமிருந்து எதிர்பார்க்க முடியாது என்று வத்ஸலா இதயபூர்வமாக நம்புகிறார். மலையாள இலக்கியத்தின் புதிய தலைமுறையினரில் ஓ.வி.விஜயனையும், மாதவிக்குட்டி (கமலாதாஸ்)யையும்தான் வத்ஸலா மிகவும் விரும்புகிறார். “இதுவொரு தனிப்பட்ட அபிப்பிராயம்தான். இலக்கிய மூலங்களுக்கு விலை வைத்துக்கொண்டு நான் சொல்லவில்லை” என்று அவர் மேலும் கூறினார்.

ஓர் ஆசிரியையாக இருந்த இந்த எழுத்தாளர். இன்றைய மாணவச் சமூகத்துடன் ஒத்துப்போக முடியவில்லை என்கிறார். மாணவப் பருவத்தில் தன்னுடைய நிலையை நினைவிலிருத்திக் கொண்டு வத்ஸலா ஆவேசத்துடன் கூறியதைக் கவனியுங்கள்.

“படிக்கின்ற காலத்தில் நான் எத்தனையோ புத்தகங்களை டெஸ்கின் உள்ளே திறந்து வைத்துக்கொண்டு படித்தேன். இன்று நான் பாடம் நடத்தும் போதும் அப்படிப்பட்ட ஓரிருவராவது என் வகுப்பில் இருக்க வேண்டுமென்று நான் ஆசைப்படுகிறேன். காரணம் அப்படிப்பட்ட மாணவப் பருவத்தின் பங்காளிதான் நானும். குழந்தைகளுக்கு வேண்டியதைக் கொடுப்பதற்காகத்தான் என்னைப் போன்ற ஆசிரியர்கள் இங்கே நியமிக்கப்பட்டுள்ளார்கள். ”

வத்ஸலாவிடம் ஏற்பட்டுள்ள மிகப்பெரிய ஆசை, உபயோகமில்லாத இன்றைய உத்தியோகத்திலிருந்து விடுபெற்று, யாருக்காகிலும் எப்படி யாகிலும் உபயோகப்படக்கூடிய ஒரு தொழிலில் ஈடுபட வேண்டுமென்பது தான். காலம், இந்த எழுத்தாளருக்கு அதற்கான உதவியைச் செய்ய வேண்டுமென்று வேண்டிக்கொள்வோம்.

வத்ஸலாவிடம் பட்டுப்போன்ற மிருதுவான நடையும், கடுமையேறிய முரட்டுத்தனமான நடையும் இணைந்தே காண்பதுபோல, அவருடைய சுபாவத்திலும் செயலிலும்கூட இத்தன்மைகள் நிறைந்திருக்கின்றன. அது பழக்கப்பட்டு விட்டால் வயநாட்டின் அழகை வார்த்தைகளாலேயே நமக்குக் காட்டிக் கொடுத்த இந்தப் பெண்ணை நம்மால் ஒருபோதும் மறக்க முடியாது. நல்லதொரு சமையல்காரியாகவும் இவர் உள்ளார். ஓய்வு நேரங்களில் இனிப்பு வகைகளைச் செய்வதுதான் இவருடைய பொழுதுபோக்கு. இவர்

ஒரு தடவை கொடுத்த லட்டு போன்ற ஓர் இனிப்பு வகையின் சுவை இன்றும் என் நாவில் உள்ளது. இத்தனைக்கும் இவர் சமையல் புத்தகத்தைப் பார்த்தே இந்தப் பட்சணத்தைத் தயார் செய்தார் என்று எண்ணியபோது என்னால் ஆச்சிரியப்படாமல் இருக்க முடியவில்லை.

திருப்திகரமான குடும்பம் என்று நான் சொல்லும்போது அவருடைய கணவர் அப்புக்குட்டியை நான் நினைத்துக் கொள்கிறேன். அமைதியான குணமுள்ள நல்லதொரு குடும்பத் தலைவர் அவர். தன் சொந்தக் கையெழுத்துப் பிரதிகளைத் தன் கணவனிடம் மட்டும் வத்ஸலா காட்டுவதுண்டு. நன்றாக இல்லையென்று தோன்றிவிட்டால் கணவருக்குக் கூட காட்டாமலேயே பத்திரிகை அலுவலகத்திற்கு அனுப்பி விடுவார் வத்ஸலா.

சொந்த ஆத்மாவிற்குள், சொந்த நம்பிக்கைகளுக்குள் சொந்த எண்ணங்களுக்குள், சொந்த ஊரின் துடிப்புகளுக்குள் இந்த அளவிற்கு இணைந்துள்ள ஓர் இலக்கியவாதியை நான் கண்டதில்லை. மனிதனுக்குத் துக்கப்படவும், மகிழவும் கூடிய தன்மை நரகமாகும்போது, எல்லாக் கலைகளும் அஸ்தமிக்குமென்றும், படைப்பிலும் அனுபவத்திலும் கூட இதுதான் உண்மையென்றும் கருதும் வத்ஸலா, இன்னும் எத்தனையோ சாம்ராஜ்யங்களைச் சொந்தமாக்க இருக்கிறார்.

அண்மையில் வத்ஸலா எழுதிய ஒரு கட்டுரையின் இறுதி பாகம் கீழ்வருமாறு முடிகிறது:

“நூறாண்டுகளுக்கு முன்பு இப்ஸனின் ஒரு பெண் கதா பாத்திரம், தன் கணவரின் முகத்தில் அறைவதுபோல் வீட்டுவாசல் கதவை அடைத்து மூடி வீட்டைவிட்டு வெளியேறுகிறது. அன்று அவள் அடைத்துவிட்டுச் சென்ற வாசல் கதவின் சப்தம் ஐரோப்பா முழுவதும் முழங்கியது. அதுபோல், அத்தனை ஓசையுண்டாக்கும் ஒரு நிகழ்ச்சி நம்முடைய இலக்கியத்தில் உண்டாகவில்லையே என்றுதான் நான் வருத்தப்படுகிறேன்.”

அன்புள்ள சகோதரியே! அந்த வருத்தத்தைத் தீர்ப்பதற்கான சக்தியை நான் தங்களிடம் எதிர்நோக்கியுள்ளதில் ஏதும் தவறுண்டோ?

പുനത്തില് കുഞ്ഞബ്ദുല്ല

டாக்டர் (புனத்தில்) குஞ்ஞுப்துல்லா

புனைபெயர்: புனத்தில் குஞ்ஞுப்துல்லா

இலக்கியச் சேவை: ஏராளமான மருத்துவ அநுபவங்களைப் பெற்றுள்ள இந்த மருத்துவர், தம் இலக்கியத்தில் மனித நேசங் களைத்தான் வெளிப்படுத்துகிறார். சிறுகதைகளையும் நாவல் களையும் நிறையவே எழுதியுள்ளார். இவருடைய நாவல் ஒன்று மலையாள இலக்கிய உலகத்தையே இவர் பக்கம் திரும்பிப் பார்க்க வைத்ததோடு, பல பரிசுகளையும் பெற்று இவரைத் திணறடித்து விட்டது. உலக நாவல் இலக்கியத்துக்கு ஈடாகவும், மலையாள நாவல் இலக்கியத்தில் சிறந்த இடத்தைப் பெற்றுள்ளதுமான 'ஸ்மாரக சிலைகள்' என்னும் நாவல்தான் அது. கேரள மற்றும் மத்திய சாகித்திய அகாதமி பரிசையும் பெற்றுள்ளது. இவருடைய சிறுகதைத் தொகுப்பான 'மலமுகளிலெ அப்துல்லா' நூலும் கேரள சாகித்திய அகாதமி பரிசைப் பெற்றுள்ளது. இவருடைய மற்ற நாவல்களான, 'அலிகட்லெ தடவுகாரன்'. 'மருந்நு' முதலிய வைகளும். சிறுகதைத் தொகுப்பான 'ஆகாசத்தின் மறுபுறம்' முதலியவைகளும் குறிப்பிடத்தகுந்தவை.

‘நான் யாருக்கும் கடமைப்பட்டவன் அல்ல; என்னுடைய பெற்றோர்களுக்கும்கூட நான் கடமைப்பட்டவன் அல்ல. என்னுடைய பெற்றோர்கள் என்னைச் சீராட்டித் தாலாட்டி வளர்த்தவர்கள்தான்; எனக்கு நோய் நொடி வந்தபோது நல்ல சிகிச்சையும் அளித்தவர்கள்தான்; எனக்கு அறிவை உண்டாக்குவதற்காக தனி ஆசிரியரை நியமித்து குர்-ஆன் கற்றுக் கொடுத்தவர்கள்தான். நான் இவற்றையெல்லாம் மறந்துவிட்டுப் பேசுவதாக நீங்கள் என்னைத் தவறாகப் புரிந்துகொள்ள வேண்டாம். என்னைப் பெற்ற ஒரே மாபாவத்தின் பிராயச்சித்தத்துக்காகத்தான் அவர்கள் இத்தனையும் செய்தார்கள். என்னைப் பிறக்க வைத்ததுடன் அவர்களின் கடமை முடிந்துவிடவில்லை. நான் பிறந்தது முதல் என்னை ஒரு முழு மனிதனாக்கியது வரையில் உள்ள நீண்ட காலத்திய விடாமுயற்சிக்கும் கடின உழைப்புக்கும் நான் நன்றி செலுத்த வேண்டியதுதான். ஆனால், நான் அதைச் செய்யப் போவதில்லை. காரணம், அப்படி அவர்கள் செய்தவையெல்லாம் அவர்களின் கடமை. என்னைப் பிறக்க வைத்ததற்கான தண்டனை. அந்தப் பாபத்தின் சுமை. எனக்கு என்னுடைய பெற்றோர்களிடம் தீராத பகையுமுண்டு; ஆம், அவர்கள் என்னை இந்த மோசமான சமூகத்தில் பிறக்க வைத்து விட்டார்களே, அதற்கு, ஒரு மிருகமாகவோ, ஒரு விஷ ஜந்துவாகவோ என்னைப் பிறப்பிக்க முடியாததுதான் அவர்களின் மிகப்பெரிய விபத்து. அதுபோல்தான், என்னுடைய வாழ்க்கையினுடையதும்...’

பதினாறு ஆண்டுகளுக்கு முன் காசர்க்கோடு இலக்கியக் கூட்டத்தில் அனுபவசாலிகளையெல்லாம் திகைக்க வைத்துவிட்டு, ஓர் இளம் இலக்கியவாதி ஆற்றிய சொற்பொழிவின் ஒரு பகுதிதான் மேலே எடுத்தெழுதப்பட்டுள்ளது. அச்சொற்பொழிவு மலையாளிகள் உள்ள இடத்திலெல்லாம் சென்று தைத்தது. அதன் அலைகள் இன்னும் கட்டுப்படவில்லை. தச்சோளிப் பாடல்களும், வடக்கன் பாடல்களும், மாப்ளா பாடல்களும் பிறந்த இடமான கடத்த நாட்டிலிருந்து வந்த அந்த இளைஞரின் சொந்த ஜீவிதப் பார்வை, அவர்களைத் தகிக்க வைப்பதாக இருக்கவில்லை. சுதந்திரப் பாரதத்தில் நரக வாழ்க்கையை அனுபவிக்கும்படியாகி விட்ட ஓர் இலக்கியவாதியின் தீராத துக்கத்தின் நிற்காத தேம்புதல்களாக இருந்த அந்தச் சொற்பொழிவை அவர்கள் புரிந்து கொள்ள புனத்தின் கதை ‘பாபத்தின் கஷாயத்தை’க் கடைசித் துளி வரை குடிக்க வேண்டியதாயிற்று.

முழு நிராகரிப்பின் தீர்க்கதரிசியாக விவாதம் உயர்த்திய இந்த இலக்கியவாதி யாரென்று தனியாக வேறு சொல்லவும் வேண்டுமோ? நவீன மலையாள இலக்கியத்தின் மலரும் பருவத்திலேயே மிகவும் கவனிக்கப்பட்ட அன்று வரையில் அறிமுகமற்றவராக இருந்த, ஆத்ம முரண்பாடுகளால் சமூகத்தின் மனசாட்சியைப் பிடித்துக் குலுக்கிய புனத்தில் குஞ்ஞப்துல்லாதான் அவர்.

“எழுத்தாளன் என்பவன் ஒரு மகாபாவி; வஞ்சகன்; இல்லாத சாம்ராஜ்யங்களை அவன் படைக்கிறான். இந்த உலகத்தை நடுங்க வைக்கிறான். அவன் ஓர் அலங்கார வார்த்தையாளன். அவனால் எப்போதும் ஒரு தீர்க்கதரிசியின் வேடத்தைத் தரிக்க முடியாது. அதனால்தான், அவன் தனக்கு மட்டுமாவது தேவனாகிறான். அதைப்பற்றி இலக்கியவாதியான குஞ்ஞப்பதுல்லா கூறுகிறார்.”

“ஓர் எழுத்தாளன் என்னும் தொப்பியை அணியும்போது, நான் என் தாய் தந்தையர்களிடம் கடமைப்படவில்லை. ஆனால், மனிதன் என்ற நிலையில் எனக்கு வாசகர்களிடம் மட்டும் கடமை உண்டு.”

பல சமயங்களிலும் இவ்விரண்டு தனி மனிதத்துவங்களும் என்னைத் திகைக்க வைத்ததுண்டு. மீண்டும் மீண்டும் நெருங்கிப் பழகியபோது என் எண்ணங்கள் பலவும் உடைந்து சிதறிப் போயிற்று. முழுமையைத் தேடும் முழுமையற்ற புள்ளிகளை ஒன்று சேர்ப்பதிலுள்ள என் முயற்சி ஒரு வீண் முயற்சியாகி விடுமோ அல்லது முழு வெற்றி பெறுமோ தெரியவில்லை.

ஆயிரத்துத் தொள்ளாயிரத்து நாற்பது ஏப்ரல் மூன்றாம் நாள் மடப்பள்ளி புனத்தில் வீட்டில் குஞ்ஞப்துல்லா பிறந்தார். தந்தை சி.கே.மம்மு; தாய் ஸைனா. மம்முவின் வாழ்க்கை மிகவும் சாகஸம் கொண்டதாக இருந்தது. அவரால் ஐந்தாம் வகுப்புவரைதான் படிக்க முடிந்தது. வாழ்க்கையிலுள்ள கஷ்டங்களையும் துன்பங்களையும் அவர் அதிகமாகவே அனுபவிக்க வேண்டியிருந்தது. புதிய வாழ்க்கையின்மேல் கனவு கண்டு பதினாறாவது வயதிலேயே இச்தேசத்தைவிட்டு வெளியேறினார். நேரே பர்மா சென்று, அங்கே தன் வேர்களைக் கண்டுபிடித்தார். அவர் அங்கே ஒரு கூலித் தொழிலாளியாகத்தான் தன் வாழ்க்கையை ஆரம்பித்தார். குதிரைப் பந்தயம் நடக்கும் இடத்தில் சோடா, சிகரெட் போன்றவைகளை விற்க ஆரம்பித்தார். ரங்கூனில் ஒரு ‘பட்டாணியன்’ தொழிலதிபரைக் கண்டார். அந்தக் கண்டுபிடித்தல்தான் மம்முவின் வாழ்க்கையைச் செல்வந்தனாக்கிவிட்டது.

அந்தப் பட்டாணியனின் தொழில் நிறுவனத்தில் ஒரு சிப்பாயி ஆகச் சேர்ந்த மம்மு, தன் விவேகத்தாலும் விடாமுயற்சியாலும் சில மாதங்களுக்குள்ளேயே நிர்வாகியாகப் பதவி உயர்வு பெற்றார். சில ஆண்டுகளுக்குப் பின், தன் மகள் ஸைனாவை மம்முவின் கரங்களில் ஒப்படைக்கும்போது அந்தப் பட்டாணியன் முற்றிலும் மனநிம்மதியடைந்தார். அந்தத் தொழில் நிறுவனங்களின் குரூப்பில் ஒரு மருந்துக் கடையும் இருந்தது. இங்கேதான் தன் மகன் குஞ் ஞுப்துல்லா ஒரு டாக்டராக வேண்டும் என்னும் எண்ணத்தின் விதை மம்முவின் மனத்தில் முளைவிட்டிருக்க வேண்டும்.

இரண்டாம் உலக யுத்தம் மம்முவின் செல்வீக வாழ்வை உடைத்தெறிந்தது. குண்டுகள் வெடிப்பின் பயங்கர சப்தத்திற் கிடையே என்ன செய்வது என்று தெரியாமல் திகைத்து நின்று விட்டார் மம்மு. எப்படியாவது தன் தேசத்திற்குத் திரும்பிவிட வேண்டும் என்னும் எண்ணம் மட்டுமே அவரிடம் அப்போது இருந்தது. இரண்டு மூட்டை ரூபாய் நோட்டுகள் உள்பட எல்லா சேமிப்புகளையும் ஒன்று சேர்த்து வைத்திருந்தார். ஆனால், அவற்றையெல்லாம் ஜப்பான்காரர்கள் கொள்ளையடித்துக் கொண்டு போய்விட்டார்கள். மீதியுள்ளதை மட்டும் சேகரித்துக்கொண்டு அந்தக் கடின உழைப்பாளி தன் ஊருக்கு வந்து சேர்ந்தார். நேசத்தின் வள்ளலான தம் தந்தையைப் பற்றிக் குஞ்ஞுப்துல்லா பல நேரங் களில் தழுதழுக்கும் குரலில் கூறுவார்.

'பர்மாவிற்கும் சிங்கப்பூருக்கும் சென்று கஷ்டப்பட்டு வாழ்ந்து பல வியாபாரங்களைச் செய்து சம்பாதித்தும் பாப்பராகிவிட்ட, பலமொழிகளையும் பேசத் தெரிந்த சீர்திருத்தவாதியான என் வாப்பா...'

மம்மு - ஸைனா தம்பதியருக்கு ஐந்து பிள்ளைகள். அப்துல் ரஸாக், குஞ்ஞுப்துல்லா, அப்துல் சத்தார், ஆயிஷா, ஹுஸைன் ஆகியோர்தான் அவர்கள். அப்துல் ரஸாக் மட்டுமே இப்போது வடகரையில் உள்ளார். கல்வித் துறையில் வேலை செய்தார். குடும்பத்தைப் பர்மாவிலேயே வைத்துவிட வேண்டும் என்பதில் மம்மு மிகவும் ஆவலாக இருந்தார். ஆனால், விதி அந்த ஆசையைத் தடுத்து நிறுத்திவிட்டது. குஞ்ஞப்பதுல்லாவின் பாட்டனாருடைய சகோதரன் இப்போதும் பர்மாவில்தான் இருக்கிறார். அவர் இடை யிடையே கடிதங்கள் அனுப்புவார். அக்கடிதங்கள் உருது மொழியில்

இருக்கும். குடும்ப உறவு அற்றுப் போகாமல் பாதுகாக்க சரியான வழி அதுதான்.

மடப்பள்ளியிலுள்ள காரைக்காடு மாப்ளா பள்ளியில்தான் குஞ்ஞப்துல்லா தன் இளமைப் பருவத்தைச் செலவிட்டார். அரபிக் கதைகளிலும், பாட்டிக் கதைகளிலும் கனவு கண்டுகொண்டு நடந்த அக்காலம்தான் குஞ்ஞப்துல்லாவைக் கதாசிரியனாக உருவகப்படுத்தியது. இந்தப் புராணக் கதைகளையே வகுப்பில் எப்போதும் சொல்லிக் கொண்டிருக்கும் சங்கரகுரூப் மாஸ்டர், குஞ்ஞப்துல்லாவின் மனத்தில் இன்றும் உயிர்ப்புடன் நிற்கிறார். யாரைக் கண்டாலும் சிரிக்கும், புதுமழையின் தூவானம் போன்று எச்சில் துப்பும் 'ஸ்மாரக சிலைகளி'ல் வரும் சங்கரகுரூப் மாஸ்டரை எந்த வாசகரால்தான் மறக்க முடியும்? இராமாயணத்தில் லிருந்தும், மகாபாரதத்திலிருந்தும், பாகவதத்திலிருந்தும் எத்தனை எத்தனையோ கதைகளை அவர் அப்போது சொல்லிக் கொடுத் திருந்தார். அவர் அப்படிச் சொல்லிக் கொடுத்ததால்தான், குஞ்ஞப் துல்லா இரவில் படுத்துத் தூங்க முயற்சிக்கும் போதும் பக்காசுரனும், பீமனும், கம்ஸனும், இராவணனும் எல்லோரும் அட்டகாசமாகக் கர்ஜித்துக் கொண்டு படுக்கையைச் சுற்றி நடனம் ஆடிக் கொண்டிருந்தார்கள். இந்த நினைவுகளால், எத்தனையோ முறைகள் பயந்து கூச்சல் போட்டுள்ளார் நம் நாயகன். தெய்வாஸ்திரங்களை விட்டு மழையையும் புயலையும் பூமழையையும் பொழியவைக்கும் தேவர்களைக் காணும்போது, ஆச்சரியத்தால் மயங்கி விடுவாராம். அந்த நிகழ்ச்சிகளைக் குஞ்ஞப்துல்லா மகிழ்ச்சியுடனும், புளகாங்கி தத்துடனும் நினைத்துக் கொள்கிறார்.

அந்த அற்புதங்களின் உலகத்தில் ஆச்சரியத்துடன் வாழ்ந்துக் கொண்டிருப்பது எவ்வளவோ ஆனந்தமாக உள்ளது. தனக்குக் கதை சொல்ல உருவகப்படுத்தியது இந்தப் பாட்டிக் கதைகளும், அரபிக் கதைகளும் மட்டுமல்ல. தான் சொல்லிக் கொடுத்தக் கதை களிலிருந்து கேள்விகளைத் தினந்தோறும் கேட்ட மாஸ்டரும், அதற்குச் சரியான பதிலைச் சொல்லக்கூடிய ஒரே மாணவனாக இருந்த தானும் சேர்ந்துதான் என்பதைப் புனத்தில் குஞ்ஞப்துல்லா கூறும்போது அவருடைய முகத்தைப் பார்க்கவேண்டுமே?

மூஸ்ஸமூஸலியார் (முஸ்லீம் குரு) தினந்தோறும் கூறும் கதை கள் குஞ்ஞப்துல்லாவை மிகவும் பயப்படுத்திக் கொண்டிருந்தது.

இருந்தும், மிக ஆவலுடன் காதுகளைக் கூர்மையாக்கிக் கவனித்துக் கொண்டிருப்பார். உடல் முழுவதும் வட்டச் சொறியும், பாம்பின் நிறமும், கோடுகளும், சிதம்பல்கள் உள்ள தோலும் உள்ளவர் மூஸ்ஸமுஸலியார்! அவர் அரபியில் உள்ள மிகப் பயங்கரமான கதைகளைக் கூறும்போது எந்தக் குழந்தைகள்தான் பயந்து போகாது? இன்னும் நினைவில் இருக்கும் ஒரு கதை மரணத்திற்குப்பின் விசாரணை செய்யக் கூடியதாகும். மரணத்திற்குப் பின் ஒருவனைப் புதைத்ததும் அந்த விசாரணை தொடங்கும். பிணத்தைப் புதைத்து விட்டுப் போகக் கூடியவர்களில் மிகவும் முன்னால் செல்லும் நபர் ஏழடி தூரம் நடந்து முடிக்கும்போது, ஒரு தேவதூதன் வந்து, சமாதிக்குள் இருக்கும் பிணத்திடம், "ஏய், எழுந்திரு" என்று கூறுவான். இறந்தவன் வெளியே வருவான். அந்த நிமிடத்திலேயே விசாரணை ஆரம்பித்து விடுகிறது. அது உலகம் முடியும்வரை நீண்டு கொண்டிருக்கும் விசாரணையாகும். பல ஆண்டுகள் வரை இந்த விசாரணைக் கதை குஞ்ஞப்துல்லாவின் மனதைக் குழப்பிக் கொண்டிருந்தது.

"நானும் ஒருநாள் சாகத்தான் போகிறேன், என்னையும் விசாரணை செய்வார்கள்தானே?" என்று படர்ந்து கொண்டிருக்கும் சிந்தனைதான் அதற்கான காரணம்.

அக்காலங்களில், தான் சிறியதொரு தவறு செய்து விட்டாலும் பெரியதாக நடுங்கிப் போய் விடுவாராம் குஞ்ஞப்துல்லா.

மூஸ்ஸமுஸலியார் கூறிய மற்றொரு கதையும்கூட மனத்தின் அடியிலிருந்து சிறகு விரித்துப் பறந்து மேலெழும்பும். அதுவும் தேவதைகளின் கதைதான். நாம் இப்பூமியில் பிறந்து விழுந்தவுடன் நம் இரு தோள்களிலும் இரு தேவதைகள் வந்தமர்ந்து கொள்ளுமாம். இரண்டின் கைகளிலும் கணக்கு நோட்டுகள் வைத்திருக்குமாம். அந்த நோட்டில் நாம் செய்யும் நன்மை தீமைகளை இரண்டும் அவ்வப்போதே குறித்து விடுமாம். வலதுதோளில் அமர்ந்திருக்கும் தேவதைதான், நக்கீர் தேவதை-தீமைகளைக் குறித்துக் கொள்வது. இடதுதோளில் அமர்ந்திருக்கும் முன்கர் தேவதைதான் நன்மை களைக் குறித்துக் கொள்வது.

மரணத்திற்குப்பின் இவ்விரண்டு கணக்குப் புத்தகங்களும் தராசில் வைத்து நிறுத்துப் பார்க்கப்படுமாம். நன்மையைக் குறித்துள்ள புத்தகம் அதிக எடை இருந்தால் சொர்க்கமாம்.

இல்லையென்றால், நரகம்தானாம். தான் ஒரு எறும்பைக் கொன்ற தினத்தன்று ஆகாயத்திற்கு மேலே பார்த்துப் பார்த்து உடல் நடுங்கி நின்ற நாளை இன்றும் குஞ்ஞப்துல்லா நினைத்துக் கொள்கிறார்.

“அடேய், ஜின்னோட ஒரு நாள்தாள் மனுஷனோட ஒரு வருஷம்” என்று மூஸ்ஸமுஸலியார் ஜின்னின் கதைகளைக் கூறும்போது, குஞ்ஞப்துல்லா கண்களையும் இதயத்தையும் மிகச் சிரத்தையுடன் செலுத்திக் கேட்டுக் கொண்டிருப்பார். அந்த நிமிடத்தில் மனத்தில் பதிந்த அந்தக் கட்டுக் கதைகள்தான் ‘ஸ்மாரக சிலைகளில்’ ஓர் அத்தியாயமாகவே பரிணமித்தன...

‘திறந்த வாயுடன் நிற்கும் குஞ்ஞாமனைக் கோபமாகப் பார்த்துவிட்டு, அந்தத் திடகாத்திரமானவனான கான்பஹதூர் பூக்கோயா தங்கல், திவ்விய ஞானியைப்போல், “நீயொன்றும் பயப்பட வேணாம். உன்னோட பணம் திரும்பக் கெடைச்சுடும், அடுத்த வருஷம், இதே நாள்ல இதே நேரத்துக்கு குஞ்ஞிப் பள்ளி’க்குப் போனால் போதும். இதேபோல் எல்லாவற்றையும் பார்க்கலாம். அதே சந்தை, அதே கடை, அதே கடைக்காரன். அங்க போயி அவன்கிட்ட நேத்துக் கொடுத்த பணத்தைக் கொடுன்னு கேட்கணும். நாங்கள் போறோம். டேய், இது ஜின்னோட விளையாட்டுடா. ஜின்னோட விளையாட்டுடா. ஜின்னோட ஒரு நாள்தான் மனுஷனோட ஒரு நாளுமாகும்” என்று கூறினான்.

இளம் பருவ நினைவுகளை அசைபோடத் தொடங்கி விட்டால், ஆகாயத்தின் மறுபுறத்தைப் பார்த்துக் காலாள் படையின் வரவிற்காகக் காதுகளைக் கூர்மைப்படுத்திக் கொள்ளும் குஞ்ஞப்துல்லா, பத்தாயிரம் நாக்குகளுக்கு உரிமையாளராகி விடுவார். ஆண்டி மலையனின், செண்டை மேள தாளத்தைக் கேட்டுத் தூக்கத்தை இழந்த இரவுகள்; தபால்காரன் ரைருநாயரின் சைக்கில் மணியோசைக்காக காதைக் கூர்மைப்படுத்திக் கொண்டிருந்த பகல்கள்; இடது தோளில் காடையும், வலது கையில் குடமணியும், தலையில் கதகளி கிரீடமும் அணிந்த ‘ஓணப்பொட்டானை’ எத்தனை முறைப் பார்த்தாலும் திருப்திப் படாத ஓண நாள்கள்; இவைகளைக் கூறும்போது குஞ்ஞப்துல்லா ஒரு சிறுவனைப்போல் மாறுவதைக் காணலாம்.

ஒரு பெரிய பத்தாயத்தின் மேல்தான் குஞ்ஞப்துல்லா படுத்துத் தூங்குவாராம். மனத்தில் சிதறிக் கிடக்கும் கதைகள், கற்பனைகளின் சப்தத்தைக் கேட்டு விழித்துக் கொள்ளும்போது தூக்கம் வழிமாறிப்

போகும். ராஜபாட்டையில் வரிசை வரிசையாக நகரும் மாட்டு வண்டிகளின் மணியோசைகளையும், வண்டிச்சக்கரங்களின் கடகடா சப்தங்களையும் கேட்டுக்கொண்டு படுத்திருக்கும்போது எதிர் காலத்தில் தான் ஒரு பெரிய இலக்கியவாதியாவோம் என்பதைச் சிந்தித்துப் பார்த்திருப்பாரோ? பனிபெய்த காலை வேளையின் நினைவு மண்ணில் உருகிக் கிடப்பதையும், தென்னையோலைகளில் வெளிச்சமும் ஈரமும் இணை சேருவதையும் பார்த்து பெருமூச்சு விட்ட இளமைக்காலத்தையும், நிலாவை அணிந்த நீல இரவுகளில் கனவு கண்டதையும் கதையாக எழுதாமல் இருக்க முடியுமோ?

அன்று ஒரேயொரு பஸ் மட்டுமே அவ்வூர் வழியாகப் போய் வந்துகொண்டிருந்தது. தலைச்சேரி வடகரைப் பஸ்தான் அது. சில சமயங்களில் ஒரு காரும் வரும். அந்த பஸ்ஸையும் காரையும் பார்க்க, அவ்வூரார் கூட்டம்கூடி நிற்பதுண்டு. அப்போது கண்ணனூரில் இராணுவத்தினர் முகாமிட்டிருந்தார்கள். மடப்பள்ளி வழியாக ராணுவத்தினர் ‘மார்ச்’ செய்யும் தினத்தன்று, அதிகாரி தண்டோரா போட்டு மார்ச் போவதை அறிவிப்பார். அன்றைய தினம் மடப்பள்ளியிலுள்ள வீடுகளில் எல்லாம் நடுங்கிப்போய் நிற்பார்கள். எல்லோரும் வீட்டை அடைத்துக்கொண்டு உள்ளேயே பயத்துடன் இருப்பார்கள். ரோடு பக்கத்தில் இருப்பவர்கள் வீட்டைப் பூட்டிக்கொண்டு வெளியேறி விடுவார்கள். அப்துல்லா முதன்முதலாக ராணுவத்தைப் பார்த்த நாளை நன்றாக நினைவு வைத்திருக்கிறார். காரணம் தனது விளையாட்டுத் தோழன் யூஸுப்பின் வாழ்வு ஒடுங்கிப் போனதும் அன்றுதான்.

‘மார்ச்’ செய்யும் தினங்களைபோல் அன்றும் தண்டோரா போட்டு விளம்பரம் செய்தார்கள். எல்லா வீடுகளும் அடைக்கப் பட்டன. ‘யூஸுப்’ என்ற குழந்தை மட்டும் எப்படியோ வெளியே போய்விட்டான். ‘மார்ச்’ வருவதைப் பார்த்து விட்டவன், கூச்சல் போட்டுக் கொண்டே ஓடிப்போய் அருகிலிருந்த ஒரு செண்பக மரத்தில் ஏறினான். அப்போது அவன் கால் வழுக்கி கீழே விழுந்து விட்டான். ஜன்னல் வழியாகப் குஞ்ஞப்துல்லா இராணுவத் தினரையும் யூஸுப்பையும் மாறிமாறிப் பார்த்துக் கொண்டிருந்தான். யாரும் வெளியே வரவில்லை. ராணுவத்தினர் சென்று அரைமணி நேரம் கழித்தபின்தான் எல்லோரும் வெளியே வந்தார்கள். அதற்குள் யூஸுப்பின் சுயநினைவு தவறத் தொடங்கிவிட்டது.

ஆண்டுகள் எத்தனையோ ஓடிவிட்டன. அன்று தகர்ந்து கரிந்துபோன தன் மனதை, அவர் இதுநாள் வரை திரும்பப் பெறவில்லை. ஸ்ரீ கிருஷ்ணனாக முக்திப் பெற்ற சுவாமிநாதனைப் போலவே, குஞ்ஞப்துல்லா, தன் வாழ்நாளில் மறக்க முடியாத இளம்பருவத் தோழன்தான் யூஸுப்பும். இவர்களைப் பற்றியெல்லாம் ஏன் எழுதவில்லை என்று கேட்டால் ஒரே பதில்தான் நமக்குக் கிடைக்கிறது.

"மனத்தில் தைத்துக் கொண்டிருக்கும் சூடான நினைவு களென்னும் காரைமுட்களை என்னால் பிடுங்க முடியாது."

அறிவையும், தன்னம்பிக்கையையும், நேசத்தையும் கதிஜா விட மிருந்துதான் குஞ்ஞப்துல்லா கற்றுக்கொண்டார். குஞ்ஞப்துல்லா வின் தந்தைக்குக்குக் கதீஜா சகோதரி. கதிஜாவிற்கு அளவிற்கு அதிகமான அறிவும் தன்னம்பிக்கையும் இருந்ததால், ஊராரும் உற்றாரும் அவரை 'இந்திரா காந்தி' என்றே அழைத்தார்கள். பலருக் கும் கதீஜாவைக் கண்டாலே பயம்தான். காயங்குளம் கொச்சுண்ணி முதல் வடக்கே பிரபலமான கொள்ளையனும் ரௌடியுமான குருளிச் செக்கோன் வரைக்கும் கதீஜா என்றாலே பயம்தான். அந்தப் பயங்கரமானவனிடமிருந்தே ஒரு குடையை வாங்கிக் கொண்டு இடச்சேரியில் நடந்த ஒரு திருமணத்திற்குச் சென்று வந்த கதீஜா, ஊரார்களுக்கு இடையே ஓர் அதிசயமாகத்தான் இன்றும் அவர்களின் மனத்தில் இருக்கிறார். ஊரையும், ஊராரையும் நடுங்க வைத்த அந்த வம்பனைக் கிழித்த கோட்டில் நிறுத்தி வைக்க அவருக்கு அதிகப் பிரயாசை தேவைப்படவில்லை. சகோதரனின் குழந்தைகளை அவர் தன் பிள்ளைகளைப் போலத்தான் வளர்த்தார். 12 வருஷத்துக்கு முன்புதான் அவர் இறந்து விட்டார். இறப்பதற்கு முன் டாக்டர் குஞ்ஞப்துல்லா அவரைப் பார்க்கச் சென்றார். தலையணைக்கு அடியிலிருந்து பத்துரூபாய் நோட்டொன்றை எடுத்துக் குஞ் ஞப்துல்லாவின் சட்டைப்பையில் வைத்துவிட்டு, "உங்களுக்குக் கெல்லாம் இனி எப்போது என்னால் ஏதாவது கொடுக்க முடியுமோ தெரியவில்லை" என்று கூறினாராம் கதீஜா.

புனத்தில் குஞ்ஞப்துல்லாவின் மனத்தில் ஒரு பெரிய மயானமே உறங்கிக் கொண்டிருக்க வேண்டும். கட்டுக் கதைகள் சொல்லிப் பெருமூச்சுவிட்டுக் கொண்டு ஆயிரமாயிரம் கதாபாத்திரங்கள் உறங்கிக் கொண்டிருக்கும் மகா மயானம் அது. அவர் கூறியது எதுவும் கட்டுக்கதைகள் இல்லையென்று புனத்தில் வீட்டிலிருக்கும்

மண்ணிற்குக் கீழே எங்கேயோ கதைகள் சொல்லியும், கதைகள் கேட்டுக் கொண்டும் கிடக்கும் ஒரு மனிதனின் மண்டையோடு அதற்குச் சாட்சியாக இருக்கலாம் என்று நினைக்கிறேன்.

எப்போதும் மறக்காத அந்த மண்டையோட்டின் கதையைக் கேட்டால், அது ஒருபோதும் முடியாத கதைகளைச் சொல்லும்; யதார்த்தம் யதார்த்தமற்றும், யதார்த்தமற்றவை யதார்த்தமாகவும் தோன்றக்கூடிய வெளிப்பாடுகள் உண்டென்றால்தான். குஞ் ஞப்துல்லா கதைகள் எழுதுவார் என்று கூறுவதின் பொருளை இப்போது புரிந்து கொள்ளுங்கள். புனத்தில் வீட்டில் அடிக்கடி ஏற்பட்டுக்கொண்டிருந்த துக்கங்களைத் தீர்க்க ஒரு ஜோசியரை வரவழைத்தார்கள். பெரிய ஹோமம் செய்தால்தான், அங்கே நடக்கும் துக்கங்கள் மறையும் என்று ஜோதிடர் கூறிவிட்டார். அதை ஓலையிலும் எழுதி வைத்தார். ஒரு காளை மாட்டின் மண்டையோட்டையும் அதில் எழுதியிருந்தார். ஒரு காளை மாட்டின் தலையை வாங்கி வீட்டின் நடுக்கூடத்தில் குழிதோண்டிப் புதைக்க வேண்டும் என்றும், மந்திரங்கள் முடியும் நாளன்று அந்த மண்டையோட்டைத் தோண்டி எடுத்துக் 'கன்னிமூலையில்' கட்டித் தொங்க விட வேண்டுமென்றும், அதன் பிறகு ஒரு தலைமுறை வரையில் எவ்விதத் துக்கக் காரியங்களும் பாதிப்புகளும் உண்டா காது என்பதும் அதனால் ஏற்படும் நம்பிக்கையாகும்.

காளை மாட்டின் மண்டையோட்டை நடுக்கூடத்தில் புதைத்து விட்டு மந்திரங்கள் தொடங்கின. நடுநசி, கடைசிக் கட்ட மந்திர உச்சாடனங்களைச் சொல்லி, காளையின் மண்டையோட்டைத் தோண்டி எடுக்க மந்திரவாதியான பணிக்கர் முயன்றார். காளையின் மண்டையோட்டிற்குப் பதில் பணிக்கரின் கையில் ஒரு மனிதனின் மண்டையோடு கிடைத்தது. ஊரிலேயே மிகப் பெரிய மந்திரவாதியான பணிக்கர் அங்கேயே நிலைதடுமாறி மூர்ச்சித்து விழுந்துவிட்டார். அதன் பின், அந்த மனிதர் மந்திரம் செய்யவே போனதில்லை. அம்மனித மண்டையோட்டை அவர் அந்த நடுக் கூடத்திலேயே புதைத்துவிட்டுப் போனதுதான் இறுதியானது. அந்த மண்டையோடு அந்த வீட்டில் இருக்கும்வரை எவ்விதக் குழப்பமும் ஏற்படாது என்பது நம்பிக்கை. இன்னும் அந்த மனித மண்டையோடு புனத்தில் வீட்டில் கதைகள் கேட்டுக்கொண்டுதான் கிடக்கிறது.

“அறைக்கல் அம்பலம் (கோயில்) மடப்பள்ளியை விடப் புராதனமானதாக இருந்தது. அம்பலம் இருப்பதற்கு முன்னால்

அங்கே என்ன இருந்தது என்று நீங்கள் ஆராய்ந்தீர்களா குஞ் ஞப்துல்லா?" என்று கேட்ட கோவிலனின் (இவரும் மிகப் பெரிய மலையாள மொழி எழுத்தாளர்தான்) கேள்வியையே நானும் கேட்டேன். அன்று, விசாலமான ஒரு ஆராய்ச்சி அவரிடம் இருந்திருந்தால் இப்படிப்பட்ட எத்தனையெத்தனையோ மண்டை யோடுகள் கிடைத்திருக்கும். அந்த மண்டையோடுகளில் அடைந்து கிடக்கும் எத்தனையெத்தனையோ 'ஸ்மாரக சிலைகள்' வாசகர் களான எங்களுக்கும் கிடைத்திருக்கும்.

தனது ஐந்தாம் வயதிலேயே குஞ்ஞப்துல்லா அனுபவித்த மானசீகமான துன்பங்களையும் துக்கங்களையும் உலகத்தில் வேறோர் எழுத்தாளர் அனுபவித்திருப்பாரோ என்பது சந்தேகமே. தாயின் பாசம் எப்படி இருக்கும் என்றறிய குஞ்ஞப்துல்லாவால் முடியவில்லை; என்றாலும், அறிவு மழுங்கிய மனத்தினுள் லட்சியமில்லாமல் அலையும் அந்தத் தாய்ப் பாசத்தின் நதிக்கரையில் மகன் மெய் சிலிர்த்து நின்றதுண்டு. பைத்தியம் பிடித்துத் தன்னிலை தவறிய அந்தத் தாயைக் கட்டுப்படுத்த யாராலும் முடியவில்லை. சிலசமயம், அவர் வீட்டைவிட்டும் வெளியே போய்விடுவார். குஞ் ஞப்துல்லா என்னும் தன் செல்ல மகனை, அவர் இந்த நிலையிலும் ஒரு கிள்ளுகூட கிள்ளியதில்லை.

'நீ' என்றுதான் தாயை மகன் அழைத்தார். அதைக் கேட்கும் போது, பைத்தியம் பிடித்த அவரின் முகத்தில் மகிழ்ச்சி அலை புரளும். பைத்தியம் உச்சநிலையை அடைந்தபோது அந்தத் தாயைச் சங்கிலியால் பிணைத்தால் நல்லது என்னும் நிலை வந்தது. எல்லை மீறிய அக்கிரமங்களைச் செய்ய ஆரம்பித்த அவரை யாரால்தான் சங்கிலியால் பிணைக்க முடியும்; யாராலும் முடியவில்லை. கடைசி யில் ஐந்து வயதான குஞ்ஞப்துல்லாதான் சிரித்து கொண்டே.

"ஸைனா, உன்னை நான் சங்கிலியால் கட்டப் போறேன்" என்று கூறினார்.

உடனே, அவர் அமைதியாகிவிட்டார். கண்களில் கண்ணீர் நிறைந்து வழிந்தன. மகன், தாயின் கால்களை கட்டிலோடு சேர்த்து ஒரு சிறிய சங்கிலியால் பிணைத்தார். தன் செல்ல மகனால் பிணைக்கப்பட்ட சங்கிலியுடன் கிடந்த அந்த அதிர்ஷ்டமற்ற தாய் ஐந்தாம் நாள் இறந்துவிட்டார்.

இந்நிகழ்ச்சியை விவரிக்கும்போது குஞ்ஞப்துல்லாவின் கண்கள் கண்ணீரால் நிறையவில்லை. ஆனால், அவர் மனம் தளர்ந்து சோர்வடைந்து போவதை நாம் பார்க்கலாம். புனத்தில் பவனத்தின் எல்லா வலிகளையும் துக்கங்களையும் அநுபவித்தது கதீஜாதான். இதுபோன்ற எத்தனையெத்தனையோ காயங்கள் இளம்பருவ குஞ் ஞப்துல்லாவின் இதயத்தில் ஏற்பட்டிருந்தன.

மடப்பள்ளியிலுள்ள அரசு ஃபிஷரீஸ் டெக்னிகல் உயர் நிலைப் பள்ளியில்தான் குஞ்ஞப்துல்லா தொடர்ந்து தன் கல்வி யறிவை வளர்த்தார். மீன் பிடித்தலும், வலைப் பின்னுதலும் பாடத்திட்டத்தில் ஒரு முக்கிய பகுதி என்பது இப்பள்ளியின் ஒரு தனிப்பட்ட செயலாகும். அதற்கேற்றாற்போல் கடலும் இரண்டு கிலோ மீட்டர் தூரத்திலேயே இருந்தது. கடலின் இரைச்சலைக் கேட்டுக்கொண்டு படிப்பதென்பதே ஒரு சுவையான அனுபவம் தான். செம்படவர்கள்தான் பள்ளியை நிர்வகித்து வந்தார்கள். மீன் பிடிக்கச் செல்லும் நாட்களில் பள்ளியில் பிள்ளைகளின் வருகை குறைந்துவிடும். எட்டாம் வகுப்பு முடிப்பதற்குள் குஞ்ஞப்துல்லா வலை பின்ன கற்றுக் கொண்டிருந்தார். வலை பின்னும்போதே, இரட்டைப் பின்னல் விழுந்ததால், குஞ்ஞப்துல்லாவிற்கு 'கேளுக் குரூப்'பின் பிரம்படிகூட ஒருமுறை கிடைத்ததுண்டு தேர்விற்கு இப்பாடத்திலும் ஒரு பேப்பர் இருந்ததால் அழுதுகொண்டே மீண்டும் மீண்டும் வலைப் பின்னலைக் கற்றுக்கொண்டார்.

உயர்நிலைப் பள்ளிக்குப் போகும்போதும் வரும்போதும் குஞ் ஞப்துல்லா இயற்கையின் அழகில் கண்களையும் இதயத்தையும் பதிய வைத்துத்தான் நடப்பார். அப்போது மனத்தில் பாதுகாத் திருந்த கதைகள் நிறைந்த முத்துச் சிப்பிகளைத்தான் இப்போது ஒவ்வொன்றாக திறந்து கொண்டிருந்தார். வயல் வரப்புகளில் விரிந்து நிற்கும் நீல பூக்களைப் பார்த்துக் கொண்டிருக்கும்போதும், அறைக் கல் அம்பலத்தைச் சுற்றியுள்ள தேவதைகளின் பாதச் சுவடுகளைக் கவனித்துக் கொண்டு செல்லும்போதும், குஞ்ஞப்துல்லா தனக்கே யுரிய கனவுலகத்தை விவரித்துக் கொண்டிருக்க வேண்டும். அந்த விவரிப்புத்தான் இப்போது கதைகளாக மலர்கிறது.

பள்ளிக்குச் செல்லும் வழியில் பூழிப் பறம்புக்கு அருகே, மடப்பள்ளியில் பிரபலமான ஒரு வேசியின் வீடும் இருந்தது. அந்த வீட்டிற்கு முன்னால் நின்று குழந்தைகள் விசிலடிப்பதும்

சிரிப்பதுமாக இருப்பது சர்வசாதாரணக் காட்சியாகவும் இருந்தது. அன்று அதற்கான காரணம் குஞ்ஞுப்துல்லாவுக்குத் தெளிவாகத் தெரியவில்லை. ஒருநாள், அலுவலர் ஒருவர் அந்த வீட்டிலிருந்து இறங்கி வருவதைப் புனத்தில் கண்டார். அவருக்குப் பின்னால், விடைகொடுப்பதற்காக வாய்நிறையச் சிரிப்புடன் அந்த வேசியும் வந்தாள். குஞ்ஞுப்துல்லா அந்த வசீகரத்தில் கண்களைச் செலுத்தினார். சாதாரண தடிமனுள்ள அழகான உடல்வாகு. பின்புறம் முழுவதும் நிறைந்து தொங்கும் முடி. மினுமினுப்புள்ள அடிவயிறு. வெளியில் குதித்துவிடலாமோ என்று நிற்கும் முழுமையான மார்பகம். ஓர் ஊர் முழுவதுக்கும் நிழலடிக்கும் மைதீட்டிய கண்கள். இன்றும் கூட அந்த வசீகரம், குஞ்ஞுப்துல்லாவின் மனத்தில் உண்டு. இன்று எல்லாமே புரிகிறது...

உயர்நிலைப்பள்ளிக் காலத்தைப் பற்றிய எத்தனை யெத்தனையோ ஓவியங்கள் குஞ்ஞுப்துல்லாவின் மனத்தில் பதிந்து கிடக்கின்றன. வாழ்க்கையின் இறுதிவரை மீனைத் தவிர வெறொன் றையும் அறிவதற்கு முயலாத கருவாட்டு வியாபாரி ஒருத்தன். அவன் பத்துப் பதினைந்து பாய்களை விரித்து அதில் மீனைப் பரப்பி உலர்த்த முயல்வதைப் பார்ப்பதற்கு மிகவும் மகிழ்ச்சியாக இருக்கும். அதைப் பார்த்து நின்றுவிட்டு எத்தனையோ நாட்கள் வகுப்பிற்குத் தாமதமாகவும் சென்றதுண்டு. அந்த நாட்களைப் பற்றிய காட்சியை நினைக்கும் போதே கதாசிரியர் குஞ்ஞுப்துல்லாவின் உதடுகளில் குறும்புச் சிரிப்பு கொப்பளிக்கும். மீனைப் பாயில் பரப்பி விட்டு அவன் நகர்ந்தபோது இடுப்பில் அணிந்திருந்த வேட்டி அழிந்துவிட்டது. அந்த கருவாட்டு வியாபாரி அந்த வேட்டியை எடுக்க முயலாமல் வேலையிலேயே கண்ணும் கருத்துமாக இருந்தான். கால் முட்டு வரையில் தொங்கிக் கொண்டிருந்த கோவணத்தின் முனை, மீன் துண்டுகளை முத்த மிடுவதைப் பார்க்கும்போது மிகவும் ரசிக்கும்படி இருக்கும். அவன் தன் வீட்டிற்குக் கருவாட்டுடன் வரும்போது குஞ்ஞுப்துல்லா அவனை வைத்த கண் வாங்காமல் பார்த்துச் சிரிப்பார். மீன் துண்டு களில் முத்தமிடும் கோவணம்தான் அப்போது அவரின் நினைவுக்கு வரும்.

புனத்தில் குஞ்ஞுப்துல்லாவிற்குத் திருடர்களையும், பைத்தியக் காரர்களையும் கண்டால் இன்றும் பயம்தான். அவர்களைப் பார்த்

ததும் ஏற்படும் குழப்பங்கள் பல மணி நேரம் நீண்டிருக்கும். உயர்நிலைப் பள்ளியில் படிக்கும்போது மனத்தில் தீராத பயத்தின் விதையை விதைத்த பைத்தியக்காரன் கோயஞ்ஞிக்கோயாதான் அதற்கான காரணம். மடப்பள்ளிக்காரர்கள் இன்றும் அந்த விபத்துக் குள்ளான பைத்தியக்காரனை நினைத்துக் கொண்டிருக் கிறார்கள்.

தோளில் விலங்குக் கட்டையும், கையில் சங்கிலியுமாக ஒரு பெரிய குன்றைப்போல் இழுத்திழுத்து ஊரில் திரிந்து கொண்டிருக் கும் அந்த உருவம் யாரையும் பயப்படுத்துவதாகவே இருந்தது. ஒருநாள் வகுப்பில் இருந்த குஞ்ஞுப்பதுல்லாவின் காதுகளுக்குக் கோயஞ்ஞிக்கோயாவின் சங்கிலி சப்தம் கலகலவென வந்து விழுந்தது. குழந்தைகள் எல்லோரும் பயந்து நடுங்கினார்கள். அந்தப் பைத்தியம் வகுப்பறைக்குள்ளேயே வந்து விட்டான். எங்களுடன் இருந்த ஆசிரியரிடம், மணி அடிக்கும் இரும்புக்கம்பி வேண்டுமென்று கேட்டான். அவர், கொடுக்க முடியாது என்று கூறிவிட்டார். அதன்பின், ஒரு கத்தி வேண்டுமென்றான். அதுவும் கிடைக்காது என்று தெரிந்ததும் கண்ணாடிகளைத் தள்ளி உடைத்து விட்டு கண்களில் கண்ட பொருள்களையெல்லாம் நாசப்படுத்தித் தூக்கி எறிந்துவிட்டு சிறிது நேரம் சென்றதும் திரும்பிப் போய் விட்டான்.

மறுநாள் காலையில் பள்ளிக்குச் சென்றபோது, வாய்க்காலுக்கு அருகில் ஜனங்கள் கும்பலாக நின்றுகொண்டிருந்தார்கள். குஞ் ஞுப்துல்லா அந்த ஜனங்களுக்கிடையே நுழைந்து முன்னால் சென்று வாய்க்காலைப் பார்த்தபோது, “ஐயோ அம்மா” என்று அந்த சிறுவன் குஞ்ஞுப்துல்லா பயந்து கூச்சல் போட்டுவிட்டார். அந்த வாய்க்காலில் பைத்தியக்காரன் கோயஞ்ஞிக்கோயாவின் சடலம் கிடந்தது.

அதேபோல், டீக் கடைக்ககாரன் குஞ்ஞிராமன் தூக்குப் போட்டுத் தொங்கிக் கொண்டிருந்ததைப் பார்த்த பின், எத்தனையோ இரவுகள் பெருமூச்சு விட்டுக்கொண்டு படுத்திருந்திருக்கிறார். குஞ்ஞுப்துல்லா, டாக்டராக ஆனபின் எத்தனையோ பிணங்களைக் கிழித்துப் போட்டிருக்கிறார். ஆனால், இந்த இரண்டு சவங்களைப் பற்றி நினைக்கும் போதெல்லாம் மனித மயானங்களை மனத்தில் சுமக்கும் புனத்தில் குஞ்ஞுப்துல்லா சிறிது நடுங்கவே செய்கிறார்.

மடப்பள்ளியிலிருக்கும் இளம்பருவ நண்பன் சுவாமிநாதனை, ஒருநாளும் குஞ்ஞுப்துல்லாவால் மறக்க முடியவில்லை. மனத்தின்

உள்ளாந்தரங்களில் ஒரு கதைக்கரு யாருக்கும் தெரியாமல் உதிர்ந்து விழுவதற்கான காரணகர்த்தா சுவாமிநாதன்தான்.

பள்ளிப்பறம்புகளை விடவும் அரபிக் கதைகளைவிடவும் பெரியதொரு உலகத்தைக் குஞ்ஞப்துல்லாவிற்குக் காண்பித்துக் கொடுத்தது இந்த விளையாட்டுத் தோழன்தான்.

தேவதைகளுடையதும் ஜின்களுடையதுமான கதைகளைக் கேட்டே வளர்ந்த குஞ்ஞப்துல்லா, பிருந்தாவனங்களையும் பசு மந்தைகளையும் மதுராவையும், காளிந்தியையும் எல்லாம் கண்கள் நிறையும்படியாகப் பார்க்கவும், புல்லாங்குழல்களின் வழியாகப் பிருந்தாவனத்து அழகான அந்த மாய மனிதனின் கிண்கிணி நாதத்தைக் கேட்கவும் வைத்தான். அதனால், குஞ்ஞப்துல்லாவின் கண் இமைகள் விரிந்தன. சுவாமிநாதனின் புல்லாங்குழலும், 'காளிந்தி ஆற்றின் கரையில்' என்னும் பாட்டும், குஞ்ஞப்துல் லாவிற்கும் சொந்தமாகிவிட்டது. கக்காட்டுக் குன்றின் சரிவிலிருந்து தினசரி மாலை நேரங்களில் குஞ்ஞப்துல்லாவின் வேணுகானம் உயர்ந்து வந்தது.

ஒருநாள் மாலையில் குர்-ஆன் கற்றுக் கொடுக்கும் மூஸ்ஸ முஸலியார் நம்பிக்கையில்லாமலேயே அந்தக் காட்சியைக் கண்டு அப்படியே ஸ்தம்பித்து நின்று விட்டார். முஸலியார் ஒரு புயலைப் போல் வேகமாகப் பாய்ந்து சென்றது தன் வீட்டிற்குத்தான் என்பது குஞ்ஞப்துல்லாவுக்கும் தெரிந்தே இருந்தது. அதனால், வீட்டிற்குச் சென்று கதவின் பின்னால் மறைந்து நின்று முஸலியாரின் கோபம் கொப்பளிக்கும் வார்த்தைகளைக் கேட்டு கொண்டிருந்தார் இந்த பாலன்.

"ஒரு முஸ்லீம் புல்லாங்குழல் வாசிக்கலாமா?" என்று கொப்ப ளித்தார் முஸலியார்.

"இனிமே, என்னோட மகன் புல்லாங்குழலையும் ஊத மாட்டான்; அந்தப் பாட்டையும் பாடமாட்டான்" என்று பதில் அளித்தார் வாப்பா.

அன்றிரவுதான் தன் ஏக்கத்தையெல்லாம் மனத்தில் ஒதுக்கிக் கொண்டு, "இனிமே நான் புல்லாங்குழலையே ஊதமாட்டேன்" என்று சபதம் செய்தார் குஞ்ஞப்துல்லா.

ஆனால், கக்காட்டு குன்றின் அடிவாரத்தில் சுவாமிநாதன் மாயக் கண்ணனின் நடனத்தை மீண்டும் மீண்டும் செய்ய வைத்தபோது மகுடிநாதம் கேட்ட நாகம்போல் தன் உள்ளுக்குள்ளேயே பாதிக்கப் பட்ட குஞ்ஞப்துல்லா புல்லாங்குழலைக் கையிலெடுத்துக் கொண்டார். காளிந்தி நதிக்கரையிலுள்ள அந்தக் கள்ளக் கண்ணனின் பாடல்களைப் பாடினார். யாரும் காணாத வகையில் அந்த அட்சய உலகத்தின் அபூர்வ ஆனந்தத்தில் அவர் அமிர்தம் தேடி அலைந்தார். ஒருநாள் மாலை கக்காட்டுக் குன்றின் அடிவாரத்திற்கு வாப்பாவே நேரில் வந்துவிட்டார். அன்றிரவு, வாப்பா குஞ்ஞப்துல்லாவைச் சோர்வடையும் வரையில் அடித்துவிட்டு, புல்லாங்குழலையும் சிமெண்டுத் தரையில் போட்டுக் காலாலேயே மிதித்து உடைத்து விட்டார். தாய் இறந்தபின், வாப்பா தன் மகனை அன்றுதான் முதன்முதலில் அடித்தார். குஞ்ஞப்துல்லா அன்றிரவு முழுவதும் அழுதழுது முகம் வீங்கி படுத்திருந்தாராம்.

அந்நிகழ்ச்சி நடந்து எத்தனையோ ஆண்டுகள் உதிர்ந்து விட்டன.

“இன்றும் அந்த வேதனை ஒரு காரை முள்ளைப்போல் என் மனத்தில் தைத்துக் கொண்டிருக்கிறது” என்று டாக்டரும் எழுத்தாளருமான குஞ்ஞப்துல்லா கூறுகிறார்.

தன் நெஞ்சில் பதிந்திருந்த அந்தக் காரைமுள்ளைப் பற்றிய நினைவைக் கொண்டுதான் புனத்தில் குஞ்ஞப்துல்லா, தன் முதல் கதையை எழுதினார். அக்கதைக்கு இருபது ஆண்டுகளுக்கு முன்பே ஒரு தலைப்பைக் கொடுத்திருந்தார்: ‘தகர்ன்ன முரளி’ என்பதுதான் அப்பெயர். அந்தத் ‘தகர்ன்ன முரளி’யை வேறு யாரும் பார்த்ததே இல்லை.

மலபார் கிறிஸ்துவக் கல்லூரியில் படிக்கும் காலத்தில், ‘ஒரு புல்லாங்குழலின் கதை’ என்னும் பெயரில் ‘தகர்ன்ன முரளி’யை ஒரு சிறுகதைப் போட்டிக்காக அனுப்பினார். எம்.ஆர். சந்திர சேகரன்தான் நடுவர். (இவர் ஒரு இடதுசாரி சிந்தனையுள்ள சிறந்த எழுத்தாளர்.) ‘செறுக்காடு’ மகன் ரவீந்திரனுக்குத்தான் முதல் பரிசு கிடைத்தது. ‘புல்லாங்குழலின் கதை’க்கும் ஒரு பிரத்யேகப் பரிசு கிடைத்தது. எம்.டி.வாசுதேவன் நாயரிடம், எம்.ஆர்.சந்திரசேகரன், ‘புல்லாங்குழலின் கதை’யைப் பற்றி மிகவும் பாராட்டிப் பேசினா ராம். என்றாலும், குஞ்ஞப்துல்லாவின் அந்தக் கதை பிரசுரமாகவே இல்லை. ஒரு ‘ஸ்மாரக சிலை’யாக (நினைவுச் சின்னமாக)

அக்கதை இப்போதும் குஞ்ஞப்துல்லாவின் பழைய நினைவுப் பொருள்கள் உள்ள பெட்டியிலேயே இருக்கிறது. அந்தத் ‘தகர்ன்ன முரளி’யோடுதான் குஞ்ஞப்துல்லாவின் மனம் இப்போதும் இருக்குமோ?

கதை எழுதுவதற்கான தூண்டுதல் ஒவ்வொரு நிமிடமும் குஞ்ஞப்துல்லாவின் மனத்தில் அதிகரித்துக் கொண்டே இருந்தது. ஓராயிரம் கதைகள் அவரின் மனத்தில் நிறைந்து நின்றன. அவற்றை எப்படி எழுதுவது என்றுதான் அவருக்குத் தெரியவில்லை. அக்காலத்தில் விஜய சந்திரன்தான் (திருச்சூர் மாவட்ட கலெக்டராக இருந்தவர்) இவருடைய நண்பர். ஓ.வி. விஜயனின் ஒரு கதையைப் படித்துவிட்டு, “இந்தத் தோழர் எப்படித்தான் இதுபோல கதைகள் எழுதுகிறாரோ” என்று விஜயசந்திரனிடம் கூறினார் குஞ்ஞப்துல்லா.

அதற்கு, “எம்.பி.போளின் ‘சிறுகதை இலக்கிய’த்தைப் படித்தால் போதும்” என்று பதில் கூறினார் விஜயசந்திரன்.

பி.கே.பிரதர்ஸிலிருந்து சிறுகதை இலக்கியத்தை வாங்கிப் படித்த பின், மனத்தில் ‘ஆலோலம்’ பாடிக்கொண்டிருந்த ஒரு கதைக் கரு மலர ஆரம்பித்தது. ஒன்றிரண்டு இரவுகளிலேயே கதை முழுமை அடைந்தது. அக்கதையின் நாயகி ஓர் அழகி. இதயத்தில் பிரகாசம் உண்டானதால், அவள் ‘அப்ஸரஸை’ப் போல் மின்னினாள். எலுமிச்சைப் பழத்தைப் போன்ற நிறம். புள்ளிகளுள்ள வெள்ளை இரவிக்கைக்குள் மகிழ்ச்சி ஊஞ்சலாடியது. தன் பிரியமுள்ள நாயகியின், மழைக்கால கிணறு நிரம்பியுள்ளது போன்ற கண்களையும் மற்றவற்றையும் வர்ணிக்க ஆரம்பித்தபோது, குஞ்ஞப்துல்லா ‘போளி’னை மறந்துவிட்டார்.

ஒருமுறை, அழகு நிறைந்த சுமதியை, நாயகியாக்கி எழுதிய ஒரு கதையை விஜயசந்திரனுக்கு வாசித்துக் காட்டினார் குஞ்ஞப் துல்லா.

“சுமதி அங்கே வந்தாள். அழகு நிறைந்த சுமதிஞ்.” அதுதான் ஆரம்ப வரி.

“சுமதி. அதுதான் அவளின் பெயர்” என்று திருத்த வேண்டும் என்றும், அப்படிச் செய்தால்தான் அது கதையாகும் என்றும் அந்தத் தோழர் கூறினார்.

குஞ்ஞப்துல்லா அந்த அறிவுரையை ஏற்றுக்கொள்ளவில்லை.

இதுவரையில் தன்னுடைய சொந்தமான திருத்தலில்லாமல் வேறு எந்தத் திருத்தத்தையும் அவர் தன் படைப்புகளில் செய்ததே இல்லை.

மலையாள இலக்கியத்தில் சமகாலப் படைப்பாளர்களுக்குள் மிகவும் கவனிக்கத்தக்க நபராக உயர்ந்து வந்ததற்கு அதுதான் காரண மாக இருக்க வேண்டும்.

கோழிக்கோடு மலபார் கிறிஸ்துவ கல்லூரியிலும், தலைச்சேரி பிரண்ணன் கல்லூரியிலும்தான் குஞ்ஞப்துல்லா கல்லூரிப் படிப்பை முழுமைப்படுத்தினார். 'புல்லாங்குழலின் கதை' பரிசு பெற்ற போது, தன்னாலும் கதை எழுத முடியுமென்னும் தன்னம் பிக்கை குஞ்ஞப்துல்லாவிற்குக் கிடைத்தது. மாத்ரூபூமி சிறுவர் பூங்காவிற்கு 'பொளிஞ்ஞக் கிண்ணம்' (உடைந்த கிண்ணம்) என்னும் கதையை அனுப்ப அதுதான் தைரியம் அளித்தது. அப்போது சிறுவர் பூங்கா பகுதியை எம்.டி.வாசுதேவன் நாயர்தான் கவனித்துக் கொண்டி ருந்தார். 'பொளிஞ்ஞக் கிண்ணம்' போட்டோவுடன் அக்கதை பிரசுரிக்கப்பட்டது. ஐந்து ரூபாய் சன்மானமும் கிடைத்தது. அதுதான், முதல் சன்மானம்.

'தாரளமாகப் படிக்கவும், குறைத்து எழுதவும்' என்னும் எம்.டி. யின் கடிதத்தை இன்றும் குஞ்ஞப்துல்லா நினைத்துக் கொள்கிறார்.

சிறுவர் பூங்காப் பகுதிக்கு அனுப்பிய 'கல்யாண ராத்திரி' கதை வார இதழிலேயே முக்கிய கதையாகப் பிரசுரிக்கப்பட்டபோது, தானும் ஓர் எழுத்தாளன் ஆக வளர்ந்துவிட்டோம் என்பதை உணர்ந்து கொண்டார் குஞ்ஞப்துல்லா. உற்சாகமும், மகிழ்ச்சியும், ஆனந்தமும், ஆவேசமும் கொண்டிருந்த நாட்கள் அவை. படிப்பதில் ஆர்வம் குறைந்தது. கதை எழுதுவதில்தான் ஆர்வம் அதிகமாக இருந்தது. மாத்ரூபூமிக்கு இரண்டாவது கதையை அனுப்பினார். கதையின் பெயர், 'வெய்யில் மங்கிய பகல்' கதை போன வேகத்திலேயே திரும்பி வந்தது.

வைக்கம் முகம்மது பஷீருக்குப் பின் முஸ்லீம் குடும்ப வாழ்க் கையை, அதன் ஆணிவேர்களோடு எழுதப்பட்ட 'ஸ்மாரகச் சிலை கள்' மூலம் மறுபிறவி எடுக்க வைத்த புனத்தில் குஞ்ஞப்துல்லாவின் கண்கள், 'ரிஜக்ஷன் ஸ்லிப்'பில் எழுதிய வரிகளில் தங்கி நின்றது.

"மனம் வெறுத்தவர்களுக்குப் பின்னோக்கிச் செல்லும் பாதை யல்ல இலக்கியம் என்பதை நினைவில் கொள்ளவும்."

முற்றிலும் நிராசையடைந்து விட்டார் குஞ்ஞப்துல்லா. எதிர்காலம் சிறப்பாக இருக்கும் என்று எண்ணியிருந்த நம்பிக்கை எங்கேயோ போய் மறைந்து விட்டது. அதன்பின் இரண்டாவது கதை பிரசுரிக்கப்பட்டது. கதையின் பெயர் 'நஸுகா'. பாவத்தை மட்டுமே செய்துவிட்டு, கடைசிக் காலத்தில் புண்ணியவானாக மாறிய நஸுகாவின் கதை மலையாளிகளின் கவனத்தை ஈர்த்தது.

பிரண்ணன் கல்லூரியிலிருந்து பிஎஸ்.ஸி. பட்டம் பெற்றார். மதிப்பெண் மிகவும் குறைவாக இருந்ததால், மகனை ஒரு டாக்ட ராக்க வேண்டும் என்னும் தந்தையின் ஆசைக்கு இருள் சூழ்ந்தது. புகுமுக வகுப்பில் மிக அதிகமான மதிப்பெண்கள் பெற்றிருந்ததால் அலிகார் யூனிவர்சிட்டியில் 'பிரிமெடிக்கலில்' சேர்ந்தார். ஆறாண்டு கள் வரை ஒரு கைதியைப் போல்தான் அவர் அலிகட்டில் வாழ்ந்து முடித்தார். அக்காலத்தைப் பற்றி குஞ்ஞப்துல்லா பெருமூச்சு விட்டுக்கொண்டு கூறினார்.

"அலிகார் மருத்துவக் கல்லூரியின் அந்த ஆறாண்டுகளையும் நான் மிகவும் கஷ்டப்பட்டுக் கழித்தேன். என்னுடைய இனிய இளமை முழுவதும் தடித்த பாடப் புத்தகங்களுக்கு முன்னாலும், ஹாஸ்டல்களிலுள்ள தடிமனான கேட்டுகளுக்கு உள்ளேயும் கழிந்தது. அந்த உணவைக் கஷ்டப்பட்டு சாப்பிட்டுக் கொண்டு தான் நான் வெறுமனே என் காலத்தை செலவழித்தேன். அக்காலம் முழுவதும் முழுநிலவுள்ள ஓர் இரவை என்னால் காணவே முடிய வில்லை. ஆகாய வெளியில் பறந்துசெல்லும் பறவை களையும் என்னால் பார்க்க முடியவில்லை. பத்துப் பூக்களின் பெயர்களைச் சொல்லக்கூட முடியாத விதமாக எனக்கு அவை மறந்துவிட்டன... "

இறுதியாண்டு எம்.பி.பி.எஸ். படித்துக் கொண்டிருந்த போதுதான் கதை எழுத வேண்டுமென்று குஞ்ஞப்துல்லாவிற்குத் தோன்றிற்றாம். அதுவும் அந்தப் பூக்களின் பெயரை மறந்ததால் தானாம்.

அலிகார் பல்கலைக்கழகத்தில் கழித்த அந்த ஆறு ஆண்டு களால், குஞ்ஞப்துல்லாவின் வாழ்க்கையில் அதன் எல்லையற்ற தன்மையைக் காண முடிந்தது. அதைக் காணச் சிரமப்படவுமில்லை. நேருக்கு நேராகவே கண்டார். கேம்பிரிட்ஜ், ஆக்ஸ்போர்டு சர்வ கலாசாலைகளை இன்றும் அனுசரித்துச் செல்லும் அலிகார் பல்கலைக் கழகத்தின் சட்ட திட்டங்களோடு குஞ்ஞப்துல்லாவால்

ஆரம்பத்தில் ஒத்துப்போக முடியவில்லை. காலையிலும், மதியத்திலும், ஒரே மாதிரியான பலகாரம்தான்- ரொட்டியும், இறைச்சியும்தான். ஆரம்பத்தில் அவை விருப்பம் இல்லாமல்தான் இருந்தன. கடைசியில் அவையே அருவருப்பாகவும் ஆகிவிட்டன. சில நாட்கள் கழிந்ததும் ஊருக்குத் திரும்ப தீர்மானித்ததும்கூட அதனால்தானாம். திரும்பிச் செல்ல முடிவெடுத்ததற்கு முதல் நாள்தான் நேசமிக்க தந்தையின் நீண்ட கடிதம் ஒன்று அவருக்குக் கிடைத்தது. அக்கடிதம்தான், பக்குவப்படாத அத்தீர்மானத்தை உதறித்தள்ளக் குஞ்ஞுப்துல்லாவைத் தூண்டியது. தொடர்ந்து, அந்த விருப்பமின்மையும் அருவருப்பும் எல்லாம் இதயத்தின் ஆழத்தில் எங்கேயோ மறைந்து கிடக்கும் ஆனந்தத்துடன் கலந்துவிட்டன. என்றாலும், கனவு கனவாகவே இருந்துவிட்டது.

தன் காதலியின் போஸ்மார்ட்டத்தை, தன் கண்களாலேயே பார்த்துக் கொண்டிருக்க வேண்டிய நிலைமைக்கு ஆளான குஞ் ஞுப்துல்லா, அலிகட்டிலிருந்து மருத்துவப் பட்டத்துடன் திரும்பும் போது உண்மையிலேயே பத்துப் பூக்களின் பெயர்களைச் சொல்லக் கூட முடியாத விதத்தில் அவர் மானசீகமாகவே மனம் உடைந்து போயிருந்தார்.

அலிகட்டில் ஆறு ஆண்டுகாலம் கைதியைப் போன்று காலம் கழித்த குஞ்ஞுப்துல்லாவுக்கு நல்ல உணவுப்பொருட்கள் என்பவையே ஒரு பெரும் கனவாகத்தான் இருந்தன. உணவுப் பொருட்களைப் பற்றி இவர் மிகவும் தாராளமாகப் பேசுவதற்கும் இதுதான் காரணம். கோடீஸ்வரர்களின் பிள்ளைகள் நூறுரூபாய் நோட்டுக்கட்டுக்களாக வெளியே உருவி, வாழ்க்கை வசதிகளை அள்ளிக்கொண்டு வரும்போது, குஞ்ஞுப்துல்லா தன் சூன்யமான பாக்கெட்டுகளில் கைகளைவிட்டு பெருமூச்சு விடுவது சர்வ சாதாரணமாகி விட்டது. ஓய்வு நாட்களில் உத்திரப் பிரதேசத்தின் கிராமங்களில் அலைந்து திரிவதுதான் குஞ்ஞுப்துல்லாவிற்கு மிகவும் விருப்பமான பொழுதுபோக்கு. ஜிம்மி செரியான்தான் குஞ்ஞுப்துல் லாவுடன் எப்போதும் இருப்பார். தன் நெருங்கிய நண்பனாக இருந்த 'தரம்பால் அரோரா'வின் வீட்டிலிருந்து (ஹரியான மாநிலத்தில் இருந்தது அந்த நண்பனின் வீடு) வந்த ஏராளமான சுவை நிறைந்த பலகாரங்களைப் பற்றி குஞ்ஞுப்துல்லா விவரிக்கும்போது நம் நாக்கில் எச்சில் ஊறும்.

ஒரு பெரிய பீங்கான் கிண்ணம் நிறைய வேகவைத்த சோளம்; பெரிய பாட்டிலில் கட்டியான பால்; பாதாம் பருப்பும் கடலை மாவும் சேர்த்து சுத்தமான நெய்யில் பொரித்த அப்பம்; கரும்புச்சாறு;

ஒரு கூடை நிறைய ஆப்பிள்; அத்துடன் வெண்ணெயும் ரொட்டியும் கூட வந்து சேரும். ஒரு பெரிய ஜமீன்தாரின் மகனான அரோரா வுடன் நெருங்கிய நட்பு வைத்துக்கொண்டதற்குக் காரணமே இந்தப் பலகாரங்கள்தான் என்று கூற நம் குஞ்ஞப்துல்லா வெட்கப்படவில்லை. அதேபோல், டெல்லிக்குச் செல்வதும் சர்வ சாதாரணம். அங்கே முகுந்தன் கொடுத்த உணவையும் குஞ் ஞப்துல்லா மறக்கவில்லை.

அலிகட்டிலுள்ள வகுப்புக் கலவரங்களின் கொடிய துன்பங் களையும் பலமுறை நேரில் கண்டு அநுபவித்துள்ள குஞ்ஞப்துல்லா, அவற்றைப்பற்றி விவரிக்கும்போது தன்னையே மறந்து விட்டாரோ என்றுதான் பலரும் சந்தேகித்து விடுவார்கள். அங்கு நடந்த இரு நிகழ்ச்சிகள்தான், குஞ்ஞப்துல்லாவின் இதயத்தில் உள்ள மிருது வான பாகங்களையும் நசுக்கிக் கூழாக்கிவிட்டன.

ஒருமுறை, கலவரம் முடிந்துவிட்ட சமயம். நகரம் மிகவும் அமைதியாக இருந்தது. அன்று பாதிக்கப்பட்டவர்களுக்காக முதலு தவி செய்யச் சென்ற மருத்துவர்கள் குழுவில் குஞ்ஞப்துல்லாவும் சென்றிருந்தார். இவர்கள் போன வண்டிக்கு முன்பும் பின்பும் ராணுவ வண்டிகள். நகரத்தின் ஒரு பகுதிக்குச் சென்றபோது கண்ட காட்சிப் பயங்கரமாக இருந்தது. கடைகள் தீப்பிடித்து எரிந்து கொண்டிருந்தன. கூச்சல்களும், வலியின் முனகல்களும், ஆரவாரிக்கும் அட்டகாசங்களும் சுற்றுச்சூழல்களில் முழங்கிக் கொண்டிருந்தன. கத்திகளையும், துப்பாக்கிகளையும், இரத்தம் தோய்ந்த கட்டைகளையும் ரோட்டில் பல இடங்களிலும் காண முடிந்தது. எரிந்து கொண்டிருந்த பெரியதொரு கடையின் முன்னே, ஒருத்தன் குத்தப்பட்டு மல்லாந்து கிடந்து முனகிக் கொண்டிருந் தான். அவனுக்கு முதலுதவிகள் செய்து வேனில் ஏற்ற முயன்று கொண்டிருந்தார் குஞ்ஞப்துல்லா. அப்போது, அவருடைய கைகளைத் தட்டி உதறிக் கொண்ட அந்தக் குத்துப்பட்டவன்...

“என்னோட மனைவியும் மகளும் அந்தக் கடைக்குள்ளே இறந்து கிடக்கறாங்க. அவங்களோட என்னையும் போக அனுமதி கொடு” என்று கெஞ்சும் குரலில் கூறினான்.

ஒருவேளை உயிர் பெற்றுவிடக்கூடிய அவனை, அப்படியே உதறிவிட்டுப் போகத்தான் குஞ்ஞப்துல்லாவிற்கும் மற்றவர் களுக்கும் முடிந்தது.

ஊப்பர் கோட்டையில் நடந்த நிகழ்ச்சிதான் இரண்டாவது.

அந்தத் தெருவில் ஒரு இந்துவும் ஒரு முஸ்லீமும் அடுத்தடுத்த கடைக்காரர்களாக இருந்தார்கள். அவர்கள் மிகவும் நெருங்கிப் பழகி உற்ற உறவினர்கள் போலவே இருந்தார்கள். அவர்கள் மட்டு மல்லாமல் அவர்களின் குடும்பத்தினரும் ஒரே தாய் வயிற்றில் பிறந்த குழந்தைகளைப் போல்தான் வசித்து வந்தார்கள். உற்ற நண்பர்களாக இருந்த அவர்கள், கலவரத்தின் மூலம் ஜென்ம விரோதிகளாகிவிட்டார்கள். ஒருநாள் பகலில் இந்துவின் வீட்டை முஸ்லீம் ஆக்கிரமித்து விட்டான். இந்துவின் மனைவியை வெடி குண்டு போட்டு கொன்றுவிட்டான். தனக்கும் களங்கம் வந்து விடலாம் என்று எண்ணிய இந்துவின் மகள், பால்கனியிலிருந்து கீழே குதித்துவிட்டாள். அதனால், அவள் தன் ஒரு காலையும் இழந்துவிட்டாள்.

"அந்தப்பெண், கலவரங்களின் நிகழ்ச்சிகளை நிறையக் கதை களாக எனக்குக் கூறியுள்ளாள். அந்த இரண்டு நிகழ்ச்சிகளும் என் மனத்தில் என்றும் புகைந்து எரிந்து கொண்டுதான் இருக்கும்."

எழுத்தாளன் என்பவன் அனுபவங்களின் அடிமைதான். அனுபவங்களின் கொடுந்துன்பங்களையும், வேதனைகளையும், சுகங்களையும், மகிழ்வுகளையும் கிரகிக்க முடியவில்லை என்றால் அவன் ஓர் எழுத்தாளனே இல்லை. மருத்துவப் பட்டம் பெற்றுத் திரும்பிய பின், கொடூர அனுபவங்களோ, துன்பங்களோ குஞ் ஞுப்துல்லாவின் வாழ்க்கையில் ஏற்பட்டதில்லை. ஒரு மனித ஆயுள் முழுவதும் தேட வேண்டிய அனுபவங்களையும் மற்றவர் களையும்தான், அவர் இளமையிலேயே தேடிக் கொண்டு விட்டாரே! அதனால்தான் புனத்தில் குஞ்ஞுப்துல்லா என்னும் எழுத்தாளனிடம் ஒருபோதும் சூன்யமாகிவிடாத அந்த களஞ்சியம் நிரம்பியுள்ளது.

'கல்யாணிக்குட்டியுடெ முலை' என்னும் கதை நம்மைக் குழப்புகிறதென்றால், 'சோத்யங்களு'க்கு (கேள்விகள்) முன்னால் நாம் தலை குனிந்துபோக வேண்டியதிருக்கும் என்றால், அந்தக் களஞ்சியத்தின் நிறைவு அவரிடம் அந்த அளவிற்கு இருக்கிறது என்பதைப் புரிந்துகொண்டாலே போதும்.

'சேரோடு' தனியார் சுகாதார நிலையத்தில்தான் முதன் முதலாக குஞ்ஞுப்துல்லா பொறுப்பேற்றுக் கொண்டார். ஒரே டாக்டர் மட்டுமுள்ள அந்தச் சுகாதார நிலையத்திற்குத் தினசரி

இருநூறுக்கு மேற்பட்ட நோயாளிகள் வருவார்கள். அவர்களில் பெரும்பாலானவர்களும் பெண்கள்தான். மாவட்ட தலைமை இடத்திலிருந்து அனுப்புகின்ற மூன்று வகையான மிக்ஸர்களும் இரண்டு வகையான மாத்திரைகளும்தான் அங்கே இருந்தன. தைப்பதற்கு ஊசி மட்டும் இருந்தது. ஆனால், அதற்கான நரம்பு இல்லை. நோயாளிகளில் ஏறக்குறைய எல்லோருமே வயிறு நிறையச் சாப்பிடக்கூட உணவு இல்லாதவர்கள்தான். அப்படிப் பட்ட அந்த நோயாளிகளின் அனுதாபத்திற்குரிய முகங்களை நோக்கும்போது, டாக்டர் புனத்தில் குஞ்ஞுப்துல்லாவும் அவர்களின் ஒருவராகவே மாறிவிடுவார். கடைசியில், தாமாகவே அதற்கு ஒரு தீர்வு காணவும் முயன்றார். ஆம், டாக்டர் குஞ்ஞுப்துல்லா தன் அரசாங்க வேலையை ராஜினாமா செய்துவிட்டார்.

அதன்பின், வடகரையில் சொந்தமாக ஒரு மருத்துவ மனையை ஆரம்பித்தார். அதுதான் சாந்திநிகேதன். கதைகள் எழுதும் நேரம் போக, மீதி நேரங்களை மருத்துவ மனையில்தான் செலவழித்தார். இலக்கியப் படைப்பைப் போன்றே புனிதமான ஒரு தொழிலாக மருத்துவச் சேவையையும் அவர் கருதுகிறார். இதுபற்றி குஞ் ஞுப்துல்லா கூறுவதை அவர் வார்த்தைகளாலேயே கேளுங்கள்:

"இலக்கியத்தைப் போலவே வைத்தியமும் எனக்குப் பிரிய மான ஒன்றுதான். என் வேலை- வேதனையை அகற்றும் வேலை. மனிதனின் மிகப்பெரிய பகைவன் வேதனைதான். ஒருவேளை, அது உடல் சம்பந்தமாகவும் இருக்கலாம்; மனம் சம்பந்தமாகவும் இருக்கலாம். இரண்டும் டாக்டர்களால் சுகப்படுத்தக் கூடியதுதான். அதனால் இலக்கியத்தைப் போலவே இந்த வேதனையையும் நான் ஒருக்காலும் உதறி எறிய மாட்டேன்.

ஆயிரத்துத் தொள்ளாயிரத்து அறுபத்து நான்கில்தான் புனத்தில் குஞ்ஞுப்துல்லாவுக்குத் திருமணம் ஆனது. பிரபல வில்யாப்பள்ளி மடத்தில் ஜாவமுகம்மது ஹாஜியின் மகள் ஹலீமா தான் இவருடைய துணைவியார். மூன்று பிள்ளைகள் உள்ளார்கள். ஒரு பெண் இரண்டு ஆண்கள். வடகரை நகரத்திற்கு அருகில்தான் குஞ்ஞுப்துல்லாவின் வீடும் மருத்துவமனையும் உள்ளன. டாக்டர் குஞ்ஞுப்துல்லாவின் வாழ்க்கை ஓய்ச்சல் ஒழிவு இல்லாதது. வீட்டின் மாடியிலுள்ள எழுதும் அறைக்குச் சென்றால் மட்டுமே, குஞ்ஞுப் துல்லா தனது உலகத்தில் - எழுத்துலகத்தில் அமைதி காண்கிறார்.

வில்யாப்பள்ளி மடத்தின் பூர்வகதைகள் மிகவும் சுவை யாகவும், ஆவலைத் தூண்டுபவையாகவும் இருப்பதுடன் நம்ப முடி யாதவையாகவும் இருக்கும்.

ஜாவமுகம்மது ஹாஜியின் மூத்த சகோதரரின் கதை. மலபாரில் இன்றும் பாட்டிக் கதைகளாக உருவெடுத்து நிலைத்து நிற்கிறது. அக்கதைகளைப் பற்றி கோவிலன் ஒருமுறை எழுதியும் உள்ளார்.

ஒருநாள், முகம்மதுஹாஜியின் சகோதரர் ஒரு மாட்டு வண்டி நிறைய முந்திரிக் கொட்டையுடன் கோயிலாண்டியிலுள்ள வில்யாப் பள்ளி மலைக்குப் போனாராம். ஒன்றிரண்டு கடப்பாரைகள் மட்டும்தான் அவரிடம் இருந்தனவாம். அந்தக் கடப்பாரை களால் தோண்டிய ஒவ்வொரு குழியிலும் ஒவ்வொரு முந்திரிக் கொட்டையைப் போட்டு மூடினாராம்.

இப்படி முன்னூறு ஏக்கர் முழுவதும் அவர் ஒருவராகவே கொட்டையை நட்டு முடித்தாராம். இன்று வில்யாப்பள்ளி மடத்தின் மிகப்பெரிய வருமானங்களில் முதலிடம் வகிப்பது அந்த முந்திரி மரத்தோட்டத்தின் மூலம் வருகின்ற வருமானம்தானாம்.

'மலமுகளிலே அப்துல்லா'வில். 'மலையிலிருந்து வரும் காற்றினால் ஏற்பட்ட முந்திரிப் பழத்தின் வாசனை' என்று குஞ் ஞப்துல்லா எழுதும்போது, வில்யாப்பள்ளி மலையிலுள்ள முந்திரிமரத் தோட்டத்தைத் தவிர வேறொரு தோட்டம் நம் மனத்தில் பதியாதுதானே? மிகப்பெரிய பலசாலியாகவும் எல்லைமீறிய விடாமுயற்சியாளராகவும் அவர் இருந்தாராம். ஒரு தேங்காயை எடுத்து இரு உள்ளங்கைகளுக்குள் வைத்து நெரித்தே உடைத்துவிடுவராம்.

இது அவருக்குச் சர்வசாதாரணமான காரியம். பெரிய ஹாஜி யின் குடும்ப வாழ்க்கையும் சுவையானதுதான். வியர்வையின் துர்நாற்றத்தைப் பொறுக்க முடியவில்லையே என்னும் நிலைமை ஏற்பட்டபோது, அவரின் முதல் மனைவி அவரை உதறிவிட்டே போய்விட்டாராம். இந்த விஷயத்தைத் தெரிந்துகொண்டே பெரிய ஹாஜியை முழு சம்மதத்துடன் ஏற்றுக்கொள்ளவும் ஒருத்தி வந்தாள். அதேபோல், கொய்லாண்டியிலேயே முதன்முதலாக ஒரு காரை வாங்கியதும் கூட வில்யாப்பள்ளி மடத்தில்தான்.

"கதை எழுதுவது என்பதும், சிகிச்சையைப்போல் என்றைக்கு எனக்கு இயல்பாகிறதோ அன்றுதான் நான் கதை எழுதுவதை நிறுத்துவேன்" என்று கூறும் இலக்கியவாதியான புனத்தில்

குஞ்ஞுப்துல்லாவை, "நான் ஆண் வர்க்கத்தைச் சேர்ந்த ஒரு முஸல்மான், அத்துடன் குடிகாரனும்கூட பொறாமையாளனும், தற்புகழ்ச்சியாளனும், சுதந்திர இந்தியாவின் சர்வாதிகாரியும் நான்தான்" என்று தலைநிமிர்ந்து உரக்கக் கூறும் குஞ்ஞுப்துல்லாவிடம் உள்ள சாதாரண மனிதனையும், "அடுத்த பிறவியில் நான் ஒரு டாக்டராக மட்டுமே ஆக முடியும் என்றால், ஒரு போலீஸ் சர்ஜனாக ஆவதற்குத்தான் நான் ஆசைப்படுகிறேன். காரணம், எனது வேலை பிணப் பரிசோதனை செய்வதாக மட்டுமே இருக்குமல்லவா?" என்று கூறும் டாக்டர் புனத்தில் குஞ்ஞுப்துல்லாவையும், அவரின் மனைவி ஹலீமாவைத் தவிர வேறு யாராவது புரிந்து கொள்ள முடியுமா என்பதும் சந்தேகம் தான்.

"டாக்டரும், இலக்கியவாதியுமான புனத்தில் குஞ்ஞுப்துல்லாவைத் தவிர வேறொருத்தர் தங்களுக்குக் கணவராக கிடைத்திருந்தால்?" என்னும் கேள்விக்கு, சிரிப்பை உதிர்த்து விட்டு, "மிகவும் தமாஷாக இருக்கும்" என்று கூறும் ஹலீமாவைத் தவிர, இந்த "பொல்லாத பையனை" எப்படி மற்றொருத்தியால் புரிந்து கொள்ள முடியும்?

குஞ்ஞுப்துல்லாவைப் போலவே விசேஷமான ஒரு தனித்துவமும், தனக்கேயுரிய ஒரு வாழ்க்கை நடைமுறையும், சிந்தனையும் ஹலீமாவிற்கும் உள்ளது. அவரின் கணவர் அவருக்குச் சொந்தமாகக் கிடைக்கும் நேரமே மிக மிகக் குறைவு. அதைப்பற்றி ஹலீமாவிற்குச் சிறிதும் மனச் சஞ்சலமும் இல்லை.

அதைப் பற்றி, "தனியாக இருப்பதற்குத்தான் எனக்கு விருப்பம். தனிமையைப் பற்றி பெரிய பெரிய புத்தகங்களில் நான் படித்திருக்கிறேன்." என்று கூறினார்.

குடும்பச் சண்டைகளைப் பற்றியும், சௌந்தரிய பிணக்குகளைப் பற்றியும் கேட்டால், குஞ்ஞுப்துல்லாவைவிட விலாவாரியாகவும் சுவையாகவும், அவர் கூறுவது: "ஒரு சினிமாவைக்கூட நான் விட்டு வைப்பதில்லை. இவையெல்லாம் சினிமாக்களில் தினந்தோறும் நடப்பவைதானே. பெண்களாகிய எங்களுக்குக் கஷ்டமென்னும் வார்த்தைக்கே இடமில்லை. எழுந்திரு என்றால் எழுந்திருக்கப் போகிறோம், படுத்துக்கோ என்றால் படுத்துக்கப் போறோம்..."

குஞ்ஞுப்துல்லாவின் வெளி வாழ்க்கையைப் பற்றி, தான் அறிந்துகொள்ள ஹலீமா ஆசைப்படுவதில்லை. மதுவும் மங்கையும்

தானே, சாதாரண மனைவிகளை உலுக்கிவிடுவதும் பைத்தியம் கொள்ளச் செய்வதும்? மலையாளத்திலுள்ள விரல்விட்டு எண்ணக் கூடிய இலக்கிய வாதிகளின் மனைவிகளைவிட இந்த விஷயத்தில் ஹலீமாவிற்குத் தெளிவான பார்வையுண்டு.

“நமக்கு அவர்கள் கணவர்களாகிவிட்டால் மட்டும் என்ன? அவர்களுக்கும் சமயத்தில் சில சுகம் வேண்டும்தானே? கணவர்களின் நிழலாக இருப்பதற்கு எங்கள் மதம் எங்களுக்குக் கற்றுக் கொடுக்கவில்லை. அதனால் மதம் மாறும்போது மற்ற விஷயங்களைப் பற்றி நினைக்கலாம்” என்று ஹலீமா கூறும்போது குஞ்ஞப்துல்லாவின் குடும்ப வாழ்க்கை, திருப்தியானது தான் என்னும் வார்த்தையில் தொட்டுக் கொண்டிருக்கிறது. குஞ்ஞப்துல்லாவைத் தவிர, தனக்குப் பிடித்தமான எழுத்தாளர் வி.ஏ.ஏ.அஸீஸ் என்று ஹலீமா கூறுகிறார். திருமதி குஞ்ஞப்துல்லா, தன் ஒருநாள் வாழ்க்கையை எப்படிச் செலவிடுகிறார் என்பதைப் பார்க்கலாம்.

“காலையில் எழுந்ததும் கோழிகளைத் திறந்து விடுவேன். அந்தியானதும் அவற்றைக் கூட்டில் அடைப்பேன். எனக்கு மிகவும் பிடித்தமான ஆகாரம் முட்டைதான் - பெண்களாகிய நாங்கள் அதை ‘இட’ வில்லை என்றாலும்... ”

பல ஆண்டுகளுக்கு முன், “மலைமுகளிலெ அப்துல்லா” என்னும் சிறுகதைத் தொகுப்பின் ஒரு பிரதியைக் குஞ்ஞப்துல்லா எனக்கு அனுப்பி வைத்தார். முதல் பக்கத்திலேயே இந்த வரிகளை யும் எழுதியிருந்தார்.

“அன்பிற்குரிய வி.பி.சிக்கு,

‘மலைமுகளிலெ அப்துல்லா’வை ஏன் அறிமுகப்படுத்தணும், மலையேறுவதிலும், பலாத்காரத்திலும் தங்களுக்குத்தான் நம்பிக்கை இல்லையே! ஆனால், அவருக்கு ஒன்றில் மட்டும் நம்பிக்கையுண்டு. அதுதான் காமம். காமம்தான் இன்பம் சேர்க்கும் காதல் என்பது. காமத்தின் கசப்பு நிறைந்த கனவுகளை வெளிப்படுத்துவதற்குத்தான் மலைமுகளிலெ அப்துல்லா (மலையுச்சியில் அப்துல்லா) இதோ வருகிறான்.

அன்புடன்,

ம.மு.குஞ்ஞப்துல்லா”

காதலைப் பற்றி குஞ்ஞப்துல்லாவிடம் திரும்பத் திரும்பக் கேட்டாலும், 'காலிஃபி'ன் இரண்டுவரி கவிதையிலேயே அவர் எல்லாவற்றையும் ஒதுக்கி விடுவார். உள்ளங்கையிலேயே அடக்கக் கூடிய கடலைப்போல், அந்தக் கவிதையே இதுதான்:

'தின்று விடு என் உடல் முழுவதையும்,
என் கண்களை மட்டும் கொத்தாமல் விடு
என் தோழியைப் பார்ப்பதற்காக...'

என்று கூறிவிட்டு மேலும், 'காதலைப் பற்றி அக்கவிஞனின் கொள்கைதான் என் கொள்கையும்' என்று கூறுவார்.

இதைக் கூறியதும், குஞ்ஞப்துல்லாவின் ஒரு கதையிலுள்ள வரிகள் நம் நினைவுக்கு வரும்.

'அடியே சாரதா, உன் உள்ளுக்குள்ளே நானும் உண்டு; இந்த அப்துல்லா உண்டு.'

இதய வருத்தத்திலும், இதய வேதனையிலுமான மன சமுத்திரங்களில் இந்த அளவுக்கு நீந்திக் களைப்படைந்த ஓர் இலக்கியவாதி மலையாள மொழியில் வேறு யாருமில்லை. டாக்டர் குஞ்ஞப்துல்லாவும், புனத்தில் குஞ்ஞப்துல்லாவும், இலக்கியவாதி குஞ்ஞப்துல்லாவின் இரு தோள்களிலும் தெய்வத் தூதுவர்களைப்போல் எப்போதும் அமர்ந்திருந்தார்கள் என்பது அசாதாரணமான ஓர் அற்புதம்தான். என்றென்றும் மனிதனின் உணர்வற்ற தளங்களில் உறங்கிக் கொண்டிருக்கும் கட்டுக்கதைகளில் நாம் அறிந்துகொள்ள முடியாத அறிவையும் முக்தியையும், மலையாளச் சிறுகதைகள் மூலமும் நாவல்கள் மூலமும் நம்மை அந்த ஆழ்ந்த இடத்திற்கு அழைத்துச் செல்ல முடிந்ததென்றால், அதற்கு இந்த இலக்கியவாதியாக உள்ள குஞ்ஞப்துல்லாவிடம் இருக்கும் ஓர் அற்புத வெளிச்சம்தான் காரணம்.

இந்தத் தெய்வத் தூதர்களை நிமிடம் தவறாமல் கவனித்து பெருமூச்சு விடவும், தேம்பவும் செய்யும் புனத்தில் குஞ்ஞப் துல்லாவை உங்களால் என்றைக்கு முழுமையாகப் புரிந்துகொள்ள முடிகிறதோ அன்றுதான், புனத்தில் குஞ்ஞப்துல்லா தன் இரு தோள்களிலும் உட்கார்ந்திருக்கும் தெய்வத்தூதர்களைக் கீழே இறக்கி விட்டு இடப்புறமாகவும், வலதுபுறமாகவும் கைப்பிடித்து நடத்தி வந்து உங்களின் மனக்கதவில் முட்டுவார். அப்படி முட்டினால் உங்கள் கதவுகளை நீங்கள் திறப்பீர்கள்தானே?

ലളിതാംബിക അന്തര്‍ജനം

லலிதாம்பிகா (அந்தர்ஜனம்)

புனைபெயர்: லலிதாம்பிகா அந்தர்ஜனம்

இலக்கியச் சேவை: நூற்றுக்கணக்கில் சிறுகதைகள் எழுதியிருந் தாலும் தனது ஒரே நாவலான 'அக்னிசாட்சி'யின் மூலம் மலையாள இலக்கிய உலகில் அழிக்க முடியாத இடம் பெற்றுவிட்ட இம்மாபெரும் கதாசிரியரை, மலையாள எழுத்தாளர்களும் வாசகர்களும் 'அம்மா' என்றுதான் அழைக்கிறார்கள். பெண்களை ஒரு போகப்பொருளாகவும், அடிமையாகவும் வைத்திருந்த ஒரு சமுதாயத்திலிருந்து வெளிப்பட்ட அந்தர்ஜனம், அச்சமுதாயக் கட்டுப்பாட்டை உடைத்தெறிந்து வெளியே வந்ததோடல்லாமல், கேரளாவிலுள்ள மற்ற சமூகப் பெண்களையும் தம் எழுத்தால் கிளர்ந்தெழச் செய்தவர். இவர் எழுதிய நாவல் ஒன்றே ஒன்றுதான். அதுதான், 'அக்னிசாட்சி.' மத்திய, மாநில சாகித்திய அகாதமி பரிசு களையும், மலையாள மொழி இலக்கியங்களுக்கென்றே உருவான வயலார் பரிசையும், ஓடக் குழல் பரிசையும் பெற்ற நாவல்.

அன்பிற்கினிய பாலசந்திரா,

உன் கடிதம் கிடைத்தது. மகிழ்ச்சி. இளம் தலைமுறையினரின் நட்பைப்போல் முதியோர்களுக்கு ஆனந்தமளிப்பது வேறொன்று மில்லை. அது பேராசையையும் கொடுக்கிறது. அந்த எண்ணம் இருந்தால்தான் கிழ மனத்தின் சக்கரங்களும் நகர்கின்றன.

புகழிலிருந்தும் பிரச்சாரத்திலிருந்தும் வெகு தூரத்தில் விலகி நின்று, ஏகாந்தமான இந்தக் குக்கிராமத்திலுள்ள சிறிய வீட்டில் தனிமையில் வாழத்தான் நான் இப்போது விரும்புகிறேன். எப்போ தாவது எதையாவது எழுதுவேன். பட்டாசுகள் வெடிப்பது போன்ற சப்தங்களோ, வெளிச்சமோ, சலனமோ ஒன்றும் இங்கே இல்லை. மக்களைக் கவர்வதற்கு அவையெல்லாம் வேண்டும்தான். அதோடு மட்டுமல்ல, திருவிழாக்கள் நடக்கும் இடங்களைவிட, பாறையை உடைக்கும் இடத்தில்தான் பட்டாசின் தேவை அதிகமென்று நான் புரிந்துகொள்கிறேன். என் வாழ்க்கை, மக்களின் வழியை மறைத்துக்கொண்டு நிற்கும் ஏதாவது ஒரு பாறையையாவது உடைத்து எறிய உபயோகமாக இருந்ததா என்று எனக்குத் தெரியாது. எனக்குப் பின்னால் வருபவர்கள்தான் அதைத் தீர்மானிக்க வேண்டும். ஆனால், அந்தப் பாதை நெடுகிலும் தூவிய மலர்களாக சில நேரங்களில் எனது நினைவுகள் நிலைத்திருக்கும் என்று நினைக்கிறேன். அதை வருங்காலத் தலைமுறையினர் வாரியெடுத்து முகர்ந்து பார்ப்பார்களோ அல்லது மிதித்துத் தள்ளுவார்களோ அது எனக்குத் தெரியாது. எப்படியிருந்தாலும் எனக்கு மகிழ்ச்சிதான். அதுவும் வாழ்க்கையை வாழப் புரிந்து கொண்டார்களே என்பதில், ஆம், இருபதாம் நூற்றாண்டின் முன்பகுதியில் வாழ்ந்த ஒரு பெண் என்பதைவிட கூடுதலான எண்ணம் எனக்கு எதுவுமில்லை.

அன்றொருநாள், என் சுயவரலாற்றைப் பற்றிக் கேட்டாய் அல்லவா! அதைப்பற்றிச் சிறிது எழுத வேண்டுமென்று நினைக் கிறேன். அதற்கு, நேரமும் உடல் நலமும் இடம் கொடுக்க வேண்டும். என்னிடம் சில டைரிக் குறிப்புகளும் உள்ளன. அதற்கு, பருவ வெளியீடுகளில் வரக்கூடிய வகையில் கிளுகிளுப்பு ஒன்றுமில்லை. என்றாலும், காலம் அதன் எல்லாப் பக்கங்களிலும் நிறைந்து நிற்கும். அது, வரலாற்று முக்கியத்துவமும் பெறலாம். இருபதாம் நூற்றாண்டிலிருந்த பெண்கள் வாழ்க்கையைப் பற்றி என்னால் மட்டுமே எழுத முடிந்த சிலவும் அதில் உண்டல்லவா?

உங்களின் மொழி நடையும், முறையும் மிகவும் நன்றாக உள்ளன. ஆனால், ஒரு நல்ல வார இதழின் நெருக்கடி மிக்க அலுவலகக் காரியங்களுக்கிடையே உழலும்போது கருத்துள் ளதாக எதை எழுத முடியும்? ஆனால், இந்த அனுபவ அறிமுகம் வெறெங்கும் கிடைக்கப் போவதுமில்லை. சொந்த முயற்சி யாலும் தாயின் அனுக்கிரகத்தாலும் உயர்ந்து வரும் ஓர் இளைஞ னால் எட்டிப்பிடிக்க முடியாத உயரங்கள் எதுவுமில்லை. இலக்கியத்தின் உன்னத வரிசையைப் பிடித்துக் கொள். அதில் நன்கு வெளிச்சமாகிக் கொள். எல்லாமே உனக்கு நல்லதாகவே நடக்கட்டும். தாயின் ஆசீர் வாதத்தைப் பெற்ற மகனுக்கு எனது ஆசீர் வாதங்களும் உண்டு!

என்றும் அன்புடன்,

லலிதாம்பிகா அந்தர்ஜனம்."

வாஞ்சையாலும் நட்பாலும் மூச்சுத் திணறச் செய்யும் இக்கடிதத்தை முன்னுரையாக இங்கே நான் சேர்த்ததற்கு ஒரு முக்கிய காரணம் உண்டு. தினந்தோறும் என் மேஜைமேல் குன்றுபோலாகும் கடிதங்களில் மனத்தில் நிறைந்து நிற்கும் வரிகளையுடையவை ஆயிரத்தில் ஒன்றுதான் இருக்கும். அவற்றில், நான் புதையலைப்போல் பாதுகாக்கக் கூடிய கடிதங்கள் இரண்டு பேருடையது மட்டுமே. ஒன்று, அனுபவங்களைப் பாலுட்டி வளர்த்த, மலையாள இலக்கியக் குடும்பத்திலுள்ள இந்த தாயினுடையது. அடுத்தது, நவீன மலையாள கவிதையிலுள்ள எல்லாப் பெருமைகளையும் ஒளிரச்செய்த மகாகவி ஜி.சங்கர குருப்பினுடையது. வாஞ்சை, நட்பு என்னும் வார்த்தைகளின் பொருளை நான் கற்றுக் கொண்டது என் தாயிடமிருந்துதான். அதே வாஞ்சையையும், நட்பையும், இதயத்தின் குளுமையையும் வெப்பத்தையும் வெல்ல முடியாத தூண்டுதலால் மலையாள இலக்கியத்தில் ஒளிரச் செய்த இந்தத் தாயிடமிருந்தும் எனக்குக் கிடைத்தன. ராமபுரத்தில் ஆசிரம பரிசுத்தமுள்ள அந்த வீட்டிலிருந்து கொண்டே புரட்சியின் தீ ஜுவாலையை உயர்த்திய அந்தத் தாயின் அன்பெனும் பாலைப் பருகிக்கொண்டு, நேரத்தைக் கடத்திய மணித்துளிகளை என்னால் வார்த்தைகளின் ஆத்மாவிற்குள் ஒதுக்க முடியவில்லை.

முழுமையைத் தேடும் முழுமையற்ற புள்ளிகள் என்ற இந்தத் கட்டுரையில் - அநாச்சாரங்களைப் புறங்கால்களால் உதைத்துத்

தள்ளி, ஒரு நம்பூதிரி இல்லத்தின் நடுவிலேயே நின்றுகொண்டு அமைதிப்புரட்சி நடத்திய இந்த வீரப்பெண்மணியை - கேவலமான புன்னகைக்கும் கண்ணீருக்கும் அப்பால் உள்ள ஓர் உலகத்திலிருக்கும் வண்ண அழகுகளை நமக்குச் சுட்டிக்காட்டிய இந்தத் தாயை எப்படி அறிமுகப்படுத்துவதென்றுதான் எனக்குத் தெரியவில்லை.

என்னுடைய இயலாமையை நினைத்து என் பேனா மௌனமாக இருந்தபோது கவிஞர் ஓ.என்.வி.குருப் எழுதிய சில வரிகள் என் நினைவுக்கு வந்தன.

‘அந்தர்ஜனம் ஒரு பாடம்’ என்னும் அந்தப் புத்தகத்தில் ஓ.என்.வி. கீழ்வருமாறு எழுதியுள்ளார்.

“என் மொழி தன் தோல்வியை ஏற்றுக்கொள்கிறது. இந்த நீலக் கடலை இந்தத் தாமரை மொட்டுக்குள் ஒதுக்க முடியவில்லை. நினைவுகள் தன் குனிந்த தலையுடன் முணுமுணுக்கின்றன. இந்த ஆகாயத்தை அளக்க என் கைகளுக்குச் சக்தியில்லை.”

எனக்கும், அதுபோல் சக்தி இல்லைதான். என்றாலும், ஒரு சிறிய மகனின் தடுமாற்றத்துடன் நான் முயற்சிக்கிறேன்.

மலையாள இலக்கிய உலகின் கவிஞர்கள், கதாசிரியர்களின் அணியில் மிகவும் முன்னணியில் அடக்கத்துடன் தலைநிமிர்ந்து நின்ற லலிதாம்பிகா அந்தர்ஜனம் 1909 மார்ச் 30-ந் தேதி பிறந்தார். கொட்டாரக்கரா வட்டத்தில் உள்ள கோட்ட வட்டத்து இல்லத்தில், ஸ்ரீமூலம் மக்கள் சபை அங்கத்தினராகவும், சமுதாய சீர்திருத்தவாதியாகவும் இருந்த கே.தாமோதரன் போத்திக்கும், தங்கையா அந்தர்ஜனத்திற்கும் மகளாக இவர் பிறந்தார். கேரளவர்மா பெரிய கோயித் தம்புரானின் அன்புத் தோழனாகவும் அவரது ஆராதனையாளனாகவும் இருந்தவர்தான் தாமோதரன் போத்தி.

தம்புரான் தன் தோழனுககுச் சன்மானமாக அளித்த ‘க்ஷமாபண ஸகஸ்ர’ (மன்னிப்பு ஆயிரம்)த்தின் ஒரு பிரதி லலிதாம்பிகா அந்தர்ஜனத்திடம் இருந்தது. அதைத்தான் மகாகவி ‘உள்ளூர்’ தன் இலக்கிய வரலாற்றின் ஆராய்ச்சிக்காக ஈ.வி. பயன்படுத்திக்கொண்டார் குமாரனாசான், ஸி.வி.குஞ்ஞிராமன், கே.சி. கேசவபிள்ளை முதற்கொண்டு அக்காலத்திய இலக்கிய நாயகர்களெல்லாம் கோட்ட வட்டத்து இல்லத்திற்குத் தினந்தோறும்

வந்து செல்பவர்களாக இருந்தார்கள். அவர்களின் இலக்கிய விவாதங்களைக் கேட்டு வளர்ந்த அந்தர்ஜனம் இயற்கையாகவே ஓர் எழுத்தாளராக மாறினார்.

இவரின் தாயும் கவிதைகள் எழுதுவார். தாயைப் போன்று பள்ளிக்குச் சென்று படிப்பதற்கான வசதி அந்தர்ஜனத்திற்கு கிடைக்கவில்லை. வீட்டிலிருந்தேதான் படிக்க முடிந்தது.

குமரிப் பருவத்தை அடைவதற்குள் மலையாளத்திலும் சம்ஸ்கிருதத்திலும் உள்ள முக்கிய இலக்கியங்களை இவர் படித்து முடித்துவிட்டார். இராமாயணமும் மகாபாரதமும்தான் இவரை அக்காலத்தில் மிகவும் கவர்ந்தவை. இவருக்கு ஆங்கிலமும் இந்தியும்கூட நன்கு தெரியும். செங்நாரப்பள்ளி மனையிலும் கோட்ட வட்டத்து இல்லத்திலும் உள்ள விசாலமான நாகரீகச் சூழல் என்னும் சுத்தக்காற்று இல்லாமல் இருந்திருந்தால், நாலு கட்டுக்குள்ளிலேயே முகமூடிகளாலும் மரக்குடைகளாலும் மறைத்துக்கொண்டு, ஏக்கப் பெருமூச்சு விட்டுக்கொண்டு, கண்ணீர் சிந்தி வாழும் நம்பூதிரிப் பெண்களின் சோகக் கதைகளுக்கு உயிர்ப்பும் புகழும் கொடுப்பதற்கு லலிதாம்பிகா அந்தர்ஜனத்தினால் முடியாமல் போயிருக்கலாம் என்றுதான் நான் சந்தேகப்படுகிறேன்.

“நான் ஆரம்பத்தில் கவிதைகள்தான் எழுதத் தொடங்கினேன். நான் சொல்ல வேண்டியதை எல்லாம் கவிதையில் சொல்ல முடியாத நிலை வந்தபோது இயற்கையாகவே அவை மற்ற பாதைகளைத் தேடின. அதனால்தான், கதாசிரியர் ஆனேன். மாறும் நினைவுகளைச் சாமர்த்தியமாக இணைத்து சக்தியுடன் வெளிப்படுத்தச் சிறுகதை யைப் போல் மற்ற எதுவும் நல்லதொரு கலை வடிவத்தை எனக்குக் கொடுக்கவில்லை. விசேஷமாகக் கலை இலக்கியத்திற்கு இடையில் சில லட்சியங்களையும் சாதிக்கவேண்டும் என்று நினைப்பவர் களுக்கு, கவிதை வீட்டிலிருந்து கதை வீட்டிற்குக் குடியேற இதுதான் காரணம் என்றும் நான் நினைக்கிறேன்.” என்று கூறினார் அந்தர்ஜனம்.

ஆனால், இந்த இரண்டு உருவங்களிலுமே இந்தத் தாயால் எழுத முடிந்தது என்பதுதான் உண்மை. இன்றும் அந்தர்ஜனத்தின் கவிதைகள் வாசக நண்பர்களுக்கு ஓர் இனிமை சேர்ந்த போதையாகத் தான் உள்ளன. நம்பூதிரிப் பெண்களின் கதைகளால்தான் கதாசிரி யர் என்ற பதவிக்குத் தன்னுடைய சிம்மாசனத்தை இவர் தேடிக் கொண்டார். என்றாலும், நூறாண்டுகள் கழிந்து இவரின் கதைகளை

வாசிப்பவர்களும்கூட ஆச்சரியமடையக் கூடிய தன்மை அவற்றுக்கு உண்டு என்பது மறைக்க முடியாத உண்மையாகும்.

மற்றோர் இடத்தில் அந்தர்ஜனம் கூறுகிறார்:

“உதயகாலத்தைப் போன்றும், குளுமையும் பிரகாசமும் சேர்ந்த வெண்ணிலாவின் அலைகளைப்போல் அசையும் வசீகரிப்பைப் போன்றும் கவிதை இருக்க வேண்டும். அத்துடன் தளும்பாத கண்ணீரைப் போன்றும் அது இருக்கவேண்டும்.”

‘ஒரு பொட்டிச்சிரி’யில் ஓரிடத்தில் நிற்காமல் அலைமோதும் அலைகளின் வழியே, ‘பாவதீப்தி’யின் பிரகாசத்தின் வழியே, ‘சரணமஞ்சரி’யின் தாளலயத்தின் வழியே, ‘நிசப்த சங்கீதத்தின் நிலாவலைகளி’ன் வழியே நம்மையறியாமலேயே நாம் கனவுலக வாசியாகச் சஞ்சரிக்கும்போது அவர் சொன்னவை அனைத்தும் எத்தனை சரியென்பது நமக்கே தோன்றுகிறது.

லலிதாம்பிகா அந்தர்ஜனத்தின் முதல் கவிதை 1923-ல் ‘சாரதா’ என்ற மாத இதழில் வெளிச்சம் காட்டியது. அது ஒரு கவிதை உள்ளிட்ட கட்டுரையாக இருந்தது. அதன் பெயர் ‘அபிநவ பார்த்தசாரதி.’ அம்மாவுக்கு அப்போது பதினான்கு வயதுதான் இருந்தது. அவரின் முதல் கதை ‘யாத்ராவஸானம்’, 1924-ல் ‘மலையாள ராஜ்யம்’ வார இதழில் பிரசுரிக்கப்பட்டது. அந்தர் ஜனத்தின் பெரும்பாலான கதைகளும் ‘மலையாள ராஜ்யம்’ வார இதழிலேயே பிரசுரிக்கப்பட்டன என்பதை இங்கே குறிப்பிட்டுச் சொல்ல வேண்டிய ஒரு முக்கிய விஷயமுமாகும்.

1923 செப்டம்பர் ‘சாரதா’ மாத இதழில் பிரசுரிக்கப்பட்ட அந்தர்ஜனத்தின் முதல் இலக்கிய படைப்பான ‘அபிநவ பார்த்த சாரதி’ யிலேயே அன்றைய புரட்சிச் சிந்தனைக்கான கூர்மையும் ஏற்பட்டிருந்தது. புனலூரில் இவருடைய வீட்டிற்கு அருகிலேயே ‘சாரதா’ மாத இதழின் அலுவலகம் இருந்ததினால், இவர் தன் கட்டுரையை ரகசியமாக ஓர் ஆள் மூலம் மடித்துக்கட்டிக் கொடுத்த னுப்பினார். பல வாரங்களும் மாதங்களும் கடந்தன. அந்தச் சிறிய வயதுப் பெண் லலிதாம்பிகா ஆவலுடன் காத்திருந்தார். இதைப் பற்றி, ‘கதையென்றால் கதை’ என்ற கட்டுரையில், லலிதாம்பிகா அந்தர்ஜனம் தன் முதல்கதையின் கதையை விவரிப்பதை கவனியுங்கள்:

“பாக்கியத்தாலோ துர்பாக்கியத்தாலோ, தபால் வந்தபோது நான் அதைப் பார்க்கவில்லை. பத்திரிகைகளையும் மாத இதழ் களையும் பிரித்து உரக்க வாசிக்கும் சப்தத்தைக் கேட்டுத்தான் நான் ஓடினேன். இடையில் ஒரு வாசகம் மட்டுமே என் காதில் விழுந்தது. “...யர்வாதா ஜெயிலில் கிடக்கும் அந்த திவ்ய மங்கள விக்கிரகத்தின் தார்மீக ஜோதியை...” ஐயோ! இது என்னுடைய கட்டுரையில் வருகிற ஒரு வரியாயிற்றே! இதை எப்படி அவர்கள் புரிந்துகொண்டார்கள். இதைக் கேட்டதும் என் வயிறு தீப்பிடித்தது போலாயிற்று. உடம்பெல்லாம் நடுங்கியது. இடையில் யாரோ கேள்வி கேட்பதும் கேட்டது. ‘இந்தக் கட்டுரையை அவளா எழுதினாள்?’ என்று. அதற்குப் பதிலும் அந்தக் கட்டுரையைப் படித்தவரிடம் இருந்தே வந்தது. ‘என்னமோ! அவளுக்கு அப்படிச் சில வித்தைகளெல்லாம் உண்டு. நேற்று மாடிப்படியின் கீழே கிடந்த ஒரு காகிதத்தில்கூட ஒரு கவிதையைக் கண்டேன்.’

“மேலும் அதைக் கேட்பதற்கு நான் அங்கே நிற்கவில்லை. ஓடினேன். நாலுக்கட்டையும் அடுக்களையையும் கடந்து முற்றத்து வழியாக மேற்குப் பக்கத்தில் ஓடும் வாய்க்காலுக்கு ஓடினேன். அங்கேயுள்ள ஒரு பூந்தோட்டத்தில் படர்ந்து கிடந்த ஓடல் வள்ளிக் கொடியில் அமர்ந்து ஆலோசித்தேன். கட்டுரையைப் பிரசுரிப்பதாக இருந்தால் என்னுடைய பெயரைப் போடக்கூடாது என்று நான் பத்திரிகை ஆசிரியருக்கு எழுதியிருந்தேன். அப்படியிருந்தும் அந்தப் பத்திரிகை ஆசிரியர் ஏன் இப்படியொரு துரோகம் செய்தார்?”

கேரளத்தின் அபிமானமிக்க இந்த இலக்கியவாதியின் வாழ்க்கையில் அன்றைய இரவு ஒரு மறக்க முடியாத இரவாக இருந்தது.

இரவு சாப்பாடு முடிந்து படுக்கப் போவதற்கு முன்பு, லலிதாம்பிகையை அவருடைய தந்தை சிறிது, நேரம் படிக்கச் சொல்வதுண்டு. அப்படிச் சொல்லிக் கொடுக்கும் புத்தகங்கள் இராமாயணமாகவோ, நாராயணனீயமாகவோ, கிருஷ்ண விலாசமாகவோதான் இருக்கும். ஆனால், அன்றிரவு அந்தப் புத்த கங்களுக்குப் பதில் ஒரு மாத இதழைத்தான் அவர் நீட்டினார். தொடர்ந்து, “நீ...நீதான் இதை எழுதினாயா?” என்று கேட்டார். “இல்லை” என்று அந்தப் பதினாறு வயதுப் பெண் சொல்லவில்லை.

“பயப்படாதே மகளே” என்று கூறிய அந்தத் தந்தை தொடர்ந்து, “இதை நீதான் எழுதினாயென்றால் எனக்கு மகிழ்ச்சியாகத்தான்

இருக்கும். நடை பரவாயில்லை. இனிமேல் எழுதும்போது என்னிடம் காட்டு, தவறு இருந்தால் திருத்திவிடுவேன். இந்தா, ஒரு கடிதம்" என்று கூறி ஒரு கடிதத்தை லலிதாம்பிகையிடம் நீட்டினார்.

லலிதாம்பிகை ஆவலுடன் அந்தக் கடிதத்தை வாங்கிப் பிரித்துப் பார்த்தார். அதை, 'சாரதா' மாத இதழின் ஆசிரியர்தான் எழுதியிருந்தார்.

"இந்தக் கட்டுரையை நீயே எழுதியதுதான் என்றால் உனக்கு நல்லதொரு எதிர்காலம் உண்டு லலிதாம்பிகா. நீ தொடர்ந்து எழுது. மங்களங்கள் உண்டாகட்டும்."

அந்த மறக்க முடியாத நிமிடத்தின் நிம்மதியில் தலைகுனிந்து நிற்கும் என் 'அம்மா'வின் வார்த்தைகளாலேயே உங்களை மீண்டும் அழைக்கிறேன்.

"கடிதத்தையும் மாத இதழையும் எடுத்துக்கொண்டு நான் திரும்பிப் போவதைப் பார்த்து, தியான நிலையிலிருந்த என் தந்தை தனக்குத்தானே சொல்லிக்கொண்ட வார்த்தைகளை நான் இப்போதும் நினைத்துப் பார்க்கிறேன். 'பாவம், சின்னக்குழந்தை, அவளுக்கு ஒன்றும் தெரியாது' தெரியாது...தெரியாது... அந்த வார்த்தைகளின் த்வனி இப்போதும் என் காதுகளில் முழங்குகின்றது. அந்த வார்த்தைகளுக்கான அர்த்தம் இன்று எனக்குத் தெரியும். ஆனால், உலகம் எப்படி இருந்ததென்று அப்போது எனக்குத் தெரியாது. நட்பும் நம்பிக்கையும் மகிழ்ச்சியும் திருப்தியும் மட்டுமல்ல: கபடமும் வஞ்சனையும் பட்டினியும் கஷ்டங்களும்கூட உலகத்தில் சாதாரணமாக நடக்குக்கூடியதுதான் என்றும், ஒரு கலைஞனின் வாழ்க்கையும்கூட இனிப்பு நிறைந்த நஞ்சைப்போன்று ஒரே சமயத்தில் ஆசுவாசமும் வேதனையுமாக இருக்குமென்றும் எனக்குத் தெரியாதுதான்."

கேரள இலக்கியவாதிகளில் பிரபலமாக அறியப்படும் ஒரு புரட்சிக்காரி லலிதாம்பிகா அந்தர்ஜனம். வாழ்க்கையின் இனிமையும் மிருதுத்தன்மையுமுள்ள சில அம்சங்கள் அவருடைய புரட்சிச் சிந்தனையில் அதிகமாகப் பிரகாசிப்பதற்கும் கருத்துகள் வெளிப்படுவதற்கும் பின்னால் பல ஆண்டுகளுக்கு முன்பு

லலிதாம்பிகையின் காதுகளில் தொடர்ந்து முழங்கிக் கொண்டிருந்த, 'அவளுக்குத் தெரியாது' என்னும் பொருள் பொதிந்த வார்த்தைகளின் சக்தி தான் இருந்தது.

1927-ல் லலிதாம்பிகா அந்தர்ஜனத்திற்குத் திருமணம் ஆயிற்று. 'குசேலன்' கதை நடந்த இடமான ராமபுரத்து ஸ்ரீராம சாமி க்ஷேத்திரத்தின் அறங்காவலர்களாக உள்ள அமனகர இல்லத்து நாராயணன் நம்பூதிரிதான் இவரின் கணவர். அவர் வீட்டிலிருந்தபடியே விவசாயத்தையும் மற்ற வேலைகளையும் பார்த்துக்கொண்டிருந்தார். இலக்கியப் படைப்பில் அந்தர்ஜனத் திற்குப் பெரும் உதவிகளைச் செய்யும் ஒருவராகவும் திரு.நம்பூதிரி இருந்தார். இவர்களுக்கு ஏழு பிள்ளைகள்.

வாஷிங்டனில் இந்திய அரசின் தூதரகத்தில் அதிகாரியாக இருந்த பாஸ்கரகுமார்தான் மூத்த மகன். 'என்டே கதை நிண்டெது' என்று எழுதி மலையாள இலக்கியத்தில் நிரந்தர இடத்தைத் தேடிய என்.மோகன் இரண்டாவது மகன். இவர் கேரளத்தில் *Cultural Development Officer*-ஆக இருந்தவர். இளைய மகன் இராஜன் ஐ.பி.எஸ்.அதிகாரி. லீலா, சாந்தா, ராஜம், மணி ஆகிய நான்கு மகள்களுக்கும் திருமணமாகி விட்டது.

நான் ராமபுரத்துச் சாந்திபவனத்திற்குச் சென்றபோது மிஸஸ் ராஜனும் குழந்தைகளும் மட்டுமே தனியாக இருந்தனர். கர்ப்பிணியாக இருந்ததால் அவர் வெளியே வரவில்லை. ஒரு குரூப் போட்டோவிற்காக நான் அவருக்குக் கடிதம் எழுதினேன்.

அதற்கு 'அம்மா', "குரூப் போட்டோ அனுப்ப முடியவில்லை. அதற்கு அவசியமென்ன?" மூன்று பிள்ளைகளும் அவர்களின் மனைவிமார்களும், நான்கு பெண்களும் அவர்களின் கணவன் மார்களும், பதினெட்டுப் பேரக்குழந்தைகளும் தத்துபுத்திரன் ஒருவனும் அடங்கிய குடும்பம் எங்களுடையது. அத்தனை பேரும் அடங்கிய பெரியதொரு போட்டோ படத்தை வாசகர்களின் முன்னே வைக்க வேண்டுமா? இந்தக் கிழத் தம்பதியும் ஒரு பேரனும் போதாதா!" என்ற கேள்வியுடன் பதில் அனுப்பினார்.

'அம்மா' என்னை மன்னியுங்கள். 'அம்மா'வின் சித்திரம் மட்டும் இருந்தாலே போதும். ஏழு மக்களும் அவர்களின் துணைவர் களும் பதினெட்டுப் பேரக்குழந்தைகளும் அந்தச் சித்திரத்தினுள்ளில் பிரகாசமுடன் நிற்பார்கள்தானே?'

இத்தனை அசௌகரியங்களும் வேலை மிகுதியுமுள்ள ஓர் எழுத்தாளரை உங்களால் இந்த உலகத்தில் காண முடியாது. ஒரு குடும்பத்தின் பாரம் முழுவதையும் அவர்தான் சுமந்தார். நீங்கள் அங்கே ஒரு விருந்தினராகச் சென்று பாருங்கள். எங்கெங்கெல்லாம் அந்தத் தாயின் கவனம் சென்றிருந்தன என்பது தெரியும்.

ஒரு நாள் அவர் என்னிடம், “இப்போது இவங்களையெல்லாம் எப்படி முன்னுக்குக் கொண்டு வருவது என்கிற விஷயத்தில்தான் எனக்கு ஆச்சிரியமாக இருக்கிறது” என்று கூறினார்.

மிகுந்த வேலைகளுக்கிடையிலும் எழுத வேண்டுமென்று தோன்றிவிட்டால் அதற்கான நேரத்தையும் ஒதுக்கிக் கொண்டிருந்தார். தான் ஓர் எழுத்தாளரானதில் அவர் தன்னையே மிகவும் நேசித்தும் கொண்டார்.

ஒரு சமயம் அந்தர்ஜனம், “நான் ஓர் எழுத்தாளர் ஆனதால் தான் வாழ்க்கை என்னும் இந்தத் தாமரை மலரின் ஒரு துளி மதுவை யாவது என்னால் சுவைக்க முடிந்தது. சமூகத்தை நேசிக்கவும், மனிதனுடைய இதயத் தன்மையைத் தொட்டறிந்து என்னால் அதனைப் புரிந்து கொள்ளவும் முடிந்ததென்றால், அது நான் ஓர் எழுத்தாளரானதால்தான். மனிதன் என்கிற சாதனத்தை வைத்துக் கொண்டே மனிதனை நேசிக்க முடிகிறது” என்று கூறினார்.

லலிதாம்பிகா அந்தர்ஜனத்தின் தந்தை, ஸ்ரீநாராயண குருவுக்கு நெருங்கிய நண்பர்களில் ஒருவராக இருந்தார். பல சமயங்களில் தன் தந்தையுடன் சிவகிரிக்குச் சென்று சுவாமிகளைச் சந்தித்துவிட்டு வருவது லலிதாம்பிகாவின் பழக்கம். தன் தந்தையும் சுவாமிகளும் வேதாந்த விவாதங்களில் ஈடுபட்டிருக்கும்போது சிவகிரியின் இயற்கையழகில் மதிமயங்கி நடந்த அந்த மறக்க முடியாத நிமிடங்களைப் பற்றி இவர் நம்மிடம் கூறியபோது, நாமும் அந்தக் காலகட்டத்தின் நினைவுகளில் ஒன்றிப்போக வேண்டியிருந்தது. கல்கத்தாவைத் தவிர இந்தியாவிலுள்ள மற்ற எல்லா இடங்களுக்கும் இவர் சென்று வந்திருக்கிறார். ரிஷிகேசத்தின் யாத்திரையைப் பற்றி இவர் கூறும்போது நம்முடைய சிந்தனையும் நினைவும் பரிசுத்தமடையும். புரட்சியைப் பற்றியும், சுத்தத்தைப் பற்றியும், மகிழ்ச்சியைப் பற்றியும், நட்பைப் பற்றியும், வாஞ்சையைப் பற்றியும், கொடுந்துன்பத்தைப் பற்றியும், ஆனந்தத்தைப் பற்றியும் எத்தனை எத்தனையோ அனுபவக் கதைகளையெல்லாம் அவர்

வரும் விருந்தினர்களிடம் கூறியுள்ளார். அதைவிட அதிகமான எத்தனையோ கதைகளை எல்லோருக்குமாக தம் 'காலகட்டத்தின் முத்திரையைப் பதித்து'க் கூறி வைத்திருக்கிறார்.

மிகவும் புகழ்பெற்ற சங்ஙாரப்பள்ளி இல்லத்திலிருந்து அறுபது வருடங்களுக்கு முன்பே அன்றைய சமுதாயக் கட்டுப்பாடுகள் என்னும் கனத்த மதில்களைத் தகர்த்துவிட்டு, ஓலைக் குடையைத் தூக்கி எறிந்துவிட்டு, தலையில் முக்காடு இடாமல் மார்பகங்களை மறைத்துக்கொண்டு ஒரு யுவதி - கேரளத்தின் அபிமானமிக்க லலிதாம்பிகா அந்தர்ஜனம் - வெளியே வந்தார். அவர் தன் பேனா முனையால் உண்டாக்கிய புரட்சி, நம்பூதிரி இல்லங்களிலெல்லாம் நடுக்கத்தை ஏற்படுத்தியது. அந்த நடுக்கம் பெரியதொரு மாற்றத்திற்குச் சாட்சியாயிற்று. ஆனால், அன்றைய குடும்பத் தலைவர்களைக் குழப்ப வைத்து அந்த நம்பூதிரிப் பெண் வெளியே வந்ததற்குப் பின்னால் உள்ள மனித மாற்றத்திற்கு நாம் பெரியதொரு விலையையே கொடுக்க வேண்டும்.

அந்தக் காலகட்டத்தைப் பற்றி லலிதாம்பிகா அந்தர்ஜனம் கீழ்வருமாறு நினைவுப்படுத்தினார்:

"இருட்டின் இடைவழியிலிருந்து என்னுடைய வாழ்க்கை ஆரம்பித்தபோது, அது மிகவும் பரிச்சயமான ஓர் உண்மைதான் என்று தெரிந்திருந்தாலும்கூட நான் மிகவும் திடுக்கிட்டு விட்டேன். நான் வெளிவாசலை அடைந்தபோது உள்வாசல் திறந்து கொண்டது. என் பார்வை தற்சோதனையாகி பலவற்றையும் நான் நெருக்கத்தில் கண்டேன், கேட்டேன், தொட்டுப் பார்த்தேன். கண்ணீரில்லாத அழுகை, சுவாசமில்லாத உயிர், இரத்தம் சிந்தாத வெட்டுக் காயங்கள், மனித ஜீவிகளில்லாத நிழல் பதுமைகள் போன்று ஒழுங்குபடுத்தி வைத்த முறையை அவர்கள் வாழ்கிறார்கள். அதுவும் நிச்சலனமாக வாழ்கிறார்கள் என்றே சொல்லலாம். சிரிப்பும் அழுகையுமெல்லாம் ஒன்றைப்போலவே இருந்தன. அவர்கள் இந்த அனுதாபமுள்ள வாழ்க்கையின் வேதனையைக்கூட அறிந்து கொள்ள முடியாத உதவியற்றவர்கள். அவர்களுடைய வேதனைகளும் சோதனைகளும் நினைவுகளுமெல்லாம் என்னுள் பிரவாகமெடுத்து வந்தன..."

ஒரு நம்பூதிரி இல்லத்தின் வாசற்கதவை ஒரு சிறு பேனா முனையின் மூலமாகத் திறந்து அமைதிப் புரட்சியை நடத்தி,

சரித்திரத்தில் அவர் ஒரு வீர வனிதையாவதற்கு ஊக்கமளித்த மனமாற்றம், மனித நேசம்தான் என்பதை இப்போது புரிந்து கொள்வீர்களா?

"காலம் எப்படி சுழற்றி மிதித்தாலும் மங்காத பிரகாசமும் அடிப்படையுமுள்ள இலக்கியம்தான் லலிதாம்பிகா அந்தர்ஜனத்தினுடையது" என்று ஜோசப் முண்டசேரி சொல்லும்போது, இந்தத் தியாகத்தையும் மனித நேசத்தையும்தான் அவர் கணக்கில் எடுத்துக் கொண்டுள்ளார்.

'அகில உலகப் பெண்கள் ஆண்டி'ன் விழாக்களில் காதுகள் செவிடாகும்படி வெடிக்கும் கம்பவாணங்களுக்கிடையே மிக அதிகமாகப் பெண்களே பெண்கள் சுதந்திரத்திற்காக வாதம் செய்வதை நாம் கேட்டோம். அந்தக் கம்பவாணங்களுக்கிடையே பெண்களின் சுதந்திரத்திற்காகவே தன் முழு நேரத்தையும் ஒதுக்கிய அந்தர்ஜனத்தின் சப்தத்தை மட்டும் அங்கு கேட்க முடியவில்லை. ஆனால், இவர் சொன்னதை மட்டுமே காலம் செவிகொடுத்து இன்று கேட்கிறது என்று தோன்றுகிறது.

லலிதாம்பிகா அந்தர்ஜனம் இதைப் பற்றிக் கீழ்வருமாறு சொன்னார்.

"பாதி கிழக்கு நாகரிகமும் பாதி மேற்கு நாகரிகமுமாக ஒரு தலைமுறையை உற்பத்தி செய்யாமல், நம்முடைய பழைய கலாச் சாரமுள்ள ஒரு பாரம்பரியத்தை அனுசரித்துத் தனித்துவமுள்ள நாகரீகத்தை வளர்த்துப் பாரதம் என்னும் இந்த உபகண்டத்திலுள்ள பலதரப்பட்டவைகளையும் சமனப்படுத்தி, ஒரேவிதமான பாரதீய பெண்ணினத்தை உண்டாக்குவதற்கான அவசிய நடவடிக்கைதான் நம்முடைய பதவியின் அடிப்படை கடமை என்று நாம் நினைக்க வேண்டும்."

"தங்களின் இறுதி ஆசை எது அம்மா?"

அறுபத்தைந்து வயதில் பல வசந்தங்களைக் கண்ட அந்த நயனங்கள் மின்னின.

"என்ன கேட்கிறாய் மகனே?"

அந்த வாஞ்சை மிகுந்த குணத்தில் அந்தக் கேள்வியும் உண்டோ என்று எனக்குச் சந்தேகம் வந்தது. 'ஜன்னலில், என்னுடைய நினைவின் அலைகள் அடித்துச் சிந்திச் சிதறிய மகிழ்ச்சியின்

இறுதியைப் பார் மகனே' என்று அம்மா சொல்வதாக எனக்குத் தோன்றிற்று. நான் அந்தப் புகழ்பெற்ற கதையின் இறுதிப் பாகத்தில் கண்களைச் செலுத்தினேன்.

அந்த அன்பு நண்பரை, நான் பல நாட்கள் கழித்து இன்றுதான் கண்டேன். ஒரு சொற்பொழிவு மேடையிலும் அல்ல; ஒரு பிரச்சார பயணத்திலும் அல்ல, அமைதியான கோயில் முற்றத்தில் வைத்து. அமைதியான அந்த மாலை நேரத்தில்தான் கண்டேன். நல்ல விளக்கின் பிரகாசம் இல்லையென்றால் அவரின் அடையாளம்கூட தெரியாமல் இருந்திருக்கும். பிரதட்சிண பாதையிலேயே வெளிப் படையான உற்சாகத்துடன் நான் அந்தக் கேள்வியைக் கேட்டும் விட்டேன்:

"உங்களுக்கு என்ன ஏற்பட்டது. இதற்குள் உங்களுக்கு என்ன நடந்தது?" புன்னகைக்க முயன்று கொண்டே அமைதியாக அவர் பதிலளித்தார்:

"நான் இதுவரையில் என் சமுதாயத்தையும் சகோதரிகளையும் வணங்கிக்கொண்டுதான் இருந்தேன். அதன் மகிழ்ச்சிதான் இதோ தலைமை வகிக்கின்றன. இன்னும் கொஞ்ச நாட்களுக்கு இந்த சேவையும் மகிழ்ச்சியாக மாறட்டும்" என்று கூறிய அம்மாவின் நரைத்து வெண்மை பூத்த முடிகளுக்கிடையில் சிறிது சிவந்த பூக்களும் பிரகாசித்தன.

அம்மா! என்னுடைய இந்தச் சாகசத்தை நான் முடித்துக் கொள்கிறேன். நீங்கள் கொடுத்த பிரசாதங்கள் மலையாள இலக்கியத் தில் எக்காலத்திற்கும் ஒரு பிரசாதமாக இருக்குமென்பது மட்டும் முற்றிலும் உண்மை!

ജി. ശങ്കര കുറുപ്പ്

ஜி.சங்கர குரூப் (ஜி)

புனைபெயர்: 'ஜி'

இலக்கியச் சேவை: 'சிம்பாலிஸம்' என்பதை கவிதை உருவில் மலையாள மொழியில் அளித்தவர். இயற்கையை நேசித்து அதன் உருவங்களை கவிதைகளாக்கியவர். சூரியகாந்தி, பூஜா புஷ்பம், செங்கதிர்கள், இருட்டினு முன்பு, ஓடக்குழல் என ஏராளமான கவிதைகளைச் சொல்லியவாறு செல்லலாம். மத்திய மாநில சாகித்திய அக்காதெமி, 'ஞான பீட', விருது (இவ்விருது தொடங்கியதும் முதன்முதலாகப் பெற்றவர்), சோவியத் லாண்ட் நேரு விருதுகளோடு 'பத்மபூஷன்' விருதும் பெற்றவர். இவர் பெற்ற ஞான பீட விருது தொகையை வைத்து, 'ஓடக்குழல்' விருது என்னும் பரிசையும் மலையாள இலக்கியவாதிகளுக்கு ஆண்டு தோறும் வழங்கி வருகிறார்கள்.

ஆதி சங்கராச்சாரியரின் ஜென்ம பூமியான காலடியிலிருந்து மூன்று மைல்கள் தூரத்தில் நாயத்தோடு என்ற இயற்கையழகும் அமைதியும் கொண்ட கிராமம் இருக்கிறது. அங்கே சிவனையும் விஷ்ணுவையும் ஒன்றாகச் சேர்த்துப் பிரதிஷ்டை செய்துள்ள ஒரு பெரிய கோயிலும், அதற்குத் 'திருநாயத் தோட்டம்பலம்' என்ற பெயரும் உண்டு.

1912-ம் ஆண்டில் ஒரு நாள் உச்சிகால பூஜை நடத்துவதற்குக் கோயிலின் கதவைத் திறந்தபோது பதினோரு வயதான ஒரு பையன் அங்கே கண்ணீர் சிந்தி கை கூப்பி நின்றுகொண்டிருந்தான். குளித்துவிட்டு ஈரத்துணியுடன் பிரகாரத்தையடைந்த அவனுடைய தாய் மகனின் கண்ணீரைக் கண்டு தெய்வத்தை வணங்க மறந்து தன்னுடைய இயலாமையை நினைத்து மனம் நொந்து நின்றாள்.

மகனை வாஞ்சையுடன் அருகே அழைத்து நிறுத்தி தன் மேல் துண்டு முனையால் கண்ணீர்த் துளிகளை ஒத்தி எடுத்தாள்.

பின், "எதற்காக அழுதுகொண்டிருக்கிறாய் மகனே?" என்று கரகரத்த குரலில் கேட்டாள்.

மகன், தன் நனைந்த கண்களை உயர்த்தி தனக்கு எல்லாமுமான தாயின் முகத்தைப் பார்த்து, "நான் இன்னும் படிக்கணும்மா" என்று கூறினான்.

அந்தத் தாய் விம்மிக் கொண்டே, "நீ அழாதே மகனே! நான் உன்னை மேலும் படிக்க வைக்கிறேன். நீ அழாமல் இரு" என்று ஆறுதல் கூறினாள்.

அந்தப் பிஞ்சு இதயம் கேட்டுக் கொண்ட உள்ளார்ந்த ஆசையும் அதற்கு மாதாவிடமிருந்து வெளிப்பட்ட உறுதிமொழியும் முழுமையாக நிறைவேற்றப்பட்டது.

1912-ம் ஆண்டில் திருநாயத்தோட்டம்பலப் பிரகாரத்தில் அமர்ந்து கண்ணீர் சிந்திய அந்தப் பதினோரு வயதானவர், மலையாள மொழி கண்ட மிகப் பெரிய கவிஞரும் இலக்கிய வாதியுமான மகாகவி ஜி.சங்கர குரூப்பல்லாமல் வேறு யாராக இருக்க முடியும்!

நிசப்தமான இரவில் நட்சத்திரங்களால் சூழப்பட்ட ஆகாயத்தில் - அந்த அற்புத உலகத்தில் எந்த ஒரு பாகத்திலாவது கண்களைச்

செலுத்திவிட்டால் அதனைவிட்டுக் கண்களை விலக்குவதற்கு மிகவும் சிரமப்பட வேண்டியதிருக்கிறது என்றும், அப்படிக் கண்களை விலக்க வேண்டுமென்றால் தன்னுடைய இதயத்தை ஈடு வைக்க வேண்டும் என்றும் கூறுகின்ற ஜீயை,

பனியிலும் பனித் துளிகளிலும் மணலிலும் மலரிலும் ஆகாய வீதியிலும் கடலின் நிறத்தையொத்த மயிலிலும் உலகத்தின் அழகைக் கரைத்துச் சேமித்த மகானான மலையாளத்தின் கற்பனை உலக கவிஞரை, காலத்தினோடு ஓடவும் உலகத்தினோடு மலரவும் வாழ்க்கையி னோடு பரிணமிக்கவும் கூடிய உதார குணத்தை மட்டும் தன் முதலீடாகத் தேடிக் கொண்ட, நவீன மலையாளக் கவிதையில் எல்லாப் புகழ்பெற்ற அம்சங்களையும் தன் தூரிகையின் முனைக்குள் ஒதுக்கிய, மலையாள கவிதா உலகத்தின் மகா செல்வந்தனை இங்கே அறிமுகப்படுத்துவது என் உத்தேசமில்லை.

“ஒரு சிறிய நாணல் தண்டின் வலிமையினாலேயே நான் என் அருவியின் தெளிந்த நீரில் இந்தப் பிரபஞ்சத்தை மூழ்கடிப்பேன்...” என்றும், “நான் இந்த உலகை ஒரு தாளமாக, ராக லயமாக என்னுள் காண்கிறேன்...” என்றும் மலையாள மொழியில் முதன்முதலாக அகங்காரத்துடன் பாடிய மகாகவி ஜீசங்கர குருப்பிடம் உள்ள சாதாரண மனிதனை மட்டும் கண்டுபிடிப்பதுதான் நான் எழுதும் இந்தக் கட்டுரையின் முயற்சியாகும். கவிதையைப் போல்தான் அவரிடமுள்ள மனித உணர்வும் உன்னத நிலையில் உள்ளது. நெருங்கி அறிவதென்றாலும் ஆயிரம் காதத் தூரத்திலிருந்து பார்ப்பது போல்தான் அவரின் உணர்வும் உள்ளது. என்னுடைய இந்த அறிமுகக் கட்டுரையில் என் முடியாமையை நீங்கள் காணமுடிந்தால் அதில் நீங்களும் பங்கு கொள்ளுங்கள் என்று பணிவுடன் கேட்டுக் கொள்கிறேன்.

காலடியிலுள்ள நாயத்தோடு என்ற கிராமத்தில் வடக்கினி வீட்டில் லட்சுமி குட்டியம்மைக்கும், நெல்லிக்காப்பள்ளி சங்கர வாரியருக்கும் 1901-ம் ஆண்டு ஜூன் மாதம் மூன்றாம் தேதி மூல நட்சத்திரத்தில் சங்கர குரூப் பிறந்தார். தாய் மாமன் கோவிந்த குரூப் மூன்றாம் வயதிலேயே இவரைத் தன் பிடியில் நிறுத்திக்கொண்டார். மற்ற பிள்ளைகளுடன் சேர்ந்து விளையாடுவதற்கோ, கலாட்டா செய்து ஓடியாடி நடப்பதற்கோ இவரின் தாய் மாமன் சம்மதிக்க வில்லை.

இதைப் பற்றி ஜி, "என் உடல் ஆரோக்கியத்தைவிட மன ஆரோக்கியம்தான் என் மாமாவுக்கு லட்சியமாக இருந்தது. சிறு வயதிலேயே ஒரு முதிர்ச்சிபெற்ற மனிதனாவது என்பது ஒரு விருப்பமான மாற்றமல்ல. ஆனால், என் வளர்ச்சி அந்த வழியில் தான் இருந்தது." என்று கோடி காட்டினார்.

நாயத்தோடில் அப்போது பள்ளிக்கூடங்கள் இல்லாமலி ருந்தன. அதனால், எட்டு வயதுவரை தாய்மாமனே இவருக்குப் படிப்புச் சொல்லிக் கொடுத்தார். இதற்கிடையிலேயே சங்கரன், 'அமரகோச'த்தையும் 'சித்தரூப'த்தையும் வாக்கியங்கள் அமைப்ப தையும், மனப்பாடம் செய்வதையும், ஸ்ரீராமோதந் தத்தையும் (ஸ்ரீராமகாதை), ரகு வம்சத்திலுள்ள ஏராளமான சுலோகங்களையும் படித்தது அதிசயப் படத்தக்க ஒரு நிகழ்ச்சியேயாகும்.

இவரின் தந்தை இளமையிலேயே இறந்ததினால் அந்தக் குடும்பக் காரியங்கள் அனைத்தையும் இவரின் தாய்மாமனே பார்த்துக் கொண்டிருந்தார்.

பழைய சம்பிரதாயங்களில் நம்பிக்கைக் கொண்டிருந்தவராக இவரின் தாய்மாமன் இருந்தாலும், நாயத்தோடில் நவீன முறையில் ஒரு மலையாளப் பள்ளிக்கூடம் ஆரம்பித்தபோது மருமகனை அதில் சேர்ப்பதற்கு அவர் தடங்கலாக இருக்கவில்லை. நான்காம் வகுப்புத் தேறியவுடன் தன் கிராமத்திலேயே தொடர்ந்து படிப்பதற்கான வசதியும் முடிந்து விட்டது. சங்கரனுக்கு மட்டும் தொடர்ந்து படிக்க வேண்டுமென்ற அடக்க முடியாத ஆசை இருந்தது. ஆனால் பெற்றோர்களுக்கோ தூரமான இடத்திற்குக் குழந்தையை அனுப்பி வைக்க வேண்டுமே என்னும் சிரமத்தைவிட பண நெருக்கடிதான் படிப்பைத் தொடர தடையாக இருந்தது. இந்த உதவியற்ற நிலையினால் சங்கரனுக்கு நாயத்தோடு கோயிலில் உட்கார்ந்து அழ வேண்டிய நிலைதான் வந்தது.

வறுமையின் எல்லையிலிருந்த குடும்பம் பாகம் பிரிந்தபோது அவர்களுக்கிருந்த சிறிய கடனே கொஞ்சம் பெரிய கடனாக லட்சுமி குட்டியம்மைக்குத் தோன்றியது.

கையில் கிடைத்த பொருளை விற்றாவது மகனின் ஆசையை நிறைவேற்ற அந்தத் தாய் தீர்மானித்தாள். அந்தத் தீர்மானத்தால் மகனுக்கு சொல்லவொண்ணாத மகிழ்ச்சியும் ஏற்பட்டது.

பெரும்பாவூர் உயர்நிலைப்பள்ளியில் சேர்ந்து படித்ததால் ஏழாம் வகுப்பில் தேர்ச்சியும், திருவிதாங்கூர் மூவாட்டுப்புழையில் சேர்ந்து படித்ததால் ஒன்பதாம் வகுப்பில் தேர்ச்சியும் கிடைத்தது. மூவாட்டுப் புழை பள்ளியில் படித்தபோதுதான் 1918-ல் எம்.என். நாயருக்கும் என்.குஞ்ஞிராமன் நாயருக்கும் அன்புக்குகந்த சீடனாக இவரால் பணியாற்ற முடிந்தது.

திரு ஆர்.சி.சர்மா, 'ரகுவம்சத்'தின் முதல் பாகத்தையும் 'குவல யானந்த'த்தின் முதல் சில அத்தியாயங்களையும் இரவில் தனக்கு ஓய்வு கிடைத்த போதெல்லாம் ஜீவிக்கு சொல்லிக் கொடுத்தார். அந்த அன்புக்குகந்த குருநாதர்தான் கொச்சியில் நடைபெற்ற பண்டிதத் தேர்வில் சேருவதற்கு நட்புரிமையுடன் கூடிய தைரியத் தையும் அவருக்கு அளித்தார்.

1919-ல் ஆங்கில மொழிபெயர்ப்பைத் தவிர மீதி எல்லாப் பாடங்களிலும் ஜி தேறினார். 1921-ல் மலபார் போராட்டத்தின் போதுதான் திருவில்வாமலை ஆங்கில மீடியம் உயர்நிலைப் பள்ளியில் மலையாள மொழி ஆசிரியராக சேர்ந்தார். 1922-ல் ஆங்கில மொழிபெயர்ப்பிலும், கட்டுரைப் போட்டியிலும் தேறி னார். 1927-ல் சாலக்குடி உயர்நிலைப் பள்ளியில் ஆசிரியராக இருக்கும்போது வித்துவான் தேர்வுக்கான முதல்நிலையையும் இறுதிநிலையையும் சேர்த்து எழுதி முதல் வகுப்பிலும் நல்ல ராங்கிலும் தேறினார். அதைத் தொடர்ந்து திருச்சூர் ட்ரெயினிங் இன்ஸ்டியூட்டில் டியூட்டராக பத்து ஆண்டுகள் பணிபுரிந்தார்.

1937-ல் மகாராஜா கல்லூரியில் புலவராக சேர்ந்தார். பின் அங்கேயே விரிவுரையாளராகவும், பேராசிரியராகவும் உயர்ந்தார். 1957 ஜூன் மாதத்தில் அங்கிருந்து ஓய்வு பெற்றார். கல்லூரியில் இவருக்குக் கிடைத்த பதவி உயர்வுகளைக் கண்ட இவரின் விரோதிகள், இவர் எழுதிய 'நாளை' என்ற கவிதையில் கம்யூனி ஸமும் ராஜத்துரோகமும் உள்ளதென்று சுட்டிக் காட்டி ஒரு புகாரை அரண்மனைக்கு அனுப்பி வைத்தனர். அப்போது அங்கே திவா னாக இருந்த சர் சண்முகம் செட்டியார் அந்தப் பெட்டிஷனின் உட்பொருளை கிரகித்துக் கொண்டு ஜீக்குப் பதவி உயர்வைத்தான் கொடுத்தார். அதே நேரத்தில் *Principal will watch him for one year* என்றதொரு அறிவிப்பை மட்டும் அவர்களுக்குத் திவான் அனுப்பி வைத்தார்.

1944 முதல் *1958* வரை அகில கேரள சாகித்திய பரிஷத்தின் வளர்ச்சிக்கு இவர் மிகவும் முயற்சி எடுத்துக் கொண்டார். தனக்கிருந்த ஆஸ்துமாவையும் மற்ற துன்பங்களையும் பொருட் படுத்தாமல் உழைத்ததால் 'பரிஷத்' காலாண்டிலிருந்து இருமாதமாக மாறி பின் மாத இதழாகவும் மாறியது. சக பத்திரிகையாளர்கள் உதவிகளும் மகா கவிஞர்களான 'உள்ளூர்' மற்றும் 'வள்ளத்தோள்' ஆகியோரின் அனுக்கிரகங்களும்தான் இந்த வெற்றிக்கு காரணம் என்று இவர் கூறினார். பரிஷத்திற்கு ஜி-யின் காலத்தில் புகழ்மேல் புகழாக உயர்ந்தது. *1958*-ல் இரண்டாண்டுகள் நீண்டிருந்த தலைவர் பதவியையும், பதினான்கு ஆண்டுகள் தொடர்ந்து இருந்த பத்திரிகை ஆசிரியர் பதவியையும் தாமாகவே ராஜினாமா செய்தார். நிம்மதிக்காகவும் சொந்த நோக்கமுடைய வாழ்விற்காகவும் அந்த ராஜினாமாவை இவர் செய்ய வேண்டியதாயிற்று.

1956 ஜூலையில் அகில இந்திய வானொலியில் *'Spoken word Producer'* ஆக பதவியேற்றார். எழுநூறு ரூபாய் சம்பளம், *1957* டிசம்பரில் அதைவிட சிறிது அதிகமான மதிப்பும் சுதந்திரமும் உள்ள இலக்கிய ஆலோசகராக *(Literary Advisor)* நியமிக்கப் பட்டார். *1958*-ல் அதையும் ராஜினாமா செய்தார்.

அதன்பின் எர்ணாகுளத்தில் சௌத் ரெயில்வே ஸ்டேஷனுக் கருகே மோனாஸ்டி ரோடிலுள்ள தன்னுடைய சொந்த இடமான 'பத்ராலயத்தில்' தன் பேனாவை நிரந்தமாகப் பேப்பரில் ஒட்டிக் கொண்டார்.

நுண்ணறிவை தன்னுள் பிணைத்துக் கொண்டிருக்கும் ஜீ - அன்றும் இன்றும் ஒன்றே ஒன்றை மட்டும்தான் விரும்பினார்.

"கூடுவிட்டு கூடுமாறி இந்த இயற்கையுடன் ஓடுவதற்கு எவ்வளவு ஆனந்தமாக இருக்கிறது."

அந்த மகிழ்ச்சியின் முழுமைக்கான கண்டுபிடிப்புகள்தான் பத்ராலயத்தில் சாந்த சுந்தரமாகச் செல்லுகின்ற நிமிடங்களாகும்.

இயற்கையிடம் உலக இதயத்தின் துடிப்பையும் இறைவனின் முகத்தையும் காண்பதற்கு இயற்கையின் பக்தரான ஜீக்கு உதவியது -நாயத்தோடு கிராமமும் அதன் சுற்றுச் சூழலும்தான். தன் வயதையொத்தப் பிள்ளைகளுடன் விளையாடச் செல்வதற்கோ

கூட்டம் கூடி குறும்புகள் செய்வதற்கோ தாய்மான் அனுமதி கொடுக்காததால் சூன்யமான தனிமையுடன் விடுகதை சொல்லிக் கொண்டிருக்கத்தான் இவரால் அன்று முடிந்தது. இந்தச் சூன்யம் நிறைந்த தனிமைதான் தாகூரைப்போல் ஜீயையும் இயற்கையின் எல்லாமான கவிஞனாக்கியது. பச்சைப் பசுங்குன்றுகளும், அருவிகளும், விடியற்காலை நேரங்களும், நிலா உலா வரும் இரவுகளும்தான் ஜீயின் அன்றைய நெருங்கிய நண்பர்கள்.

"அவை தனிமையிலும் தனிமையானவனாக்காமல் என் தனித்துவத்தை வளர்த்துக் கொண்டு வந்த காட்சிகளாகும்." என்று கூறினார் ஜீ.

இது பற்றி ஜீ ஓரிடத்தில், 'முகம் கழுவி நிமிர்ந்து நிற்கும் நட்சத்திரங்களே' என்று எழுதியுள்ளார்.

இந்த நட்சத்திரங்களை ஜீயின் கவிதைகளில் தேடினால் பல இடங்களிலும் விரவிக் கிடப்பதைக் காணலாம்.

ஜீ பிறந்து வளர்ந்த கிராமப்புறத்திலுள்ள பச்சைப் பசேலென்ற மைதானங்களும், பவழப் பாறைகளும், கிராமத்தின் இதயபாகத்தில் ஆட்சி செய்கின்ற மிக முக்கியமான பழைமை வாய்ந்த தேவாலய மும், மலைகளும்தான் அவருடைய மனக்கோட்டையை மலர வைத்ததும் அதற்கு வண்ணத்தையும் நாதத்தையும் சலனத்தையும் ஆரம்பத்தில் கொடுத்தவைகளுமாகும். மேலும், அரிவாள்களும் கை வளையல்களும் கூடி எழுப்பும் சப்தத்துடன் 'கார்பெட்'டைப் போன்று இருக்கின்ற நிலங்களில் அறுவடை கட்டுகளைத் தூக்கிச் செல்லும் பெண்கள், வீட்டு வாசற்படியில் தன் வீட்டுப் பெண்களை எதிர்நோக்கிக் காத்துக் கொண்டிருக்கின்ற புலயர், மாலை நேர அமைதியை தன் இனிமை ஒலியில் கலைக்கின்ற கோவில் மணியோசை போன்றவைகளும்தான் அவரின் மனக்கோட்டையை மேலும் விரிவடைய வைத்தவைகளாகும்.

"இவையெல்லாம் என்னுடைய லட்சிய உலகத்தின் தெளிவற்ற விசித்திர பாவங்களைப் பாதித்து இருக்கின்றதில்லையா?" என்று நம்மிடம் கேட்ட ஜீ தொடர்ந்து, "என்னுடைய தனித்துவத்தின் நங்கூரம் நான் நேசித்திருந்த கிராமிய ஆகாயத்திலிருந்து காற்றையும் வெளிச்சத்தையும் குளுமையையும் பிடித்தெடுத்தது. என் கவிதை கள் என் கிராமத்தின் ஒரு பாகமாகும். ஆசிரியத் தொழிலில் பிரவே சித்த பின் வேறொரு கிராமத்தின் சூழ்நிலைகூட என்னிடம் என்னை

அறியாமலேயே சுயவுணர்வு சக்தியை செலுத்தியதுண்டு. திருவில் வாமலையின் விசாலமான இதயத்தைப் போன்று கனவு காட்சியாக பரந்துகிடக்கும் மைதானங்கள்; காடுமேடுகளின் மறைவில் ஓடி ஓரிடத்தில் சங்கமித்து கைகோர்த்துக் கட்டிப் பிடித்துச் செல்லும் நதிகள், எங்கும் பூத்துக் குலுங்கும் காடுகள், அதிக நடமாட்டமற்ற மேட்டுப் புறங்கள், தூக்கத்தில் நடப்பதுபோல் அமைதியான முறையில் இருக்கும் மாட்டு வண்டிகளுக்கான மலைச்சாரல் பாதைகள் போன்ற இயற்கைக் காட்சிகளே என்னுடைய தனிமை யைப் போக்கி என் தனித்துவத்தை வளர்த்து என்னை கவிஞனாகவும் மாற்றியவைகளாகும்.

ஜீ மலையாள மொழியின் மிகப்பெரிய முக்கியமான இலக்கிய புள்ளி. இந்த முக்கியத்துவம் அவரிடம் கவிதையை அனுதினமும் வளர்த்தியதே தவிர தளர்த்தவில்லை.

வகுப்பறையில் இவர் படிக்கும்போது ஆசிரியர் சொல்வதை மட்டும் கவனித்துக் கொண்டு தனித்த 'பையனாக' ஒருவன் மட்டுமே இருந்தான். 'அவன்' ஜீ தான் என்று சொல்ல வேண்டியதில்லை. பள்ளி முடிந்து வீட்டிற்குச் செல்லும் வரையில் இயற்கையின் எல்லா இசைகளும் இவரின் மனம் நிறைந்து இருக்கும். பள்ளி வாழ்க்கையில் ஏராளமான அனுபவங்கள் ஜீக்கு ஏற்பட்டதுண்டு. அவைகளில் ஒன்றிரண்டை மட்டும் இங்கே சொல்கிறேன்.

மூவாட்டுப்புழை பள்ளியில் படித்துக் கொண்டிருந்த போது நடத்திய சாகச யாத்திரை அதில் ஒன்று. வருடாந்திர பொதுவிழாவில் சிறப்பு உரையாளராக அன்றைய பிரபல விமர்சகரான சி.எஸ்.நாயரை அழைத்து வரவேண்டிய பொறுப்பு ஜீக்கு வந்து சேர்ந்தது. சி.எஸ்.நாயர் அப்போது ஆல்வாயில் ஆசிரியராகப் பணிபுரிந்தார். ஒரு நாள் உச்சிப்பொழுது கழிந்ததும் ஒரு நண்பனைக் கூட்டிக்கொண்டு அந்தப் 'பொறுப்பாளன்' ஆல்வாய்க்குப் புறப்பட்டான். ஆல்வாயை அடைந்து சொற் பொழிவுக்கு வருவதற்கு சி.எஸ்.நாயரின் சம்மதத்தைப் பெற்றுக் கொண்டு அப்போதே மூவட்டுப்புழைக்குத் திரும்பினான். இருபத் திரண்டும் இருபத்திரண்டும் நாற்பத்து நான்கு மைல்களையும் கால்நடையாகவே சென்று திரும்பி மூவாட்டுப் புழையை அடைந்தபோது விடியற்காலை நேரமாகி விட்டது. நாயரின்

சம்மதத்தைத் தெரிவிக்க தலைமையாசிரியரின் வீட்டுக்குச் சென்றபோது, நாற்பத்து நான்கு மைல்களையும் நடந்தே சென்று வந்த சாகசக்காரனை அன்பால் கடினமாக திட்டிய அந்த அன்பிற் சிறந்த தலைமையாசிரியர் ஜீயின் நினைவுகளில் என்றும் தலைப் பாகையணிந்து நிற்கிறார். வீங்கத் தொடங்கிய கால்களுக்கு வேண்டிய சிகிச்சைகளைச் செய்த பின்தான் அந்தத் தலைமை யாசிரியர் தன் அன்புக்குகந்த சீடனை வெளியே அனுப்பினார்.

ஒரு சமயம் மூவாட்டுப் புழை பள்ளி ஆண்டு விழாவில் ஒன்றாக ஜீ நடத்திய நாடகம் சுவையான சில நிகழ்ச்சிகளுக்கு இடம் கொடுத்தது.

கிருஷ்ண பகவான் பாண்டவர்களுக்காகத் தூது செல்லும் கட்டம். ஜீ கிருஷ்ணனாக அரங்க மேடைக்கு வந்தார். துரியோத னனிடம் பாண்டவர்களுக்காகத் தான் வந்த தூது விஷயத்தைச் சொல்லத் தொடங்கினார். துரியோதனனின் சர்வாதிகாரத்தையும் ஜனநாயக விரோதத்தையும் அதன் மூலம் ஏற்படப் போகும் நாச விளைவுகளையும் கிருஷ்ணன் வேடமணிந்த ஜீ அழகாக விவரித்துக் கொண்டிருந்தார். சபையின் முன் வரிசையில் உட்கார்ந்து கொண்டிருந்தவர்களின் முகத்தை நோக்கியவாறே இவையெல்லாவற்றையும் சொன்னார். அந்தக் கூட்டத்திலிருந்த அவ்விடத்திய முக்கிய பிரமுகர் ஒருவர் அந்தப் பேச்சைக் கேட்டு மிகவும் கோபமானார். மாணவர்களின் குறும்புத்தனம் அளவுக்கதிகமாக போகிறதென்றும் அதனால் அவர்களுக்கு நல்ல தண்டனை கொடுக்க வேண்டுமென்றும் தலைமையாசிரியரிடம் அதிகாரத் தொனியில் பேசினார். அந்த மாணவன் அப்படிச் சொன்னதெல்லாம் தன்னை உச்தேசித்துத்தான் என்றும் அடிக்கடி தன்னை நோக்கியே அவன் அப்படி கூறினான் என்றும் அவர் அந்தப் புகாரில் பேசினார். அதற்கு தலைமையாசிரியர், “பாவம், அந்தப் பையனுக்கு உங்களைப் பற்றி தெரியாது. அவை கூட்டத்தை நோக்கிச் சொல்லப்பட்டவை” என்று கூறினார்.

அவ்வாறு தேனீர்க் கோப்பையில் ஏற்பட்ட அந்தப் புயற்காற்று அமைதியடைந்தது.

காதல் என்னும் விவகாரத்தைத் தீவிர இனிமையுடன் அநேக கவிதைகளின் வழியே நமக்கு அனுபவப்படுத்தி யிருந்த ஜீ யாரையாவது காதலித்தாரா என்று தெரிந்துகொள்ள

வாசகர்களுக்கு ஆவல் உண்டாகலாம். முப்பதாவது வயதில் ஏற்பட்ட அந்தக் காதல் எனும் ஒரு சிறு துளியை மட்டும் சொல்லலாமென்று ஜீக்குத் தோன்றியது.

காதல் என்னும் விவகாரத்தைப் பற்றிச் சிந்திப்பதற்கும் எழுதுவதற்கும் தொடங்கியபோது சுபத்திராம்மைதான் அவர் முன்னால் நின்றார். பறவூரில் வேலையில் சேர்ந்து திருவஞ் சிக்குளத்து பின்புற வீட்டில் தங்கியிருந்தபோது சுபத்திராவுக்கு ஐந்து வயதாக இருந்தது. அன்று ஜீக்கு அந்த ஐந்து வயதுக்காரியிடம் ஒரு தனி ஈர்ப்பு தோன்றியிருந்தது. அந்தத் தனித்த ஈர்ப்பு வளர்ந்து பதினோராண்டுகளுக்குப் பின் திருமணப் பேச்சில் முடிந்தது. 1931 டிசம்பரில் சுபத்திராம்மா ஜீயின் மனைவியானார்.

ரவி, ராதா என இரு குழந்தைகள் பிறந்தனர்.

மகன் ரவி பெங்களூரில் அக்ரிகல்சுரல் மார்க்கெட்டிங் ஆபிசர். மருமகள் சாரதா பெங்களூரிலேயே ஃபுட் கார்ப்பரேஷனில் அஸிஸ்டண்ட் மானேஜர். இரண்டு பெண் குழந்தைகள் இத்தம்பதி களுக்குண்டு. ஹேமாவும், சித்ராவும்.

மகாராஜா கல்லூரியில் மலையாள மொழிப் பிரிவில் பணியாற்றிய பிரபல இலக்கியவாதியான எம்.அச்சுதன்தான் ஜீயின் மகள் ராதாவின் கணவர். ராதா பாரதிய வித்யாபவன் நர்ஸரி ஸ்கூலில் டீச்சராக இருந்தவர். மூன்று பெண் குழந்தைகள் இத்தம்பதிகளுக்குள்ளன. மூத்த மகள் நந்தினி, இரண்டாமவள் நிர்மலா. மூன்றாமவள் பத்ரா.

பத்ராலயத்தில் ஒரு விருந்தினராகச் சென்று ஜீயின் குடும்ப அங்கத்தினர்களின் அன்பைப் பெறுவது என்பது ஒரு மறக்க முடியாத அனுபவம்.

ஒரு நாள் இரவு ஏழு மணிக்கு நான் பத்ராலயத்தை அடைந்தேன். நவீன மலையாள கவிதையில் மிகவும் விசித்திரங் களையும் தொட முடியாதவைகளையும் ஓவியக் கற்பனைகள் வழியே இயக்கிய ஒரு பனித்துளியின் ஆழத்திற்கு நிலையற்று தாழ்ந்து தாழ்ந்து செல்லவும், நம்மைத் தம்முடன் அழைத்துச் செல்லவும் செய்த, என்னுடைய காலகட்டத்தின் மிகப் பெரிய மகாகவியின் அசாதாரணமான ஒளிமிகுந்த நயனங்களை நோக்கிக்

கொண்டிருந்தேன். உலகத் தரிசனத்தை தம்முள் பெற்ற ஜீ இரவு இரண்டு மணி வரை தம்மைப் பற்றி பேசிக் கொண்டிருந்தார். அதை நான் ஆவலுடன் கேட்டுக் கொண்டிருந்தேன். பாச மிகுந்த அந்தக் குடும்பத்தின் அங்கத்தினர்கள் இடையிடையே வருவதும் போவதுமாக இருந்தனர். போட்டோகிராபர் ராஜன் அவ்வப்போது தன் காமிராவை கிளிக் செய்துகொண்டிருந்தார். அப்போதெல்லாம் ஜீ தன் நினைவுகளின் ஆழங்களில் நீந்திக் கொண்டிருந்தார். இரவு ஒரு மணியானபோது அவர் சொன்ன இரண்டு வரிகள் மட்டும் என் மனத்தில் ஆழப் புகுந்தன.

"உறக்கத்தில் அமைதியாகி விட்டன உலகமும் ஆகாயமும். இதயத்தில் தனிமையாகி விட்டோம் நீயும் நானும்."

இரவு இரண்டு மணியாகிவும் என்னால் பத்ராலயத்தின் பத்திரமும் இன்பமுமான ஆகாயத்திலிருந்து வெளியே வரத் தோன்றவில்லை. நட்புடனும் வாஞ்சையுடனும் அந்த அட்சய லோகத்திலிருந்து வெளியே வரும்போது பாரதத்தின் சொத்தான அந்தக் கவிஞரையும், இந்தியாவுக்குச் சுதந்திரம் கிடைப்பதற்கு முன்பு எழுதி பிரபலமான அந்தக் கவிதைகளையும் என்னால் நினைக்காமல் இருக்க முடியவில்லை.

"ஓ! வரும் வரும் நவீனமான என் நாட்டின் புனிதமான கொடிகள் கடலில் தத்திப் பறக்கும் காலம் வரும்!"

ஓ! வரும் வரும் நவீனமான என் நாட்டின் நாவசைந்தால் உலகமே கவனிக்கும் காலம் வரும்!."

... என்று பாடிய இந்தக் கவி, தான் வாழும் காலத்திலேயே அந்தக் காலம் வந்ததைப் பார்த்தார். உலகத்தில் இதுபோன்ற அதிர்ஷ்டம் மற்ற எந்தக் கவிஞருக்குக் கிடைத்திருக்கிறது!

பிரபல ஜோதிடர் திரு. ஏ.பாலகிருஷ்ணன் உள்பட ஏழெட்டுப் பேர் ஜீயின் ஜாதகத்தைக் கணித்துள்ளனர். எல்லோருமே 64-வது வயதில் ஜீ இறந்து விடுவார் என்றுதான் சொல்லியிருந்தனர். 1962-ல் இதயநோய் ஏற்பட்டதே தவிர ஜீ இறக்கவில்லை. 1950-ல் இறந்தே விட்டார் என்று சொல்லும்படியாக அம்மை நோய் வந்தது. அந்த நோய் தீர்ந்தபோது பல ஆண்டுகளாக அவரை உபத்திரவம் செய்து கொண்டிருந்த கொடுமையான ஆஸ்துமா நோயும் தீர்ந்து விட்டது.

“எத்தனை ஆண்டுகள் வாழ ஆசைப்படுகிறீர்கள்? அதற்கிடையே இன்னும் என்னவெல்லாம் சாதிக்க வேண்டுமென்று நினைக்கிறீர்கள்?”

“வாழ்க்கை என்பது நான் கேட்டு வாங்கியதில்லை. அது தானாகவே எனக்குக் கிடைத்தது. அதேபோல், எப்போது அது கீழே வைக்கச் சொல்லுகிறதோ அப்போதே அதைக் கீழே வைத்து விடுவதற்கு நான் தயாராக இருக்கின்றேன். அதற்குள் நான் என்ன செய்ய வேண்டுமென்று கேட்டீர்களல்லவா? அதைச் சொல்கிறேன்...” இந்திய வரலாற்றில் ஆரம்பம் முதல் இன்று வரைக்குமுள்ள பல காட்சிகளையும் கோர்த்துச் சேர்த்து ஒரு புத்தகம் எழுத எனக்கு ஆசையுண்டு. அதற்கு நிறையப் படிக்க வேண்டும். விசாலமான அறிவு ஏற்பட ஓர் அனுபவம் வேண்டும். என்னுடைய சங்கல்பத்தின் கருவில் அது ஒதுங்கவும் வேண்டும். அதற்குக் கொஞ்சம் காலமும் கொஞ்சம் ஓய்வும் வேண்டும்.”

‘பாப்பு’, உமாசங்கர் ஜோஷியின் ‘காந்தி கதைகள்’ என்ற புத்தகங்களை இந்தியிலிருந்து மலையாளத்திற்கு ஜீயின் மனைவி சுபத்திராம்மா மொழிபெயர்த்துளளார். பாப்பு பள்ளியிறுதி வகுப்புக்கும், காந்தி கதைகள் பி.ஏ. தேர்வுக்கும் பாடமாக வைக்கப்பட்டுள்ளன. பத்ரலாயத்தின் சுமை முழுவதையும் சுபத்திராம்மாதான் கவனித்தார். அதனால், படிப்பதற்கும் எழுதுவதற்கும் எவ்வித இடைஞ்சலும் ஜீக்கு ஏற்பட்டதில்லை.

சிகரெட் பிடிப்பது என்பது ஜீக்குப் பல ஆண்டுகளாக இருந்த பழக்கம். இடையே எட்டு ஆண்டுகள் புகை பிடிப்பதை நிறுத்தி வாழ்ந்த ஜீ ஆஸ்துமா சுகமான பின்பு மீண்டும் ஆரம்பித்து விட்டார். கடைசி தடவை நான் பத்ராலயத்தில் சில மணி நேரங்களைக் கழித்தபோது, கழிந்த கால நினைவுகளின் ஆழத்திற்கு அவர் ஆழ்ந்தாழ்ந்து போகும்போது என்னோடு தொடர்ந்து சிகரெட் பிடித்ததை நான் நினைத்துப் பார்க்கிறேன். மதுவையும் மாமிச வகைகளையும் இவர் இறுதி நாள்வரை தொட்டதில்லை.

பாரதீய ஞான பீடத்தின் தகுதிக்குப் பாத்திரமான ‘ஓடக்குழல்’ கவிதைத் தொகுப்பு வட இந்தியாவில் பலரின் விமர்சனத்திற்கும் பாத்திரமாயிற்று. ஆனால், *1920* முதல் *1948* வரையுள்ள அவரின் இலக்கிய வாழ்க்கையில் முனைந்து எழுந்த அவருடைய கற்பனைத் திறனிலுள்ள நினைவுகள் மலர்ந்து உருவம் பூண்டதின்

ஒரு வரைபடந்தான் அந்தத் தொகுப்பாகும். அந்தத் தொகுப்பு உளவாக்குகின்ற அனுபவம் ஒன்றையாவது புரிந்து கொள்வதற்கோ அதை ஒளிர வைப்பதற்கோ இங்கு யாரும் முதிர்ச்சி பெறவில்லை என்பது நமக்குள்ளேயே நாம் வெட்கப்பட வேண்டிய காரியமாகும். ஜீயின் மரணத்திற்குப் பின் அந்த அறிவியலறிஞரின் அக ஆசை கவிதைகளைப் பற்றி உண்மையான விபரமான விமர்சனங்கள் உண்டாகலாம் என்று கருதுகிறேன்.

'ஆத்மபோதினி' என்ற இலக்கிய இதழில்தான் ஜீயின் முதல் கவிதை பிரசுரிக்கப்பட்டது. மகாகவி வள்ளத்தோள் அப்போது அந்தப் பத்திரிகையின் ஆசிரியராக இருந்தார். ஜீயிக்கி வேண்டிய ஏராளமான ஊக்கத்தையும் வள்ளத்தோள்தான் கொடுத்தார். ஜீயும் அவரைத் தன் குருவாக ஏற்றுக் கொண்டிருந்தார். ஜீ மகாராஜா கல்லூரியில் பேராசிரியராக இருந்தபோது ஓர் இலக்கியக் கூட்டத்தில் வள்ளத்தோளை கடினமாக விமரிசித்து ஒரு புலவர் பேசினார். அந்தச் சொற்பொழிவு முடிந்தபோது ஜீ எழுந்து வந்து, "இப்போது செய்த சொற்பொழிவில் சொல்லப்பட்ட கருத்துகளில் எங்களுக்கு யாதொரு பங்குமில்லை" என்று கூறினார்.

ஜீக்கும் சங்கம்புழைக்கும் இடையேயுள்ள உறவைப் பற்றி எதிர்ப்பானதும் வித்தியாசமானதுமான அபிப்பிராயங்கள்தான் எப்போதும் நிலவின. எனக்கும் அதைப் பற்றி கேள்விப்பட்ட முறையிலிருந்து சில அபிப்பிராயங்கள் உண்டு. ஆனால், சங்கம் புழா ஜீக்கு பல ஆண்டுகளுக்கு முன் அனுப்பிய இருபத்து நான்கு பக்கக் கடிதத்தைப் படிக்க நேர்ந்தபோது என்னிடம் இருந்த அபிப்பிராய பேதங்களின் இருள் படர்ப்பு தானாகவே மாய்ந்து போய்விட்டது. மலையாள இலக்கிய வரலாற்றில் இந்தக் கடிதம் விலை மதிப்பற்ற ஒரு வரைதலாக இருக்கும். இந்தக் கடிதத்தை 'மலையாள நாடு' வார இதழில் பிரசுரிக்க தருகிறேன் என்று ஜீ சம்மதித்தார். மகாகவி 28.7.76-ல் எனக்கு அனுப்பிய ஒரு கடிதத்தில் அந்தக் கடிதத்தைப் பற்றி கீழ் வருமாறு சம்மதித்திருந்தார்:

"சங்கம்புழையின் அந்தக் கடிதத்தை என் முன்னுரையுடனோ அல்லது கட்டுரை வடிவத்திலோ பின்பு அனுப்பி வைக்கிறேன். எங்களுக்கிடையேயுள்ள நெருக்கமான உறவை கொஞ்சம் அதிகமாகவே அது வெளிப்படுத்தும். பொய் சொல்லி வதந்தி பரப்புவதில் இன்பங்காணும் சிலருக்கு அதைக் காணும்போது வெறுப்புத் தோன்றும்."

ஸ்ரீதேவி எழுதிய சங்ஙம்புழையினுடைய நினைவுக் குறிப்புகளுக்கு அதுவொரு பதிலாகவும் அமையும் என்று நான் கருதுகிறேன்.

சமகால வாழ்க்கையின் சிந்தனையும், கலப்பற்ற அறிவியலும், மகத்துவமும் உன்னதமும் கலந்த கற்பனைகளின் நூதனத்துவமும், அறிவுக்கப்பாற்பட்ட சில எண்ணங்களும்தான் ஜீயைப் பாரதத்தின் மிகப்பெரிய கவிஞராக மாற்றியது.

கிரந்த தரிசியும் கிரந்த சுருதியுமான ஜீ ஒரு காற்றடிக்கும்போது பரமாத்மாவின் ஆலிங்கனத்தை அனுபவிக்கின்றார். பட்டாம் பூச்சி சிறகடித்து பறப்பதால் ஏற்படும் சப்தத்திலிருந்து வெற்றிக் கொள்ள முடியாத காலத்தின் கம்பீர நாதம் அவரின் காதுகளுக்குக் கேட்கிறது. பூமியிலுள்ள ஒவ்வொரு மணலும் ஆகாய வெளியிலுள்ள ஒவ்வொரு கிரகமும் அவருக்கு மிகவும் பிடித்தமானவைகளாகும். என்னுடைய தலைமுறையின் என் அன்பிற்குரிய மகாகவிஞரிடம் உள்ள மனிதனை உங்களுக்கு என்னால் சுட்டிக்காட்ட முடிந்ததோ? என் காலகட்டத்தின் மிகப் பெரிய கவியிடமுள்ள சாதாரண மனிதனை என்னால் உருவக் கோடிட்டாவது வரைய முடிந்ததோ?

இல்லை. முற்றிலும் என்னால் அது முடியவில்லை என்றே நினைக்கிறேன். என்னுடைய இந்தச் சுருக்கமான வார்த்தைகளால் அமைத்த மண் குடிசையில் அந்த அபாரமான மனிதரை அழைத்து வந்து உட்கார வைக்க முடியவில்லையே!

പി. കുഞ്ഞിരാമന് നായര്

பி. குஞ்ஞிராமன் நாயர்

புனைபெயர்: பி

இலக்கியச் சேவை: கவிதையில் மலையாள மண்ணின் கனவையும் மணத்தையும் நிறைத்தவர். நரபலி, தாராவின்டெ ஜிப்பா, மூத்த மூசாரியோடு, தாமரைத் தோணி, வயல் கரையில் ரதோத்ஸவம், பூக்களம், களியச்சன் முதலியவை இவருக்குப் பெருமை சேர்க்கும் கவிதைகள். மத்திய மாநில சாகித்திய அகாதெமி விருதுகளைப் பெற்றவர். 1978-ஆம் ஆண்டில் மாரடைப்பால் மரணம் அடைந்தவர்.

"என் கதை - அதுவோர் இரவுப் பூவின் கதையாகும். விடி வெளிச்சம் காணாத ஏகாந்தமான இரவுப் பூவின் கதை. நடு இரவில் வெகுதொலைவில் நீந்திச் செல்லும் சந்திரன் என்னும் வெள்ளித் தோணி, அண்ட வெளியில் கண்ணுக்கெட்டாத தூரத்தில் மங்கி மயங்கி நிற்கும் சில சிறு நட்சத்திரங்கள்; ஆதியும் அந்தமுமில்லாத இந்த அடி வானத்தின் மலைச்சரிவில் நான் தனிமையானவனாக நிற்கிறேன். அகமும் புறமும் ஒரு திமிர்த்தனத்துடன் பெருமூச்சு விட்டுக் கண்ணீர் சிந்தி நான் காத்திருக்கிறேன். அவர் வரவில்லை என்றாலும், இந்த இரவுப் பூவின் சிறிய கூப்பிய கரங்கள் முழுமையின் திருவடியில் இதய அர்ச்சனையாகட்டும். இருந்தும் என் கதை குளிர்ந்த கும்மிருட்டில் கரங்கூப்பி நின்று கண்ணுக்கெட்டாத நட்சத்திர ஒளியைப் பார்க்கும் ஓர் இரவுப் பூவின் கதை…"

இந்த வரிகளின் மூலம் ஆத்மாவைப் பார்க்கின்றவர்களுக்கு இது யாருடைய தூலிகையிலிருந்து அடர்ந்து வீழ்ந்ததென்று சொல்ல சிரமப்பட வேண்டியதில்லை. பாரதப் புழையின் வெண்மணலை விலைக்கு வாங்கவும், வள்ளுவ நாட்டுப் புள்ளுவ குல மகளிரின் சர்ப்பப் பாட்டுகளைக் கேட்டுப் புளகாங்கிதம் அடையவும் செய்த உத்தர கேரளத்தின் மகாகவி பி.குஞ்ஞிராமன் நாயரை யாருக்குத்தான் நினைவு வராது.

தன் சொந்த வாழ்க்கையை, சொந்தக் குடும்பத்தை, சொந்த மான எல்லாவற்றையும் மறந்துவிட்டுக் காவியக் கனவுகளில் மூழ்கித் திரியும் 'பி', தன்னுடைய தரிசனங்களுக்கு நல்கும் நானா வண்ணங்களும் அந்த நானா வண்ணங்களுக்குச் சாத்தும் நானா பாவங்களும் வாசகர்களைப் புளகாங்கிதம் கொள்ளுகின்ற தரத்தில்தான் இருக்கின்றன. அதனால், அவர் கிராமிய கேரளத்தின் சங்கீதமாகவே இருந்தார்.

'உலகமே! உன் குடும்பத்தில் இந்தச் செடிகளும், புற்களும், புழுக்களும் கூடித்தான், குடும்பஸ்தர்களாக உள்ளனர்.' என்னும் கவி வாக்கியத்தை உண்மையாக்கிய - இந்த உலகத்தின் ஒரேயொரு மகாகவி 'பி' தான்.

எழுபத்து ஏழு வயதிலும் ஏழு வயது பையனின் களங்கமற்ற தன்மையைத் தன்னுள் அடக்கிய கனவுலகவாதியாக இருந்தவர் இவர்.

மலையாள கவிதைக்கு மட்டுமே வாழ்ந்த மகாகவியே! வாழ்க்கை என்னும் மோகன நித்திரையில் உணர்வதையெல்லாம் கவிதையாக வடித்த குஞ்ஞிராமன் நாயரே! உங்களை வெறும் மனிதனாக மட்டும் எப்படி அறிமுகப்படுத்துவது என்றுதான் எனக்குத் தெரியவில்லை. அது அசாத்தியமானதும் ஆகும். அதனால், பெண்ணிலும் பூவிலும் உதய காலத்திலும் நிலவிலும் நட்சத்திரத் திலும் ஏராளமான கவிதைகளைத் தேடிய - மலை நாட்டின் ஆத்மா வினைக் கண்டறிந்த மகானான அந்த மகாகவியைத்தான் நான் உங்களுக்கு அறிமுகப்படுத்த முடியும்.

"தேடிக் கொடுத்தது பலதென்றாலும் பொன் வெளிச்சமே - இந்த ஏழைப் பூவிடம் எதுவும் கூறாமல் எங்கே போனாய் நீ?" என்று நினைவு வந்த இடமெல்லாம் குரல் உருகிப் பாடி நடந்த, கேரளத்தின் அபிமானியான இந்தக் கனவுலக சஞ்சாரியை நான் முதன்முதலாக 1956-ல் கொல்லங்கோடு ராஜாஸ் உயர்நிலைப் பள்ளியில்தான் கண்டேன். அங்கே கேரள சாகித்திய சமிதியின் சாகித்திய சம்மேளனம் நடந்து கொண்டிருந்தது. அந்தப் பள்ளியின் வராந்தாவில் நின்று நான் ரோட்டைப் பார்த்துக் கொண்டிருந்தேன். கதர் ஜிப்பாவும் வேட்டியும் துண்டும் அணிந்து, நடுத்தர உயரமும் குடை வயிறுமுள்ள கருத்த மனிதர் ஒருவர், குழந்தைகளின் கும்பல் சூழ வந்து கொண்டிருந்தார். ஜிப்பாவின் இரு பாக்கெட்டிலும் கைகளைவிட்டு மிட்டாய்களையும் சில்லரைகளையும் அந்தக் குழந்தைகளுக்கு வரி வழங்கிப் புன்னகையுடன் வந்து கொண் டிருந்த மனிதரைப் பார்த்த நான், அருகில் நின்ற எம்.டி.வாசுதேவன் நாயரிடம் "அந்த மனிதர் யார்?" என்று கேட்டேன்.

எம்.டி.வாசுதேவன் நாயர் சிரித்துக் கொண்டே, "அவர்தான் நம்முடைய மகாகவி பி.குஞ்ஞிராமன் நாயர்" என்று கூறினார்.

அருகில் வந்ததும் கைகூப்பி அவரை வணங்கினேன். அப்போதும்கூட எனக்கேற்பட்ட ஆச்சிரியத்தின் துடிப்பு மறைய வில்லை.

திருமணம் என்பதையே ஒதுக்கிவிட்ட உலகில் ஒரே தனி மனித னாகவுள்ள மகாகவி குஞ்ஞிராமன் நாயரே. பல ஆண்டுகளுக்கு முன்பே கொல்லங்கோடு பள்ளிக்கூடத்தில் ஒரேயொரு உரையி லேயே பூகம்பத்தை ஏற்படுத்திய கற்பனைக் குபேரரான குஞ்ஞி ராமன் நாயரே. 'கஞ்சிக் குஞ்ஞிராமா கூலிக் குஞ்ஞிராமா' என்று

கல்லூரி மாணவர்கள் கூக்குரலிட்டு ஆட்சேபித்தபோதும் மதுரமான சிரிப்பை உதிர்த்த குஞ்ஞிராமன் நாயரே, மற்றவர்கள் தன்னை அடிக்கும் விஷயத்தைக்கூட வீட்டில் சொல்லாத கவிநாயகரே, 'பத்து ரூபாய் கொடு' என்று ஒரு குறும்புக்கார மாணவன் கிண்டலுக்குச் சொன்னபோதும்கூட உடனே பத்து ரூபாயைக் கொடுத்துவிட்ட களங்கமற்ற குஞ்ஞிராமன் நாயரே, பொது மயானத்தின் அருகில் தன் மனைவியுடன் குடும்பம் நடத்திய குஞ்ஞிராமன் நாயரே, மனைவி குஞ்ஞிலட்சுமியின் பெயரில் தன்னுடைய கட்டுரைகளை அனுப்பி மாத்ருபூமி வார இதழின் ஆசிரியரை ஏமாற்றிய குறும்புக்காரக் குஞ்ஞிராமன் நாயரே, என்னையும் துவைத்து அலசி தருகிறாயா என்று சலவைத் தொழிலாளி சங்குண்ணியிடம் கேட்ட நகைச்சுவைச் சக்கரவர்த்தியான குஞ்ஞிராமன் நாயரே, கண்கள் காட்டிய இடத்திற்கெல்லாம் கல்யாணப் புடவையுடன் சென்ற காமாந்தகாரரான குஞ்ஞிராமன் நாயரே, ஆயிரமாயிரமாக நிமிடக் கணக்கில் செலவு செய்துவிட்டு பத்து பைசாவுக்காக கையேந்தி திரிந்த கடன்காரக் கவிஞரான குஞ்ஞிராமன் நாயரே,

பிற்போக்கு கவிஞன் என்றும் பூர்ஷ்வா கவிஞனென்றும் சிலர் ஆட்சேபித்த போதும், கூக்குரலிட்டுக் கல்லெறிந்த போதும், முக்கூட்டு ரௌடிகள் ஜிப்பாவை இழுத்துக் கிழித்துப் பர்ஸையும் அதிலுள்ளதையும் பறித்தபோதும், கூட்டம் சேர்ந்து அடித்தபோதும், சில குத்தகை முதலாளிகள் அல்சேஷன் நாயைவிட்டுக் கடிக்கச் செய்தபோதும், கலியுகத்தின் புத்தனைவிட மிகவும் சாந்தமாக நின்று சிரிக்க முயற்சித்த தேவனான குஞ்ஞிராமன் நாயரே, சம்ஸ் கிருத பள்ளியின் இலக்கியப் பேராசிரியரான சக்கரவர்த்தியை - தஞ் சாவூர் ஐயங்காரை- திக்பிரமையடைச் செய்து வியர்க்க வைத்த பண்டிதரான குஞ்ஞிராமன் நாயரே நான் மிக நன்றாக உங்களைப் புரிந்து கொண்டுள்ளேன்.

மகாகவி குஞ்ஞிராமன் நாயர் எனக்கு விளையாட்டுத் தோழராகவும், பாட்டனாராகவும், உபதேசக்காரராகவும், வழிக் காட்டியுமாகயிருந்தார். ஜிப்பாவின் இரண்டு பாக்கெட்டுகளிலும் இனிப்புகளையும், கவிதை சம்பந்தப்பட்டவற்றையும் எப்போதும் வைத்துக்கொண்டு திரிந்த அந்தக் குபேரக் குசேலனை யார்தான் புரிந்து கொண்டிருக்க மாட்டார்கள்; யார்தான் வழிபடாதவர்கள்; யார்தான் அங்கீகரிக்காதவர்கள்?

1904-ம் ஆண்டு அக்டோபரில் காஞ்ஞங்காட்டிலிருந்து மூன்று மைல் தூரத்தில் வடகிழக்கில் இருக்கின்ற வள்ளிக்கோத்து என்ற இடத்தில் பனயந்தட்டை வீட்டில் குஞ்ஞிராமன் நாயர் பிறந்தார். நல்லதொரு பிரமாணியும் சமஸ்கிருத பண்டிதரும் ஆஜானுபாகுவுமான புறவங்கர புதிய வளப்பில் குஞ்ஞம்பு நாயர் தான் இவரின் தந்தை. நல்ல பக்தையும் அநேக கீர்த்தனங்களின் படைப்பாளியுமான பனயந்தட்டை குஞ்ஞம்மா அம்மாள்தான் இவரின் தாய். இரண்டு சகோதரர்கள். சகோதரர் கிருஷ்ணன் நாயர் அவ்வூர் பஞ்சாயத்து தலைவராக இருந்தவர்.

ஒரு மகாராஜாவின் மகனைப் போல்தான் அப்போது குஞ்ஞி ராமன் நாயர் பள்ளிக்கூடம் சென்று கொண்டிருந்தார்.

கட்டிமுடியப்பட்ட குடுமிக்குமேல் பட்டுத் தொப்பி. காதில் பொன் கடுக்கன். கையில் தங்க வளையல். காலில் வெள்ளிக் காப்புகள், மூன்று விரல்களில் மோதிரம். கழுத்தில் தங்கச் சங்கிலி. உள்ளே சட்டை, அதன் மேலே கோட்டு, கோட்டில் நான்கு பாக்கெட்டுகள், அந்தப் பாக்கெட்டுகளில் மிட்டாய் ரகங்கள், சிறிய குடை, தோளில் புத்தகப்பை. மணி சப்தம் எழுப்புகின்ற அரை வண்டியில் பட்டு மெத்தைக்கும் பட்டுத் தலையணைக்குமிடையில் சாய்ந்து படுத்துக்கொண்டு பள்ளிக்குச் செல்கின்ற காட்சி.

இப்படி இருந்த இந்தப் பிரபுக் குமாரனைத்தான் குருவாயூர் கோயில்நடையிலும், திருவனந்தபுரம் சி.பி.சத்திரத்திலுமாகக் கொண்டு வந்து தள்ளிவிட்டது விதி.

அன்று ‘பி’யின் கைரேகையைப் பார்த்த பிரபல கைரேகை நிபுணரான ஓர் ஐயர், “இவன் பெரிய கவிஞனாவான். ஆனால் பாருங்க, இவனுடைய இடுப்பில் ஓர் அவலட்சணம் இருக்கிறது. அதனால், இவன் தாய் தந்தை பேச்சை மீறுவான். குடும்பத் துரோகியாவான். பெண்கள் வலைக்குள் சிக்கி எல்லாவற்றையும் தொலைத்து விடுவான். பெண் பித்தனாகவும் ஆவான்” என்று கூறினார்.

அவருடைய வார்த்தைகளில் ஒரு சிறு வித்தியாசத்தைக் கூடக் காலத்தால் தோற்கடிக்க முடியவில்லை.

ஆரம்பப் படிப்பை ஊரிலேயே முடித்துக்கொண்ட பின் மங்கலாபுரத்துக்கு அனுப்பி ஆங்கிலம் படிக்கப் பலரும்

'பி'யின் தந்தையிடம் சிபாரிசு செய்தனர். ஆனால் அந்தத் தந்தை அவையொன்றையும் கேட்பதற்குத் தயாராக இல்லை.

"அவன் அதற்கு ஏற்றுக்கொள்ள மாட்டான். அவன் ஒரு கழுதை."

பின் பட்டாம்பி சம்ஸ்கிருதப் பள்ளியில் நம் 'பி' ஆறேழு ஆண்டுகள் நல்ல முறையில் சம்ஸ்கிருதம் பயின்றார்.

பட்டாம்பியின் பரிச்சயம்தான் குஞ்ஞிராமன் நாயரை உண்மையிலேயே கவிஞனாக்கியது. என்றும் எப்போதும் கனவுலக சிறகுகளில் பறந்து கொண்டிருக்க ஆசைப்பட்டதால் பரீட்சை எழுதவே அவர் மறந்துவிட்டார்.

இதற்கிடையில் ஒரு காதல் உறவிலும் மூழ்கினார். அவர் அப்போது வட்டோளி குஞ்ஞிலட்சுமி என்ற அழகியைக் காதலித்தார்.

அக்காலத்தில் மிகவும் புகழ்பெற்ற பிரமுகரான 'பி' யின் தந்தையினுடைய கர்ஜனை, பாவம் அந்தக் கனவுலகவாதியை மீண்டும் தஞ்சாவூர் சமஸ்க்கிருதப் பள்ளிக்கே அனுப்பி வைத்தது. மூன்றாண்டுகள் கழித்து வெறும் கையுடனும் இனிமையான சில நினைவுகளுடனும் வீட்டிற்குத் திரும்பினார்.

திருமணம் மூலமாவது இந்த விவரம் கெட்ட நாடோடியைக் குடும்பத்துடன் பிணைத்துவிடலாம் என்று பாசம் மிகுந்த அந்தத் தந்தை நம்பினார். ஜானகி என்னும் பெண்ணுக்குத் திருமணம் முடிக்க நிச்சயிக்கப்பட்டது. தாய் தந்தையர்க்கும் உறவினர்களுக்கும் இந்த முடிவு மன நிம்மதியும் அளித்தது. திருமண நாளை நிச்சயித்தப்பின், நகைகள் வாங்குவதற்காக நகரத்திற்கு ஐநூறு ரூபாயை அந்த மகனிடம் கொடுத்து அனுப்பி வைத்தனர். அந்தப் பயணம் பல ஆண்டுகளுக்கு நீண்டுவிட்டது. வட்டோளி குஞ்ஞிலட்சுமியை மணந்துகொண்டு சில ஆண்டுகள் பல இடங்களுக்கும் சென்று அலைந்து திரிந்து வாழ்ந்தார். அதற்கிடையில் தான் ஒரு நண்பனுடன் குருவாயூருக்குச் சென்றார். அப்போது தற்செயலாக தாய் தந்தையரை நினைத்துக் கொண்டார். அப்புறம் அங்கே ஒரு நிமிடம்கூட அவர் தங்கவில்லை. அனுதாபத்தால் தளர்ந்துவிட்ட குஞ்ஞிராமன் நாயர் அவர்களின் காலில் விழுந்து கட்டிப் பிடித்துக் கொண்டு கதறினார்.

அன்று அவரின் கண்களிலிருந்து ஒழுகிய கண்ணீர் பிரவாகம்தான் 'பி'யை ஒரு பக்திக் கவிஞனாக்கியதென்று எல்லோரும் நம்பினர். நான் கேட்கும்போதுகூட அவர் அதை ஒத்துக்கொண்டார்.

"ஆனால், என்னை ஒரு பக்தி கவிஞனென்று லேபிள் ஒட்டுவது தான் எனக்குச் சகிக்க முடியாததாக இருக்கிறது" என்று கூறினார் 'பி'

புத்தகப் பதிப்பகங்களில் அலைந்து திரிந்த இவரின் வாழ்க்கை, தன் நண்பனின் உயர்நிலைப்பள்ளியில் மலையாள மொழி ஆசிரியராகப் பதவியேற்றதுடன் முடிந்தது. தொடர்ந்து கொல்லங் கோடு உயர்நிலைப்பள்ளிக்கு மாறினார். 1968-ல் தான் அங்கிருந்து பிரிந்து சென்றார்.

"உங்களுக்கு எத்தனை திருமணங்கள் நடந்தன?" என்ற கேள்விக்குச் சரியான பதிலை அவரால் சொல்ல முடியவில்லை.

மறதி அவருடன் பிறந்த பிறப்பானாலும் திருமண உறவுகளும் மறந்து போகும் என்பது நம்பக் கூடியதாக இல்லை. குழி விழுந்த தன் கன்னங்களைத் தடவிக் கொண்டு அவர் கூறினார்.

"நாலைந்து இருக்குமென்று நினைக்கிறேன். அவர்களுக் கெல்லாம் பிள்ளைகளும் இருக்கிறார்கள். நான் சாதாரணமாக அவர்களையெல்லாம் பார்ப்பதுமில்லை. அவர்களும் என்னைக் காண்பதுமில்லை. ஒருதடவை வீட்டிலிருந்து யாத்திரை சென்று திரும்பி வீட்டுக்கு வரும்போது என்னுடன் ஒரு பெண்ணும் வருவாள். மீண்டும் போய் வரும்போது அதே போல் வேறொருத்தி வருவாள். இவர்களெல்லாம் எப்படி நினைவுக்கு வருவார்கள். அதோடில்லாமல் நான் ஞாபக மறதிக்காரன் என்பதுதான் உங்களுக்கும் தெரியுமே!"

இந்த மகாகவியின் ஞாபக மறதியைப் பற்றி அநேகக் கதைகள் உண்டு. அவைகளில் ஒன்றிரண்டை இங்கே வாசகர்களுக்காக எழுது கிறேன்.

'பி'யின் பற்களெல்லாம் விழுந்தவுடன் புதிய பல் செட் ஒன்று வைக்க வேண்டும் என்று அவரின் நண்பர்ளெல்லாம் உபதேசம் செய்தனர். அதனை ஏற்று உடனடியாக பல் செட் ஒன்றை இவர் வாங்கி வைத்துக் கொண்டார். மறுநாள் குளிக்கச் சென்றபோது பக்கத்திலிருந்த ஒரு கல்லின்மேல் அதைக் கழற்றி வைத்தார். பின்பு ஏழு மாதங்கள் கழித்து நண்பர் திக்கோடியன் நினைவுபடுத்திய

அன்றுதான் அந்தக் கல்லின்மேல் கழற்றி வைத்ததை நினைத்துக் கொண்டார். அதனால் இனி என்னவானாலும் பல் செட் வேண்டாமென்று அன்றே தீர்மானித்துவிட்டார்.

மற்றொன்று, ஒரு விழாவுக்கு வருகிறேன் என்று கூறி போகாமலிருந்த கதையாகும். மகாகவிக்கு அங்கே பெரியதொரு வரவேற்புக்கு ஏற்பாடாகியிருந்தது. இவரின் போட்டோவுடன் கூடிய நோட்டீஸ்களை ஊர் முழுவதும் விளம்பரப்படுத்தி இருந்தார்கள். வரவேற்பு நேரம் நெருங்கியது. விழாவிற்கு ஏற்பாடு செய்தவர்கள் பயந்து கொண்டிருந்தனர். மகாகவியைப் பற்றி ஒரு விவரமும் தெரியவில்லை. காரை எடுத்துக் கொண்டு அவர்கள் திருவில்வாமலையை அடைந்போது அவர் நான்கு நாட்களுக்கு முன்பே அவ்விடத்தைவிட்டுச் சென்றுவிட்டது தெரிந்தது. மூன்று வாரங்களுக்குப் பின் வரவேற்பு கமிட்டியின் செக்ரட்டரி ஒரு நடை பாதையில் நடந்து சென்றுகொண்டிருக்கும் போது ‘பி’யைக் கண்டார். செக்ரட்டரி வேதனையுடன் அந்தச் சம்பவத்தை இவரிடம் கூறி விவரம் கேட்டதற்கு, களங்கமற்ற நல்ல மனிதரான இந்த மகாகவி கீழ்வருமாறு பதில் கூறினார்:

“உங்கள் காலில் செருப்பு இருக்கிறதா? இருந்தால் அதனாலேயே என் கன்னத்தில் அறையுங்களேன். அதுதான் இந்தப் போக்கிரித்தனத்துக்குத் தண்டனையாக இருக்கும்.”

இப்படிப்பட்ட இந்த மனிதரை பூவிதழால் அடிப்பதற்கு கூட யாராவது நினைக்கத் தோன்றுமா?

பெண்கள் விஷயத்தில் இப்படியொரு பித்துப் பிடித்த இலக்கியவாதி வேறு யாரும் இருக்க மாட்டார்கள். இத்தனை பெண்களுடன் உறவு கொண்டிருந்த ஒரு மனிதன் கேரளத்தில் இருப்பான் என்றும் தோன்றவில்லை.

“நான் ஒரு தடவை சரியாக ஒரு பெண்ணை உற்று நோக்கிவிட்டால் போதும். அந்தப் பெண் அடுத்த நிமிடம் என் பின்னால் வந்து விடுவாள்” என்று கூறும் இவரை என்னவென்று நினைப்பது?

இந்த விபச்சாரத்தை ஒரு பாவமாகவே ‘பி’ கருதுவதில்லை. முதிர்ந்த வயதிலும் தன்னுடைய இந்த விவகாரத்திற்கு ஊறு

நேரவில்லை என்றுதான் என்னிடம் கூறினார். தான் உறவு வைத்திருந்த நூற்றுக்கணக்கான பெண்களில் ஒருத்தியை மட்டும் இன்று 'பி'யால் நினைக்க முடிகிறது. அந்த வள்ளுவ நாட்டு அழகியின் பெயர் ராஜலட்சுமியாம். கேரளத்தின் மிகப் பெரிய ஞாபகமறதிக்காரரான 'பி'யின் இந்த ஞாபகச் சக்தியைப் பாருங்களேன்.

கடைசி காலம் வரையில் பீடிதான் மகாகவிக்கு ஒரே துணை யாக இருந்திருக்கிறது. ஒரு நாளைக்கு ஏறக்குறைய பத்துக்கட்டு பீடிகள் வேண்டும். சுவாசத்தைப் போலவே பீடியையும் புகைத்துத் தள்ளுவார். அந்தத் துணை மட்டும் இல்லையென்றால் இவருக்கு எல்லாமும் முடங்கிவிடும். ஆலோசிக்கும்போதும் எழுத உட்கார்ந் திருக்கும்போதும் இந்த எண்ணிக்கை இரட்டிப்பாகும். 'பி' பீடியைத் தலைகீழாகப் புகைப்பார். சில நாட்களில் காலையில் கண்களைத் திறந்து மலைபோல் குவிந்து கிடக்கும் பீடித் துண்டுகளைப் பார்க்கும்போது அவரே நடுங்கிப் போனதும் உண்டு.

இந்த மகாகவியிடம் இல்லாத தீய பழக்கம் ஒன்றுகூட இல்லை என்று சொல்லலாம். நன்றாகக் குடிப்பார். ஒரு நாளைக்கு மதுவகை கிடைக்கவில்லை என்றாலும் கவலைப்பட மாட்டார். மதுவுக்கு ஒருபோதும் அடிமையானதும் இல்லை. இவருக்கு குடிக்கக் கற்றுக் கொடுத்ததுகூட மற்றொரு மலையாள எழுத்தாளரான நாகவள்ளி ஆர்.எஸ்.குருப்தான் என்று 'பி' கூறினார். இன்னொருவர் கோட்டயம் வர்கீஸ் என்பவர். முதன்முதலில் திருவனந்தபுரத்தில் தான் குடிக்கப் பழகி கொண்டதாகவும் கூறினார்.

'களியச்சன்' என்ற கவிதைத் தொகுப்பின் முன்னுரையில் மகாகவி ஜி.சங்கர குருப் கீழ் வருமாறு எழுதியுள்ளார்.

"கேரளீய இலக்கியத்திலும் இதயத்திலும் பெரும் சக்தியினால் என்றும் நிலைத்திருக்கக் கூடிய ஒரு உன்னத இடத்தைப் பெற்றுக் கொண்டுள்ள திரு.பி.குஞ்ஞிராமன் நாயர், தான் ஒரு கவிதைத் தொகுப்பை வெளியிடும்போது சகோதரக் கவிஞர்களின் அபிப் பிராயத்தை அதில் சேர்க்க ஆசைப்படுவது அவருடைய மிருதுவான குணத்தைப் பிரதிபலிப்பதாக இருக்கலாம். ஆனால் அவசியமான ஒன்றா அது? உலக இதயத்தோடு சேர்ந்து, ஒன்றி, புகழ்பெற்றுள்ள ஒரு கவி இதயத்தின் மதுர கம்பீரமான நாதத்தை குஞ்ஞிராமன் நாயரின் கவிதைகளில் நான் பல சமயங்களிலும் கேட்பதுண்டு. அப்படிப்பட்ட ஆதரிச ஆத்மாவும் பாவனை ஒளியுமுள்ள

கற்பனையில் குடியானவர்களை ஆசிர்வதித்தும் பிரபஞ்ச கர்த்தாவை வேண்டிக்கொண்டும் சஞ்சரித்த இந்த ஏகாந்த யாத்திரைக்காரருக்கு என்னுடைய வாழ்த்துகள்.”

மேலே சொன்ன ‘ஜி’ யின் இந்த கருத்துக்கள் நூற்றுக்கு நூறு சரியே. மலையாள இலக்கியத்தில் ஏகாந்தமான ஒரேயொரு யாத்திரையாளர் உண்டு. அவர் பி.குஞ்ஞிராமன் நாயர்தான் என்று சொல்லித் தெரிய வேண்டியதில்லை.

எப்போதும் சிரித்துக்கொண்டே இருக்க முயன்ற, இந்த முயற்சியில் வென்றுவிட்டதாக நம்மை நம்ப வைத்த இந்த மனிதரின் இதய வாசலை யாராவது தட்டிப் பார்த்தார்களா என்று எனக்குத் தெரியவில்லை. தட்டினால் அவர் திறந்திருப்பாரா என்ற விஷயத்திலும் எனக்கு நிச்சயமில்லை. சொந்தத் தாய் தந்தையர்களிடம் கூட உண்மையாக நடந்துகொள்ளவும் காட்டவும், பாசத்தைச் சொரியவும், வாத்ஸல்யத்தை அனுபவிக்கவும் ஆசை கொள்ளாத இந்த துர்பாக்கியசாலி, தன் வாழ்க்கையில் உண்மையாக யாரிடமாவது நட்புக் கொள்ளவோ, நட்புக்கொள்ள முயற்சிக்கவோ செய்தாரா என்றும் எனக்கு நிச்சயமில்லை. தன்னிடமே நீதியைக் காட்டாத இந்த மனிதர் யாருக்கும் பிடிகொடுக்காத ஒரு பொன் மானாவார். தன் பொன்மேனியினாலேயே ஒரு மாயாப் பிரபஞ்சத்தை உண்டாக்கிய மந்திரவாதியுமாவார்.

ஏறக்குறைய எண்பத்தைந்து கவிதை நூல்களை இயற்றிய இவரிடம், “தங்களுக்குப் பிடித்தமான கவிதை எது? கவிதைத் தொகுப்பு எது?” என்று நான் கேட்டேன்.

“கவிதையா? அதை நான் இன்னும் எழுதவில்லையே. ஏதாவதொரு விஜயதசமியில்தான் அந்த வித்தையை நான் கற்க வேண்டும்” என்று ‘பி’ கவிதையாகவே பதில் கூறினார்.

கவிதையை இன்னும் தேடிக்கொண்டுதான் இருக்கிறேன் என்று கூறும் மகாகவி தன்னிடமாவது நீதி நேர்மையைக் காண்பித்தார் என்று சொல்வது உண்மையாக இருக்குமா?

இந்தக் கவியின் உள்ளுக்குள் நாம் சென்று பார்க்க முடியாத இடத்திலெல்லாம் காலத்தால் கூட தெளிவாகப் பதில் கூற முடியாது. ஒருவேளை பெரியதொரு தீர்த்த யாத்திரைக்காரராக வேண்டுமானால் அவர் இருக்கலாம்.

அழகான பெண்கள்தான் தன்னுடைய பலவீனம் என்றும், அவர்கள்தான் தன்னை நசுக்கியவர்கள் என்றும் ஒத்துக்கொண்ட ‘பி’, “இந்தப் பலவீனம் எல்லாவற்றிலும் உண்டு. வீடும் நாடும் உறவும் இல்லாத பிட்சாம்தேகியானதினால் என்னிடம் அது கூடுதலாயிற்று என்றும் சொல்லலாம். அழகிகள்தான் என்னுடைய விவகாரங்களை ஊடுருவி மாற்றினார்கள். கவிதையும் சௌந்தர்யமும் பிரபஞ்சமும் கூடிக் குழைந்து கிடக்கின்றன. பாரதப் புழையின் பக்கத்தில்தான் யமுனா நதியின் கரையைப் போல் என்னுடைய கவிதையின் வசந்தங்கள் இருக்கின்றன. வள்ளுவ நாட்டுப் பெண், வள்ளுவ நாட்டு மொழி, வள்ளுவ நாட்டு ஆசாரங்கள், வள்ளுவ நாட்டுமண்- இவைகளுக்கு என்னவெல்லாம் விசேஷங்கள் இருக்கின்றன தெரியுமா! என்னுடைய கவிதையின் உறைவிடமே பாரதப் புழைதான். பூவும், பெண்ணும், மண்ணும் ஒரே புழையின் நுரைகள். ஒரே கடலின் அலைகள். அப்படிக் காணத்தான் என்னால் முடியும். வேறுபாடு அதாவது விவேகம் என்ற வார்த்தை என்னுடைய அகராதியிலில்லை. எல்லாமும் எனக்கு ஒன்றே. அதுதான் என்னுடைய லட்சியம். என்னுடைய நன்மையும் தீமையும் கூட ஒன்றேதான். பெண்ணிலும், பூவிலும், உதயத்திலும், நிலவிலும், நட்சத்திரத்திலும் நான் ஏராளமான கவிதைகளைத் தேடுகிறேன்” என்று கூறினார்.

“தங்களால் இதுவரையில் ஓர் இடத்தில் கூட நிரந்தரமாகத் தங்க முடியவில்லையே. அது எதனால்?”

எப்போதும் அலைந்து திரிவதில் மகிழ்ச்சி கொள்ளும் ‘பி’ கீழ் வருமாறு பதிலைக் கூறினார்.

“நிரந்தரமாக ஓரிடத்தில் தங்குவதற்கும் என்னுடைய ஜாதகத் துக்கும் பொருத்தமில்லை என்று தோன்றுகிறது. நான் சர ராசியில் ஜனனம் எடுத்துள்ளேன். அதனால், ஆயிரம் கூடு மாறி இன்றும் திரிகிறேன். ஓரிடத்தில் கூடக் காலை ஊன்றாமல் நிற்பதும், நடப்பதுமான ரகசியத்தை உங்களைப் போலவே எனக்கும் தெரியவில்லை.”

எல்லாவற்றையும் மறந்து விடுகிறாரே என்று நாம் நம்பும் ‘பி’ ஒவ்வொரு விநாடியும் ஆவலுடன் எல்லாவற்றையும் நினைப்பதும் அந்த நினைவில் தவம் இருப்பதும் ஓர் அற்புதமான செயலாகும்.

தன் அன்புக்குகந்த தாய் தந்தையரையும் பிறந்த ஊரையும் வீட்டையும் ஆவேசத்துடனும் நிறைந்த ஆதரவுடனும் எந்தவொரு நட்பிதத்தையும் உருக்கும் விதத்தில் நினைகூர்வதைக் கவனியுங்கள்.

“பிறவியிலேயே கவி இதயமுள்ள என்னுடைய தந்தையிடம் தான் இந்தக் கவி நன்றியைத் தெவிக்க வேண்டும். மாலை நேரத்தில் குளித்து பஸ்மம் இட்டுக் கொண்டு, என் தந்தை சொல்லிய அந்த மனோகரமான ஸ்தோத்திரங்கள் ஓர் ஆத்ம சங்கீதமாக என் இளம் இதயத்தில் நிலைத்துவிட்டன.”

“தென்னையின் நிழல் விரிந்த காஞ்ஞங்காட்டுக் கடலோரப் பகுதி இன்றும் அந்தப் புண்ணிய ஸ்தோத்திரத்தை நினைவு கூறும்.

“சொர்க்கத்திலுள்ள அந்த திவ்வியமானவரின் வாஞ்சைய கதிர்கள் இருளடர்ந்த எதிர்காலத்துக்கு விளக்கொளி காட்டுகின்றன.

“படிப்பில்லையென்றாலும் உலக ஞான வழிகளில் ஆத்ம கீதங்களை சுயமாகவே பாடும் கவியாக என் தாய் மாலைநேர தாரகையைப்போல் என்னை அனுக்கிரகிக்கின்றார்.

“மலை நாட்டின் வடக்கு திசையிலுள்ள - எப்போதும் கடலோ சையைக் கேட்கின்ற அந்தக் குளுமையான கிராமத்தின் தென்னந் தோப்பில் இன்னும் என்னை ஈன்ற அந்த வீடு என்னை உற்று நோக்குகிறது.

“விவசாயத்தைக் குலத் தொழிலாகக் கொண்ட குடும்பத்தில் பிறந்த நான் அன்றும் என்றும் ஒரு விவசாயக் கவிதான். பாரதப் புழையின் ஓர் அறிமுகமற்ற விவசாயக் கவி என்று நானாகவே ஆவேசத்துடன் கூறுகின்றேன்.

“என் உதட்டில் கல்வி வித்தை என்ற அமிர்தத்தைத் தடவியவர் பட்டாம்பி - புனைச்சேரியைச் சேர்ந்த ஶ்ரீ நீலகண்ட குரு. எல்லா அழகும் பொருந்திய புனைச்சேரியின் பழக்கம் எல்லாவற்றையும் இனிமையான நினைவுகளாகக் கவிதையின் பருவ மழையைச் சுட்டிக் காட்டுகிறது.”

ஒவ்வொரு பூ மொட்டிற்கும், ஒவ்வொரு மனித ஆத்மாவிற்கும் சக்தி கொடுக்கும் வெளிச்சத்தை, இடைவிடாமல் புனிதமான பேருண்மையை இந்த கவி தேடுகின்றார். வாழ்க்கையிலும் அந்தச் சாசுவதத்தை நேரில் கொண்டுவர விரும்பும் இந்தக் கவியின் இதயம் நிராசையாகி மறுகரையில் ஆசையின் தீப ஒளியைக் கண்டு

தனக்குள்ளாகவே சபதம் செய்கிறது. அந்தச் சபதத்தின் அபஸ்வர மாக இருக்குமோ இந்தக் குற்ற சம்மதங்களும் துக்க நினைவுகளும்?.

விசித்திரமான பல குணங்களும் இந்தக் கவியிடம் உண்டு. அத்துடன் அருவருப்பு உண்டாக்கும் மற்றவைகளும் உண்டு.

ஒரு தடவை திருவனந்தபுரம் ஸி.பி.சத்திரத்தில் 'பி'யின் நிரந்தர அறையில் நாங்கள் நலம் விசாரித்துக் கொண்டோம். இரவு ஏழரை மணி இருக்கும். திடீரென்று ஓர் ஆள் உள்ளே வந்து ஒரு இலைப் பொட்டலத்தை அளித்தான். உடனே இவர் பாக்கெட்டில் கையைவிட்டு ஒரு பத்து ரூபாய் நோட்டை எடுத்துக் கொடுத்தார். அவன் தலை தாழ்த்தி வணங்கிவிட்டுப் போய்விட்டான்.

"என்ன இது?" என்று கேட்டேன்.

"ஸ்ரீ பத்மநாப சுவாமி கோயிலின் பிரசாதம்."

ஒன்பதரைக்குள், நான் அந்த அறையை விட்டு வெளியேறு வதற்குள் ஆறேழு 'பிரசாதங்கள்' வந்தன. கடைசியில் பாக்கெட்டில் மிஞ்சிய சில்லரைகளை வாரி இறுதியாக வந்த ஆளுக்குக் கொடுப்பதை அனுதாபத்தோடும் வேதனையோடும் நான் பார்த்துக் கொண்டிருந்தேன்.

எத்தனை ஆண்டுகளுக்கு முன்பென்று நினைவில்லை. குருவாயூர்க் கோயிலின் நடையில் இந்தப் பக்திக் கவிஞர் கரங்கூப்பி, தியான நிலையில் நின்றுகொண்டிருந்தார். அப்போது வயதான ஒரு பெண்ணும் யௌவனம் குலையாத ஒரு புவதியும் அந்த இடத்திற்கு நெருங்கிச் சென்றனர்.

வயதான பெண்மணி தன்னுடைய மகளிடம், "அவர்தான் உன்னோட தந்தை. அவரோட பாதங்களில் விழுந்து வணங்கிக் கொள்" என்று கூறினாள்.

தன் வாழ்க்கையிலேயே முதன் முறையாகத் தன்னுடைய தந்தையைக் காண்கிறாள் அந்த யுவதி. அதனால், ஆவலுடன் அவள் தன் தந்தையின் பாதங்களைத் தொட்டு நமஸ்கரிக்கக் கீழே விழுந்தாள். எதையோ கண்டு மிரண்டது போல் பிரமை பிடித்த

கவிஞர், “போங்க பீடைங்களே. பிரார்த்தனை செய்யக் கூடச் சம்மதிக்க மாட்டீங்களே” என்று கூறி வேகமாக நடந்து அகன்று விட்டார்.

பி. குஞ்ஞிராமன் நாயரின் மனைவி, மகள் என்ற யதார்த்த சங்கல்பங்கள் இதயம் வெடித்து கூக்குரலிட்டன. அந்தக் குழந்தையின் திருமணம் மறுவாரத்தில் நிச்சயிக்கப்பட்டிருந்தது. அதனால்தான் அவர்கள் ஆசிர்வாதம் வாங்க அங்கே வந்தனர்.

இப்படிப்பட்ட மகாகவி பி. குஞ்ஞிராமன் நாயரினுள் சாதாரண மனிதன் என்பவர் பிசாசா, தெய்வமா?

ஒரு சமயம் ‘பி’ ஆபீசுக்கு வந்தபோது மேஜைமேல் தன்னுடைய டைரி ஒன்றை மறந்து வைத்துவிட்டுச் சென்றுவிட்டார். அதிலிருந்து எனக்குக் கிடைத்த ஒரு கடிதத்தின் சுவையான பகுதியை இதனுடன் சேர்க்கிறேன். ராதா என்ற ஒரு மகளின் இதயமே பிழியும் படியான கடிதம் அது.

‘ஸ்ரீ குருவாயூரப்பன் துணை.

அன்புள்ள அப்பா,

சில நாட்களாகத் தங்களின் எந்தவொரு செய்தியையும் அறிய முடியவில்லை. தாங்கள் இந்த அநாதையை மறந்தாலும் இங்குள்ளவர்களுக்குத் தங்கள் ஜீவனுள்ள காலம்வரை தங்களை நினைக்காமலிருக்க முடியவில்லை. நாங்கள் ஒரு நாள்கூடத் தங்களை நினைக்காமல் இருப்பதில்லை. அண்ணன் அன்று தங்களிடம் வந்த விபரத்தையெல்லாம் அம்மா சொல்லி இருக் கிறாள். அம்மாவுக்கு இப்போது வெளியே சொல்லிக்கொள்ளும் படியான சுகக்குறைவு ஒன்றுமில்லை. அங்கே தாங்கள் சுகமென்று நினைக்கிறேன். இங்கே தெய்வ அருளாலும் தங்களின் கிருபையாலும் யாதொரு கஷ்டமுமில்லை.

தங்களின் நினைவாகவே இருக்கும் எங்களுக்கு மாதத்தில் ஒரு கடிதமாவது அனுப்பத் தோன்றவில்லையா அப்பா? எங்களுக்கு அது ஒரு நிதிபோல் இருக்குமே. ஆனால், அதற்கும்கூட அருகதையில்லாத பாவிகளா நாங்கள்? அப்பா, இனி எப்போது இந்தப் பாவியால் தங்களை கண் நிறையக் காணமுடியுமோ? இனி

தாங்கள் இந்த ஊருக்கு வரமாட்டீர்களா? அப்பா, தங்களுக்கு இந்த உலகத்தில் பிள்ளைகளும் உறவினர்களுமாக நிறைய பேர்கள் இருக்கலாம். ஆனால், எங்களுக்குத் தந்தையும் தெய்வமுமாகத் தாங்கள் மட்டும்தானே உண்டு. இதில் ஏதாவது தவறுகள் இருந்தால் என்னை மன்னிக்கும்படிக் கேட்டுக்கொள்கிறேன்.

தங்கள் மகள்,

ராதா

மலையாள கவிதையின் அழகும் சௌபாக்கியமுமுள்ள மகாத்மாவே! இந்த ராதாவின் - தங்களின் உதவியற்ற மகளின் உருக்கம் நிறைந்த சப்தம் தங்களுக்குக் கேட்கவில்லையா?

வாழ மறந்துபோன இந்த மனிதர், தந்தை, தாய், மனைவி, மக்கள், குடும்பம் என்ற இந்த வார்த்தைகளில் தன்னுடைய ஓர் அம்சத்தைக் கூட மனத்தில் ஆழப்பதிக்க ஆசை வைக்கவில்லை. ஒன்றுக்கு மேற்பட்ட திருமணங்கள் செய்து தாய் தந்தையர்களை எதிர்பார்த்து நடந்ததில், மனைவிகளையோ, பிள்ளைகளையோ பார்க்கவோ கவனிக்கவோ நேரமில்லாமல் போனதில், இரண்டாவது மனைவி இறந்தபோது ஒரு துளி கண்ணீருக்காக நோன்பு நோற்றதில், ஒரு குழந்தை தன்னுடைய முகம் காணும் முன்பே இறந்ததில் சிறிதுகூட மனம் நடுங்காததில் நமக்கு அற்புதம் தோன்றலாம். ஆனால் ‘பி’ என்றும் எதற்கும் வெந்து எரிந்து கொண்டிருந்தார் என்று அவருடைய கவிதைகளே சாட்சி கூறுகின்றன.

1976-ல் இவரை நான் கண்டபோது, “இப்போது எனக்கு இங்கே ஒரு நண்பன் கிடைத்துள்ளான். அவனுடைய பெயர் ‘விக்கல்’. மாதத்தில் இரண்டு மூன்று தடவைகள் வருவான். மரணத்தின் நோட்டீசை முன்கூட்டிக் கொண்டு வருபவன்தானே அவன். மாலை நான்கும் ஐந்துமானால் சுவாசம் கிடைக்கவில்லை. இன்னும் இரண்டு வயது கூடினாலே போதும், இங்கே நடக்கும் நாடகத்திற்குத் திரைச் சீலை விழுந்துவிடும். ஏகாந்த சஞ்சாரியான நான் யாரையும் பொருட்படுத்துவதில்லை. ஒருநாள்கூட எனக்குப் படுக்க வேண்டிய சந்தர்ப்பம் வரவில்லை. நாலைந்து நிமிடங்களுக்குள் காரியம் முடிந்துவிடும். சிலசமயம், காட்டுச்சோலைக்கருகிலோ, கடைத் திண்ணையிலோகூட அது நடக்கலாம்” என்று ‘பி’ கூறினார்.

மலையாளத்தின் பிரியமுள்ள கவிஞர் ஒரு பெருமூச்சுக்குள் ஒதுங்கியபோது என்னுடைய நயனங்கள் நிரம்பி வழிந்தன.

உலக இதயத்துடன் சேர்ந்து ஒன்றிவிட்ட புகழ்பெற்ற ஒரு கவி இதயத்தின் இனிய கம்பீர நாதத்தை அநேக கவிதைகளின் வழியாகக் கேட்கச் செய்த நீலாநதியின் சங்கீதமே. என்னுடைய வார்த்தைகளில், வாக்கியங்களில் தவறுகள் நேர்ந்திருந்தால் மன்னித்தருளுங்கள்.

എം. മുകുന്ദന്

(எம்) மணியம்பத்து முகுந்தன்

புனைபெயர்: எம்.முகுந்தன்

இலக்கியச் சேவை: 'மய்யழிப் புழையுடெ தீரங்களில்' என்னும் நாவலை எழுதி இலக்கிய உலகில் நிரந்தர இடம் பிடித்தவர். 'தெய்வத்தின்டெ விக்ருதிகள்' என்னும் நாவலுக்கு மத்திய சாகித்திய அக்காதெமி விருது பெற்றவர். நாவல்களும். சிறுகதைத் தொகுப்புகளுமாக இருபதுக்கு மேற்பட்ட நூல்களை எழுதியவர். 'ஓடக்குழல்' விருது, வயலார் அவார்டு பெற்றவர். இவருடைய நாவலான 'மய்யழிப்புழையுடெ தீரங்களில்,' தமிழில் இளம் பாரதியால் மொழிபெயர்க்கப்பட்டு, மொழிபெயர்ப்பிற்கான சாகித்திய அகாதெமி பரிசும் பெற்றது.

இந்தப் பெரிய பூமிக்கு மேல் பரந்து விரிந்து கிடக்கும் மிகப்பெரிய ஆகாயத்திற்குக் கீழேயுள்ள மனிதர்களில் தான் மட்டும் தனிமையானவன் தான் என்று கருதுகின்ற, திசைகளையும் காலத்தையும் மறந்து தான் யாரென்று அறியாத, மகிழ்ச்சியற்றவர் என்றாலும் திருப்தியைத் தேடி அலைகின்றவரும், தன்னுடைய வாழ்க்கை வெறும் ஒரு கடன்கதையாக மட்டும் இருக்க வேண்டுமென்று இதயப்பூர்வமாக ஆசைப்படுகின்ற வருமான மணியம்பத்து முகுந்தனும்:

மய்யப்புழையின் வெளிகளில் உழன்று, ஆவிலாவில் சூரியோதங்களைத் தரிசித்து, டில்லியில் ஆகாயத்திற்குக் கீழே வாழ்கின்ற, வேசிகளுக்குத் தேவாலயங்களைக் கட்டிய, பப்புவினை குருடனாக்கிய, ராதையை ராதாவாக மட்டுமே மாற்றிய, புகைவண்டிகளுக்குச் சிறகுகளை முளைக்க வைத்த, குறுப்பியம்மையை ஓர் இதிகாசமாக மாற்றிய, ஐந்தரை வயது காதலனுக்கு அமரத்துவம் கொடுத்த, நவீன மலையாள இலக்கி யத்தில் ஒரு யதார்த்தமாக மாறியவரும் புகழ் மிக்க திறமை சாலியுமான எம்.முகுந்தனும் ஒருவர்தான்.

வெள்ளையர்களின் வசமிருந்த மய்யழியில் 1942-ம் ஆண்டு செப்டம்பர் 10-ந்தேதி பிறந்த முகுந்தன், தர்மபுத்திரர்களுடையதும் குருக்ஷேத்திரத்தினுடையதுமான கதைகளுடன் ஃபிரான்ஸின் ஜோன் ஆப் ஆர்க்கின் கதையையும் இவர் கேட்டு வளர்ந்தார். முகுந்தனுக்கு ஆறு வயதானபோதுதான் மக்கள் புரட்சியை அடித்து அடிபணிய வைப்பதற்காக வெள்ளையர்களின் படைகள் கப்பலில் வந்து மய்யழியை வளைத்தன. அன்று உயிரைக் காப்பதற்காக மய்யழியிலிருந்து வெளியேறிய கூட்டத்தோடு கூட்டமாக தன் தாயின் கைவிரல் நுனியைப் பிடித்துக்கொண்டு முகுந்தனும் வெளியேறினார்.

அந்தச் சம்பவம்தான், ‘மய்யழிப் புழையுடெ தீரங்களில்...’ (இந்த நாவல்தான் முகுந்தனும் ஒரு மிகச் சிறந்த நாவலாசிரியராகவும் மலையாள இலக்கிய உலகில் ஒரு பெரும் புள்ளியாகவும் மாற்றியது) என்ற நாவலை உருவாக்க உதவிற்று.

முகுந்தன் தன்னுடைய குழந்தை பருவத்தில் ஒரு நீண்ட காலத்தை ஒரு நோயாளியாகவே கழித்தார். அதனால், வெளியே செல்ல சுதந்திரமில்லாதிருந்த இந்தப் பாலன், மற்ற

குழந்தைகள் திறந்த வெளிகளில் ஆர்ப்பாட்டத்துடன் சிரித்து விளையாடுவதை ஜன்னல் கம்பிகளுக்கு உள்ளே நின்றுகொண்டு வேதனையுடன் பார்த்துக் கொண்டிருப்பார். அந்தப் பிள்ளையை நீங்கள் சிறிது நினைத்துப் பாருங்கள்... அந்தக் காலத்தில்தான் தனிமையினுடையதும் விரக்தியினுடையதுமான கலவைகள் முகுந்தனிடம் முளைவிட்டன. ஏகாந்தமானவர்களுடையதும் அன்னியர்களுடையதும் அனாதைகளுடையதுமான உலர்ந்த முகங்களையுடைய கதாபாத்திரங்களை மட்டும் படைக்கிறா ரென்றால், நல்ல இதயங்களுடன் நூறு விழுக்காடும் அன்பை வெளிப்படுத்தும் அந்த இலக்கியவாதியை எப்படிக் குற்றப்படுத்த முடியும்?

மய்யழியில் ஆங்கில மீடியம் ஸ்கூலில் படித்த முகுந்தன், நோய் காரணமாகச் சில காலம் படிப்பை நிறுத்தினார். *1961*-ல் டில்லிக்குச் சென்றபின் படிப்பைத் தொடர்ந்தார். மூன்றாண்டு காலம் படிப்பிலும் கதை எழுதுவதிலுமாகக் கழித்தார். பின் ஒரு பிரெஞ்சு ஸ்கூலில் ஓராண்டு வேலை பார்த்தார். *1966* முதல் ஓய்வுபெறும் வரையில் ஃபிரெஞ்சு தூதரகத்தில் பணியாற்றினார். ஃபிரெஞ்சு மொழியுடன் ஸ்பானிஷ் மொழியும் இவருக்குத் தெரியும். முகுந்தனின் நட்பால் நானும் சிறிது ஸ்பானின் பேசுவேன். சந்தேகமிருந்தால் இதோ சொல்கிறேன் கேட்டுக் கொள்ளுங்கள்; "நாஸாத்ரோஸ் பாலியாமோஸ் மொஹல்யாஸூ மொஷல்யாஸூ" *(பொருள்: நாங்கள் கன்னத்துடன் கன்னத்தைச் சேர்த்து இழைத்து நடனம் செய்கின்றோம்.)*

காலத்தின் தலை எழுத்தை முன்கூட்டியே கணிக்கக்கூடிய மணியம்பத்து கிருஷ்ணனின் ஏழு பிள்ளைகளில் ஐந்து ஆண்களும் இரண்டு பெண்களும் இருந்தனர். அவர்களில் முகுந்தன் நான்காவது குழந்தை.

முகுந்தன் *1970*-ல் திருமணம் செய்து கொண்டார். மனைவி பெயர் ஸ்ரீஜா. ப்ரதீஷ் என்ற மகனுக்கும், பாவனா என்ற மகளுக்கும் தந்தையான முகுந்தன் மனைவியுடனும் பிள்ளைகளுடனும் டில்லி யில் வெகுகாலம் வசித்தார்.

ஒருபோதும் மறக்கவியலாத நண்பனாக முகுந்தனுக்கு ஒருவனே உண்டு. அவன் ஒரு வெள்ளையன். அந்த நண்பனுக்குக் காரும் பங்களாவும் அப்போது இருந்தன.

“ஷெனாயுடைய கவிதைகள் அவனுக்கு மனப்பாடமாக இருந்தது. பாதி இரவு வரை அசோகா ஓட்டலில் தங்கி டிபன் சாப்பிட்டபின் விடியும் வரை பழைய டில்லியின் தெருக்களில் நாங்கள் அலைந்து கொண்டிருப்போம். நாங்கள் ஒன்றாக அமர்ந்து ‘பாங்க்’ முடிப்போம். குளிர் நாட்களில் பங்களாவுக்குள் ஒன்றாக அமர்ந்து ’ஸ்காட்ச்’ அருந்துவோம். ஒன்றாக அமர்ந்து பிரான்ஸ் ஹார்த்தியின் பாடல்களைக் கேட்போம்...” என்று முகுந்தன் அந்த வெள்ளைக்கார நண்பனைப் பற்றி நினைவு கூறுகிறார். அந்த நண்பன் - முகுந்தனின் மிகப் பிரியத்துக்குகந்த நண்பன். இன்று அவருக்கு அருகில் இல்லை.

இளம் பருவ நினைவுகளில் ஒன்று மட்டும் நிறம் மங்காமல் இன்றும் அவருடைய வாழ்க்கையில் நிலையான ஒரு தரிசனமாக நிரந்தரமற்ற முகுந்தனின் மனத்தில் ஆழ்ந்து கிடக்கிறது. நடு ரோடில் பஸ்ஸின் சக்கரங்களுக்கடியில் திடீரென்று தலை சிதறி இறந்த ஒரு நாயின் உருவத்தை தன் உருவம்தானென்று கனவு கண்டு தூக்கத்தில் பயந்து அலறிய நினைவுதான் அது.

மார்பிளின் நிறமும் அழகுமுள்ள புன்னகைகளையும் மையிட்டு கருத்த கண்களில் பயப்படுத்தும் பாவங்களையும் வார்த்தைகளில் வரைந்து காட்டிய உங்களின் பிரியமுள்ள இந்த எழுத்தாளர் ஒருபோதும் எந்தவொரு பெண்ணையும் காதலித்ததில்லை. காதலில் இந்த மனிதருக்கு நம்பிக்கை இல்லை. நேசிக்க மட்டும்தான் இவருக்குத் தெரியும்.

ஒரு சமயம் முகுந்தன் என்னிடம், “பூமியிலுள்ள பலகோடி உயிரினங்களில் ஒன்று என்ற நிலையில் என்னுடைய ஆப்போஸிட் செக்ஸினை - பெண்ணை நான் விரும்புகிறேன்” என்று கூறினார்.

முகுந்தனின் மனத்தில் இந்த அறிவியல் தத்துவம் ஓர் அக்கினியாகப் படர்ந்ததால்தான் ஸ்ரீஜாவைத் தவிர மற்றொரு யுவதியாலும் முகுந்தனை ஈர்க்க முடியாமல் போய்விட்டது.

திருமணத்திற்கு முன் ஸ்ரீஜா முகுந்தனை நேரிடையாகக் கண்ட தில்லை. டில்லியில்தான் முதன் முதலாகப் பார்த்ததும் காதலித்தது மெல்லாம். அன்றும் இன்றும் அவர் ஒரே மாதிரியாகத்தான் இருக்கிறாராம். முகுந்தனேட்டன்’ (‘முகுந்தனத்தான்) என்றுதான் அவர் தன் கணவரை அழைக்கிறார். மற்றவர்களுக்கு முன்னால், ‘பிரதீஷின் அப்பா’ என்று கூறுகிறார்.

“திருமணத்திற்கு முன் வேறு யாரையாவது காதலித்ததுண்டா?” என்று நான் கேட்டேன்.

“இல்லை” என்ற பதில் கிடைத்தது.

“தாங்கள் கணவர் மது வகைகளையும் போதை மருந்து களையும் உபயோகிப்பதுண்டா?” என்று நான் கேட்ட கேள்விக்கு-

“முன்பெல்லாம் வீட்டிலிருக்கும்போது சிகரெட்டில் எதையோ துருத்திப் புகைபிடிப்பார். தற்போது அதையெல்லாம் நிறுத்தி இருக்கின்றார். நான்தான் அதற்கான காரணமா என்று எனக்குத் தெரியவில்லை” என்ற பதில் ஸ்ரீஜாவிடமிருந்து கிடைத்தது.

டில்லியில் வசித்தபோது ‘ஹைசொசைட்டி’ வாழ்க்கையை விரும்பாத இந்தக் குடும்பத்தலைவி தூதுரக பார்ட்டிகளில் இருந்தும்கூட விலகி நின்றார்.

‘வாழ்க்கையில் என்றாவது ஆசைகள் முடிகிறதுண்டா?’ என்பது முகுந்தன் தன்னையே கேட்டுக்கொள்ளக்கூடிய கேள்வி யாகும். சில சமயம் ஒரு பெரிய வீட்டைக் கட்ட வேண்டும் என்றும், ஒரு கார் வாங்கிக் கொள்ள வேண்டுமென்றும் ஆசை கள் உண்டாகும். மற்றொரு சமயம், எல்லா சுமைகளையும் இறக்கி வைத்துவிட்டு சாஸ்வதமாகப் படுத்துத் தூங்க வேண்டும் என்ற எண்ணம் உண்டாகும். வாழ்க்கையில் இரண்டு வழிகள் மட்டுமே இந்தத் தனிமை விரும்பியின் முன்னால் உள்ளது. ஒன்று, ஓர் நல்ல எழுத்தாளனாக வேண்டும். இல்லையெனில், ஒரு பைத்தியக்காரனாக வேண்டும். எழுத முடியாத ஒரு நாள் வருமானால் தன்னைத் தேட வேண்டியது அருகிலுள்ள பைத்தியக் கார விடுதியாகும் என்று மலையாளச் சிறுகதையை உலக இலக்கியத்தின் சமத்துவத்திற்கு கொண்டு சென்றவர்களில் உயர்ந்த இடங்களை கொடுத்த முகுந்தன் கூறுகிறார்.

ஓர் எல்லைக்குட்பட்ட சேர்க்கைளும், மதுபானங்களும், போதை மருந்துகளும் முகுந்தனின் ரசனையில் முக்கிய பாகங் களாகும். பிரபலமான முகுந்தனிடம் பிரபலமற்ற முகுந்தனை நேரிட்டு அறியாதவர்கள், இந்த எழுத்தாளன் ஒரு ‘ட்ரக் அடிக்ட்’ என்ற தவறான எண்ணத்தைத்தான் வெளியிட்டுள்ளனர்.

புதிய மேய்ச்சல் இடங்களைத் தேடியலைந்த யாத்திரையில் சரஸ், கஞ்சா, பாங்க் ஆகியவைகளின் வாசல்கள் வழியாக

சென்றதுண்டு. இன்று அதே முகுந்தன் அவைகளில் ஒன்றையும் உபயோகிப்பதில்லை. இப்போது அபூர்வமாகவே மது அருந்து கிறார்.

டில்லியில் முகுந்தனின் நண்பர்களில் ஏராளமானவர்களும் ஓவியர்களாவர். முகுந்தனின் வாழ்க்கையில் அசாதாரணமான ஓர் ஆசை முடியாமலுள்ளது. டில்லியிலுள்ள ஒரு பெரிய கட்டிடத்தில் மிக உச்சியிலுள்ள தளத்தில்தான் முகுந்தன் வசித்தார். பூச்செடிகள் நிறைந்துள்ள அந்த டெரஸ்ஸில் தனியாக நிற்கும்போது கைகளை விரித்து மேலே பறப்பதற்குத் தோன்றியதாம். பறந்து பறந்து கைகள் தளரும்போது குதுப்பினாரின் உச்சியையடைந்து ஓய்வெடுக்க வேண்டும். பின் மீண்டும் பறக்க வேண்டும் என்பதுதான் அந்த ஆசை.

வாழ்க்கை நிலையற்றதும் பொருளற்றவையுமாகும். இதை அறிந்து கொண்டுதான் ஆசையின் சிறிய கோட்டையை உருவாக்கி அதில் வாழ்வதற்கு முயற்சிக்க வேண்டுமென்றும் இந்த 'ஈலோகம் அதிலொரு மனுஷ்யன்' (இந்த உலகமும் அதில் ஒரு மனிதனும்) என்ற கதையின் ஆசிரியர் கூறுகின்றார்.

'மனசாட்சி இல்லாத சமூகத்தில் வாழ்வதின் சாப துன்பம் நல்ல இதயத்தில் மனசாட்சியை பேணிக் கொண்டு தீர்வுகாண முயல்கின்ற எழுத்தாளர்களால்தான் இனிமேல் சலனங்களை ஏற்படுத்த முடியும்' என்று பிளாக்மர் கூறுகின்றார். பிளாக்மரின் அந்த வார்த்தைகள் முகுந்தனிடம் மட்டும் வெற்றி பெற்று நிற்பதை நான் காண்கிறேன்.

இலக்கியவாதி முகுந்தனும், பச்சை மனிதனாகிய முகுந்தனும் திருப்தியற்றவர்கள். தூதரக வேலையினாலோ எழுத்தாளன் என்கிற பதவியினாலோ இந்த இளைஞருக்குத் திருப்தியில்லை. முகுந்தனின் டில்லி வாழ்க்கை நெருக்கடி மிகுந்ததாகும். அதனால் அலுவலக வாழ்க்கையையும் இலக்கியத்தையும் ஒருங்கே கொண்டு செல்ல மிகவும் சிரமப்படுகிறார். அந்தி நேரங்கள் வருவதையும் போவதையும் கூட இந்த மனிதர் அறிவதே இல்லை.

"உலகம் ஒரு 'பாங்க்'. அந்த 'பாங்க்' வழியாக மட்டுமே உலகத்தில் நிலைத்து நிற்க முடிகின்றது. 'பாங்க்' இல்லையென்றால் உலகமோ வாழ்க்கையோ இல்லை. யஹோவும், செக்கோ வோராவும், லூஸிபேரும், கோஹன் பெல்டிட்டும் மட்டும்

உலகமில்லை. ‘பாங்க்’ என்பதும் புருஷார்த்தமாகும்’ என்ற இந்த வாக்கியங்களை முகுந்தன் எழுதியபோது வியாக்கியானங்களும், அர்த்தங்களும் வாழ்க்கையில் உண்டென்று தவறாக நினைத்திருந்த வர்களுக்கும்கூட இதன் அர்த்தம் புரியவில்லை. ஆகாயத்தையும் பூமியையும் இழந்தபோது நரகத்தின் திறந்து கிடந்த வாசலுக்கு முன் நின்றுகொண்டு, ஆஸ்வால்ட் மட்ஷாலியின் கவிதையைப் பாடும் ஒளிமிகுந்த பாத்திரத்தைப் படைத்த இலக்கியவாதி முகுந்தனும், ‘எங்கே திருப்தியின் முடிவு உள்ளதோ அதைத்தான் நான் தேடுகின்றேன்’ என்று கூறுகின்ற தனிமனிதனான முகுந்தனும் ஒருவர்தான் என்று நான் புரிந்து கொண்டேன்.

அன்புள்ள நண்பரே! உங்களை அறிமுகம் செய்ததில் எனக்குத் தவறு நேர்ந்துவிட்டதோ? இல்லை என்றுதான் நான் நம்புகிறேன்.

ஓ.என்.வேலுக் குரூப் (ஓ.என்.வி)

புனைபெயர்: ஓ.என்.வி

இலக்கியச் சேவை: மலையாள மொழியின் கவிச் சிகரமாக விளங்கிய எழுத்தச்சனைப் பின்பற்றியவர். 'உஜ்ஜயினி' போன்ற மிகச்சிறந்த காவியங்களை எழுதியவர். கவிதையைத் திரைப்படப் பாடலாக்கி புகழ்பெற்றவர். மத்திய மாநில சாகித்திய அக்காதெமி விருதுகளும், வயலார் அவார்டும் பெற்றவர். 'ஒரு துளி வெளிச்சம்', 'மயில்பீலி', 'அக்னி சலபங்கள்', 'அட்சரம்', 'பூமிக்கு ஒரு சரமகீதம்', 'ஸ்வயம்வரம்' போன்ற புகழ் பெற்ற கவிதைகளை எழுதியவர்.

"கருநிற மணல் நிறைந்த கடல்பிரதேசமும் தென்னங் கன்றுகளின் நிழலில் கயிறு திரிக்கின்ற இராட்டினத்தின் சங்கீத அலைவீசும் காயல் (உப்பங்கழி) கரைகளும் உள்ள என்னுடைய குக்கிராமத்திலிருந்து, வெகுதூரத்திலிருக்கும் ஜெர்மனியில் ஏதோ வொரு ஷோரூமை அடைந்துள்ள கயிறு மெத்தையை ஒரு வெள்ளைத்துரை மிகச்சிரத்தையுடன் பார்த்துக்கொண்டு நின்றான். அந்தக் கயிற்றின் அழகைவிட அதில் புரண்டு கொண்டிருந்த ஏதோவொரு அசையும் பொருள்தான் அவனுடைய கவனத்தைப் பிடித்து நிறுத்தியது. அது என் கிராமத்திற்கே உரிய சொத்தான மோனோசைட் இல்மோனைட் ஸிர்க்கன் உலோக மணலாகும். அதைத் தொடர்ந்து அந்த மணலில் சொந்த பூமியைத் தேடி, அந்த கயிறு உற்பத்தியாகும் பிறப்பிடத்தை அறிந்து கடல் கடந்து வந்து சேர்ந்த அந்தத் துரை. அன்றைய பிரிட்டிஷ் ஆட்சிப் பீடத்தின் உதவியுடன் என் கிராமத்தின்மேல் படிந்துள்ள மணலை அரித்தெடுத்து பெரிய தொழிற்சாலைகளின் நிறுவனத்திற்கு வழி பிறப்பித்தான்."

"இது என் நூற்றாண்டின் ஆரம்பக் கதையாகும். ஒரு பழைய கதை. ஆனால், இது என்னை என்றென்றைக்கும் ஒரு விஷயத்தைப் பற்றி மட்டும் நினைவுபடுத்துகிறது. கடல் கடந்து சென்ற அந்தக் கயிறு உற்பத்தியில் என் குக்கிராமத்தின் மண் பூசப்பட்டிருந்தது. அதனுடைய சிரிப்பும், அதனுடைய கண்ணீரின் மின்னலும் அதில் பூசப்பட்டிருந்தது. அந்தக் குக்கிராமத்தின் சந்ததியான என் கவிதையின் சிறகிலும் அந்த மண் பூசப்பட்டுள்ளது. வண்ணத்துப் பூச்சியின் சிறகில் உள்ள வண்ண அணுக்களைப்போல், என் கவிதைக்கு அது எளியதொரு பெருமையாகும். என் மண்ணின் ஆசையும் நிராசைகளும் பாவமும் பாவனைகளும் சிரிப்பும், கண்ணீரும் சாபத்தின் வசவுகளும் அதில் உண்டென்றால் எனக்கு அதில் பெருமையே."

1975 பிப்ரவரி இருபத்தியொன்றாம் தேதி டில்லியிலுள்ள கமானி ஆடிட்டோரியத்தில் நிறைந்து வழிந்து கொண்டிருந்த கூட்டம் ஆவேசத்துடன் கரகோஷம் செய்தது. மத்திய சாகித்திய அகாதமியின் அவ்வாண்டின் மிகச் சிறந்த மலையாள புத்தகத்திற்கான விருதைப் பெற்று உரையாற்றிக் கொண்டிருந்தார் மலையாள மொழியின் பாசத்திற்குரிய கவியான ஓ.என்.வி. குருப்.

பொன் அரிவாள் அம்புலியில் கண் பதிந்து நின்ற ஓ.என்.வி. எழுத்துக்கு வரும்முன் தன் இதயத்தில் எரிந்து கொண்டிருந்த சிதையில் ஓர் அக்கினிப்பிரவேசத்தின் பரிசுத்த முத்திரைதான் 'அக்ஷரம்'.

'மலையாள கவிதைகளின் வழியே, சென்ற தலைமுறையின் மகா காவிய இலக்கியத்தின் வழியே, தேடுவதற்கு முயன்றும் முடியாமல் போன அநேக 'அக்ஷர'த்திற்கு இடையே, ஓயென்வி யால் மட்டும் 'அக்ஷர'த்தின் மூலம் அந்த முத்தைத் தேடி எடுக்க முடிந்தது' என்று விமரிசகர்கள் ஆவேசத்துடன் கூறும்போது, 'அக்ஷர'த்தில் என்னுடைய மாறுபட்ட எண்ணங்களை லயிக்கவிட்டு ஓயென்வியினுடைய சொற்பொழிவில் உள்ள இறுதி வரியையே இதற்குப் பதிலாகக் கூறுகிறேன்.

"இலக்கியத்தை முழு வெளிச்சத்துக்குக் கொண்டுவர நாம் அக்கினிப்பிரவேசம் செய்யலாம். அது ஓர் ஆனந்தமும், ஓர் எழுத்தாளனின் அதிர்ஷ்டமுமாகும்."

அந்த அதிர்ஷ்டத்தை முழுவதுமாகப் பெற்று விரிந்த வானவெளியில் மகிழ்ச்சி மயக்கத்துடன் பறந்து உயர்ந்து கொண்டிருக்கிறார் நம் கவிஞர்.

1931 மே மாதம் 27ம் நாள் கொல்லம் சவறையிலுள்ள நம்பியாடிக்கல் வீட்டில்தான் குரூப் பிறந்தார். ஒரு சம்ஸ்க்ருத பண்டிதராகவும், ஆயுர்வேத வைத்தியராகவும், ஸ்ரீமூலம் மக்கள் சபை உறுப்பினராகவும் இருந்த ஓ.என்.கிருஷ்ண குரூப்புதான் ஓ.என்.வியின் தந்தை. 'சுயராஜ்யம்' என்னும் தினசரிக்கும், 'ஸ்ரீவாழும் கோடு' என்னும் மாத இதழுக்கும் ஆசிரியராகவும் அவர் இருந்திருக்கிறார்.

சொந்தத்தில் கதகளி குழுவும் அவருக்குண்டு. தாயின் பெயர் லட்சுமி குட்டி அம்மாள். ஓ.என்.வேலுக்குரூப்பு என்பதுதான் அவருடைய முழுப்பெயர். நான்காம் வகுப்புவரை வீட்டிலிருந்தே படித்தார். கொல்லம் அரசினர் பள்ளியிலும், எஸ்.என். கல்லூரியிலுமாக மேல் படிப்பைத் தொடர்ந்தார். 1955-இல் பல்கலைக்கழகத்திலேயே முதல் வகுப்பில் முதல்வனாக எம்.ஏ.யில் தேர்வு பெற்றார். 1957-ல் மகாராஜாஸ் கல்லூரியில் பேராசிரியரானார்.

ஓ.என்.வி. பிறவியிலேயே ஒரு கவிஞராக இருந்தார். புலவராகவும் காவிய ரசிகராகவும் விளங்கிய தந்தை, தன் மகனுக்குத் தூண்டுகோலாகவும் இருந்தார். நான்கைந்து வயதிலேயே தந்தையின் விரலைப் பிடித்துக் கொண்டு கனவு கண்டுகொண்டே நடக்கும் போதும், அந்த பாலனின் மனத்தில் சங்கீதமே அலை வீசிக் கொண்டு இருந்திருக்க வேண்டும். கொல்லம் ஆனந்தவல்லீஸ்வரம் கோயில் பிரகாரத்தில்தான் தன் வாழ்விலேயே முதன்முதலாக அந்தக் குழந்தை, வாழ்க்கையின் அர்த்தத்தை நினைத்து திடுக்கிட்டது. அன்று ஓ.என்.விக்கு ஐந்து வயது. திருவிழாவின்போது நடைபெற இருந்த கதகளியைக் காண சென்றிருந்தார். 'துரியோதனன் வதை' தான் கதை. துரியோதனனை பீமன் கதையினால் அடித்துக் கொல்லும் காட்சியைக் கண்டு, அந்த சிறு பாலகன் தன் தந்தையைக் கட்டிப் பிடித்து அணைத்துக் கொண்டான். கதகளி முடிந்தபின் தந்தையுடன் சேர்ந்து ஒப்பனை அறைக்குச் சென்ற ஐந்து வயது ஓ.என்.வி.க்கு துரியோதனன் பீமனுக்கு ஸ்ட்ராங் காப்பியை நீட்டி குசலம் விசாரித்ததைக் காண முடிந்தது. பீமனுடையதும் துரியோதனனுடையதுமான உரத்த சிரிப்பும் ஒரே மாதிரி தெரிகிறதா? இளம் பருவ மனத்தில் பதிந்து விட்ட இப்படிப்பட்ட அநேக நிகழ்வுகள் ஓ.என்.வி.யின் அழியாத தூரிகையின் மூலம் மணிமுத்துக்களாக மாறிவிட்டதுண்டு.

ஆரம்பப் பள்ளி மாணவனாக இருந்தது முதலே தன் ஆத்மாவின் ஒரு மூலைக்குச் சென்று ஒதுங்கி வாழவே ஓ.என்.வி. ஆசைப்பட்டார். ஏராளமான பிள்ளைகள் படித்த கொல்லம் அரசினர் உயர்நிலைப்பள்ளியின் ஒரு வகுப்பறையில் அறிமுகமில்லாத மற்ற பிள்ளைகளின் இடையே தனக்குள் அடக்கமாகி இருந்தார் அவர். தந்தை சம்ஸ்க்ருத சுலோகங்களைச் சொல்லும்போது, அவற்றின் அர்த்தங்களுக்காக கவனத்தின் எல்லா புலன்களையும் ஒருங்கிணைத்திருந்தார். வகுப்பறையில் பிள்ளைகள் ஆரவாரங்கள் செய்து மகிழும்போது ஓ.என்.வி. கவிதையிலோ, ஏதாவது சம்ஸ்க்ருத சுலோகங்களிலோ, ஆத்மாவின் ஆழங்களில் அலையோசை எழுப்பும் ஏதாவது ஒரு கதையிலோ மூழ்கிப் போவதென்பது சாதாரண நிகழ்ச்சியாகவே இருந்தது. இளம் பருவம் முதற்கொண்டே தன் மனத்திற்குள்ளேயே மூழ்கும் இந்தத் தன்மைதான் ஓ.என்.வி.யை மலையாளத்தின் மிகப்பெரிய கவிஞர்களில் ஒருவராக்கியது என்று கருதுவதில் தவறேதுமில்லை.

ஓ.என்.வி.யின் வாழ்க்கையில் ஏற்பட்ட ஆரம்ப கீறல். 1939-இல் உண்டான தந்தையின் மரணம்தான். இவ்வுலகின் மௌன வேதனைகளைப் பார்த்துப் பார்த்து, அந்த வேதனைகளை தன்னுடைய தனித்துவங்களிலும் வாக்குகளிலும் பிரதிபலிக்க முயற்சித்த ஓ.என்.விக்கு நண்பனாக இருந்த அந்தத் தந்தை அளித்த உற்சாகம் வீணாகவில்லை.

தந்தையின் மரணத்திற்குப் பின், படிப்பு மீண்டும் 'சவறை'யில் தொடர்ந்தது. அங்கே மின்சாரம் இல்லை. மண்ணெண்ணெய் விளக்கும் குத்துவிளக்கும்தான் இருந்தன. இருண்ட இரவு கிராமீயத்தின் சுதந்திரமாகும்.

அந்த நாட்கள் பெருமூச்சுடன் கழிந்த நாட்களாகும். பள்ளியைப் பற்றி நினைத்தால் அந்த பெருமூச்சு அதிகரிக்கும். முற்றிலும் பரிச்சயமற்றதும், ஒற்றை மணியோசையுமுள்ள வண்டியில்தான். கேரளீயர்களின் முழு சம்பத்தாக மாறிய இந்தக் கவி அக்காலம் முழுவதும் பயணம் செய்தது. இரண்டாம் பருவத் தில்தான் சவறைப் பள்ளியில் சேர்ந்தார். யாரோ ஒருவர் ஒரு வகுப்பில் அழைத்துப் போய் அமர வைத்தார். முதல் பீரியட் முடிந்தது. இரண்டாவது பீரியட் ஆரம்பம். பத்மநாபன் என்னும் பெயருடைய ஆசிரியர் வந்தார். யாரையும் பயமுறுத்தும் வகையில் அவர் கையில் ஒரு பிரம்பு.

"ஹோம் வொர்க் செய்தியா?" முதல் கேள்வி ஓ.என்.வி.யிடம்தான்.

"இல்லை" என்னும் பதில் ஓ.என்.வி.யிடமிருந்து.

கையில் தோல் உரிந்துபோகும் அளவிற்கு கிள்ளினார். உண்மையைக் கூறியதற்கான பரிசு.

"இந்தப் பையனை இப்போதுதான் சார் வகுப்பில் சேர்த்தார்கள்" என்று பின்னாலிருந்த யாரோ ஒருவன் உரக்கச் சொன்னான்.

ஓயென்வியின் கையை விடுதலை செய்துவிட்டு, "அப்படின்னா அதை முன்னாடியே சொன்னாலென்ன?" என்று பத்மநாபன் கூறினார்.

இப்படிப்பட்ட சிறு சிறு துக்கங்கள் இந்தக் கவியின் நினைவு களில் ஒருபோதும் உதிர்ந்து போகாத பனித்துளிகளைப் போல் கெட்டிப்பட்டு நிற்கின்றன.

மலையாளக் கவிதைக் காதலியை மெய்சிலிர்க்க வைக்க, அநேகக் கவிதை மலர்களைக் கோர்த்தெடுத்த ஓயென்விக்கு அஸ்திவாரம் போட இப்படிப்பட்ட சிறு சிறு துக்கங்கள் பங்கு கொண்டதுண்டு. இதை யார் இல்லை என்று கூறினாலும் ஓ.என்.வி.யின் ஒவ்வொரு வரியின் பின்னாலும் செல்கின்ற என்னால் “இல்லை” என்று பதில் கூற முடியாது. என் அன்பிற்குரிய கவி பாடும்போது, நான் சுட்டிக்காட்டும் நிகழ்ச்சிகளுடன் உறவு இல்லையென்றாலும்கூட பக்குவம் அடையாத ஓராயிரம் சிறு துக்கங்களின் தேம்பல்களை நான் என் காதால் கேட்கின்றேன்.

சவறையில் படிக்கும்போதுதான் ஓயென்விக்கு இலக்கிய ஆர்வம் உண்டாயிற்று. இரண்டு நூலகங்களின் சூழ்நிலை அதற்கு அனுகூலமாயிற்று. சங்கரன்தம்பி நினைவு வாசகசாலையும், சுயதேசாபிமானி நினைவு வாசகசாலையும்தான் அவை. மகாகவி வள்ளத்தோளை அந்தக் காலத்தில்தான் முதன் முதலாக ஓயென்வி தெரிந்துகொண்டார். சுயதேசாபிமானி வாசகசாலையின் ஆண்டு விழா தினத்தன்று வள்ளத்தோள் சொற்பொழிவாற்ற வந்து சேர்ந்தார். காலை ஒன்பது மணிக்குத்தான் சொற்பொழிவு. புத்தூர் சங்கரும் இந்த விழாவில் சொற்பொழிவாளராக இருந்தார். சொற்பொழிவைக் கேட்டுவிட்டு வகுப்பறையை அடைந்தபோது ஒரு பீரியடு தாமதமாகி விட்டது. அதற்குத் தண்டனையாக, பெரிய பிரம்பினால் இரண்டு அடிகளும் விழுந்தன.

“மகாகவி வள்ளத்தோளின் சொற்பொழிவைக் கேட்டதற்கு பரிசு, இரண்டு பிரம்பு அடி” என்று நம் மதிப்பிற்குரிய, நம் காலகட்டத்தின் மகாகவியான ஓயென்வி தம் நினைவுகளை அசைபோடுகின்றார்.

‘பால்யகால சகி’யை முதன்முதலாக வாசித்த அன்று, அந்த படிப்பு உண்டாக்கிய எதிர்வினை இன்னும் ஓயென்வியின் நினைவிலுள்ளது. வாசகசாலையிலிருந்து எடுத்த அந்தப் புத்தகம் ஓர் அசாதாரண அனுபவ விசேஷத்தைத்தான் அந்த இளைஞனிடம் உண்டாக்கியது. தமிழ்ப் பிராமணரான கணக்கு ஆசிரியர் சுந்தரய்யர், பெருக்கலையும், பின்னத்தையும் குழந்தைகளின் தலையில் மின்னலாகப் புகுத்திக் கொண்டிருந்தபோது, மந்திரவாதியான பஷீரின் சின்னஞ்சிறு பொருள் ஒன்று ஓயென்வியின் எண்ணத்தை ருசித்துக் கொண்டிருந்தது. அந்த நேரத்தில்தான் சுந்தரய்யர் ஓயென்வியிடம் கணக்கில் ஒரு கேள்வியைக் கிளப்பினார். விவரிக்கவொண்ணா அனுபவத்தில் சர்வமும் மறந்து நின்ற

அந்த வாசகன் பதில் இல்லாமல் விழித்துக் கொண்டு நின்றான். எல்லாப் பிள்ளைகளின் விழிகளும் அந்தக் குற்றவாளியின் நேரே திரும்பிற்று. மேஜைக்கடியில் இருந்த 'பால்யகால சகி' சுந்தரய்யரின் கைக்குச் சென்று சேர்ந்தது.

“சார், அது வெறும் புத்தகம் அல்ல. முற்போக்கு இலக்கியம்” என்று எங்கிருந்தோ ஒரு சப்தம் உயர்ந்து கேட்டது. மாலையில் சுந்தரய்யர் சாரிடம் மன்றாடிக் கேட்டுப் புத்தகத்தைத் திரும்பப் பெற்றார் ஓயென்வி.

இப்படி எத்தனையெத்தனையோ நிகழ்ச்சிகள்!

முன்ஷி பரமுபிள்ளையும், பண்டிதர் கொச்சு நாணுவும்தான் தன்னை ஒரு கவிஞனாக உயர ஊக்கம் கொடுத்தவர்கள் என்று தன் காலத்திய மலையாள கவிஞர்களின் இடையே உயர்ந்த சிம்மாசனத்தில் அமர்ந்து கொண்டிருக்கும் ஓயென்வி நினைவு கூர்கின்றார்.

“இன்று நான் திரும்பிப் பார்க்கும்போது என்னுடைய இலக்கிய அஸ்திவாரத்திற்கு அடிகோலியது, அவர்கள் இருவரும் தான் என்று நான் நன்றியுடன் நினைத்துப் பார்க்கிறேன்.”

கொந்தளிப்பான ஒரு காலகட்டத்தில் அரசியல் சமூகப் புரட்சியின் சங்கீதமாக இருந்த ஓயென்வி அதுவரையில் சங்ஙம் புழையைக் கண்டதில்லை. ஆனால், அந்தக் கந்தர்வப் பாடகனை அறிமுகம் செய்துகொண்ட தினத்திற்கும் ஒரு கதை உண்டு. உற்ற தோழராக இருந்த திரு.ஶ்ரீ கண்டன் நாயர், பலரும் ஒன்று சேர்ந்திருந்த நேரத்தில் ஒரு கேள்வியைக் கேட்டார்.

“சங்ஙம்புழையின் மாஸ்டர் பீஸ் எது?” என்று.

“ரமணன்” என்னும் பதில் ஓயென்வியிடமிருந்து வந்தது.

“அல்ல” என்னும் உரத்த சப்தம் சி.என். ஶ்ரீயிடமிருந்து வந்தது.

சில நிமிடங்களுக்குப் பிறகு சரியான பதிலும் கிடைத்தது.

“வாழைக்குலை.”

“வாழைக்குலையை நான் அன்றுவரை படித்ததில்லை. அதனால், அதை கூறுவதற்கு என்னால் முடியவில்லை. வாசகசாலை குட்டன் பிள்ளையின் உதவியுடன் வாழைக்குலையை அன்றிரவே

கைப்பற்றினேன். மண்ணெண்ணெய் விளக்கின் மங்கிய ஒளியில் சங்ஙம்புழையின் ராக தாள லயங்களில் மூழ்கி அந்தச் சிறிய புத்தகத்தை வாசித்து முடித்தபோது அன்றுவரையில் வாசிக்காத கவிதையை வாசித்த அனுபவம்தான் எனக்கு உண்டாயிற்று."

அன்றுவரை காணமுடியாமலிருந்த கவிதையின் ஓர் உலகத்தை, 'கருமாடிக்குட்டன்மார்' 'பழம் எவ்வளவு சுவையாக உள்ளது' என்னும் இந்த பிரயோகங்கள் ஓயென்வியை விவரிக்க முடியாத ஒரு தளத்திற்குக் கொண்டுபோய்ச் சேர்த்தது. 'தேவைக்கு மீறுதலாகக் கூறக்கூடியவர்தான் சங்ஙம்புழை' என்னும் இந்த பிரயோகங்கள் ஓயென்வியை விவரிக்க முடியாத ஒரு தளத் திற்குக் கொண்டுபோய் சேர்த்தது. 'தேவைக்கு மேலாகவே கூறக் கூடியவர்தான் சங்ஙம்புழை' என்னும் அபிப்பிராயம் அன்றே அவருடைய மனத்தில் தோன்றி விட்டது.

யாரையும் உடனடியாகக் கவரக்கூடிய சப்த பிரபஞ்சம்தான் சங்ஙம்புழையின் கவிதைகளிலுள்ளது. சங்ஙம்புழை கவிதைகளின் சுதந்திரம், இத்தனைக்கதிகம் சம காலத்திய கவிஞர்களில் உண்டா வதற்கான காரணமும் அதுதான். கவிதைக்கு நான்கு தளங்கள் உள்ளன. சப்த தளம், பொருள் தளம், பாவ தளம், பண்பு தளம் ஆகியன. இந்த சப்த தளம் என்னும் ஓசை தளத்தை மலையாளக் கவிஞர்களில் மிக அதிகமான வண்ணச் சேர்க்கையோடு நமக்குக் காண்பித்தவர் சங்ஙம்புழைதான்.

"இந்த வண்ண ஒளிவெள்ளத்தில் நானும் ஆரம்பக் காலத்தில் கவரப்பட்டவன் என்று கூறுவதில் உண்மை உண்டு. புது மண்ணைப் போன்றதுதான் மனதும். ஒருவன் அதில் விழுந்துவிட்டால் அங்கிருந்து படிப்படியாக உணர்ந்து வெளியேறினால்தான் வளர முடியும். அப்படி வளர முடிந்ததால்தான் நான் இன்று உங்களுடைய ஓயென்வி குரூப்பாக மாறியிருக்கிறேன்."

சப்த தளத்திலிருந்து பொருள் தளத்திற்கும், பொருள் தளத்திலிருந்து பாவ தளத்திற்கும் பாவ தளத்திலிருந்து நாகரீகத் தளத்திற்கும் படிப்படியாக உயர்ந்து, வலிமையோடு வளர முடிந்த கவிஞர்கள் மலையாளத்தில் மிகச் சிலரே.

கொல்லம் எஸ்.என்.காலேஜில் *(1049 - 52)* படிக்கின்ற காலத்தில்தான் ஓயென்வி கம்யூனிஸ்டுகளோடு உறவு ஏற்படுத்திக் கொண்டார். அன்று மாணவர்கள் கூட்டமைப்பின் ஒரு கூட்டத்தில்

ஹரீந்திரநாத் சட்டோபாத்யாயா செய்த சொற்பொழிவிலுள்ள மனதைத் தொடும்படியான வரிகள்;

"சிதையிலிருந்து நான் உயிருடன் எழுவேன்
சிறகுகள் பூப்போல் மலர்ந்து எழும்"

என்று வளர்ச்சியினுடையதும் முன்னேற்றத்தினுடையதுமான விலைமதிப்பற்ற நிமிடங்களிலும் தலை நிமிர்ந்து இதயபூர்வமான இதய மகிழ்வோடு பாட முடிந்தது என்று, இதய முரண்பாட்டின் நிமிடங்களில் ஓயென்வி நினைப்பதுண்டு. அந்த நினைவுகள் ஒரு பெரிய துக்கத்தின் ஆழத்திற்கு அவரை அழைத்துச் சென்றதுண்டு. சட்டோபாத்யாயாவின் சொற்பொழிவு இவ்வாறுதான் ஆரம்பித்தது. அந்த சொற்பொழிவிலுள்ள சுருக்கம் முழுவதும் அதில் உண்டு.

"அவர் கூறினார். நான் ஒரு கம்யூனிஸ்ட் என்று. நான் இல்லை என்று கூறினேன். காரணம், ஒரு நல்ல கம்யூனிஸ்ட் ஆகவேண்டுமானால் தியாகியிலேயே மிகப்பெரிய தியாகியாக வேண்டும். உயிர்த் தியாகத்துக்கும் தயாராக வேண்டும். நான் அந்த அளவிற்கு வளரவில்லை. ஓர் உண்மையான கம்யூனிஸ்ட் நல்லொழுக்க நெறிகளில் மிக நல்லதொரு உற்பத்தியாளனாக இருக்க வேண்டும். நான் அந்த அளவிற்கு வளரவில்லை. அதனால், நான் கம்யூனிஸ்ட் இல்லை."

கேரளத்திலுள்ள கம்யூனிஸ்ட் கட்சியின் உதயத்தையும் வளர்ச்சியையும் பெருமையுடன் ஓயென்வி தன் நினைவில் அசை போடுவதை நான் மனதால் கண்டேன்.

"உண்மையான கம்யூனிஸ்டாக வாழ்ந்த எத்தனை எத்தனையோ மனித நேயர்கள் கேரளத்தில் வாழ்ந்திருந்தார்கள்"

கேரள அரசியல் வரலாற்றிலுள்ள புரட்சிகரமான மாற்றங் களில் மனித இதயங்களை பூரிப்படையச் செய்வதுடன் தீரமும் வசீகரமும் அடங்கிய புரட்சிப் பாடல்களைப் படைத்த ஓயென்வியின் மௌனமும், மௌனத்திற்கு பின்னேயுள்ள நீண்ட பெருமூச்சும், பதில் கிடைக்காத ஒரு கதையாக வரலாற்றில் முடிந்துவிடுமோ என்று நான் கருதவில்லை.

இறுதியில் அவர் கீழ்வருமாறு கூறினார்:

"சிவந்தப் பூக்கள் போலுள்ள கவிதைகளை எழுதியது இயற்கை யேயாகும். நான் அதற்குக் கூச்சப்படவில்லை. இலட்சியத்தின்

இலட்சியங்கள் உடைந்து நொறுங்கிப்போய் விட்டன என்னும் துக்கம் மட்டுமே இப்போது எனக்கு உண்டு."

ஓயென்வி குரூப் வழி தவறி விட்டார் என்று இடைக்காலத்தில் பலவித துறைகளிலிருந்தும் சப்தங்கள் உயர்ந்து வந்ததைக் கேள்விப் பட முடிந்தது. அந்தக் குற்றச்சாட்டுகளுக்கு அவர் சூடான பதிலை அளித்தார்.

"நான் நாட்டை ஆளவோ சமுதாயத்தை முன்னேற்றவோ வந்தவனல்ல. நான் மிகவும் நேசிக்கும் அயல்நாட்டு கவிஞரான பாப்லோநெருடோவை மேற்கோளாகக் கொண்டு சொல்கிறேன் - வாழ்க்கையின் படிகளிலிருந்து உரத்துப் பாட வந்தவன் நான். வாழ்க்கையில் இன்று சுயநலத்தை வெளிப்படுத்தாத ஒருவன் நான்தான் என்று யாருடைய முகத்தையும் நேருக்கு நேராக நோக்கிக் கூற என்னால் முடியும். பாட வந்தவன் நன்றாகப் பாடவேண்டும். போலியான குரலில் பாடக்கூடாது. இதயத்தில் தோன்றிய மன அதிர்ச்சியை கவி தன் மூலமாக வெளிப்படுத்தவும் வேண்டும். அறிந்த சாஸ்திரங்களும் மோகங்களும் சேர்ந்து இங்கே ஒரு நீர்ச்சுழலை உண்டாக்குகின்றன. இதில் ஒரு விஷயத்தை மட்டும் நான் உறுதியாகக் கூறுவேன். நாளை விடியலுக்காக படை வகுக்கத் தயாராகும் அணிகளின் முன்வரிசையில் நான் இருப்பேன்."

காலத்தோடு சேர்ந்து ஓயென்வியின் இந்தப் பதில், அவர் மீது குற்றச்சாட்டைக் கூறிய எல்லோருடைய தலையையும் குனியச் செய்ய உதவியிருக்கும்.

1958 ஜூன் 5-ம் தேதி ஓயென்வி திருமணம் செய்து கொண்டார். மனைவியின் பெயர் சரோஜினி. கேரள பல்கலைக் கழகத்தில் உதவி ஆராய்ச்சி அலுவலராக வேலை செய்தார். ராஜீவன், மாயாதேவி என்னும் இரண்டு பிள்ளைகள் உண்டு. இந்தீவரத்திலுள்ள அந்தக் குடும்பச் சூழ்நிலையில் சில நிமிடங் களைச் செலவழித்துவிட்டுத் திரும்புகிறவர்களுக்கும், அங்கே ஓயென்வியை முதன்முதலாக அறிமுகமாகிறவர்களுக்கும், 'அகங் காரமும் கர்வமும் உள்ளவர் ஓயென்வி' என்னும் அபிப்பிராயத்தின் சல்லிவேர்களைக் கூட பிடுங்கி எறியத் தோன்றிவிடும்.

கேரளத்திலேயே மிகப்பெரிய பேச்சாளர்களில் ஒருவர்தான் ஓயென்வி. தன்னுடைய சொந்தக் குடும்பத்திற்கும் குடும்பத்தின்

அபிவிருத்திக்கான திட்டமிடுவதற்கும்தான் தன் நேரத்தை ஒதுக்குகிறார் ஓயென்வி என்பதும், இன்றுள்ள கண்டிப்புக்கும் கறாருக்கும் அதுதான் காரணம் என்றும் சிலர் கூறுவதைக் கேட்டதுண்டு. என்னுடைய அறிவில், அனுபவத்தில் அவருக்கு சரிசமமாக உள்ள பலரும் கூறியதிலிருந்து ஒரு விஷயத்தை மட்டும் இங்கே அடித்துக் கூறலாம்;

“உயர்கிறது புதிய யுகத்தின் கூக்குரல்;
உணருங்கள் மாற்றுங்கள் சட்டங்களை.”

என்று இருபதாண்டுகளுக்கு முன்பே எழுதியபோதும் இந்தக் கவிஞருக்கு, கவிஞனிடமுள்ள மனிதனுக்கு தெளிவான ஒரு இலட்சியம் உண்டாகியிருந்தது. அந்த இலட்சியத்தின் வடிவத் திற்குத் தொடர்ச்சியாகக் கண்டிப்பும் கறாரும் உண்டாகி இருந்தன. பல்கலைக்கழகத்தின் பேராசிரியராகவும் பிரபல கவிஞராகவும் மாறியபின் ஏற்பட்டதல்ல, அந்தக் கண்டிப்பும் கறாரும்.

கொல்லம் எஸ்.என். கல்லூரியில் பி.ஏ., படிக்கும்போதுதான் ஓயென்வி ‘நீலக்கண்கள்’ எழுதினார். அதைப்பற்றி அவர் இடையிடையே என்னிடம் கூறுவதுண்டு.

‘நீலக்கண்களை இன்று நான் எழுதியிருந்தால் வேறோர் உருவமாக அது இருந்திருக்கும். அதனுடைய ஊடும் பாவும் வித்தியாசப்பட்டிருக்கும். என் மாற்றங்களிலும் நம்பிக்கைகளிலும் தத்துவ அறிவியல்களிலும் இன்னும் அடிப்படையான மாற்றம் வரவில்லை. உருவ பரிணாமத்திலுள்ள மாற்றத்தைத் திரும்பப் பெற முடியாதே!’

இலக்கிய அரங்கிற்குள் வருகின்ற, முக்கியமாகக் கவிதை எழுதி தன் எண்ணத்தை வெளிப்படுத்த ஆசைப்படுகின்ற புதிய தலை முறையினருக்கு ஓயென்வி முதலில் கூற விரும்புவது - அவர்கள் இலக்கிய நூல்களை நிறையப் படிக்க வேண்டும் என்பதுதான்.

“ஒரு புதிய காவிய மொழியின் தந்தை என்று அறியப்படும் எழுத்தச்சன் தனக்கு முன்னால் உண்டான பலவித இராமாயண காவியங்களால் ஈர்க்கப்பட்டிருக்கிறார் என்பது அவருடைய புத்தகங்களைப் படித்தால் புரியும். என்.வி. கிருஷ்ணவாரியரும், வைலோப்பிள்ளியும் இலக்கியங்களை நன்றாக இதயத்தில் பதிய

வைத்தவர்கள்தான். அவர்களுடைய கவிதைகளின் மேம்பாடும் அதுதான். கவிதையின் உருவச் சிற்பத்தையோ விருத்தத்தையோ தாள விவஸ்தையையோ ஒதுக்கிவிட்டு சொந்தமாக ஒரு காவிய உருவத்தைப் படைக்க வேண்டுமென்று கருதுகின்ற எந்தவொரு மனிதனும், முதலில் இலக்கியங்களின் நல்லதொரு மாணவனாக இருக்க வேண்டும்."

தன் சொந்த கவிதைகளைப் பற்றி ஓயென்வி உரக்கச் சிந்திக்கிறார். அதனால்தான் அவரின் இதயப்பூர்வமான ஒளி யணுக்கள் ஒவ்வொரு முற்றுப்புள்ளியிலும் நிறைந்திருப்பதை கவனிக்க முடிகிறது.

"இன்று என்னுடைய கவிதைகள் என்னைத் திருப்திப் படுத்தவில்லை. நான் மிகவும் மதிக்கின்ற பலரின் கவிதைகளும்கூட என்னைத் திருப்திப்படுத்தவில்லை. என்னுடைய சங்கல்பத்தில் மிகவும் நல்லதென்று நான் கருதுகின்ற கவிதையை இனிமேல்தான் யாராவது எழுத வேண்டிய திருக்கிறது. அது நானோ மற்றொருவரோ எனக்குத் தெரியாது" என்று கூறிய ஓயென்வி, "நேற்றைய தினத்தை ஒதுக்கிவிட்டு வளருங்கள். அதற்குச் சாத்தியமாக வேண்டுமானால் நேற்றைய தினத்தைச் சரியாகப் படித்தால்தான் முடியும். அந்தச் சாகஸத்திலிருந்து விலகி நிற்பதற்காக ஒதுங்குவதை ஒரு ஃபாஷனாகக் கொள்வதில் ஓர் அர்த்தமுமில்லை." என்று கூறினார்.

இந்தியாவிலுள்ள எல்லா இடங்களுக்கும் ஓயென்வி சென்று வந்திருக்கிறார். ஒவ்வொரு பயணத்திலும் மனத்தில் பதியும் முகங்களையும் சம்பவங்களையும் கவனத்துடனும் உறுதி யுடனும் நாட்குறிப்பில் எழுதி வைக்க அவர் மறந்ததே இல்லை. சில நாட்குறிப்புகளை நான் ஆவலுடன் புரட்டிப் பார்த்தேன். எத்தனையெத்தனையோ காவியங்களை எழுதக்கூடிய அளவிற்கு இதயம் நெகிழும் கதைகள், வீரசாகஸக் கதைகள் அந்த காகிதங்களில் நிறைந்து கிடக்கின்றன!

1952-ல் இந்தியன் பீப்பிள்ஸ் தியேட்டரின் ஆண்டு விழாவிற்கு பம்பாய்க்கு ஓர் விருந்தாளியாக அழைக்கப்பட்டு போனதை பிரத்தியேகமாக அவர் நினைவு கூர்கிறார். பல்ராஜ், ஹானி, நிரஞ்சன்சென், சலின் சௌதுரி, அனில் பிஸ்வாஸ் என்பவர்களுடன் நெருங்கிப் பழக அன்றுதான் சந்தர்ப்பம் கிடைத்தது. கல்கத்தா விலும், வங்கத்தின் கிராமங்களிலும் பயணம் செய்து,

அங்குள்ள மக்களின் நெடுமூச்சுகளில் லயித்து அவர்களுடைய தோற்றங்களைக் கொஞ்சிக் கொண்டு திரிந்த தினங்களையும், மெய்ச்சிலிர்ப்புடன் தீர்த்த யாத்திரை சென்ற தினங்களையும் ஓயென்வியால் என்றும் மறக்க முடியாத ஓர் அனுபவமாகத்தான் உள்ளன.

ஆயிரம் மேகங்கள் சேர்ந்து முத்துக்களாய் பெய்யும் ஆரவாரத்தில் கடலலைகளின் தாளத்தையும், ஆயிரம் பூவில் மலரும் வைகறையின் ஆரம்பத்தில் முத்தத்தின் ஓசையையும், மூங்கில் காடுகள் காற்றின் கரங்களில் அகப்பட்டு அலைந்தாடும் அந்த ஆனந்த நடனப் போதையையும், வேத மார்க்கங்களில் பாய்ந்து செல்லும் மனிதனின் தேரோடும் ஓசையையும், அத்துடன் ஓர் ஏழைப் பாணனின் துயிலை நீக்கக்கூடிய பறை யடியையும், ஓணவில்லின் மணிநாதத்தையும், எழுத்துகளில் வடித்துச் சங்கீதத்தில் லயிக்க முயற்சித்த - அப்படிப்பட்ட அனுபவங்களிலுள்ள பிழிந்தெடுத்தச் சாறினால் மலையாளக் கவிதைக்கு மணிச்சலங்கை அணிவித்த - ஓயென்வி குரூப் என்னும் கவிஞனைப் புரிந்துகொள்ள, கவிஞனிலிருந்து தனிமைப்பட்டு நிற்கும் அந்த மனிதனைப் புரிந்து கொள்ள என்னுடைய இந்த மனித ஆயுள் போதுமா?

കടമ്മനിട്ട രാമകൃഷ്ണന്

(கடம்மனிட்ட) எம்.ஆர்.இராமகிருஷ்ண பணிக்கர்

புனைபெயர்: கடம்மனிட்ட இராமகிருஷ்ணன்

இலக்கியச் சேவை: இந்திய மொழி இலக்கியங்களிலேயே கவிதையை மக்களிடத்தில் நேரில் சென்று சொல்லத் தொடங்கிய வர். 'கவிதைச் சொல்லல்' என்னும் புதிய இலக்கிய வடிவமைப்பை இவர் கொணர்ந்தவர். அதனாலேயே கேரளத்தின் குக்கிராமங்களில் கூட கவிதையைப் பலரும் சுவைக்க வித்திட்டவர். அறுபதுகள் முதல் எண்பதுகள் வரையில் இவருடைய அந்தக் 'கவிதைச் சொல்லலை' சுவைக்காத கேரளீயர்களே இல்லை எனலாம்.

யாகம் முடிந்தபின் விழித்தெழுந்த பாஞ்சால கிராமத்தின் ஒரு தினம். யாகம் நடந்த ஏர்க்கரை இல்லத்தில் ஓர் உற்சவத்தின் பிரதிபலிப்பு. குருத்தோலைகளால் இல்லமும் சுற்றுப்புறமும் அழகாக அலங்கரிக்கப்பட்டிருந்தன. குத்துவிளக்குகளும், தொங்கு விளக்குகளும் எரிந்து கொண்டிருந்தன. ஒரு கல்யாண விருந்திற்குத் தேவையான அளவிற்கு உணவு ஏற்பாடுகள் இல்லத்திற்குப் பின்புறம் நடந்து கொண்டிருந்தன. இல்லத்தின் முன்புறம் எல்லோருடைய கவனமும் ஒரேயொரு நபரிடம் நிலைத்திருந்தபின், கிராம மக்களின் பிரவாகம். அங்கே ஒன்றுகூடிய எல்லோருடைய கவனமும் ஒரேயொரு நபரிடம் நிலைத்திருந்தது. பல நிமிடங்கள் வரை நீண்டிருந்த நிசப்தத்திற்குப் பின், கிராம மக்களின் இதயத்தைத் தொட்டெழுப்பி ஆவேசம் கொள்ளச் செய்கின்ற இசை ஒன்று வெளிப்பட்டது. அதன் தாளத்தில் அங்கே குழுமியிருந்த கிராம மக்கள் எல்லாவற்றையும் மறந்தனர். இதயத்தை நெகிழச் செய்யும் அந்த இசையும் தாளமும் நான்கு மணி நேரம் நீண்டன. யாகத்திற்குப் பின் பாஞ்சால கிராமத்தில் வசிப்பவர்கள் எல்லோரும் மற்றொரு ஆச்சரியத்தையும் அனுபவித்துக் கொண்டிருந்தார்கள். கவிதையைக் கேட்க வந்த எல்லாக் கிராமவாசிகளுக்கும் விருந்து தயாராகி யிருந்தது. ஒரு முழுமையான விருந்துக்குப்பின், கிராம மக்கள் தங்களை மகிழ்ச்சிக் கடலின் சொர்க்கத்திற்கே கொண்டு சேர்த்த அந்தக் குணாளனைச் சுற்றிக் கூடினார்கள். ஆதரவோடும் அன்போடும் அவர்கள் தங்களுடைய நாக்குகளில் அந்தப் பெயரை ஒருமுறை புரளவிட்டார்கள் - கடம்மனிட்ட இராமகிருஷ்ணன்!

நவீன காவிய உலகத்தின் சக்திமிக்கவரான கடம்மனிட்ட இராமகிருஷ்ணனின் ஓவியத்தை இதைவிட நிறைவாகவும் முழுமையாக வும் எப்படி வரைந்து காட்டுவது என்று எனக்குத் தெரியவில்லை. கேரளத்தில் 'கவிதைச் சொல்லலை' ஒரு கலையாக உருவகப்படுத்த கடம்மனிட்ட இராமகிருஷ்ணனால்தான் முடிந்தது. கவிதை என்பது படிப்பதற்கானதல்லவென்பதும் அது சொல்லக்கூடியதென்பதும், அப்படி கவிதையைச் சொல்ல முடியவில்லை யென்றால் அது முழுமையடையாதென்பதும்தான் கடம்மனிட்டையின் அப்பிப்ரயாயமாகும். 'கவிதைச் சொல்லல்' என்பது முதன் முதலாக அவதரித்த இடம் கோழிக்கோடாகும். அந்த முறையை மக்கள் விரும்புகிறார்கள் என்னும் நம்பிக்கைதான் கடம்மனிட்டைக்கு அதிகம் உற்சாகமளித்தது. வயநாட்டிலுள்ள ஐயாயிரம் ஆதிவாசிகளைத் தன்னுடைய சப்தத்திற்கும் தாளத்திற

குமான ஆத்மாவிற்குள் இழுக்க முடிந்ததென்று கூறும்போது அந்த இதயத்தின் மொழியையும் லயத்தையும் புரிந்துகொள்ள சிரமம் இல்லைதானே! காஸர்கோட்டில் நடந்த ‘கவிதைச் சொல்லலில்’ முழுவதும் மலையாளம் அறியாத கர்நாடகக் குழந்தைகளே அதிகம் இருந்தார்கள். அப்போது அவர்களுக்கு மொழி ஒரு தடங்கலாக இருக்கவில்லை. அவர்கள் கடம்மனிட்டையின் இதயத்தில் தங்களுடைய கண்களையும் மனத்தையும் பதித்திருந்தார்கள். அவ்வாறு ஒரு புதிய உலகத்தைத் தன்னுடையதாக்கிக் கொண்டவர் தான் கடம்மனிட்ட இராமகிருஷ்ணன்.

தன்னுடையதான ஓசைக்கும் தாளத்திற்கும் விசேஷ விளக்கம் செய்து கொண்டே தன் கவிதைகளைக் கைத்தாளம் போட்டுப் பாடியவாறு கேரளத்திலுள்ள காவிய ரசிகர்களைப் புதியதொரு காவியானுபவத்திற்கு உயர்த்திய இராமகிருஷ்ணனை நினைக்கும் போதெல்லாம் அமெரிக்காவின் தேசீய கவிஞனாக இருந்த ‘கால்ஸான்ட் பர்க்கி’ தான் என் நினைவில் உயர்ந்து வந்தார். கவிதை என்பது சொல்லக்கூடியதுதான் என்று சான்ட் பர்க்கும் நம்பியிருந்தார்.

நிலக்கரி தொழிலாளியாக இருந்த ‘ஸான்ட் பர்க்’ தன்னுடைய ஆரம்பக் கால கவிதைகளைத் தெருவில் கைக்கொட்டிப் பாடிக் கொண்டு செல்வார். வாரங்களும் மாதங்களும் செல்லச் செல்ல ஸான்ட் பர்க்கைச் சுற்றிப் பத்தாயிரத்திற்கும் மேற்பட்டவர்கள் கூடத் தொடங்கினார்கள். ஒரு முறை சங்கீதத்துடன் அவர் பாடினார்.

“Can you dance a question marg?
Can you dance an Exclamation point!
Can you dance a couple of commas,
And bring it to a finish with a period.”

கூடியிருந்த பல்லாயிரக்கணக்கானோர் கவிஞரின் இசைக்கும் தாளத்திற்கும் ஏற்ப நடனம் ஆடினார்கள். தெருவில் நடந்த இந்தக் கவிதைச் சொல்லலும், நடனமும் எட்டு மணி நேரம் நீண்டதால் ட்ராபிக் ஜாமிற்குக் காரணமாகிவிட்டன. அமெரிக்காவில் வேறெந்த கவிஞருக்கும் இந்த அளவிற்கான ஆதரவு நாளதுவரை கிடைத்ததில்லை. அதேபோல், பாஞ்சாலில் தன் சொந்தக் கவிதைகளைக் கைகொட்டிப் பாடுவதற்கும், மற்றொரு யாகத் திற்குத் தேவையை உண்டாக்கியதற்கும் கடம்மனிட்டைக்குச் சமமாக கேரளத்தில் மற்றொரு கவிஞர் யாரும் இல்லை. அந்தக்

கவிஞனிடமுள்ள முழுமையைத் தேடும் முழுமையற்ற மனிதனைக் கண்டுபிடிக்கத்தான் என்னுடைய இந்த முயற்சியாகும். அந்த முயற்சிக்குப் பலன் கிடைக்கவில்லை என்றால் என்னை மன்னித்து விடுங்கள். கடம்மனிட்ட இராமகிருஷ்ணன் என்னும் கவிஞரும், எம்.ஆர்.இராமகிருஷ்ண பணிக்கரும் ஒருவரேதான்.

1935-ம் ஆண்டு மார்ச் மாதம் பதினேழாம் நாள் வெள்ளிக் கிழமை சித்திரை நட்சத்திரத்தில் கடம்மனிட்ட மேலேத்தறையில் இராமகிருஷ்ண பணிக்கர் பிறந்தார். தந்தை கடம்மனிட்ட இராமன் நாயர். தாய் குட்டியம்மாள் இராமன் நாயருக்கு மூன்று ஆண் பிள்ளைகள். மூத்தவர்தான் இராமகிருஷ்ணன்.

நட்பும் வாஞ்சையும், ஒருவருக்கொருவர் புரிந்து கொள்ளலும் சேர்ந்து ஆச்சரியப்பட வைக்கும் ஒரு மாயா விதானத்தை அந்தக் குடும்பத்தில் காணலாம்.

“எங்கள் சகோதரர்களுக்கு இடையேயுள்ள பிரிக்க முடியாத உறவு எங்கள் குடும்பத்தின் சொத்தாகும். குடும்பத்திலுள்ள என்னுடைய இடம் என்னைச் சக்திமிக்கவனாக்குகின்றது. பல சமயங்களிலும் என்னுடைய சக்தி சோர்ந்து போகாமல் இருக்க இதுதான் காரணமாகும்” என்று கடம்மனிட்ட பல சமயங்களில் கூறுவதுண்டு.

ரொம்ப நாளைய வழிபாடுகளுக்கும் வேண்டுதல்களுக்கும் கிடைத்த பலனால்தான் இராமகிருஷ்ணன் பிறந்தார். சபரிமலை ஐயப்பனின் பிரசாதத்தினால்தான் இராமகிருஷ்ணன் பிறந்தார் என்னும் நம்பிக்கை தாய்க்கு உண்டு. மனப்பூர்வமான தெய்வ நம்பிக்கையுடையவர்கள் மேலேத்தறையிலுள்ளவர்கள். அந்த நம்பிக்கைக்குப் பின்னே ஒரு கதையும் உண்டு. அந்தக் கதையின் நாயகன் இராமகிருஷ்ணனின் பாட்டனார் தேவகிதாஸ்தான். மனைவியின் மரணம், அவரிடம் தெளிவில்லாத ஏதோவொரு காயத்தை உண்டாக்கி இருக்கவேண்டும். சில வாரங்கள் மனக் குழப்பத்துடனேயே அவர் வீட்டில் நாட்களைக் கழித்தார். கடைசியில் ஒரு நாள் காவி வஸ்திரம் அணிந்து தேவகிதாஸ் வீட்டை விட்டு வெளியேறினார். அப்புறம் அவர் வீட்டிற்கு வரவே இல்லை.

தேவகிதாஸ் இராமகிருஷ்ணனை மிகவும் கவர்ந்திருந்தார். ‘கறுகச்சால் சம்பக்கரை’ என்னும் இடத்தில் நான்கு ஆசிரமங்களை

அவர் நிறுவினார். சிறுவன் இராமகிருஷ்ணன் இடையிடையே பாட்டனாரைக் காண்பதற்காகப் போய் வந்தார். இந்த ஆசிரமங் களில் வழிப்போக்கர்களுக்காக மோரும் தண்ணீரும் இலவசமாக வழங்கப்பட்டன. அதை ஊற்றிக் கொடுக்க இராமகிருஷ்ணனுக்கு எத்துணை ஆர்வம் தெரியுமா? அங்கே இருக்கும் போதுதான் மத சம்பந்தமான புத்தகங்களைப் படிக்க நேரம் கிடைத்தது.

அப்போது கடம்மனிட்டையில் வாசகசாலை எதுவும் இல்லை. தினசரிகளோ பருவ வெளியீடுகளோ கூட அக்கிராமத்தார் பார்க்க முடியாமல் இருந்தது. இராமாயணமும் பாகவதமும்தான் இராம கிருஷ்ணனுக்குக் கிடைத்த இரண்டு புத்தகங்களாகும். தினந்தோறும் மாலையில் இராமாயணம் படிக்க வேண்டும் என்னும் நியதி மட்டும் இராமகிருஷ்ணனுக்கு ஏற்பட்டிருந்தது. ஆரம்பத்திலெல்லாம் அந்த நியதியைக் கடைப்பிடிக்க மிகுந்த முயற்சி செய்ய வேண்டியது இருந்தது. ஆனால், மேலேத்தறையில் அந்த முயற்சி வெற்றி பெற முடியவில்லை. நாட்கள் செல்லச் செல்ல இராமாயணம் இராமகிருஷ்ணனுக்கு ஒரு 'போதை'யாக மாறிவிட்டிருந்தது. கடம்மனிட்டையை அபூர்வ சித்தியுள்ள சக்திமிக்க கவிஞனாக மாற்றியதில் இந்த 'போதை' நன்றாகவே உதவி புரிந்துள்ளது. இசை பெரிய அளவில் கடம்மனிட்டைக் கவிதையை ஆக்கிரமிக்கிறது என்று கூறும்போது அந்த போதையை ஒதுக்கி வைக்க முடியவில்லை.

"எழுத்தச்சனின் ஆக்ரமிப்பு இன்றும் எனக்குப் பெரிய தொரு பலமாகும். எழுத்தச்சனின் பாவக் கூர்மையில் நான் என்றைக்கும் மூழ்கிப் போனதுண்டு. அந்த மொழி என்னை மிகவும் ஆக்கிரமித்ததுண்டு" என்று கடம்மனிட்டை கூறு கின்றார். கவிதையின் ஆத்மாவில் இசையை விளைவித்தது எழுத்தச்சன்தான்... எழுத்தச்சனுக்குப் பின்தான் கவிதையும் இசையும் இணை சேர்ந்தன. ஆனால், அந்த இணை சேர்தலுக்கு அர்த்தமும் ஆழமும் சமீப காலத்தில்தான் கிடைத்தன. அதற்கு உதவிய அபூர்வமான சில கவிஞர்களில் கடம்மனிட்டை முன்னணியில் நிற்கின்றார்.

இராமாயணத்திலும் பாகவதத்திலும் ஆழ்ந்து மூழ்கிய இளமனத்தில் சில பாவனைகள் மொட்டு விட்டன. அப்போது இராமகிருஷ்ணனுக்கு ஆறோ ஏழோதான் வயது. ஏராளமான கீர்த்தனங்களை எழுதினார். அவற்றில் தசாவதாரம் என்னும்

கீர்த்தனத்தை இன்றும் இராமகிருஷ்ணன் நினைத்துப் பார்க்கிறார். சிறு வயதில் எழுதிய கீர்த்தனங்களையெல்லாம் முதலில் வாசிக்கச் சொல்லிக் கேட்பது தாய்தான்.

“நான் எல்லாவற்றையும் திருத்திக் கொடுப்பேன். பல இடங்களில் யுக்தி இல்லாமலிருக்கும்” என்று கடம்மனிட்டையின் தாய் என்னிடம் ஒரு முறை கூறினார். அதைக் கேட்டு, என் அருகில் அமர்ந்திருந்த கடம்மனிட்டைச் சிரித்துக் கொண்டார். அபிமானத்தின், ஆனந்தத்தின் சிரிப்பு அது. அதற்குக் காரணம், அந்தத் தாய்க்குப் படிப்பறிவு எதுவும் இல்லை என்பதையும் நீங்கள் நினைத்துப் பாருங்கள்.

இராமகிருஷ்ணனுக்குக் குழந்தை பருவத்தில் மிக அதிக மான துன்பங்களைச் சகிக்க வேண்டியிருந்தது. கோட்டயத்தில் படித்துக் கொண்டிருந்தபோதுதான் அவர் மார்க்ஸிசம் படித்தார். அது புதியதொரு விடியலின், புதியதொரு யுகத்தின் சப்தம் என்று அவரால் உணர முடிந்தது. அதனால், மேலும் எதையும் ஆலோசிக்காமல் கம்யூனிஸ்டுக் கட்சியில் சேர்ந்தார். பத்தனம் திட்டை வட்டக் கமிட்டி மெம்பராகவும் இருந்த கடம்மனிட்டை, இன்று அரசியல் மௌனியாக, ஒரு பார்வையாளராக மட்டுமே இருக்கிறார். இன்றும் அவர் ஒரு யதார்த்த மார்க்சிஸ்டுதான். ஒரு காலத்தில் புரட்சி சிந்தனைகளை அணைத்துக்கொண்டிருந்த, சொந்த அனுபவங்களுக்கும், யதார்த்தங்களுக்கும் தன்னுடைய தாளத்தைக் கொட்டி கவிதா காதலியை விரும்புகின்ற கடம் மனிட்டையின் வார்த்தைகளை இங்கே கொஞ்சம் கவனியுங்கள்:

“மார்க்ஸீய சிந்தனைகளிடமிருந்து இதுவரை எனக்கு எவ்வித மாற்றமும் வந்ததில்லை. ஆனால், பிரத்யேகமாக எந்தவொரு கட்சியிலும் நான் இல்லை. ஐடியலிசத்தின் ஆபாசத்தைக் கண்டும் கேட்டும் மனம் வெறுத்தேன். மனித சுதந்திரத்திற்காக மார்க்ஸிசத்தைக் கொண்டு வந்தவர்களின் தலைமுறையை நாம் இப்போது இழந்துவிட்டிருக்கிறோம்.”

“மலையைப் பிடுங்கி எறிந்து
இந்த புவனமெ ரிப்பேன் நான்
முடியைப் பிடுங்கி நிலத்தில் வீசி
இந்தக் குலமுடைப்பேன் நான்...”

என்று அலறிய மனித நேசியான இந்தக் கவியினுடைய ஆத்மாவின் துடிப்புகளை இந்த வாசகங்களில் காணலாம்.

இராமகிருஷ்ணன் பி.ஏ. தேறிய பின் தொடர்ந்து படிப்பதற்கான வசதியில்லை. ஒரு வருட காலம் நெல் தண்டு மணக்கும் வழிகள் இடையேயும், எள்ளின் விதை வெடிக்கும் வயல்கள் இடையேயும் மனம் குழம்பியவராக நடந்தார். கடம்மனிட்டை *1958*-ல் ஒரு வேலையைத் தேடி கல்கத்தாவிற்குச் சென்றார். காதி போர்டில் காந்தியன் மாடல் தீப்பெட்டி தயாரிக்கும் பயிற்சியில் சேர்ந்தார். மூன்றரை மாதம் தீப்பெட்டியோடு சல்லாபித்தார். வெளிப்படையான சக்தியை உதறித் தள்ளவும், இதயத்தின் அடித்தட்டிலிருந்து புதியதொரு சக்தியை உயிர்ப்பித்து வெளிக் கொண்டு வரவும் கடம்மனிட்டையின் அபூர்வமான கொள்கை இங்கேயிருந்துதான் ஆரம்பித்திருக்கும் என்று நான் கருதுகிறேன்.

1959-ல் சென்னையிலுள்ள போஸ்டல் அக்கவுண்ட் அலுவலகத்தில் வேலை கிடைத்தவுடன் இராமகிருஷ்ணனிடம் கவனிக்கத்தக்க மாற்றங்கள் வந்தன. எட்டு வருட காலம் சென்னையென்னும் பெரும் நகரத்தில் வாழ்ந்து முடித்தார். கடம்மனிட்டையின் காவிய வாழ்க்கையின் வசந்தம் இந்தக் காலக் கட்டத்தில்தான் இருந்தது என்று கூறலாம். எம்.கோவிந்தனுடன் தினசரி சந்திப்பும், விவாதங்களும் இந்த நேரத்தில்தான் நடந்தன. அந்தச் சந்திப்பும், விவாதமும் தனக்கும் கவிதை எழுத முடியும் என்னும் எண்ணத்தைக் கடம்மனிட்டையின் மனத்தில் தோற்றுவித்தது. கடம்மனிட்டையின் கவிதை உருவமும் இங்கிருந்துதான் ஆரம்பிக்கிறது.

'கற்பனை வேகத்தில் தேவையான அளவு பொருள் அர்த்தமில்லாத கவிதை எழுதும் பயிற்சியிலிருந்து முழுவதுமாகப் பாதுகாத்துக் கொள்ள, இராமகிருஷ்ணனுக்கு கோவிந்தன் உதவி யதுண்டு' என்று ஒரு விமர்சகனின் அபிப்பிராயத்தோடு என்னால் ஒத்துப் போக முடியவில்லை.

இரும்பின் உடலைப் போன்று நிற்கும் குறத்திக்கும், நெஞ்சில் தீப்பந்தம் சொருகி நிற்கும் காட்டு மனிதனுக்கும் உயிர் கொடுத்த கடம்மனிட்டையிடம் இந்த மாற்றம் தானாகவேதான் ஏற்பட்டிருக்கும் என்று கூறுவதில் தவறில்லை.

கடம்மனிட்டையும் இதைப் பற்றி சுட்டிக் காட்டுவதுண்டு: "எம்.கோவிந்தனின் தத்துவ சங்கதியை ஒருபோதும் நான்

நேசித்ததில்லை. அவரின் மனிதத்துவமான தொடர்பில் நான் கவரப்பட்டதுண்டு. ஆனால் கவிதை எழுதுவதில் எம். கோவிந்தன் ஒருபோதும் என்னை ஈர்த்ததில்லை."

'சமீக்ஷா' என்னும் மாத இதழில்தான் கடம்மனிட்டையின் முதல் கவிதையான 'நான்' பிரசுரிக்கப்பட்டது. அதன்பின் ஏராளமான கவிதைகள் எழுதினார். 'அன்வேக்ஷண'த்திலும் சில கவிதைகள் பிரசுரிக்கப்பட்டன. பத்திரிகைகளுக்குக் கவிதை எழுதி அனுப்புவதில் கடம்மனிட்டை எப்போதும் விருப்ப மில்லாதவர். ஆரம்பக்காலத்தில் மாத்ருபூமிக்கு இரண்டு கவிதைகள் அனுப்பினார். அவர்கள் அதை பிரசுரிக்கவில்லை. அதன் பிறகு மாத்ருபூமிக்கு இவர் கவிதையை அனுப்பியதே இல்லை. அவர்களே கேட்காமல் இன்றுவரை யாருக்கும் கவிதை யைக் கொடுத்ததுமில்லை.

கே.சி.எஸ். பணிக்கர், எம்.பி.தேவன், கானாயி குஞ்ஞிராமன், சி.என்.கருணாகரன், முத்துக் கோயா, ஹரிதாஸ், பத்மினி, ஜெயபால் பணிக்கர் என்னும் இந்த ஓவியர்களுடன் நிரந்தரமாக விவாதம் செய்ததால் கடம்மனிட்டையினுள் உள்ள கவிஞனுக்கு சில புதிய புகழ்கள் வருவதற்கு உதவிற்று. அவர்களுடைய ஓவியங்களிலுள்ள வண்ணங்கள் வழியே அசாதாரணமான சக்தி ஒன்று இராமகிருஷ்ணனை அடைந்தது. எண்ணங்களையும், மற்றவற்றையும் உருவங்களாக உள்வாங்கி, கவிதை எழுதுவதற்கான சிந்தனையை இராமகிருஷ்ணனுக்கு அளித்தது இந்த சக்திதான் என்று சொல்லவேண்டும்.

1967-ல் கடம்மனிட்டைக்கு திருவனந்தபுரத்திற்கு இடமாற்றம் கிடைத்தது. கேரளத்திற்கு வெளியிலேயே தன்னுடைய ஆயுள் முடிந்துவிடுமோ என்று வேதனையுடன் எண்ணியிருந்த கடம்மனிட்டைக்கு இந்த மாறுதல் தன்னம்பிக்கையைக் கொடுத்தது. திருவனந்தபுரத்தை அடைந்த இராமகிருஷ்ணனுக்கு ஐயப்பப் பணிக்கர் ஒரு சுமைதாங்கியாக இருந்தார். அவருடைய தலைமையிலுள்ள கேரளக் கவிதை இராமகிருஷ்ணனின் காவிய ஜீவிதத்தில் மறக்க முடியாத ஒரு பங்கைப் பெற்றதுண்டு. 'ஸெங்கோறினு'டையதும் மற்றவர்களுடையதுமான ஆப்பிரிக்கன் கவிதைகளை மொழிபெயர்த்தவர் கடம்மனிட்டைதான். காட்டாளனையும், கிராதனையும், அவஸான சித்திரத்தையும் (கடைசி ஓவியம்) படிக்கும்போது ஆப்பிரிக்கன் கவிதைகளில்

மனம் செலுத்தியிருந்த கடம்மனிட்டையை யாவரும் நினைக்க வேண்டியதிருக்கும்.

காதலின் இனிமையைக் கல்லூரி வாழ்க்கையில்தான் கடம்மனிட்டை சுவைத்தார். கம்யூனிஸ்ட் கட்சியின் முழுநேர ஊழியனானதினால் அந்தக் காதலையும் உதறிவிட வேண்டிய தாகி விட்டது. கேரளத்தின் ஏதோவொரு மூலையில் அந்தக் காதலியைப் பற்றிக் கூறும்போது கடம்மனிட்டையின் வயது இருபத்தைந்து வரை குறைந்து விட்டதுபோல் தோன்றும்.

"உன் இதயத்தில் என் காது சேரவும்
உன் சுகந்தத்தின் மணத்தை நான் நுகரவும்
உன் புன்னகை போதையை நான் குடிக்கவும்
என் கண்ணே, நாம் ஒன்றாக உருகுவோம்..."

என்று அனுபவ பூர்வமான கவிதைப் பகுதிகளைப் படிக்கும் போதெல்லாம் அந்தப் பாக்கியசாலியான காதலியைப் பற்றி நான் நினைத்துக் கொள்வதுண்டு.

ஒருமுறை நானும் பிரபல ஓவியர் எம்.பி.தேவனும் சேர்ந்து வள்ளிக் கோட்டுக்கு, ஒரு ஓவியக் கிளப்பின் ஆண்டு விழாவிற்குப் போனோம். கடம்மனிட்டையின் வீடு, கூட்டம் நடைபெறப் போகின்ற இடத்திலிருந்து இரண்டு மூன்று பர்லாங் தூரத்தில்தான் இருந்தது. கூட்டத்திற்குப் பின் வீட்டிற்குப் போனோம். அந்த இரவு இன்னும் எனக்கு மறக்க முடியாததாக என் நினைவில் தங்கியுள்ளது.

கடம்மனிட்டையின் மனைவி சாந்தம்மாவை நான் அன்றுதான் முதன்முதலாகப் பார்த்தேன். "சாந்தா" என்று அழியாத காவியச் சிற்பங்களுக்கு உருவம் கொடுத்த கடம்மனிட்டை தன் துணைவியை நேசபாவத்தில் அழைத்தார். "என்னங்க" என்ற பதில் திறந்த கதவின் மறைவிலிருந்து வந்தது.

"நீ இங்கே கொஞ்சம் வா. யாரெல்லாம் வந்திருக்காங்கன்னு பாரு."

ஆனால், சாந்தம்மா அந்த கதவின் மறைவிலேயேதான் நின்றார். கிராமீயத் தூய்மை, நாணம் என்னும் இவ்விரு வார்த்தைகளுக்கும் அர்த்தத்தை அந்த 'என்னங்க' என்னும் பதிலில்தான் என்னால் உணர முடிந்தது. நாங்கள் சாப்பிட்டுக் கொண்டிருக்கும்போதும்,

கறி வகைகளைப் பரிமாறிவிட்டு அடுக்களை கதவின் மறைவில் நின்றுகொண்டு, ஒரு புதுமணப் பெண்ணின் நாணத்திற்குப் புதிய பாவத்தை அளித்துக் கொண்டிருந்தார் சாந்தம்மா.

ஆயிரத்துத் தொள்ளாயிரத்து அறுபத்து மூன்றில்தான் இராமகிருஷ்ணப் பணிக்கர் வள்ளிக்கோடு கிழக்கோட்டு சரிஞ்ஞதில் சாந்தம்மாவைத் திருமணம் செய்தார். இரண்டு குழந்தைகள் இந்தத் தம்பதியினருக்கு. மூத்தவள் சீதா தேவி, இளையவன் கீதாகுமார்.

சாந்தம்மாவிற்கு கடம்மனிட்டை தன் இதயத்தில் அளித்துள்ள இடத்தைப் பற்றி நாம் புரிந்துகொள்ள முடியாது. ஆனால், சாந்தம்மா தன் இதய தெய்வத்தை தன் எல்லையற்ற நேசத்தின் மூலம் ஆராதிக்கிறார் என்று தோன்றுகிறது. கடம்மனிட்டையின் சில கவிதைகளை படிக்கும்போது, அவர் தன் மனைவியைத் தன்னுடைய இதயத்தின் அடித்தட்டில் வைத்துள்ளார் என்பதும் நன்கு புரியும்.

கடம்மனிட்டை என்றைக்கும் ஒரு கிராமவாசிதான். அவர், ஒருபோதும் உருவத்திலோ, பாவனையிலோ நகரவாசியாக மாறுவதற்கு முற்பட்டதில்லை. 'எஸ்.எஸ்.எல்.சி'க்குப் பின் கிராமத்தில் அதிக நாள் தங்கியதில்லை. என்றாலும், தன்னுடைய கிராமம்தான் அவருக்கு மிகவும் விருப்பமான இடம். நகரத்திலுள்ள பலவற்றோடும் அவருக்கு வெறுப்புதான். தகுதியான மனித குணங்களையெல்லாம் நகரத்தில் இழக்க வேண்டியிருக்கிறது என்று கடம்மனிட்டை கருதுகின்றார். பட்டணவாசம் பூமியிடமிருந்து வேறுபட்டுப் போகின்ற சூழ்நிலை என இந்த நகரத்தின் சக்திமிக்கவரான இந்தக் கிராமவாசி அபிப்பிராயப் படுகிறார். நகரத்தில், கிராமத்தின் பிரதிபலிப்பு கொண்ட சூழலில் வெகு தூரத்தில் ஏதோவொரு மூலையில்தான் அவர் இன்றும் வசிக்கிறார்.

கடம்மனிட்டை மேலேத்தறையிலுள்ள குடும்பத்தைப் பற்றிக் கூறும்போதும் தந்தை தாயினுடைய பெரிய சிறிய விஷயங்களை அன்போடு கூறும்போதும், கடம்மனிட்டையின் முகமும் இதயமும் மலர்வதைக் காணலாம். அது ஓர் அமைதிப் பூர்வமான குடும்பம். பல தலைமுறைகளின் குரல்களை அந்த வீட்டில் கேட்கலாம். பல நூற்றாண்டுகளாக நிலைத்து நிற்கும் நம்பிக்கைகளையும், ஆசாரங்களையும் அதேபோன்று பாதுகாக்க வேண்டும் என்பதைத்தான் அந்தக் குடும்ப அங்கத்தினர்கள் அனைவருமே

விரும்புகிறார்கள். கடம்மனிட்டையிலுள்ள அந்த வீட்டிற்கு நீங்கள் சென்றால் அந்த உண்மை புரியும்.

இன்று வாழ்ந்து கொண்டிருக்கும் மிகப் பெரிய 'படையணி' கலைஞன் இராமன் நாயர்தான். 1978-ம் ஆண்டு கேரள சங்கீத நாடக அகாதமியின் 'படையணி'க்கான பரிசு அவருக்குத்தான் கிடைத்தது. படையணியைப் பற்றி எனக்குத் தெளிவில்லாத சில நினைவுகள்தான் உண்டு. சமீப காலங்களில் அவருடன் பேசிக் கொண்டிருக்கும் போதுதான் தெளிவான ஒரு உருவம் அதற்குக் கிடைத்தது. கேரளத்தில் மிகப் பழக்கமான ஒரு கலை உருவமும் அதற்குக் கிடைத்தது. கேரளத்தில் மிகப் பழக்கமான ஒரு கலை உருவம்தான் படையணி. இருபத்தெட்டு நாட்கள் நீண்டு கொண்டிருந்த அந்தக் கலை உருவத்தைப் பற்றிக் கூறும்போது இருபத்தெட்டு உருவங்கள் துள்ளி வந்து பதிவதை நாம் நம் கண் முன்னால் காணலாம்.

தந்தை வழியாகத்தான் இந்தத் தாள உணர்வு கிடைத்ததென்று இராமகிருஷ்ணன் உரிமை கொண்டாடும்போது, 'புருஷ ஸூக்த' த்தில் தந்தையைப்பற்றி கூறுகின்ற வரிகளில் நம் மனம் நம்மையறியாமலேயே மூழ்கிவிடும்.

கடம்மனிட்டையின் தந்தை ஒரு வாதநோயாளி. திருவனந்த புரத்தில் ஏராளமான நண்பர்களுடன் கடம்மனிட்டை கேலியும் கிண்டலுமாக நகைத்துக் கொண்டிருந்த போதுதான் அந்தத் தந்தைக்குத் தளர்வாதம் பிடித்தது என்னும் செய்தி தெரிந்தது. முகத்தில் புயல் காற்றின் பிரவாகம் உண்டாயிற்று. அந்தக் கண்கள் சிவந்தன. ஆர்.ஆர்.நாயர் கடம்மனிட்டையைச் சமாதானப் படுத்தினார். அவருடைய காரிலேயேதான் கடம்மனிட்டைக்குத் திரும்பினார். கடம்மனிட்டை அளவில்லாமல் மது அருந்துகின்ற நாட்களில் அதுவும் ஒருநாள். காளிக்கோயிலுக்கு அருகில் கார் வந்தபோது வண்டியை நிறுத்தும்படி கடம்மனிட்டை வேண்டினார். கார் நின்றதும் அவர் கோயிலுக்குள் ஓடினார்.

நடுநிசி நேரம்.

"அடி... மகளே, உன்னை என் தந்தை பூஜித்ததற்கும் சேவித்ததற்கும் பலன் இதுதானோடி? உனக்காகத் தன் ஆயுள்

முழுவதும் 'படையணி' துள்ளியதற்கான பிரதிபலன் இதுதானோடி? சொல்லடி..."

மேலும் பேச முடியாமல், தொடர்ந்து குலுங்கிக் குலுங்கி வாய்விட்டு அழுதார் அவர். கடம்மனிட்டை இராம கிருஷ்ணனிடமுள்ள எம்.ஆர்.இராமகிருஷ்ண பணிக்கரைப் புரிந்து கொள்ள இதைவிட அதிகமாகச் சொல்ல நல்லதொரு உதாரணத்தைக் கூற முடியாது.

படையணியினுடையதும் ஆன்மீகத்தினுடையதுமான உலகத்தில் - அதில் எல்லாவற்றையும் மறந்து ஒன்றிணைந்திருந்த இராம கிருஷ்ணன் கம்யூனிஸ்டாக மாறும்போதும், கடம்மனிட்ட பகவதி என்னும் சங்கல்பம் மிகச் சக்தியாகவே அவருடைய மனத்தில் நிலைத்திருந்தது.

ஒரு சமயம் கம்யூனிசம் கற்றுக் கொண்டும் கற்றுக் கொடுத்துக் கொண்டும் திரிந்த கடம்மனிட்டையின் வாக்குகளுக்கு நாம் திரும்புவோம்:

"ஆன்மீகம், அரசியல் - இந்தச் சிந்தனைகளுக்குள் முரண்பாடு உண்டென்று என் மனத்தில் ஒரு எண்ணம் உண்டு. கடம்மனிட்டை பகவதி என்னும் அந்தச் சங்கல்பத்திலிருந்து என்னால் விடுபட முடியாது. தான் எல்லாவற்றிலும் உயர்ந்தவன் என்னும் கற்பனை மனிதனுக்கு வரும்போது ஏற்படக்கூடிய எண்ணம்தான் அவநம்பிக்கையாகும். ஆசார மரியாதைகளைத் தேடிக் கொள்வதில் எனக்கு நம்பிக்கையில்லை. தந்தையும், தாயும், மனைவியும் கடவுள் நம்பிக்கை உள்ளவர்கள்தான். அவர்களுடைய நம்பிக்கை முழுமையடைய நான் உதவுவேன்."

மது வகை மோசமானதென்னும் அபிப்பிராயம் கடம்மனிட்டையிடம் இல்லை. மானசீகமான ஏதோவொரு குணத்தை அது உட்கொண்டுள்ளது என்று கருதுவதும் இல்லை. ஒழுக்கக் குறைவுக்கு ஒருபோதும் மதுவகை உதவுவது இல்லை என்பதுதான் மற்றவர்களைப் போல் கடம்மனிட்டையினுடைய அபிப்பிராயமுமாகும். மதுவருந்தும் இலக்கியவாதிகளில் மது வுக்கு அடிமையாகாத ஒரேயொரு நபர் கடம்மனிட்டை தான். தான் விரும்பும் நண்பர்களுடன் மதுவருந்தத் தொடங்கினால், இரவுகள் பகல்களுக்குள்ளும், பகல்கள் இரவுகளுக்குள்ளும் புகுந்து புகுந்து செல்லும். தினமும் மதுவருந்துவதில்லை. வாரத்தில் ஒரு

முறையோ இரு முறையோதான் மதுவருந்துவது. குடித்து முடிந்தால் அவர் ஒரு பூஞ்சோலையாகிவிடுவார். அந்தப் பூஞ்சோலையில் கனவின் கோபுரங்களைக் காண்பித்துக் கொடுக்கும் இந்த சிநேகச் செல்வனை நீங்கள் நெருங்கிப் பழக முயற்சியுங்கள். அதுவொரு புதிய அனுபவமாக இருக்கும்.

பௌதிக வாழ்வைப் பற்றி இத்தனைக்கதிகம் திருப்தியில்லாத ஒரு கவிஞன் மலையாளத்தில் வேறு யாருமில்லை. எல்லா கர்மங்களுக்கும் அடிப்படை இடம் கடினமான திருப்தியற்ற நிலை தான். குறத்தி, காட்டாளன், சாந்தா, கிராத வ்ருத்தம் என்பவைதான் இந்த மலையாள மொழியின் சக்தி முத்திரைகளாக மாறியுள்ளன. இப்படிப்பட்ட இந்த கவிதைகளை எழுதியும்கூட திருப்தியற்ற நிலைதான் கடம்மனிட்டை யிடம் மாறாமல் நிலைத்திருக்கிறது. வெறுப்பு வலுவாகப் பிரதிபலிக் காமையால் ஏற்படக்கூடிய விஷமம்தான் மிகுந்த கோபமாக, தீராத துக்கமாகக் கடம்மனிட்டை யிடம் நிலைத்திருக்கிறது. இன்றைய வெளிச்சம் வெறும் இருள்தான் என்று இந்தக் கவி இதய பூர்வமாக நம்புகிறார். புதியதொரு வெளிச்சம் என்றாவது ஒருநாள் வந்து சேரும் என்பதில் அசைக்க முடியாத நம்பிக்கையும் அவரிடம் உண்டு.

மனித நேசமும், சுதந்திர தாகமுமுள்ள எந்தவொரு வாசகனால்தான் நித்திய சலனத்தையுடைய இந்த அலைகடலில் துள்ளி விழாமல் இருக்க முடியும்.

அரசு பதவி கடம்மனிட்டைக்குப் மூச்சுத்திணறலாகத்தான் இருந்தது. வாழ்வதற்கு வேறுவழி இல்லாமையினால்தான் வேலையில் தொடர்ந்தார். புகழைச் சிறிதும் விரும்பாத ஒரு கவிஞர் என்றால் அவர் கடம்மனிட்டைதான். சில ஆண்டுகளுக்கு முன்பு, நான் திருவனந்தபுரம் அலுவலகத்துக்குக் கடம்மனிட்டையின் பெயரில் ட்ரங்கால் ஒன்று புக் செய்தேன். கடம்மனிட்ட இராமகிருஷ்ணன் என்றுதான் நான் ட்ரங் புக்கிங்கிற்கு கூறினேன். பிரபலமான கவிஞரானதால் போன் எளிதில் கிடைத்து விடும் என்பது என் கணிப்பு. பல மணி நேரங்களுக்குப் பின், கடம்மனிட்ட இராமகிருஷ்ணன் என்றொருவர் இங்கே இல்லை என்னும் பதில் கிடைத்தபோதுதான் அந்த கணிப்பு எவ்வளவு பெரிய தவறு என எனக்குத் தெரிந்தது. எம்.ஆர்.இராமகிருஷ்ண பணிக்கர் என்று கூறினால் உடனே ஃபோன் கிடைத்திருக்கும். அலுவலகத்திலும் அறிமுகமற்றவர்களிடத்திலும் கடம்மனிட்டை எப்போதும்

எம்.ஆர். இராமகிருஷ்ணப் பணிக்கராகவே இருப்பதற்குத்தான் விரும்புகிறார். திருவனந்தபுரத்தில் கடம்மனிட்டை வசிக்கும் அறையை பார்த்தால் இந்த அளவிற்கு அலட்சியமாகவும் இந்த அளவிற்கு எளிமையாகவும், ஆடம்பரமும் கட்டுத் திட்டமும் இல்லாமல் வாழும் ஓர் இலக்கியவாதி கேரளத்திலேயே இல்லை என்றுதான் தோன்றும். ஆனால், ஏறக்குறைய ஒரு மாத காலம் அந்த அறையில் ஓர் அறைத் தோழனாக அவருடன் சேர்ந்திருந்தால் ஒரு விஷயத்தை மட்டும் புரிந்துகொள்ள முடியும். அப்படிப் புரிந்துகொண்டபின் கட்டுத்திட்டமும் லட்சியப் பிடிப்புமுள்ள ஒரேயொரு நபர் கடம்மனிட்டை தான் என்று அடித்துக் கூறலாம்.

ஒரு கவிஞன் என்னும் நிலையில் கடம்மனிட்டை பல ஆண்டுகளுக்குப் பின்னே உள்ளார். இந்த காலக் கட்டத்தில் ஏறக்குறைய முப்பதுக்கும் மேற்பட்ட கவிதைகளை அவர் எழுதியுள்ளார். சாந்தா, காட்டாளன் போன்ற ஒரேயொரு கவிதை போதும். கடம்மனிட்டை ஒரு கவிஞன்தானென்று நூறாண்டுகளுக்குப் பிறகும் ஒரு வாழ்வைச் சொந்தமாக்குவதற்கு, கடம்மனிட்ட கோழி, காட்டாளன், கிராத வ்ருத்தம், அவஸான சித்ரம், புழுங்கிய முட்டைகள், பாக்கியசாலிகள், சாக்கால மத்தங்ஙா, ஆ பசுக்குட்டியுடெ மரணம், சாந்தா, கண்ணீர்க் கோட்டை, அவரும் மனுஷ்யரானு, புருஷ ஸூக்தம், மகனோடு ஐகமத்யம் போன்றவைதான் முக்கிய கவிதைகள். பன்னிரண்டு கவிதைகள் அடங்கிய ஒரு தொகுப்பும் வெளிவந்துள்ளது.

கடம்மனிட்டை கவி மட்டும் அல்ல. ஒரு நடிகரும் கூட. ஜி. சங்கரப்பிள்ளையின் 'கிராத'த்தில் ஒரு கவிஞராக நடித்துள்ளார். மூன்று புலவர்களில் ஒரு சிங்கமாக அவர் அரங்கத்துள் நுழைந்தார். சிந்தா ரவி தயாரித்த 'இனியும் மரிச்சிட்டில்லாத்தா நம்மள்' என்னும் சினிமாவிலும் நடித்துள்ளார்.

ஓவியக் கலையைப் போலவோ, நாடகத்தைப் போலவோ சினிமா ஒரு முழுமையான கலாரூபமாக மாறவில்லை என்றும், இலக்கியத்தைவிட அது மிகவும் பின்தங்கியுள்ளது என்றும் கடம்மனிட்டை நம்புகிறார். நடிப்பு வாசனை இரத்தத்திலேயே ஊறியிருப்பினும் 'படையணி' கட்டுவதற்கு அவருடைய தந்தை அனுமதிக்கவில்லை. மகனின் படிப்பு தடைபட்டுவிடும் என்ற பயம்தான் அந்தத் தந்தைக்கு அப்போது இருந்தது. படையணிக் கட்டுவதற்குக் கற்றுக்கொள்ளவில்லை என்றாலும், வருஷந்தோறும்

படையணி வேஷத்துடன் எல்லாவற்றையும் மறந்து கடம்மனிட்டை துள்ளுவதுண்டு.

கடம்மனிட்டைக்குப் பலவித ஆசைகள் இருந்தாலும், அவை எல்லாவற்றையும் மிதமாக்கிவிட்டு ஒதுங்கி வாழ வேண்டும் என்பதுதான், நகரத்தில் வாழ்க்கையை ஓட்டிக்கொண்டிருக்கும் இந்த கிராமவாசிக்கு எப்போதும் எண்ணமாக இருந்தது. நம்முடைய இன்றைய சூழ்நிலையில் பெரிய ஆசைகள் எல்லாம் அர்த்த மற்றவைகள்தானாம். என்றாலும் கடம்மனிட்டையின் மனத்தில் பெரியதொரு ஆசை நடமாடிக் கொண்டிருக்கிறது. நல்ல கவிதைகள் எழுத வேண்டும் என்பதுதான் அந்த ஆசை. இதுவரை தான் எழுதிய கவிதைகளில் எதுவும் தன் மனத்தில் உத்தேசிக்கப்பட்ட முறையில் இல்லையாம்.

"என் நெருங்கிய நண்பர்கள்கூட இந்த உண்மையைத் தெரிந்து கொள்ளவில்லையே" என்றார் அவர்.

சோம்பல் மிகுந்தவரான கடம்மனிட்டையை கவிதை எழுத ஊக்கப்படுத்துவதில் அய்யப்பப் பணிக்கரும், நரேந்திர பிரசாத்தும் நிறையவே உதவினர்.

தன் கவிதையில் மிருதுவான வார்த்தைகளைக் கடம்மனிட்டை ஒருபோதும் கோப்பதில்லை.

"மிருதுவான வார்த்தைகளை எழுத மிகவும் ஆசை உண்டு. ஆனால், வாழ்வதற்கே மிருதுத் தன்மையில்லாத ஒரு சூழலில் அப்படிப்பட்ட வார்த்தைகளை எப்படி எழுத முடியும்?"

கரடு முரடானதும் கிராமீயமானதுமான வார்த்தைகளால் கவிதையின் சலவைக்கல் அரண்மனைகளைக் கட்டிய கடம் மனிட்டையுடன் நாம் ஒத்துப் போகாமல் இருப்பதற்கான தவறுகள் எங்கே உள்ளன.

இறந்தகால சுகபோகங்களை ஆவேசத்துடன் அசைபோடும் போது, கடம்மனிட்டையின் கவிதை ஓர் அனுபவ நேர்த்தியுள்ள தாளலயங்களில் படர்ந்து ஏறுவதைக் காணலாம். உலகத்தின் எந்த மூலையில் இருந்தாலும் கடம்மனிட்டையின் கண்களும் மனமும் தன்னுடைய சொந்தப் பிரியமுள்ள கிராமத்தில்தான் இருந்தன.

"என்னோட குக்கிராமத்திற்குப் போனால் ஓர் நிலவைக் காணலாம். ஆலமரத் தரையைக் காணலாம். எள்ளின் பூவில் இறங்கி

வரும் சிறு நட்சத்திரங்களைக் காணலாம். பாறையில் பட்டுப் பிரகாசிக்கும் சூரிய வெளிச்சத்தைக் காணலாம். அப்போது நீலக் கனவுகள் உறங்கிய குன்றின் மேல் நீலவிதானத்தில் கட்டிய நூலில் தொங்கும் ஒரு ஊஞ்சலில் ஆடிப் பாடும் என் பாட்டுகள்..."

இவையெல்லாம் வெறும் தோன்றல்கள்தான் என்று அடுத்த நிமிடத்திலேயே உணரும்போது அந்த இதயம் ஏக்கம் கொண்டு விடும்.

ஆனால், ஒருபோதும் நிறைந்த ஓர் நிராசைக்கு கடம்மனிட்டை அடிமைப்படுவதில்லை. என்றாலும், எப்போதாவது அது நடை பெறும் என்றும் நம்பினார். அந்த நம்பிக்கைதான் கவிஞனுடை யதும் கவிதையினுடையதுமான கருத்தாகும்.

"நான் இல்லாமல் நானில்லையே. எனக்குப் பதில் நான் இல்லாமலும் இல்லையே. என்னுள் உண்டு ஒரு நீல ஆகாயம். என்னுள் உண்டு ஒரு நீலக் கடல்" என்பதுதான் அவருடைய கருத்து.

கடம்மனிட்டை எழுதிய 'புருஷ ஸூக்தம்' கவிதையில் வருகிற மேலேயுள்ள வரிகளாலேயே நான் இந்த அறிமுகப்படுத்தலை முடித்துக் கொள்கிறேன். இன்னும் ஒரு விஷயம். இத்தனையையும் எழுதி முடித்த போதுதான், கடம்மனிட்டைக் கவிதையின் சக்திமிக்க சௌந்தர்யத்தைப் பற்றி அறியாமல் நான் ஓர் அந்நியனாகவே இருந்துள்ளேன் என்று புரிந்தது.

கடம்மனிட்டையிடமுள்ள சாதாரண மனிதனின் நீல ஆகாய வெளியில் என்னால் உங்களைக் கைப்பிடித்து அழைத்துச் செல்ல முடியவில்லை. அதற்காக நான் வருத்தப்படவுமில்லை. ஏனெனில், நாம் முழுமையற்றதில்தானே காலூன்றி இருக்கின்றோம்!

-நிறைவு-